പേൾ എസ്. ബക്ക്

കടന്നുപോകാനൊരു പാലം

A BRIDGE FOR PASSING

പേൾ എസ്. ബക്ക്

അമേരിക്കയിൽ പശ്ചിമ വിർജീനിയയിലെ ഹിൻസ്ബറോയിൽ 1893 ജൂൺ 28 നു ജനിച്ച് വെർമണ്ടിലെ ഡാൽബിയിൽ 1973 മാർച്ച് 6ന് നിര്യാതയായ പ്രശസ്ത എഴുത്തുകാരിയാണ് പേൾ എസ് ബക്ക്. നോബൽ സമ്മാനം നേടിയ ആദ്യത്തെ അമേരിക്കൻ വനിത കൂടിയാണ് അവർ. അച്ഛനും അമ്മയും ചൈനയിൽ മിഷനറിമാരായതിനാൽ മൂന്നുമാസം പ്രായമായപ്പോൾ പേൾ എസ് ബക്കും അവർക്കൊപ്പം ചൈനയിലേക്കു പോയി. മഹാനദിയായ യാംഗ്സിയുടെ കരയിലുള്ള കിയാംഗ്സു പ്രവിശ്യയിലെ ചിൻക്യാംഗ് എന്ന തുറമുഖ പട്ടണത്തിനു പുറത്തായിരുന്നു ബാല്യകാലം ചിലവിട്ടത്. പിന്നീട് നാൻകിംഗിലും. അതിനാൽ മാതൃഭാഷയായ ഇംഗ്ലീഷിനും മുന്നേ തന്നെ പേൾ എസ് ബക്ക് ചൈനീസ് ഭാഷ പഠിച്ചു. ചൈനയിൽ സായ് തെൻസുങ് എന്ന പേരിലാണ് ബക്ക് അറിയപ്പെടുന്നത്. അതവർ സ്വീകരിച്ച ചൈനീസ് പേരാണ്. ചൈനയിലെ ജീവിതവും ദർശനങ്ങളും അവരിൽ വളരെ ആഴത്തിൽത്തന്നെ പതിഞ്ഞിരുന്നു എന്നതിന് അവരുടെ ജനപ്രിയകൃതികൾ തെളിവാണ്.

ദി ആംഗ്രി വൈഫ്, കം മൈ ബിലവഡ്, കമാൻഡ് ദി മോർണിംഗ്, ഇംപീരിയൽ വുമൺ, ഗോഡ്സ് മെൻ, കിൻസ് ഫോക്ക്, ദ് ഗുഡ് എർത്ത് (1931), സൺസ് (1932) തുടങ്ങി നൂറിലധികം പുസ്തകങ്ങളുമായി വ്യാപകമായി വായിക്കപ്പെട്ട, അറുപത്തിയൊൻപത് വിദേശഭാഷകളിലേക്ക് വിവർത്തനം ചെയ്യപ്പെട്ടിട്ടുള്ള, എഴുത്തുകാരി.

ഡോ. എം.വി. മുകുന്ദൻ

കണ്ണൂർ ജില്ലയിലെ തളിപ്പറമ്പിനടുത്ത്, ചപ്പാരപ്പടവ് പഞ്ചായത്തിൽ പടപ്പേങ്ങാട്, 'ലക്ഷ്മിനിലയ'ത്തിൽ ജനിച്ചു. പരേതരായ ടി.പി.ഗോവിന്ദൻ നായരുടെയും എം.വി. ലക്ഷ്മി അമ്മയുടെയും എട്ടു മക്കളിൽ ഇളയ ആൾ.

പടപ്പേങ്ങാട് ഗവ: എൽ.പി.സ്കൂൾ, ചപ്പാരപ്പടവ് ഹൈസ്കൂൾ, തളിപ്പറമ്പ് സർ സയ്യിദ് കോളേജ് എന്നിവിടങ്ങളിലെ വിദ്യാഭ്യാസശേഷം കണ്ണൂർ ഗവ: ടി.ടി.ഐ.(മെൻ) ൽ നിന്നും ടി.ടി.സി. പാസ്സായി. 1980 ൽ മാതൃവിദ്യാലയമായ ചപ്പാരപ്പടവ് ഹൈസ്കൂളിൽ പ്രൈമറി അധ്യാപകനായി ചേർന്നു. 1985 മുതൽ വിവിധ സർക്കാർ സ്കൂളുകളിൽ പ്രവർത്തിച്ചു. സ്വകാര്യ പഠനത്തിലൂടെ കോഴിക്കോട് സർവകലാശാലയിൽ നിന്ന് ബിരുദാനന്തര ബിരുദവും, ബി.എഡ്ഡും (ഇംഗ്ലീഷ്) നേടി. തുടർന്ന് മൈസൂർ RIE യിൽ നിന്ന് MEd, ഹൈദരാബാദ് EFLU യിൽ നിന്ന് PGDTE എന്നീ ഉന്നത ബിരുദങ്ങൾ നേടി.

1994 ൽ ജില്ലാ വിദ്യാഭ്യാസ പരിശീലന ഇൻസ്റ്റിറ്റ്യൂട്ട് (DIET) സീനിയർ ലക്ചറർ ആയി നിയമനം. 1999ൽ ലോകത്തെ മികച്ച സർവകലാശാലകളിലൊന്നായ The Universtiy of Hong Kongൽ ചേർന്നു. വിദ്യാഭ്യാസവും അധികാര വികേന്ദ്രീകരണവും എന്ന വിഷയത്തിൽ, ലോകപ്രശസ്ത വിദ്യാഭ്യാസ വിദഗ്ദ്ധനും, ബ്രിട്ടീഷുകാരനുമായ പ്രൊഫ: മാർക്ക് ബ്രേ യുടെ മേൽനോട്ടത്തിൽ 2003 ൽ Ph.D പൂർത്തിയാക്കി. UNESCO യുടെ 2003-04ലെ EFA Global Monitoring Report ൽ പ്രബന്ധത്തിലെ പ്രസക്തഭാഗങ്ങൾ ചേർക്കപ്പെട്ടിട്ടുണ്ട്.

2004 മുതൽ 2009 വരെ ചൈനീസ് സർക്കാരിന്റെ പ്രത്യേക ക്ഷണിതാവായി, ലിയാഓണിംഗ് പ്രവിശ്യയിലെ ഷെൻ യാംഗ് സർവകലാശാലയിൽ RIEEA എന്ന സ്വതന്ത്ര ഗവേഷണ സ്ഥാപനത്തിൽ പ്രൊഫസ്സർ ആയി പ്രവർത്തിച്ചു.

വിവിധ ജില്ലകളിൽ ഡയറ്റ് സീ: ലക്ചറർ, പ്രിൻസിപ്പൽ തസ്തികകളിൽ തുടർന്നു. 2012 ൽ സ്വീഡനിലെ ലുണ്ട് യൂണിവേഴ്സിററിയിൽ നിന്ന് 'കുട്ടികളുടെ അവകാശങ്ങളെ'ക്കുറിച്ചുള്ള പഠനത്തിന് ഇൻറർനാഷനൽ അഡ്വാൻസ്ഡ് ഡിപ്ലോമ നേടി.

ഡയററ് പ്രിൻസിപ്പലായി ഗവ: സർവീസിൽ നിന്ന് വിരമിച്ചയുടൻ പുതുച്ചേരി കേന്ദ്ര സർവകലാശാലയ്ക്കു കീഴിലുള്ള മാഹി കോ: ഓപ്പ: കോളേജ് ഓഫ് ഹയർ എഡ്യുക്കേഷൻ പ്രിൻസിപ്പലായി. 2020ൽ നാൽപതു വർഷത്തെ അധ്യാപന ജീവിതം അവസാനിപ്പിച്ചു. വിദ്യാഭ്യാസവുമായി ബന്ധപ്പെട്ട് പുസ്തകങ്ങൾ, അധ്യായങ്ങൾ, അക്കാദമിക ലേഖനങ്ങൾ എന്നിവ വിദേശത്തും, സ്വദേശത്തും പ്രസിദ്ധീകരിച്ചിട്ടുണ്ട്. നിരവധി രാജ്യങ്ങളിൽ അന്താരാഷ്ട്ര സെമിനാറുകളിൽ പ്രബന്ധങ്ങൾ അവതരിപ്പിച്ചു. യുനെസ്കോ, യുനിസെഫ്, സിഡ, ലോകബാങ്ക് തുടങ്ങിയ ഏജൻസികൾക്കു വേണ്ടി അക്കാദമിക സഹായങ്ങളും പഠനങ്ങളും നടത്തി.

റിട്ട: ഹൈസ്കൂൾ അധ്യാപികയും, കഥാകാരിയുമായ കെ.സി.സരോജിനിയാണ് ഭാര്യ.

മക്കൾ: ഹരിഗോവിന്ദ്, ഹരിത മുകുന്ദൻ. മരുമകൾ: നിരുപമ ഹരി ഗോവിന്ദ്.

വിലാസം: 'ഹരിപ്രിയ', ദുർഗാ റോഡ്, പി.ഒ. പള്ളിക്കുന്ന്. കണ്ണൂർ , 670 004.
Mob: 9495639433
email: mvmukundan @gmail.com

Malayalam Language
Kadannupokanoru Palam
(Fiction)
Original Title
A Bridge for Passing
by
Pearl S. Buck
Malayalam Translated by
Dr. M V Mukundan

♦

Published in March 2023
by Kairali Books Private Limited
Thalikkavu Road, Kannur.
Ph : 0497-2761200
E-Mail : kairalibooksknr@gmail.com

♦

Cover Design
Prasanth Mangad

♦

Printed at
Manippal Technologies Ltd.

Price ₹ : 350.00
114/22-23/Sl.No.1422/200/NS 18.6
ISBN 978-93-93397-29-4

പേൾ എസ്. ബക്ക്

കടന്നുപോകാനൊരു പാലം

A BRIDGE FOR PASSING

പരിഭാഷ

ഡോ. എം.വി. മുകുന്ദൻ

കൈരളി ബുക്സ്

ആമുഖം

ആറു പതിറ്റാണ്ടുകളും അൽപം വർഷങ്ങളും കൂടിച്ചേർന്ന ജീവിതത്തെ പിന്തിരിഞ്ഞുനോക്കുമ്പോൾ, ആകസ്മികതകളുടെ ആകത്തുകയാണതെന്ന് നിസ്തർക്കം പറയുവാൻ കഴിയുന്ന ഒരു വ്യക്തിയാണ് ഞാൻ. ഈ തർജമാസംരഭവും അത്തരം ഒരാകസ്മികത തന്നെ. ചൈനീസ് സർവകലാശാലയിലെ പ്രൊഫസർ പദവി സ്വമേധയാ വേണ്ടെന്നുവച്ച്, 2009ൽ കേരളത്തിൽ തിരിച്ചെത്തി ഉണ്ടായിരുന്ന സർക്കാർ ജോലിയിൽ തിരികെ പ്രവേശിച്ചത് വടകരയിൽ പ്രവർത്തിക്കുന്ന കോഴിക്കോട് DIETൽ ആയിരുന്നു. 2012 മദ്ധ്യത്തിൽ, എന്റെ സഹപ്രവർത്തകനായ ഡോ. പ്രമോദ് നാറാത്ത്, കണ്ണൂരിൽനിന്നും കൈരളി ബുക്സിന്റെ ആഭിമുഖ്യത്തിൽ പ്രസിദ്ധീകരിക്കുന്ന 'അകം' മാസികയ്ക്കുവേണ്ടി മീനാകന്ദസ്വാമിയുടെ ഒരു കവിത ഇംഗ്ലീഷിൽ നിന്നും മൊഴിമാറ്റാമോ എന്നന്വേഷിച്ചു. ഞാൻ സസന്തോഷം അത് ചെയ്തുകൊടുത്തു. 2012 ആഗസ്ത് ലക്കത്തിൽ അത് പ്രസിദ്ധീകൃതമാവുകയും ചെയ്തു.

മലയാളികളുടെ അഭിമാനമായ ശ്രീ. എം.ടി. വാസുദേവൻനായർ നിർദ്ദേശിച്ചതുപ്രകാരം, കൈരളി ബുക്സ് എം.ഡി.യായ ശ്രീ അശോക്കുമാർ രണ്ട് പുസ്തകങ്ങളുടെ വിവർത്തനം ഏറ്റെടുക്കാമോ എന്ന കാര്യം, പ്രമോദ് വഴി അന്വേഷിച്ചു. നോബൽ സമ്മാന ജേതാവായ പേൾ.എസ്. ബക്കിന്റെ ആത്മകഥാപരമായ പുസ്തകങ്ങളായിരുന്നു അവ രണ്ടും. നിലവിൽ ലഭ്യമല്ലാതിരുന്ന 'A Bridge for Passing' (1962), My Several Worlds' (1954)' എന്നിവ.

അന്നുമുതൽക്കെ, മേൽപ്പറഞ്ഞ രണ്ടു പുസ്തകങ്ങൾക്കായി അന്വേഷണം ആരംഭിച്ചു. അതിനിടയിൽ DIET പ്രിൻസിപ്പളായി സ്ഥാനക്കയറ്റവും രണ്ടു ജില്ലകളിലേക്ക് സ്ഥലംമാറ്റവും ഒക്കെ നടന്നു. കൂടാതെ 2012ൽ സ്വീഡനിലെ ലൂണ്ട് സർവകലാശാലയിൽ 'കുട്ടികളുടെ അവകാശങ്ങൾ'മായി ബന്ധപ്പെട്ട് ഒന്നരവർഷം നീണ്ട പ്രോജക്ടിൽ ഇന്ത്യയെ പ്രതിനിധീകരിച്ചു. അനുബന്ധമായി വിയറ്റ്നാം, കംബോഡിയ തുടങ്ങിയ സ്ഥലങ്ങളിലേക്കുള്ള യാത്രകളും. പുസ്തകങ്ങൾക്കായുള്ള അന്വേഷണം ഈ സന്ദർഭങ്ങളിലെല്ലാം തുടർന്നു കൊണ്ടേയിരുന്നു. നിരാശ

യായിരുന്നു ഫലം.

ഒടുവിൽ 2015ൽ വയനാട് ഡയറ്റ് പ്രിൻസിപ്പലായി പ്രവർത്തിക്കെ, എന്റെ സുഹൃത്ത് വിദ്യാഭ്യാസവകുപ്പ് ഉദ്യോഗസ്ഥയായ ശ്രീമതി. സീന. T.D.യോട് ഏതോ സന്ദർഭത്തിൽ ഈ പുസ്തകങ്ങളെക്കുറിച്ച് പരാമർശിക്കാനിടയായി. അവർ, തന്റെ ജപ്പാനിൽ ജോലി ചെയ്യുന്ന ഒരു സുഹൃത്തിനെ ബന്ധപ്പെട്ടു. ആ സുഹൃത്തിന്റെ അമേരിക്കയിലുള്ള സുഹൃത്തുവഴി രണ്ടു പുസ്തകങ്ങളും ലഭ്യമാക്കുകയും ചെയ്തു. തികച്ചും ആകസ്മികം.

ഔദ്യോഗിക തിരക്കുകളും, എന്റെ സ്വതസിദ്ധമായ അലസതയും പുസ്തകങ്ങളുടെ പരിഭാഷ വൈകിപ്പിച്ചു. കോവിഡ് മഹാമാരിയുടെ കാലത്ത് ജോലിയെല്ലാം വിട്ടൊഴിഞ്ഞ് തർജ്ജമ ആരംഭിച്ചു. കംപ്യൂട്ടറിൽ മലയാളത്തിൽ ടൈപ്പ് ചെയ്യുന്നതിനും. തെറ്റുതിരുത്തലിനുമൊക്കെയായി ഉദ്ദേശിച്ചതിലധികം സമയമെടുത്തു.

ഒടുവിൽ മൊഴിമാറ്റം പ്രസിദ്ധീകൃതമാകുമ്പോൾ, പുസ്തകങ്ങൾ ലഭ്യമാക്കിയ മേൽപ്പറഞ്ഞ മൂന്നുപേർക്കു പുറമെ ഒരുപാട് പേരോട് ഹൃദയത്തിന്റെ ഭാഷയിൽ നന്ദി രേഖപ്പെടുത്തേണ്ടതുണ്ട്. ഒന്നാമതായി ഈ സംരംഭത്തിന് നിമിത്തമായ ഡോ. പ്രമോദിന്. സഹോദരതുല്യനായ ശ്രീ. കെ. പ്രഭാകരൻ (മുൻ ഡയറ്റ് പ്രിൻസിപ്പൽ) ആദ്യ കോപ്പികൾ വായിച്ചു, തിരുത്തലുകൾ നടത്തിത്തന്നു. നിസ്സീമമായ സഹകരണത്തിനും, പ്രചോദനങ്ങൾക്കും നന്ദിമാത്രം മതിയാകില്ല.

മൂന്നു ദശാബ്ദത്തിലധികമായി എന്റെ താങ്ങും തണലുമായി നിലകൊണ്ട പ്രിയപത്നി സരോജിനിക്കും ഹൃദയപൂർവമായ നന്ദി. സ്നേഹധനരായ മക്കൾക്കും.

മലയളം ടൈപ്പിങ്ങിന് സഹായം ചെയ്തുതന്ന പള്ളിക്കുന്ന് ഇമേജ് ക്രിയേഷൻസ് ഉടമ അനിലിനും അകൈതവമായ നന്ദി.

പുസ്തകരൂപത്തിൽ എന്റെ സ്വപ്നസംരംഭമായ ഈ പ്രവൃത്തിയെ സാക്ഷാത്ക്കരിച്ച കൈരളി ബുക്സ് എം.ഡി., ശ്രീ അശോക്കുമാറിനോടും അദ്ദേഹത്തിന്റെ എഡിറ്റോറിയൽ സ്റ്റാഫിനോടുമുള്ള കൃതജ്ഞത വാക്കുകളിൽ ഒതുങ്ങില്ല.

പേൾ. എസ്. ബക്കിന്റെ The Good Earth, Letter from Peking തുടങ്ങിയ പുസ്തകങ്ങൾ മലയാളികൾക്ക് സുപരിചിതമാണ്. അവയുടെ തർജമകളും ലഭ്യമാണല്ലോ. എന്നാൽ അവരുടെ ആത്മകഥാപരമായ രണ്ടു പുസ്തകങ്ങളാണ് ഞാൻ മൊഴിമാറ്റത്തിനായി തെരഞ്ഞെടുത്തത്. വിവർത്തനം എന്ന സക്രിയമായ ഇടപെടൽ ഭാഷകളുടെ മാനവീകരണത്തിനും ഗദ്യഭാഷാ വികസനത്തിനും, ഗദ്യകേന്ദ്രിത സാഹിത്യരൂപങ്ങളുടെ പ്രചാരത്തിനും ഉതകും എന്നത് അവിതർക്കിതമായ കാര്യമാ

ണ്. അതുകൊണ്ടുതന്നെ, ജീവിതത്തോട് എന്നും ശരിയാണ് എന്നു മാത്രം പറയുവാൻ ശ്രദ്ധിച്ച അവരുടെ എഴുത്തിനെ ശരിയായ അർത്ഥത്തിൽ അവതരിപ്പിക്കുവാൻ ഞാൻ പരമാവധി ശ്രമിച്ചിട്ടുണ്ട്. സ്ഥിരമായി മാറിക്കൊണ്ടിരിക്കുന്ന, സങ്കീർണമായ ഈ ലോകത്ത്, എഴുത്തുകാരിയുടെ അനുഭവത്തുടർച്ചയും, ആ അനുഭവങ്ങളോട് അവരുടെ വ്യക്തിപരവും ആഴത്തിലുള്ളതും ശ്രദ്ധാപൂർവ്വവുമായ പരിചിന്തനങ്ങൾ ചേർത്തുവയ്ക്കുന്നതും കാണാം.

ഇരുപത്തിയഞ്ചുവർഷം നീണ്ട ദാമ്പത്യത്തിനിടയിൽ പിരിഞ്ഞുപോയ ഭർത്താവിന്റെ മരണം എന്ന യാഥാർത്ഥ്യം ഉൾക്കൊള്ളാനവർക്കായില്ല. തള്ളിനീക്കിയ നീണ്ട ഏകാന്തരാവുകളിൽ തന്റെ അന്തരംഗത്തിലുയരുന്ന ചിന്തകളെ, വിനയത്തോടെയും ആർജ്ജവത്തോടെയും അവർ പങ്കുവയ്ക്കുന്നു. സഹൃദയരായ വായനക്കാർക്ക് അവരോടൊപ്പം ചേരാം..

പള്ളിക്കുന്ന്, കണ്ണൂർ **ഡോ. എം.വി. മുകുന്ദൻ**

05.02.2023

ഒന്ന്

ഇന്ന്, ഏഷ്യയിലേക്കുള്ള എന്റെ മടക്കത്തിന്റെ കഥ ഞാൻ തുടങ്ങുമ്പോൾ, ഒരു വർഷം മുമ്പ് ഇതുപോലൊരു ഏപ്രിൽ ദിനത്തിൽ ജപ്പാനിൽ വച്ച് ഒരു ചലച്ചിത്രമെടുക്കുന്നതിന് തീരുമാനിച്ച കാര്യം ഓർമ്മയിൽ വരുന്നു. ഒരു മടക്കം അനിവാര്യമാണെന്ന് എനിക്കറിയാം. മറ്റെവിടത്തേക്കാളും എന്റെ രാജ്യത്തു ജീവിക്കുമ്പോൾ തന്നെയാണ് ഞാൻ ഏറ്റവും സന്തുഷ്ടയായിരിക്കുകയെന്നും സ്ഥിരമല്ലാത്ത ഒരു മടക്കമാണെങ്കിലും എനിക്ക് നന്നായറിയാം. ജീവിതത്തിന്റെ പകുതി ഭാഗവും ഒരിക്കലെങ്കിലും മടങ്ങാതെ, ഏഷ്യയിൽ തന്നെ ആരെങ്കിലും ജീവിക്കുമെന്നും തോന്നുന്നില്ല. പക്ഷെ എന്നെന്നോ, എവിടെക്കെന്നോ, എന്തു കാരണത്താലെന്നോ എന്നതെനിക്കറിയില്ല. ഭൂപ്രകൃതിപോലെ മറ്റൊന്നും നമ്മുടെ മാറിക്കൊണ്ടിരിക്കുന്ന ഈ ലോകത്തിൽ കൂടുതലായി മാറുന്നില്ല. എന്റെ ബാല്യവും യൗവ്വനവും ചെലവിട്ടിരുന്ന സൗഹൃദരാജ്യമായിരുന്ന ചൈന ഇന്ന് വിലക്കപ്പെട്ട ഒരു രാജ്യമായിരിക്കുന്നു. എനിക്കതിനെ ഒരു ശത്രുരാജ്യമെന്നു വിളിക്കാനാവില്ല തന്നെ. എന്റെ ഓർമയിലുള്ള അവിടത്തെ ആളുകൾ വളരെ ദയാലുക്കളും ആ രാജ്യം അത്രമേൽ മനോഹരവുമാണ്.

ഏഷ്യയുടെ ഒരു വലിയഭാഗം ചൈന ഉൾക്കൊള്ളുന്നുണ്ടെങ്കിലും, എനിക്ക് മടങ്ങുവാൻ ജപ്പാൻ, ഇന്ത്യ, കൊറിയ തുടങ്ങിയ മറ്റു രാജ്യങ്ങളുമുണ്ട്. ചൈന കഴിഞ്ഞാൽ ഇവയിൽ എനിക്കു നന്നായറിയുന്നത് ജപ്പാനാണ്. യുക്തിസഹമായി എന്റെ മടക്കം അവിടേക്കായിരിക്കാം. പക്ഷെ എപ്പോൾ? യഥാർത്ഥത്തിൽ കാഴ്ചകൾ കണ്ടു നടക്കാനിഷ്ടപ്പെടുന്ന ഒരു സഞ്ചാരിയല്ല ഞാൻ. ഒരു വിശിഷ്ടവ്യക്തി എന്ന നിലയ്ക്കുള്ള സന്ദർശനവും ഞാൻ ഇഷ്ടപ്പെടുന്നില്ല. അപ്പോൾ ജപ്പാനിലേക്കുള്ള മടക്കമാണെങ്കിൽ രസകരമായ എന്തെങ്കിലുമൊരു സംരംഭമോ, ചെയ്യാനിഷ്ടപ്പെടുന്ന മറ്റെന്തെങ്കിലും ഉദ്യമമോ ആയിരിക്കണമെന്ന് ഞാൻ മനസ്സിലുറപ്പിച്ചു. അങ്ങനെയായാൽ അവിടെയുള്ള സൽക്കാരപ്രിയരായ ആളുകൾ സുഹൃത്തുക്കൾക്കായൊരുക്കുന്ന

അത്താഴവിരുന്നുകളും വാരാന്ത്യആഘോഷങ്ങളും നേരമ്പോക്കുകളും എന്തുകൊണ്ട് ഞാൻ ഒഴിവാക്കുന്നു എന്ന് സ്വയമേവ ബോധ്യപ്പെടുമല്ലോ? പക്ഷെ, എങ്ങോട്ട്? എപ്പോൾ? എന്നീ ചോദ്യങ്ങൾക്കൊപ്പം എന്തു സംരംഭം എന്നതുകൂടി ചേർക്കപ്പെട്ടു.

ഞാൻ എഴുതിയ 'ദി ബിഗ് വേവ്' (കൂറ്റൻ തിരമാല) എന്ന പുസ്തകത്തെ ആധാരമാക്കി ഒരു സിനിമ നിർമ്മിക്കുന്നതിനായി മറ്റുള്ളവരോടൊപ്പം ജപ്പാനിലേക്കു പോകുന്ന കാര്യമറിയുന്നത് തികച്ചും യാദൃച്ഛികമാണെന്ന് തന്നെ പറയാം. പുസ്തകത്തിൽ, സാഹകസികതകൾ നിറഞ്ഞതാകയാൽ പ്രസ്തുത സിനിമ പുതുമയും ആവേശവുമുണർത്തേണ്ടതുണ്ടുതാനും. ഞാനാകട്ടെ, യുവത്വവും കടന്ന്, യാഥാസ്ഥിതികത്വത്തെ മറികടക്കുവാനുള്ള സാഹസിക പ്രായത്തിലെത്തിനിൽക്കുകയുമാണ്. ദശകങ്ങളായി വീണ്ടും കാണുവാൻ ഞാൻ കൊതിച്ചുകൊണ്ടിരുന്ന ഒരു ഒറ്റപ്പെട്ട മത്സ്യബന്ധനഗ്രാമവും വേലിയേറ്റങ്ങളും തിരമാലകളും അഗ്നിപർവ്വതവും എല്ലാം മനസ്സിൽ മിന്നിമറിഞ്ഞു. എന്റെ ചോദ്യങ്ങൾക്ക് ഉത്തരം ലഭിച്ചിരിക്കുന്നു. എവിടേയ്ക്ക്? ജപ്പാനിലേക്ക്. എപ്പോൾ? ഇപ്പോൾ തന്നെ.

പക്ഷെ എന്റെ കുടുംബത്തെക്കുറിച്ചോർക്കുമ്പോൾ നേരത്തെ പറഞ്ഞ ഉത്തരങ്ങൾ ശരിയാവില്ല. തലമുറകളായി പടർന്നുപന്തലിച്ച മുതിർന്നവരും തീരെ ചെറിയ പ്രായത്തിലുള്ളവരുമടങ്ങുന്ന വലിയൊരു കുടുംബമാണെന്റേത്. ഈയൊരവസ്ഥയിൽ ഇവരെയൊക്കെ പിരിയാമോ? പിരിയണമോ ഈ സന്ദർഭത്തിൽ? തീർച്ചയായും പിരിയാം. പിരിയണം. എന്റെ യാത്ര മാറ്റിവെക്കേണ്ട ഒരാവശ്യവും ഇപ്പോഴെനിക്കില്ലെന്ന് ഞങ്ങളുടെ കുടുംബഡോക്ടർ എനിക്കുറപ്പു തന്നു. കുട്ടികൾ, മുതിർന്നവരും ചെറിയവരും ഒരുപോലെ മിടുക്കരും, ആരോഗ്യവാൻമാരുമാണ്. പക്ഷെ അദ്ദേഹമോ? അദ്ദേഹം ഇപ്പോൾ ഉള്ളതുപോലെ തുടരുമെന്നും ഡോക്ടർ പറഞ്ഞു. അവസാന സാധ്യതയ്ക്കായി ഞാൻ കാത്തിരുന്നാൽ ചിലപ്പോൾ വർഷങ്ങളെടുക്കും. ആറുമാസം മുമ്പായിരുന്നെങ്കിൽ എനിക്കദ്ദേഹത്തെ വിട്ടുപോകാനാവുമായിരുന്നില്ല. പക്ഷെ, കുറഞ്ഞ ഇടവേളയിൽ അതെനിക്ക് രാവും പകലും പോലെ വ്യതിരിക്തമായിരുന്നു. അദ്ദേഹം തന്റേതായ ഒരു ലോകത്തിലേക്ക് വഴുതിവീണിരിക്കുന്നു. ഞാനാവട്ടെ, ഇതുവരെയ്ക്കും കഴിഞ്ഞതെന്തെന്നോ ഇനിയെന്തു സംഭവിക്കുമെന്നോ സഹിക്കുവാൻ പഠിച്ചിട്ടില്ലാത്ത ഒരവസ്ഥയിലും.

'പോയ്ക്കൊള്ളൂ, നിങ്ങൾക്കൊരു മാറ്റം ആവശ്യമാണ്. ഇനിയും

സഞ്ചരിക്കുവാൻ വഴിയേറെയുണ്ട്.' ഡോക്ടർ പറഞ്ഞു.

'പോകൂ, എല്ലാം ഞാൻ നോക്കിക്കൊള്ളാം.' ഉത്തരവാദിത്തത്തോടെ എന്റെ മകൾ പറഞ്ഞു. പ്രോത്സാഹനങ്ങൾക്കു പിറകെ കരാറുകളിൽ ഒപ്പുവയ്ക്കുകയും, യാത്രാടിക്കറ്റുകൾ എടുക്കുകയും ചെയ്തു.

'കൂറ്റൻ തിരമാല' എന്ന പുസ്തകം വളരെ ലളിതമായ ഒരു കഥയാണെങ്കിലും അതിലെ വിഷയങ്ങൾ വിപുലമായിരുന്നു. അതുകൊണ്ടുതന്നെ അതു മറ്റൊരു രൂപത്തിലേക്കു മാറ്റേണ്ടിയിരുന്നു. ജപ്പാന്റെ തെക്കുഭാഗത്തുള്ള ക്യൂഷു എന്ന മനോഹരമായ ദ്വീപിലെ ഒരു മത്സ്യബന്ധന ഗ്രാമത്തിലെ വിരലിലെണ്ണാവുന്ന മനുഷ്യരിലൂടെ ജീവിതം, മരണം, വീണ്ടുമുള്ള ജീവിതം എന്നിവയൊക്കെ പ്രതിപാദിക്കുന്ന കഥ. എങ്കിലും ആ കഥയ്ക്ക് അതിന്റേതായ ജൈവിക ഊർജ്ജസ്വലത ഉണ്ടായിരുന്നു. മറ്റു ഭാഷകളിലേക്ക് മൊഴിമാറ്റപ്പെട്ട ഈ പുസ്തകത്തിന് ചില പുരസ്കാരനേട്ടങ്ങളും ലഭിക്കുകയുണ്ടായി. എന്നാൽ അതിനൊരു ചലച്ചിത്രഭാഷ്യം ഉണ്ടായിരുന്നില്ല. അത്തരം ഒരു ഭാഷ ചമയ്ക്കുക തികച്ചും സാഹസികത തന്നെയാണ്. ആ ഭാഷ വെറും വാക്കുകളല്ല. അത് ചലിക്കുന്ന, സംസാരിക്കുന്ന മനുഷ്യർ ധൈര്യത്തോടെ മരിക്കുകയും അതിലുമുപരി ധൈര്യത്തോടെ ജീവിക്കുന്നതും പ്രണയിക്കുന്നതും ആവേണ്ടതുണ്ട്.

എനിക്കാണെങ്കിൽ ബ്രഷും ക്യാൻവാസും ഉപയോഗിച്ചുള്ള വരയൽ, കളിമണ്ണിലും കല്ലിലും ശില്പങ്ങൾ നിർമ്മിക്കൽ, ചില സംഗീതോപകരണങ്ങളുടെ ഉപയോഗം എന്നിവ പരിചയമുണ്ടെങ്കിലും ചലച്ചിത്രം തികച്ചും അന്യമായിരുന്നു. ഇതൊക്കെയാണെങ്കിലും അതൊരു വലിയ കല തന്നെ. അപ്രാമാണികരായ ചിലരോ തരംതാണ പ്രമേയങ്ങളോ ചില സന്ദർഭങ്ങളിലെല്ലാം അതിന്റെ പവിത്രത നഷ്ടപ്പെടുത്തിയിട്ടുണ്ടെങ്കിൽപോലും ചലച്ചിത്രം എന്ന കല അതിന്റെ നൈസർഗിക ശക്തിയാൽ എന്നും പ്രചോദനാത്മകം തന്നെ. അതുല്യരായ കലാകാരന്മാരുള്ളപ്പോൾ നമുക്ക് മഹത്തായ ചിത്രങ്ങൾ ലഭിക്കുകതന്നെ ചെയ്യും. വലിയ ഒരാളാണെന്ന മിഥ്യാധാരണ തീരെയില്ലെങ്കിലും ഞാനാർക്കുവേണ്ടിയാണോ എഴുതിയത് അവർക്കായി ഒരു നല്ല ചിത്രം ഞങ്ങൾക്കും നിർമ്മിക്കാനാവുമെന്ന് പ്രതീക്ഷിച്ചു.

*** *** ***

മെയ്മാസത്തിലെ ഒരു പ്രഭാതത്തിൽ ഞങ്ങൾ പുറപ്പെട്ടു. എന്റെ ചൈനീസ് ജീവിതകാലത്തെ ഏറ്റവും അടുത്ത അയൽക്കാരിയായിരുന്നു ജപ്പാൻ. എന്റെ ബാല്യകാലത്ത്, വാൻകൂവറിൽനിന്നോ സാൻ ഫ്രാൻസിസ്കോയിൽനിന്നോ പുറപ്പെട്ടാൽ എന്റെ ചൈനീസ് വീടിന്റെ

പ്രവേശനകവാടമായ ഷാംഗ്ഹായിൽ എത്തുന്നതിനു തൊട്ടുമുമ്പുള്ള നിറുത്തലിടം ജപ്പാനായിരുന്നു. എന്റെ അമേരിക്കൻ വാസസ്ഥലത്തേക്ക് ഷാംഗ്ഹായിൽ നിന്ന് തിരിക്കുമ്പോഴുള്ള ആദ്യ സ്റ്റോപ്പും ജപ്പാൻ തന്നെ. ചൈനീസ് വിപ്ലവകാലത്തെ യുദ്ധങ്ങൾക്കിടയിൽ ഞങ്ങൾക്ക് അഭയരാജ്യമായിരിക്കുന്നതും ജപ്പാൻ തന്നെ. ഒരിക്കൽ ഞാൻ മാസങ്ങളോളം ഉൻസെനിലെ മലനിരകളിലുള്ള ഒരു ചെറിയ വീട്ടിൽ താമസിച്ചിരുന്നു. ഒബാമയ്ക്കടുത്തുള്ള ക്യൃഷു ദ്വീപിന്റെ തെക്കുഭാഗത്തുള്ള സ്ഥലമാണ് ഉൻസു. അതേവർഷത്തിൽ ഒരു റോഡുയാത്രയിൽ ക്യൃഷു മുഴുവൻ സന്ദർശിക്കുകയും ചൂടുനീരുറവകളിൽ കുളിക്കുന്നതിനായി ഒബാമയിൽ അല്പസമയം ചെലവഴിക്കുകയുമുണ്ടായി. ഇതൊക്കെകൊണ്ടാകാം ഈ പ്രദേശത്തെവിടെയോ എന്റെ മത്സ്യബന്ധനഗ്രാമവും സുന്ദരമായ കടൽത്തീരവും പച്ചച്ച പർവ്വതങ്ങളും പുകയുന്ന അഗ്നിപർവ്വതവുമെല്ലാം മനസ്സിൽ മിന്നിമറിഞ്ഞു.

'കാണുന്ന മാത്രയിൽതന്നെ എനിക്കതു തിരിച്ചറിയാനാകും.' ഞാൻ എന്റെ കുടുംബത്തോട് പറഞ്ഞു. 'പാറക്കെട്ടുകളെ തഴുകി നിൽക്കുന്ന, മലകൾക്കിടയിലുള്ള മഞ്ഞിൽ നിറഞ്ഞ അഴിമുഖത്തോടുകൂടിയ എന്റെ ചെറിയ ഗ്രാമം. കടൽ മതിൽകെട്ടിനോടുചേർന്നുള്ള ചെറിയ കുറച്ചു കൽവീടുകൾ. ആ ഗ്രാമത്തിന്റെ പേരു ഞാൻ ഓർക്കുന്നില്ലെങ്കിലും ഓർമയിൽ നിന്നും ഞാനതിനെ കാണുന്നു.'

കഴിഞ്ഞ കാലങ്ങളിൽ ജപ്പാൻ സുപരിചിതവും അടുത്തുമായിരുന്നതുപോലെ പെൻസിൽവാനിയയിലുള്ള എന്റെ വീടിന്റെ കവാടത്തിനു തൊട്ടപ്പുറത്ത് ഞാനിപ്പോഴതിനെ കാണുന്നു. എന്റെ കല്ലുകൊണ്ട് പണിത കളപ്പുരവീട്ടിൽ നിന്നും രണ്ടുമണിക്കൂറോളം യാത്ര ചെയ്ത് ഞങ്ങളിപ്പോൾ ന്യൂയോർക്കിലെത്തി മിനുട്ടുകൾക്കകം ഒരു ജെറ്റ് വിമാനത്തിൽ പ്രവേശിച്ചിരിക്കുന്നു. എന്റെ അവിശ്വസനീയമായ ജീവിതാനുഭവങ്ങളിലേക്ക് ഞാനൊന്നു തിരിഞ്ഞു നോക്കി. ദൈവനിശ്ചയമായിരിക്കാം, ഈ സുന്ദരമായ ഭൂമിയിൽ എനിക്കിനിയും ദശകങ്ങൾ ജീവിക്കുവാനുണ്ട്. ജീവിതത്തിന്റെയും ആളുകളുടേയും അനുഭവങ്ങളിലൂടെ എന്റെ മദ്ധ്യവയസ്സിൽ ഞാൻ തുടരുന്നു. ഒരു കുട്ടി ആയിരുന്നപ്പോൾ ഒറ്റച്ചക്രവണ്ടിയിലും ചുമട്ടുപല്ലക്കിലും കോവർകഴുത വലിക്കുന്ന വണ്ടിയിലും കൈത്തോട്ടിലൂടെ ആളുകൾ കരയിൽനിന്നും വലിച്ചുനീക്കുന്ന ബോട്ടിലുമെല്ലാം ഞാൻ യാത്ര ചെയ്തിട്ടുണ്ട്. ഞാൻ എന്റെ പന്ത്രണ്ടാം വയസ്സിലാണ് ചൈനയിൽ വച്ച് ഒരു തീവണ്ടി ആദ്യമായി കാണുന്നത്. പതിനഞ്ചാം വയസ്സിലാണ് ആദ്യ തീവണ്ടിയാത്ര

നടത്തിയത്. കപ്പലുകൾ എനിക്ക് പരിചിതമായിരുന്നു. യാംഗ്സി നദിയിലൂടെ ഷാംഗ്ഹായിലേക്കും, പസഫിക്കിനു കുറുകേയും കിയുക്യാംഗിലേക്കും 'ലു' പർവ്വതത്തിലേക്കും ഉള്ള യാത്രകൾ. ചില യാത്രകൾ സമതലത്തിലെ അസഹനീയമായ ചൂടിൽനിന്നും രക്ഷപ്പെടുന്നതിനുവേണ്ടിയായിരുന്നു, ഞാൻ കോളേജിൽ ചേരുന്നതിനുമുമ്പ് ഒരു മോട്ടോർവാഹനം കാണുകയോ അതിൽ യാത്രചെയ്യുകയോ ഉണ്ടായിട്ടില്ല. പിന്നെയും കുറെ വർഷം കഴിഞ്ഞ് എന്റെ സ്വന്തം രാജ്യത്ത് തിരിച്ചെത്തുന്നവരെയും ഇതു തന്നെയായിരുന്നു സ്ഥിതി. നാട്ടിൽ തിരിച്ചെത്തിയ ഞാൻ ഒരാധുനിക വനിതയാവുകയും വിമാനങ്ങളിൽ യാത്രചെയ്യുവാനും തുടങ്ങി. ഓ, നിൽക്കൂ! ഒരിക്കൽ റംഗൂണിലേക്ക് എളുപ്പത്തിലെത്താൻ, കുലുങ്ങിയിളകുന്ന ഒരു ചെറുവിമാനത്തിൽ യാത്ര ചെയ്തിരുന്നു. അല്ലെങ്കിൽ പതുക്കെ പോകുന്ന ഒരു ബോട്ടിൽ എട്ടുദിവസമെടുത്തേനെ, അവിടെയെത്താൻ! മറ്റൊരിക്കൽ ഞാൻ സ്വീഡനിൽനിന്നും കോപ്പൻഹേഗനിലേക്ക് പറന്നിട്ടുണ്ട്. വീണ്ടുമൊരിക്കൽ സിലോണിൽനിന്നും ജാവയിലേക്കും. അതിനിടയിൽ അൽപസമയം കൊടുംചൂടിൽ സുമാത്രയിലും. വർഷങ്ങൾക്കുശേഷം നടന്നത് കോപ്പൻഹേഗനിൽനിന്നും റോമിലേക്കുള്ള സുഖകരമായ യൂറോപ്യൻ യാത്രയായിരുന്നു. ജെറ്റ് വിമാനങ്ങളിലുള്ള വേഗയാത്രയല്ലെങ്കിൽ എനിക്ക് വല്ലാത്ത അസ്വസ്ഥതയാണിപ്പോൾ. ശാസ്ത്രത്തോടുള്ള എന്റെ താല്പര്യവും, ജറ്റിന്റെയും റോക്കറ്റിന്റെയും എല്ലാം വികാസവും ഒക്കെയാവാം ഇതിനുകാരണം. എന്റെ ജീവിതത്തിന്റെ തുടക്കം, കൂടിവന്നാൽ ഒരു മണിക്കൂറിൽ നാലുമൈൽ സഞ്ചരിക്കുന്ന ആളുകൾ ചുമക്കുന്ന പല്ലക്കിലായിരുന്നിട്ടും!

ന്യൂയോർക്കിൽവെച്ച് ആ മെയ്മാസപ്പുലരിയിൽ ഭൂമിയിൽനിന്നും ജെറ്റ് വിമാനം ആകാശത്തേക്ക് എന്നെ ഉയർത്തിയപ്പോൾ, ഞാനേറ്റു പറയട്ടെ അതു വാസ്തവത്തിൽ എനിക്ക് അനുപമമായ ഒരു ആത്മപ്രഹർഷമായി അനുഭവപ്പെട്ടു. ആ വലിയ ലോഹപ്പക്ഷി അതിന്റെ യന്ത്രങ്ങളുടെ ഇരമ്പലിൽ, ആന്തരികശക്തിയാൽ കമ്പനം ചെയ്തുകൊണ്ട് സ്വയം പറന്നുയർന്നു. എന്നിലുണർന്ന ആത്മപ്രഹർഷം, ഒരുപക്ഷെ എന്റെ സമ്പൂർണ്ണമായ നിസ്സഹായാവസ്ഥയുടെ വീണ്ടുവിചാരമില്ലാത്ത അവബോധം കൂടിയായിരിക്കാമെന്ന് ഉയർന്നുയർന്ന് പോകവെ എനിക്കുതോന്നി. എന്തായാലും ആ യന്ത്രത്തോട് ഞാൻ കടപ്പെട്ടിരിക്കുന്നു. എന്തെന്നാൽ ഉയരങ്ങളിലേക്ക് പോവുകയല്ലാതെ എനിക്ക് രക്ഷപ്പെടുവാനോ താഴേക്കിറങ്ങാനോ ഒന്നും തീരുമാനിക്കാനോ ആവില്ലല്ലോ? 'രക്ഷപ്പെടുന്നതിന് മുപ്പത്തിയാറു വഴികളുള്ള

തിൽ ഏറ്റവും നല്ലത് ഓടിപ്പോവുക' എന്നതാണെന്ന ഒരു ചൈനീസ് പഴമൊഴി ഞാനോർത്തു. മറ്റു മുപ്പത്തിയഞ്ചു വഴികൾ ഏവയെല്ലാമെന്ന് വർഷങ്ങളോളം ചൈനയിലുണ്ടായിരുന്നിട്ടും ഞാൻ അന്വേഷിച്ചിരുന്നുമില്ല. ഒരുപക്ഷെ മറ്റു വഴികളെല്ലാം അനാവശ്യമാണെന്നായിരിക്കാം കൃത്യമായ ഉത്തരം. കാരണം ഒരാൾക്ക് എപ്പോൾ വേണമെങ്കിലും ഓടിപ്പോകാനാകുമോ? എന്നാൽ നമ്മുടെ ആധുനികകാലത്ത് ഇത് തീരെ ശരിയല്ല. ഭൂമിയിലേക്കും വീടുകളിലേക്കുമുള്ള വാതിലുകൾ ഭദ്രമായടച്ച്, ഉയർന്നുപറക്കുന്ന ഒരു വിമാനത്തോടു കടപ്പെടുകയല്ലാതെ എങ്ങിനെ ഓടി രക്ഷപ്പെടാനാണ്? എല്ലാത്തിന്റെയും പരിണിതഫലം അപരിചിതമായ ഒരു സമാധാനം-ഒരുപക്ഷെ നിരാശാജനകമെങ്കിലും സമാധാനമാണ്.

ആ പുലർവേളയിൽ ഇത്തരത്തിലുള്ള ആകസ്മിക ചിന്തകളുമായി അകലെയുള്ള വൃത്താകാരത്തിലുള്ള ഭൂമിയെ വിമാനത്തിന്റെ ചെറുജനാലയിലൂടെ ഞാൻ നോക്കിക്കൊണ്ടിരുന്നു. മണിക്കൂറുകൾക്കു ശേഷം ഞാൻ തിരിച്ചെത്തുമ്പോൾ, അല്ലെങ്കിൽ തിരിച്ചെത്തുകയാണെങ്കിൽ, എന്റെ ജന്മഭൂമി ഉൾപ്പെടുന്ന വൻകരയും ശാന്തസമുദ്രത്തിന്റെ നീലപ്പരപ്പും എനിക്കും എന്റെ വീടിനും ഇടയിലായിരിക്കും. എന്റെ ചെറുപ്പത്തിൽ ഇതേ സമുദ്രം കടക്കുന്നതിന് ഞങ്ങളുടെ കപ്പൽ ആഴ്ചകൾ എടുക്കുകയും ഞങ്ങളുടെ തീവണ്ടി വൻകര കടക്കുന്നതിന് വീണ്ടുമൊരാഴ്ച കൂടി എടുക്കുകയും ചെയ്തിരുന്നു. എന്നിരുന്നാലും ഈ പുതിയ ലോകം എനിക്ക് അപരിചിതമായി ഒരിക്കലും തോന്നിയിട്ടില്ല. വേഗത എന്നത് കാലത്തിന്റെയും ആവശ്യങ്ങളുടെയും ഒരു ഘടകമായി മാറിയിരിക്കുന്നു. ഈ സമയത്ത് ഞാൻ സഞ്ചരിക്കുന്ന വിമാനം രജതമേഘങ്ങളുടെ ഒരു കടലിൽ പൊങ്ങിക്കിടക്കുകയാണ്. ഞാൻ എന്റെ ഇരിപ്പിടത്തിൽ ശരിയാംവണ്ണമിരുന്ന് എന്റെ ചിത്രത്തിന്റെ തിരക്കഥാ രചനയിൽ മുഴുകി.

*** *** ***

ഹവാലിയൻ ദ്വീപുകളെ ഏഷ്യക്കും അമേരിക്കയ്ക്കും ഇടയിലുള്ള ചവിട്ടുകല്ലുകൾ എന്നുപറയാം. ചെറിയ കുട്ടിയായിരുന്നപ്പോൾ, കപ്പൽ യാത്രകളിൽ അവയെ പ്രതീക്ഷയുടെ ദ്വീപുകൾ എന്നു വിശേഷിപ്പിച്ചത് ഞാനോർക്കുന്നു. സാൻഫ്രാൻസിസ്കോയിൽനിന്ന് ഹോണോലുലുവിലേക്ക് പത്തുദിവസവും യോക്കോഹാമയിൽ നിന്നാണെങ്കിൽ എട്ടുദിവസവും ആണ് പ്രതീക്ഷിക്കുന്നത്. എന്നാൽ കിഴക്കോട്ടോ,

പടിഞ്ഞാറോട്ടോ എങ്ങോട്ടായാലും ഞാൻ ഈ മരതകദ്വീപുകളിൽ എത്താൻ ഏറെ കൊതിച്ചിരുന്നു. അവിടെ ഇളനീരും സുഗന്ധപുഷ്പങ്ങളാൽ കൊരുത്ത മാലകളും ദിവസേന ആശംസകളായി ലഭിക്കുമായിരുന്നു. വേഗമേറിയ വിമാനയാത്രയിൽ, ദീർഘയാത്ര ചെയ്യുന്ന വലിയ കപ്പലുകൾ തുറമുഖത്തടുക്കുമ്പോൾ നൽകിയിരുന്ന ഒരുതരം ആവേശം അനന്യമാണ്. കാത്തുനിൽക്കുന്ന സൗഹൃദങ്ങളുടെ ആൾക്കൂട്ടവും യാത്ര പറഞ്ഞു പിരിയുമ്പോഴുള്ള അവസാന നിമിഷനൊമ്പരങ്ങളും നങ്കൂരം മാറ്റി വീണ്ടും യാത്രക്കൊരുങ്ങുമ്പോൾ നങ്കൂരശാലയിൽനിന്നു കൊണ്ടുള്ള കൈവീശലുകളുമെല്ലാമെല്ലാം !

ഞങ്ങളുടെ വിമാനം കൃത്യസമയത്ത് ഹോണോലുലുവിൽ വന്നിറങ്ങി. അവിടെ കാത്തിരുന്ന ആളുകൾ, ആ രാത്രി തങ്ങുവാനുള്ള ഹോട്ടലിലേക്ക് ഞങ്ങളെ കൊണ്ടുപോയി. ഇറങ്ങിയ ഉടനെതന്നെ ഹോണോലുലു പട്ടണത്തോട് ചേർന്നു പിറകിൽ കിടക്കുന്ന പച്ചപ്പുള്ള കുന്നുകളിലൂടെ വണ്ടിയോടിച്ചു പോകണമെന്നും ഞാൻ തീരുമാനിച്ചിരുന്നു. തിരമാലകളുടെ മുകളിലൂടെയുള്ള ഫൈബർ പലകമേലുള്ള അഭ്യാസികളെയും കാണണം. ഒരു സ്വതന്ത്രരാജ്യത്തിലെ സ്വതന്ത്ര പ്രദേശമെന്ന നിലയിൽ ഹവായിയിൽ എങ്ങനെയുള്ള അന്തരീക്ഷമാണെന്നറിയുകയുമാവാം. ഹവായിയിൽ പ്രത്യേകിച്ച് അസന്തുഷ്ടിയോ, മുറുമുറുപ്പുകളുമൊന്നുമില്ലെങ്കിലും അവിടത്തെ ദ്വീപസമൂഹം രാജ്യത്തിന്റെ അവിഭാജ്യഘടകമെന്ന രീതിയിൽ എങ്ങനെ പെരുമാറുന്നു എന്നു ഭാവനാത്മകമായ ഒരന്വേഷണം മാത്രം. ഒരേസമയം വെയിലും മഴയും ലഭിക്കുന്ന ഒരു സ്ഥലം കൂടിയാണത്. പക്ഷേ എന്റേത് അറിയാനുള്ള ഒരു കേവലോത്സാഹം മാത്രം.

ഞങ്ങൾ തിരിച്ചെത്തിയപ്പോൾ രാത്രിയായിരുന്നു. വെള്ളത്തിരമാലകളിലും കറുത്ത കടലിലും ചന്ദ്രൻ തിളങ്ങി നിൽപ്പുണ്ടായിരുന്നു. ആഡംബരമേറിയ ഒരു ഹോട്ടലായിരുന്നു ഞങ്ങളുടേത്. വ്യത്യസ്ത വേഷങ്ങളിലുള്ള, വിവിധവംശീയരായ ധാരാളം ആളുകൾ വിശാലമായ ലോബിയിലൂടെ അപ്പോഴും വന്നുപോയ്ക്കൊണ്ടിരുന്നു. മദർ ഹെബാർഡ്സ് (ഒരുതരം അയഞ്ഞുതൂങ്ങിയ വേഷം) ധരിച്ചിരുന്ന ഒരു പറ്റം വനിതാ വിനോദസഞ്ചാരികളെ എനിക്ക് തികച്ചും വ്യത്യസ്തരായി തോന്നി. ഹവാലിയൻസ്, ഏദനിലെ ആദത്തെയും ഹൗവ്വയെയും പോലെ, അവർ നഗ്നരായിരുന്നെന്ന് അറിയാതിരുന്ന കാലത്ത് അവിടെയെത്തിച്ചേർന്ന സൂക്ഷ്മബോധമുള്ള മിഷനറിമാർ രൂപകല്പനചെയ്ത് നൽകിയതാണീ വേഷം. മതപ്രചാരകർ തീർച്ചയായും മനുഷ്യരുടെ

ചാപല്യങ്ങളെക്കുറിച്ചും തന്നിഷ്ടങ്ങളെക്കുറിച്ചുമൊക്കെ ബോധവാന്മാരായിരിക്കുമെന്നതിൽ സംശയമില്ല. ഞാൻ ചിലപ്പോഴെങ്കിലും അത്ഭുതപ്പെട്ടിരുന്നത്, സുന്ദരികളായ സ്ത്രീകളോട് നഗ്നത മറക്കുവാൻ നിർദ്ദേശിച്ചിരുന്നത് ആദ്യകാല പുരുഷ മിഷനറിമാരാണോ എന്നതാണ്. കാരണം നമ്മുടെയെല്ലാമുള്ളിലുള്ളതുപോലെ അവരുടെയുള്ളിലുള്ള ചെകുത്താന്റെ മുമ്പിൽ അടിമപ്പെടേണ്ടി വന്നേക്കുമോ എന്നതിനാൽ. അതുമല്ലെങ്കിൽ, അരക്കെട്ടിൽ അൽപവസ്ത്രമോ പുൽനാമ്പുകളാലോ മറച്ച് നീണ്ടു ചുരുണ്ട മുടിയിൽ ഒരു ചുവന്നപൂവും ചൂടി മിനുത്തുള്ള ശരീരാകാന്തിയോടുകൂടിയ സ്ത്രീകളോട് മത്സരിക്കാനാവതില്ലാത്തതിനാൽ, തങ്ങളുടേതുപോല നീണ്ടകൈയുള്ള കഴുത്തറ്റം വരെയെത്തുന്ന ഉടുപ്പും ധരിച്ചിരുന്ന വനിതാ മതപ്രചാരകരോ, ആരായിരിക്കും ഇവരെ വസ്ത്രധാരണത്തിന് പ്രേരിപ്പിച്ചത്? ഒരുപക്ഷെ, ദൈവത്തിനു മാത്രം അറിയുമായിരിക്കും. ദൈവം എപ്പോഴും ഇത്തരത്തിലുള്ള സ്വകാര്യങ്ങൾ, ഒരു പുഞ്ചിരിയോടെ ചിലപ്പോൾ സൂക്ഷിച്ചുവെയ്ക്കുകയാവാം. ഇന്നിപ്പോൾ ഹവായിയൻ പെൺകുട്ടികൾ ഏറ്റവും പുതുമയേറിയ പടിഞ്ഞാറൻ മോടി വസ്ത്രങ്ങൾ ധരിക്കുന്നു. വിനോദസഞ്ചാരിണികൾ അയഞ്ഞുതൂങ്ങുന്ന മദർ ഹെബ്ബാർഡ്സും! ഇവിടെയും ഏറ്റവും നല്ലതെല്ലാം ഹവായിയൻ സ്ത്രീകൾക്കും!

*** *** ***

ഹവായിയിലെ വായു ഏറ്റവും ചുരുങ്ങിയത് പരിശുദ്ധമാണ്. സുഖപ്രദമായ എന്റെ കിടക്കയിൽ കിടന്ന് ഞാൻ ഉറങ്ങി. എപ്പോഴോ കടലിൽ നിന്നടിച്ച സുഖകരമായ ഒരു മന്ദമാരുതനിൽ ഉണർന്ന് പുറത്തെ സ്വച്ഛവായു ശ്വസിച്ചുകൊണ്ട് വീണ്ടുമുറങ്ങിയുണർന്നത് സൂര്യൻ മുറിയിലേക്ക് ജ്വലിക്കാൻ തുടങ്ങിയപ്പോഴാണ്. ഞാൻ എഴുന്നേറ്റ് കുളിച്ചു വസ്ത്രം മാറി. മുറിക്കു പുറത്തുള്ള ചെറിയ മട്ടുപ്പാവിലിരുന്ന് തനിയെ പ്രഭാതഭക്ഷണം കഴിച്ചു. പുറത്തെ കാറ്റ് എനിക്ക് ഏറെ സുഖകരമായിരുന്നു. ചൂടും തണുപ്പും മാറി മാറി അനുഭവപ്പെട്ടതേയില്ല. ഗർഭസ്ഥനായ ഒരു ശിശു അതിന്റെ ആദ്യവാസസ്ഥലത്ത്, ചുറ്റുമുള്ള സംരക്ഷണ ജലത്തിന്റെ വിവരണാതീതമായ നൈർമല്യദ്രവത്വം അനുഭവിച്ച് നേടുന്ന സുരക്ഷിതത്വവും ചുറ്റുപാടുകളോട് യാതൊരു വിധത്തിലും സംഘർഷത്തിലേർപ്പെടാത്ത അവസ്ഥയും പോലെ.

കടലിൽ, കാലത്തെ തിരകളിൽ ആസ്വദിക്കുന്ന സർഫ്റൈഡർമാരെ കാണാം. സ്ത്രീകളും പുരുഷന്മാരും ഒക്കെയുണ്ടെങ്കിലും

കടർത്തീരം അസാധാരണത്വമൊന്നുമില്ലാത്തതായിരുന്നു. ഒരു ആത്മീയമാറ്റം എനിക്കതിൽ ദർശിക്കാൻ കഴിഞ്ഞു. ആന്തരികമായ സന്തോഷം വെളിവാകുന്ന രീതിയിലുള്ളതായിരുന്നു, എനിക്കു പ്രഭാതഭക്ഷണം കൊണ്ടുവന്നു തന്ന പരിചാരകന്റെ മനസ്സാന്നിദ്ധ്യത്തോടെയും, ശാന്തതയോടെയുമുള്ള പെരുമാറ്റം. ഒരു രാജ്യത്തിന്റെ തലസ്ഥാനമാകുന്നതിനുമുമ്പെ ഹോണോലുലു സന്ദർശിച്ചിട്ടുണ്ടെന്ന മുഖവുരയോടെയാണ് ഞങ്ങളുടെ ഹ്രസ്വസംഭാഷണമാരംഭിച്ചത്.

'എല്ലാം ഇപ്പോൾ നന്നായിരിക്കുന്നു', എന്നോടയാൾ പറഞ്ഞു.

'എങ്ങനെ നന്നായെന്നാണ്?' ഞാൻ ചോദിച്ചു. അയാൾ തോൾ കുലുക്കിക്കൊണ്ട് പറഞ്ഞു. 'ഒരാളുടെ കയ്യിൽ വസ്ത്രമോ ഭക്ഷണമോ മറ്റെന്തെങ്കിലുമോ ഉണ്ട് എന്നുള്ളതല്ല ചോദ്യം. അത് പൊതുവെ എല്ലാം നല്ലതായിരിക്കുന്നു. ഇപ്പോൾ ഞങ്ങൾ ചേർക്കപ്പെട്ടിരിക്കുന്നു. ഇപ്പോൾ ഞങ്ങൾക്ക് സംസാരിക്കാം... മാഡം, ഈ പഴസത്ത് വളരെ നല്ലതാണ്. പുതിയ ഓറഞ്ച്, പുതിയ പൈനാപ്പിൾ. ഞാൻ ഉറപ്പുതരുന്നു.'

'നന്ദി', ഞാൻ പറഞ്ഞു, 'അതെ നിങ്ങൾ പറഞ്ഞതു ശരിയാണ്, എല്ലാം നന്നായിരിക്കുന്നു.'

എന്റെ കപ്പിൽ മുട്ട ഉടച്ചൊഴിച്ച്, കാപ്പി പകർന്നുതന്ന് അയാൾ പോയശേഷം, ഞാൻ ഈ വിവേകത്തെക്കുറിച്ച് ചിന്തിച്ചു. ഒഴിവാക്കൽ എപ്പോഴും അപകടകരമാണ്. ചേർത്തുനിർത്തലാണ് സമാധാനമുള്ള ഒരു ലോകത്തിന് ഏറ്റവും സുരക്ഷിതമായ മാർഗ്ഗം. ഒരു ദേശീയതയോട് ചേർത്ത് നിർത്തിയുള്ള ഒരു അന്താരാഷ്ട്ര കൂട്ടായ്മ. ഏതൊരു രാജ്യവും ഒരു കുടംബത്തിൽ ഒരു കുട്ടി എന്നതുപോലെ, ഐക്യരാഷ്ട്ര സഭയോട് ചേർന്നിരിക്കണം. അംഗത്വം രാജിവെച്ചൊഴിയുക അസാധ്യമായിരിക്കണം. ദേഷ്യംകൊണ്ട് ഒരു കുട്ടി പിൻമാറുകയോ ഒളിച്ചോടുകയോ ചെയ്താൽ അവൻ കുടുംബത്തിലെ അംഗമല്ലാതാവുന്നില്ല. രാഷ്ട്രങ്ങളുടെ കൂട്ടായ്മയ്ക്കും കുടുംബത്തിനും ഈ അടിസ്ഥാന ബന്ധം ആഗോളതലത്തിൽ ബാധകമാണ്. അടിസ്ഥാനമായുള്ളതെല്ലാം ലളിതവും, സമഗ്രവുമാണ്. ചെറുതിനു മാത്രമേ, എല്ലാ കുഴപ്പങ്ങളെയും ഉൾക്കൊള്ളുവാനുള്ള വലിപ്പമുണ്ടാവുകയുള്ളൂ.

സർഫ്ബോഡ് റൈഡിംഗ് എനിക്കിഷ്ടമല്ല. ഞാനും കടലും ശത്രുക്കളല്ല. പക്ഷെ ഞങ്ങൾ സംശയാലുക്കളായ സുഹൃത്തുക്കളാണ്. ഒരിക്കൽ, നന്നായറിയാമായിരുന്നിട്ടും, ഒരു കടലുമായി ഏറ്റുമുട്ടേണ്ടി വന്നു. മറ്റൊരിക്കൽ പ്രക്ഷുബ്ധമായ ഒരു കടലിനോടും. നമ്മളോട് മെരുക്കമുള്ള ഒരു സിംഹം, നമ്മെ കൈപ്പത്തികൊണ്ട് കളിയാക്കി അടി

ച്ചിടുന്നത് പോലെ.

ഒരിക്കൽ, ഒരു ആഗസ്ത് മാസത്തിൽ ഞങ്ങൾ മാർത്തയുടെ മുന്തിരിത്തോപ്പിനടുത്തുള്ള കടലിൽ തിരകളിൽ നീന്തിക്കളിക്കുകയായിരുന്നു. കുറച്ചുദിവസംമുന്നെ ഒരു കൊടുങ്കാറ്റടിച്ചിരുന്നുവെങ്കിലും കാലത്തെ നീലാകാശത്തിനുകീഴെ കടൽ പ്രൗഢമായി തിരയുയർത്തിക്കൊണ്ടിരുന്നു.

'എന്റെ കൈയിൽ പിടിച്ചോളൂ. മാർത്ത പറഞ്ഞു. ഒരുമിച്ചാവുമ്പോൾ നമ്മൾ ശക്തരായിരിക്കും.'

പക്ഷെ ഒരുമിച്ചായിരുന്നിട്ടും ഞങ്ങൾ ശക്തരായിരുന്നില്ല. കടൽ ഞങ്ങളെ അതിന്റെ കൈകളിലെടുത്ത്, അകലേക്കകലേക്ക്, ഞങ്ങൾ ശ്വാസംമുട്ടി, കണ്ണുകളടഞ്ഞ്, പകുതിയും മുങ്ങിത്താഴ്ന്ന്... അപ്പോഴും ഞങ്ങളുടെ കൈകളിലെ പിടി വിട്ടിരുന്നില്ല. അവസാനം കടൽ ഞങ്ങളെ വീണ്ടും മണൽപരപ്പിലേക്ക് എടുത്തെറിഞ്ഞു. അങ്ങനെ രക്ഷപ്പെട്ടു. തിരകളിൽപെട്ട് പരിപൂർണ്ണ നിസ്സഹായാവസ്ഥയിൽ ആയ നിമിഷങ്ങൾ മാത്രമേ എനിക്കോർമ്മയുള്ളൂ. അതും കാരുണ്യം തൊട്ടുതീണ്ടിയിട്ടില്ലാത്ത ഒരു ശക്തിയുടെ വിളയാട്ടത്തിനു മുന്നിൽ! ഞങ്ങൾ മൗനമായി മുന്നോട്ടു നടന്നു. ജീവിതത്തോട് നന്ദി പറഞ്ഞ് ഇന്ന് ഇനിയും കടലിനോടില്ല എന്നുറപ്പിച്ചുകൊണ്ട്. അതുകൊണ്ടുതന്നെ ഹോണോലുലുവിൽ തനിച്ച് സർഫ്ബോഡിംഗിന് പോകാൻ എനിക്കൊരു താല്പര്യവുമുണ്ടായിരുന്നില്ല. മാത്രമല്ല ആൾക്കൂട്ടത്തിനിടയിൽ ആസ്വദിക്കുക എന്നതിൽ ഒരു കാര്യവുമില്ലെന്നെനിക്കറിയാം. കയ്യൊപ്പിനായോ കയ്യെഴുത്തിനായോ കാത്തുനിൽക്കുന്നവർക്ക് ഒരു ക്ഷാമവുമില്ല ഈ ലോകത്ത്. ഇങ്ങനെയുള്ളവരുടെ മുന്നിൽ അനുകമ്പയില്ലാത്തവൾ എന്ന ചീത്തപ്പേര് കേൾക്കാൻ ആഗ്രഹിക്കാത്തതിനാൽ ഏകാന്തത തന്നെയാണ് നല്ലതെന്ന് ഞാൻ ഉറപ്പിച്ചു. അതുകൊണ്ട് കടലും മലയും എന്റെ മട്ടുപ്പാവിലിരുന്ന് ഞാൻ തനിയെ ആസ്വദിച്ചു. ഔപചാരിക ഉച്ചയൂണും അതുകഴിഞ്ഞ് തുറന്ന ജീപ്പിൽ സുഹൃത്തുക്കളോടൊപ്പം ദ്വീപ് ചുറ്റിക്കറങ്ങാനുമുള്ള പദ്ധതിയുമുള്ളതിനാൽ അതുവരെ സമയം കൊല്ലുവാൻ ഞാൻ പ്രാദേശിക പത്രങ്ങൾ വായിച്ചു, വിവരങ്ങൾ മനസ്സിലാക്കുവാൻകൂടി പത്രങ്ങൾ സഹായിക്കുമല്ലോ. വായ്കികി ദ്വീപ് സഞ്ചാരികൾക്കുള്ളതാണ്. ഇവിടെനിന്ന് പുറത്തു കടക്കുമ്പോഴാണ് മറ്റുള്ള കടൽത്തീരങ്ങളെ കാണുക. ഹോണോലുലുവിലെയും അതിനടുത്തിടങ്ങളിലേയും ജനങ്ങൾ ജീവിക്കുന്നത് ഇവിടങ്ങളിലാണ്. അവരുടെ കുടുംബങ്ങൾ കളിക്കുന്നതും ഉല്ലാസവേള

കൾ ചിലവഴിക്കുന്നതും ഇവിടങ്ങളിലാണ്. ദ്വീപിലെ റോഡ് മികച്ചതാണ്. അത് ആകർഷകമായ തീരദേശത്തെ തഴുകിപ്പോകുന്നു. ലാവ ഉറഞ്ഞുണ്ടായ കറുത്ത കൂറ്റൻ പാറക്കല്ലുകളിൽ ശക്തമായി തിരകൾ വന്ന് ആഞ്ഞടിക്കുന്നതു കാണാൻ ഞങ്ങൾ വണ്ടി ഇടക്കിടെ നിർത്തിക്കൊണ്ടിരുന്നു. കടലിന്നഭിമുഖമായി ഉയർന്നു നിൽക്കുന്ന പാറക്കുന്നുകളെ ഞാൻ വിസ്മയത്തോടെ നോക്കിനിന്നു. കിഴുക്കാംതൂക്കായി ഉയർന്നുനിൽക്കുന്ന ഈ ലാവപ്പാറകളിൽ മനുഷ്യന് കയറിപ്പറ്റാമെന്നും അവയ്ക്കിടയിലുള്ള വിള്ളലുകളിലും ഗുഹകളിലും എത്തിപ്പറ്റാമെന്നതും അവിശ്വസനീയംതന്നെ. മുൻകാലങ്ങളിൽ എത്രയെത്ര മനുഷ്യർ അവരുടെ വഞ്ചികളിലും വള്ളങ്ങളിലും ഈ ഗുഹകളിലും പാറയിടുക്കുകളിലും എത്തപ്പെട്ടിട്ടുണ്ടാകാം? എത്രയെത്ര കപ്പിത്താന്മാരുടെ ശവക്കല്ലറകളായവ മാറിയിട്ടുണ്ടാവാം? ഇന്നത്തെ ആളുകൾ അവ കണ്ടെത്തി പുരാതനമായ അഴുക്കുകൾ തുടച്ച് വൃത്തിയാക്കി പ്രദർശനാലയങ്ങളിൽ വെക്കുന്നു. എനിക്കിപ്പോഴും നോർവെയെക്കുറിച്ചും നാവികരുടെ ശവകുടീരങ്ങളായിത്തീർന്ന വൻകപ്പലുകളെക്കുറിച്ചും ഓർമ വന്നു. ഹോണോലുലുവിലെ സാഹസകൃത്യങ്ങൾ അവിസ്മരണീയമാക്കുന്നത് ഇവിടത്തെ ഉയർന്ന മിനുസമേറിയ കിഴുക്കാംതൂക്കായ പാറക്കുന്നുകൾ തന്നെ.

ഞങ്ങൾ ഹോട്ടലിൽ തിരിച്ചെത്തുമ്പോൾ നേരം ഇരുട്ടിയിരുന്നു. ചിലിയിലെ വൻ ഭൂമികുലുക്കത്തെക്കുറിച്ചുള്ള സായാഹ്നപത്രവാർത്ത കണ്ടപ്പോൾ ദുരന്തത്തിൽ ജീവൻ നഷ്ടപ്പെട്ടവരെയോർത്ത് ഞാൻ ദുഃഖിച്ചു.

ചിലിയെക്കുറിച്ചുള്ള ചിന്തകൾ വീണ്ടും എന്നെ അന്താരാഷ്ട്ര ഭൗമോർജ്ജതന്ത്ര ദിനത്തെക്കുറിച്ചും, അതോടനുബന്ധിച്ചു നടത്തിയ ഡൗൺവിൻഡ് സാഹസികയാത്രയെക്കുറിച്ചും ഓർമ്മിപ്പിച്ചു. കപ്പലിൽ ഒരു പ്രത്യേക ഉപകരണം ഉപയോഗിച്ച് നടത്തിയ സമുദ്രത്തിനടിയിലെ പര്യവേക്ഷണം, സമുദ്രത്തിന്റെ അടിപ്പരപ്പിൽനിന്നും ഭൂമിയുടെ ഉൾഭാഗത്തു നിന്നുള്ള താപം ശാന്തസമുദ്രത്തിന്റെ അടിത്തട്ടിൽ എങ്ങനെയെത്തുന്നു എന്നു കണ്ടുപിടിക്കാനുള്ളതായിരുന്നു. ഈസ്റ്റർ ദ്വീപിൽ താപത്തിന്റെ ഒഴുക്ക് അനുസ്യൂതമായിരുന്നു. ചിലിയിലെ ഈസ്റ്റർ, സലേഗോമസ് എന്നീ ദ്വീപുകൾ ഇത്തരത്തിലുള്ള താപ ഒഴുക്കിന്റെ ഫലമായുണ്ടായതാണ്. ചിലിയുടെ പടിഞ്ഞാറൻ തീരത്തിന് തെല്ലകലെ നീണ്ട് ആഴമേറിയ ഒരു ചാലുണ്ട്. അതിന്റെ അടിഭാഗം തികച്ചും ഇടുങ്ങിയതാണ്. ആൻഡിസിന് ഒരു പകരമെന്നപോലെ കടലിന്റെ മധ്യ

ത്തിൽനിന്നും പുറത്തേക്കൊഴുകുന്ന തണുത്ത പദാർത്ഥത്തിന്റെ പാറ പോലുറച്ച വൻകരയുടെ അടിയിലൂടെയുള്ള തള്ളിച്ചയായിരിക്കാം. തികച്ചും അപരിചിതവും ശാന്തവുമായ അധോലോകമാണ് കടലിന്റെ അടിത്തട്ട്. മഹാദുരന്തങ്ങൾ സംഭവിക്കുമ്പോഴാകട്ടെ, തികച്ചും അക്രമാസക്തമായ ലോകവും. തീയും വെള്ളവുമായും അല്ലെങ്കിൽ ചൂടും തണുപ്പുമായുള്ള സംഘർഷത്തിന്റെ ഫലം.

ഹവായിയിലെ സ്വച്ഛന്ദസുന്ദരമായ ദ്വീപുകളിൽനിന്നും എത്രയോ അകലെയാണല്ലോ ചിലി. ഞാൻ വൈകുന്നേരം ചെയ്യേണ്ടുന്ന കാര്യങ്ങളിലേക്ക് തിരിഞ്ഞു. തെരുവിനപ്പുറമുള്ള നിശാക്ലബ്ബിലാണ് അത്താഴം. ഹവായിയൻ ഭക്ഷണം, പാട്ട്, നൃത്തം എന്നിവക്കായി ഞങ്ങൾ അങ്ങോട്ടു ചെന്നു. നൃത്തങ്ങൾ എന്നെ കുടുകുടെ ചിരിപ്പിച്ചു. അവ സുന്ദരങ്ങൾ എന്നതിനൊപ്പം രസകരവും ജീവിതത്തിലെ ചെറിയ സന്തോഷങ്ങളെ പരിചയപ്പെടുത്തുന്ന ആക്ഷേപഹാസ്യരൂപത്തിലുള്ളവയുമായിരുന്നു. ആദ്യകാല മതപ്രചാരകന്മാർക്കായി സമർപ്പിക്കുന്ന രീതിയിലുള്ള ഒരു നൃത്തം ഏറ്റവും നർമം തുളുമ്പുന്നതായിരുന്നു. മെലിഞ്ഞു തവിട്ടുനിറമുള്ള ഒരു സുന്ദരിപ്പെൺകുട്ടി അരങ്ങിൽവന്നു. അവൾ വെളുത്ത നിറത്തിലുള്ള, ചിത്രത്തുന്നലോടുകൂടി, മസ്ലിൻ തുണികൊണ്ടുള്ള പഴഞ്ചൻ പടിഞ്ഞാറൻ വേഷത്തിലായിരുന്നു. അതൊരു മദർഹെബാർഡ് അല്ലായിരുന്നെങ്കിലും മതപ്രചാരകന്മാരുടെ ഭാര്യമാർ ഒരു നൂറു വർഷം മുമ്പെങ്കിലും ധരിച്ചിരുന്നതായിരിക്കണം. അതു കഴുത്തറ്റംവരെയെത്തുന്നതും നീണ്ട കൈയ്യുള്ളതും അരക്കെട്ടിന്റെ ഭാഗത്ത് ഇറുകി നിൽക്കുന്നതുമായിരുന്നു. നിലംതൊടുന്ന നീളവും പിൻഭാഗത്ത് നിലത്തിഴയുന്ന ഞൊറികളുമുണ്ടായിരുന്നു. അവൾ മധുരതരമായ നിഷ്കളങ്കതയുടെ ഒരു പ്രതിരൂപമായിരുന്നു. അവളുടെ കറുത്ത നീണ്ടമുടി കഴുത്തിനു പിന്നിലായി ചീകിക്കെട്ടിയൊതുക്കിയിരുന്നു. അവളുടെ ചുവന്ന ചുണ്ടുകൾക്കു പുറമെ, കടുംചുവപ്പു നിറത്തിലുള്ള ഒരു ചെമ്പരത്തിപ്പൂവ് അവളുടെ ഇടതുകാതിനു പിറകിലായുണ്ടായിരുന്നു. ഈ പൂവ് എന്നെ സന്ദേഹത്തിലാക്കി. അൽപസമയത്തിനകം ഞാൻ അടക്കുവാനാകാതെ ചിരിക്കാൻ തുടങ്ങി. കാരണം, തല മുതൽ പാദംവരെ വെളുപ്പിൽപൊതിഞ്ഞ ഈ നിഷ്കളങ്കയായ ദ്വീപകന്യക, ആണിനെ ഏതൊക്കെ തരത്തിൽ മയക്കിയെടുക്കാമോ, അത്തരത്തിലുള്ള എല്ലാ ചേഷ്ടകളാലും നിർഭരമായ ഒരു നൃത്തമാണാടിയത്. ഒരുപക്ഷെ, സാക്ഷാൽ ഹൗവ്വ പോലും ഇവളുടെ കീഴിൽ പഠിക്കണമെന്ന് ആശിച്ചു പോയേക്കാം. വെളുത്ത കവചത്തിനുള്ളിൽ അവളുടെ

തവിട്ടു നിറത്തിലുള്ള ശരീരം കാമാതുരമായി പുളയുകയും വിറയുകയും ചെയ്തു. അത് പ്രാകൃതമായിരുന്നില്ല. ആ ആഹ്ലാദം ശാശ്വതമാണ്. ഓരോ തലമുറയിലുമുള്ള പുരുഷനും, സ്ത്രീയും പുനർജനിപ്പിക്കുന്ന, പ്രണയത്തിന്റെ നൃത്തം.

റാന്തൽ വിളക്കുകളിലെ നേരിയ വെളിച്ചം കാഴ്ചക്കാരുടെ മുഖങ്ങളിൽ പതിക്കുന്നുണ്ടായിരുന്നു. ഓരോ മുഖവും അതിന്റെ സ്വകാര്യ ഓർമകളിലോ പൂർത്തീകരിക്കാനാവാത്ത അഭിലാഷങ്ങളിലോ സ്വന്തം സ്വപ്നങ്ങളിലോ ആണ്ടുപോയിരുന്നു. നൃത്തം അവസാനിച്ചപ്പോൾ നിശബ്ദതയും ദീർഘനിശ്വാസവും മാത്രം. പിന്നീട് ഗംഭീരമായ കൈയ്യടി. സുന്ദരിയായ പെൺകുട്ടി പുഞ്ചിരിയോടെ തലകുനിച്ച്, തിരിച്ചുപോയി. അവൾ തിരിച്ചുവരില്ലെന്നറിഞ്ഞിട്ടും ഞങ്ങൾ കൈ ചൂടാവുന്നതുവരെ കയ്യടി തുടർന്നേയിരുന്നു.

പരിപാടി നിയന്ത്രിച്ചിരുന്ന ആൾ, ഓരോ ഇനവും ആരംഭിക്കുന്നതിന് മുന്നോടിയായി ആകർഷകമായ രീതിയിൽ ചെറുവിവരണങ്ങൾ നൽകിയിരുന്നു. ഓരോ തവണയും അയാൾ ശക്തമായ ഒരു വേലിയേറ്റത്തെക്കുറിച്ചും പരാമർശിച്ചിരുന്നു. തമാശയായി, ഞങ്ങളെല്ലാവരും അതു ആസ്വദിക്കുമെന്നതിനാൽ ആകർഷക ഇനമായി ഒരെണ്ണം ഞങ്ങൾക്കായി ഓർഡർ ചെയ്തിട്ടുണ്ടെന്നും പറഞ്ഞിരുന്നു. എന്നാൽ ഞങ്ങളാരും ഇതുവരെ അത് കാര്യമായെടുത്തിരുന്നില്ല. അയാൾ വീണ്ടും അതു പറയാൻ തുടങ്ങിയപ്പോഴാണ് യഥാർത്ഥത്തിൽ വേലിയേറ്റം തുടങ്ങിക്കഴിഞ്ഞു എന്ന യാഥാർത്ഥ്യം വ്യക്തമായി ഞാൻ കേട്ടത്.

ഞാൻ പെട്ടെന്നുതന്നെ എന്റെ സുഹൃത്തിനോടൊപ്പം തെരുവ് മുറിച്ചുകടന്ന് ഹോട്ടൽ മുറിയിലെത്തി. അവിടമാകെ അങ്കലാപ്പായിരുന്നു. അതിഥികളെയെല്ലാം മുകൾ നിലയിലേക്കയച്ചുകൊണ്ടിരുന്നു. കടലിന്നഭിമുഖമായ തെരുവുകളെല്ലാം അടച്ചു. എന്തുചെയ്യും? ഞങ്ങൾ സംഭ്രാന്തിയോടെ മുഖത്തോടുമുഖം നോക്കി. ഞങ്ങളുടെ വിമാനം അർദ്ധരാത്രി കഴിഞ്ഞ് ഒരു മണിക്കൂറിനകം പറക്കാനുള്ളതാണ്. ഇപ്പോൾ പതിനൊന്ന് മണിയാകാറായി. എന്നെ, ജീവിതവും അതിലെ പ്രതിസന്ധികളും വല്ലതും പഠിപ്പിച്ചിട്ടുണ്ടെങ്കിൽ അത്, ആസൂത്രണങ്ങൾക്ക് അനുസരിച്ച്, അതസാധ്യാമാവുന്നതുവരെ മുന്നോട്ട് തന്നെ പോവുക എന്നുള്ളതാണ്. ഞങ്ങളെല്ലാവരും മുറികളിലേക്ക് കുതിച്ച്, ബാഗുകളെല്ലാമൊരുക്കി, അവസാനം കിട്ടിയ വാടകവണ്ടിയിൽ വിമാനത്താവളത്തിലേക്ക് തിരിച്ചു.

ഹോണോലുലു വിമാനത്താവളം എല്ലാവർക്കുമറിയാവുന്നതുപോലെ സമുദ്രനിരപ്പിൽനിന്നും അല്പം മാത്രം ഉയരത്തിലുള്ള ഒരു ഇടുങ്ങിയ ഉപദ്വീപിലായിരുന്നു. ഞങ്ങൾ അവിടെയെത്തിയപ്പോൾ അമ്പരപ്പിക്കും വിധം വിജനമായിരുന്നു അവിടം. കുറച്ച് ഉദ്യോഗസ്ഥന്മാർ ചക്രവാളത്തിലേക്ക് നോക്കി നിൽപ്പുണ്ടായിരുന്നു. വണ്ടിക്കാരൻ കൂലിക്കായി ധൃതി കൂട്ടുന്നുണ്ടായിരുന്നു. അൽപ നിമിഷങ്ങൾക്കിശേഷം വലിയ കാത്തിരിപ്പുമുറിയിൽ ഞങ്ങൾ തനിച്ച് നിൽക്കുമ്പോൾ, മ്ലാനവദനനായ ഒരു പരിചാരകൻ ഞങ്ങളെ കൂട്ടി മുകളിലെ സൗകര്യപ്രദമായ ക്ലബ്ബ് മുറിയിൽ എത്തിച്ചു. ഭക്ഷണകൗണ്ടറിന് പിറകിൽ പേടിച്ചിരിക്കുന്ന ഒരു ആതിഥേയസ്ത്രീ ഒഴികെ മറ്റാരുമവിടെയുണ്ടായിരുന്നില്ല. ഉന്മേഷരഹിതമായി അവർ ഞങ്ങളെ സ്വീകരിച്ച്, കാപ്പി പകർന്നു നൽകി, വലിയ ജനാലക്കരികിലേക്കു നീങ്ങി കടലിനു മുകളിലെ ഇരുട്ടിനെയും നോക്കിനിന്നു. ഞങ്ങൾ ഇരിപ്പിടങ്ങളിലിരുന്നു. ഒഴിച്ചു കൂടാനാവാത്തതിനാൽ ഞങ്ങളുടെ തലക്കുമുകളിലായി മച്ചിൽ ഉറപ്പിച്ചിരുന്ന റേഡിയോ ശ്രദ്ധിച്ചു കേട്ടു. അതിൽനിന്ന് ജാസ്സ് സംഗീതത്തിനിടയിൽ, നിർത്താതെയുള്ള ശബ്ദത്തിൽ വേലിയേറ്റം മറ്റൊരു ദ്വീപിൽ എത്തിയെന്നറിയിച്ചു. തിരമാലകൾ വളരെ ഉയരത്തിലാണ് ഉയരുന്നതെന്നും പറഞ്ഞു. അടുത്ത നിമിഷങ്ങളിൽ അറുപതടിയിലധികം ഉയരത്തിലടിക്കുന്ന തിരമാലകൾ ഹിലോ ദ്വീപിലടിച്ചു കയറുമെന്നും മനസ്സിലായി. ചിലിയിൽ സംഭവിച്ച ഭൂമികുലുക്കത്തിന്റെ ഫലമാണിതെന്നും ഞങ്ങളറിഞ്ഞു. വൻകരകൾ തമ്മിൽ, സമുദ്രത്തിന്റെ അഗാധതയിലുള്ള ചാലിലൂടെയാണ് ചിലിയെയും ശാന്തസമുദ്രത്തിലെ ദ്വീപുകളെയും ബന്ധിപ്പിക്കുന്നതത്രെ. ഒരസാധാരണ പ്രതീകാത്മകത; ഒരർദ്ധഗോളത്തിലെ ഭൂകമ്പം മറ്റെ അർദ്ധഗോളത്തിൽ വേലിയേറ്റം ഉണ്ടാക്കുന്നു. എന്റെ ചിന്തകളെ തടസ്സപ്പെടുത്തിയത് ആതിഥേയയുടെ കൗണ്ടറിലേക്കുള്ള തിരിച്ചുപോക്കാണ്. അവർ ഭർത്താവിനെക്കുറിച്ചും മൂന്നു മക്കളെക്കുറിച്ചും പിറുപിറുക്കുന്നുണ്ടായിരുന്നു. സാധാരണപോലെ, അർദ്ധരാത്രിയോടെ അവർ വീട്ടിൽ തിരിച്ചെത്താത്തതിനാൽ അവരെല്ലാം അസ്വസ്ഥരാവുമോ? ഞങ്ങൾ പ്രത്യുത്തരമായി ഒരു വാക്കുപോലും അഥവാ ശുഭയാത്രയോ, ശുഭരാത്രിയോ നേരുന്നതിനുമുന്നേ അവർ ഇനിയൊരിക്കലും കാണാത്തവിധം പോയി.

വിശാലമായ ആ മുറിയിൽ ഞങ്ങളിരുന്നു. ജാസ് സംഗീതം അർദ്ധരാത്രിയോടെ നിലച്ചു. പക്ഷെ ഇരച്ചുപാഞ്ഞുവരുന്ന വേലിയേറ്റത്തെക്കുറിച്ച് പറയുന്നുണ്ടായിരുന്നു. എന്തുതന്നെയായാലും വിധിപോലെ വരുമെന്നുറച്ച്, സംസാരിക്കാതെ ഞങ്ങളിരുന്നു. ഞങ്ങളുടെ വിമാന

ത്തിന്റേടക്കം എല്ലാ പറക്കലുകളും നിർത്തിവെച്ചിരിക്കുന്നതായി അറിയിച്ചു. ഹോട്ടലിലേക്കുള്ള റോഡുകളും അടച്ചിട്ടിരിക്കുന്നു. നഗരത്തെ മൊത്തം ഒരു മൗനം ഗ്രസിച്ചിരുന്നു. ഞങ്ങളും അതിന്റെ ഭാഗമായി കാത്തിരിക്കുകയല്ലാതെ മറ്റൊന്നും ചെയ്യുവാനുണ്ടായിരുന്നില്ല.

പെട്ടെന്ന്, കൃത്യം ഒരു മണിക്ക് വാതിലുകൾ തുറന്നു. ഒരു ചെറുപ്പക്കാരൻ ഞങ്ങളോട് അപ്പോൾത്തന്നെ വിമാനവീഥിയിൽ എത്താൻ ഉറക്കെപ്പറഞ്ഞു. അല്പനിമിഷങ്ങൾക്കുള്ളിൽതന്നെ ഞങ്ങളുടെ വിമാനം പറന്നുയരും. ഞങ്ങളുടെ യാത്രാസാമഗ്രിക്കളല്ലാം നിങ്ങിക്കഴിഞ്ഞു. കൈസഞ്ചികൾ എടുത്ത് ഞങ്ങളെല്ലാം അയാളുടെ പിറകെ കുതിച്ചു. വിമാനം അവിടെയുണ്ടായിരുന്നു. ഞങ്ങളെല്ലാം തള്ളിക്കയറിയതും അതു മുകളിലേക്ക് കുതിച്ചു. ഞങ്ങൾ ഭൂമിയിൽനിന്നുയർന്ന അതേനിമിഷം വേലിയേറ്റം എത്തിയതായി റേഡിയോ പ്രഖ്യാപിച്ചു.

ആകാശത്തിലേക്കുയരവെ, എനിക്കു മരണത്തെക്കുറിച്ചോർമ്മ വന്നു. മുന്നേയുണ്ടായിരുന്ന മണിക്കൂറുകൾ നീണ്ട ആകാംക്ഷ, അവസാന നിമിഷത്തിലെ നിഗമനം, ഭൂമിയിൽ നിന്നും മറ്റ് അറിയുന്ന എല്ലാവരിൽ നിന്നുമുള്ള ഒഴിവാക്കാനാവാത്ത വേർപെടൽ, അറിയാത്ത പ്രപഞ്ചത്തിലേക്കുള്ള ഉയർച്ച-ഇതുതന്നെയല്ലേ മരണത്തിന്റെ അനുഭവവും? ഇല്ല, ഒരു വ്യത്യാസവും ഇല്ല. അസാനയാത്രയിൽ പിന്നീടൊരിക്കലും ഒരു തിരിച്ചുവരവില്ല. ഞങ്ങൾ സുന്ദരമായ ജപ്പാനിൽ തിരിച്ചെത്തുമെന്ന പ്രതീക്ഷയുണ്ടായിരുന്നു.

എന്നാകിലും, ഞങ്ങൾ ഭൂമിയിൽ വീണ്ടും തിരിച്ചെത്തുന്നതിനു മുന്നേ വേലിയേറ്റം അതിന്റെ പ്രഹരമേൽപ്പിച്ചിരിക്കുന്നു. ഉയരത്തിൽ കുതിക്കുമ്പോൾ അതു പടിഞ്ഞാറോട്ട് സഞ്ചരിക്കുന്നുവെന്നും, ഇതിനോടകം ജപ്പാനിൽ എത്തിയെന്നും റേഡിയോയിലൂടെ അറിഞ്ഞു. ഉഗ്രശബ്ദത്തിൽ വടക്കുകിഴക്കൻ തീരങ്ങളിൽ ആർത്തടിച്ച് ഞങ്ങളുടെ വിമാനത്തേക്കാൾ വേഗത്തിൽ പറന്നു. സർക്കാരുകൾ മുന്നറിയിപ്പ് നല്കിയിരുന്നെങ്കിലും അവരുടെ അനുഭവത്തിൽ ഭൂമി കുലുക്കവും വേലിയേറ്റവും സുഹൃത്തുക്കളെപ്പോലെ വന്നത് അവർക്ക് വിശ്വസിക്കാനാവുമായിരുന്നില്ല. ചിലിയിലെ ഭൂമികുലുക്കം, അവരുടെ തീരത്തെ വേലിയേറ്റമാകുന്നതെങ്ങെനെയെന്ന് ഉൾക്കൊള്ളാനായില്ല. എന്തൊരസാധാരണമായ യാദൃച്ഛികത! ഞങ്ങൾ ജപ്പാനിൽ ഈ പ്രത്യേക നിമിഷത്തിൽ എത്തുന്നതോ 'കൂറ്റൻ തിരമാല' എന്ന സിനിമ നിർമിക്കുന്നതിനും!

*** *** ***

നിങ്ങൾ ഇതെങ്ങിനെ കൈകാര്യം ചെയ്തു? ടോക്യോ വിമാനത്താ

വളത്തിൽ വച്ച് പത്രപ്രവർത്തകർ ചോദിച്ചു. ആരാണ് നിങ്ങളുടെ പരസ്യച്ചുമതലക്കാരൻ? അവർ തീർച്ചയായും തമാശ പറയുകയായിരുന്നു. ഞങ്ങൾക്ക് പരസ്യച്ചുമതലക്കാരനുണ്ടായിരുന്നില്ല. പക്ഷെ, കൂറ്റൻ വേലിയേറ്റത്തിന്റെ പരസ്യത്തോടൊപ്പം ഞങ്ങളും യാത്ര ചെയ്യുകയായിരുന്നു എന്നതായിരുന്നു സത്യം. എന്റെ ഏഷ്യയിലേക്കുള്ള മടക്കം ഒരു കൊടുങ്കാറ്റിനോടൊപ്പമായതിനാൽ എനിക്കതിയായ വിഷമം ഉണ്ടായിരുന്നു. പക്ഷെ അതിന്റെ ആഘാതത്തിൽ പ്രയാസപ്പെട്ടവരോട് അനുകമ്പ പ്രകടിപ്പിക്കുവാനേ എനിക്കാവുമായിരുന്നുള്ളൂ.

മറ്റൊരുതരത്തിൽ പറഞ്ഞാൽ ടോക്കിയോയിൽ സമാധാനപൂർവമായ ഒരാഗമനം ആയിരുന്നു ഞാൻ ആഗ്രഹിച്ചിരുന്നത്. അർദ്ധരാത്രിക്കുശേഷം രണ്ടിനും മൂന്നിനുമിടയിലുള്ള സമയമായതിനാൽ, എന്നെക്കാണാൻ വിമാനത്താവളത്തിൽ ആരെങ്കിലുമുണ്ടായിരിക്കുമെന്ന് ഞാൻ കരുതിയിരുന്നില്ല. ഞാൻ വിചാരിച്ചത്, ഒന്നോ രണ്ടോ വ്യാപാര പങ്കാളികളും അല്പം ചില സുഹൃത്തുക്കളും, അവരോടൊപ്പം ഉടൻതന്നെ ഇരുണ്ടതെരുവുകളിലൂടെ പഴയ ഇംപീരിയൽ ഹോട്ടലിലേക്കുള്ള യാത്രയും മാത്രം. ദൈർഘ്യമേറിയ ഒരു യാത്രയായതിനാൽ എത്തിയ ഉടനെ കുളിച്ച് കിടക്കണം. ഒരുപക്ഷെ എണ്ണ നിറക്കുന്നതിനായി വിമാനം വെയ്ക് ദ്വീപിൽ ഇറങ്ങിയിരുന്നിരിക്കാം. അതിനത്ര പ്രാധാന്യമൊന്നുമില്ല. ജനാലയ്ക്ക് പുറത്ത് ഒരുപറ്റം കെട്ടിടങ്ങളും, കുറച്ചാളുകൾ തിടുക്കത്തിൽ അങ്ങോട്ടുമിങ്ങോട്ടും നിങ്ങുന്നുമുണ്ട്. അവരുടെ വ്യാപാരത്തിനായിരിക്കാം. അർദ്ധരാത്രിയിൽ എല്ലായിടത്തും ഇതുപോലെതന്നെ. ടോക്യോയിലെ കാര്യം, പക്ഷെ മറ്റൊന്നാണ്.

'വളരെ മോശമായ ഒരവസ്ഥയിലാണല്ലോ നമ്മളിറങ്ങാൻ പോകുന്നുത്? ഒരു കണക്കിനതു നന്നായി. നമ്മളെക്കാണാൻ ആരുമുണ്ടാവില്ല' ഞാൻ പറഞ്ഞിരുന്നു.

'അത്ര ഉറപ്പിക്കുകയൊന്നും വേണ്ട', എന്റെ സുഹൃത്ത് പ്രത്യുത്തരം നൽകി. വിമാനം താഴേക്കിറങ്ങുമ്പോൾ നന്നായി കുലുങ്ങി. ഇരുട്ടിൽ ടോക്യോയിലെ ദീപങ്ങൾ തിളങ്ങിനിന്നു.

'ഞാൻ പറഞ്ഞതു ശരിയായി. ഇവിടെങ്ങും ആരുമില്ല'. ഞാൻ പറഞ്ഞു.

വെളുത്ത യൂണിഫോമണിഞ്ഞ ഒരാൾ മുന്നോട്ടുവന്നു.

'നിങ്ങൾ ..... അല്ലേ?'

'അതെ' ഞങ്ങൾ മറുപടി പറഞ്ഞു.

'ജപ്പാനിലേക്കു സ്വാഗതം'. അയാൾ പറഞ്ഞു, 'ഞാൻ ജപ്പാൻ

എയർലൈൻസിൽ നിന്നുമാണ്. ദയവായി ഇതുവഴി വരൂ... ഒരു നിമിഷം... പത്രക്കാരും ഫോട്ടോഗ്രാഫർമാരും'

ഞങ്ങൾ അവിടെ നിന്നു. ക്യാമറകൾ കണ്ണുചിമ്മി. പത്രക്കാർ വേലിയേറ്റത്തെക്കുറിച്ചുള്ള ചോദ്യങ്ങളും അതിശയങ്ങളുമായി ചുറ്റും കൂടി.

ഞങ്ങൾക്ക് മടുത്തുവെന്ന് കണ്ടപ്പോൾ 'നന്ദി' പറഞ്ഞു. 'നിങ്ങളുടെ സുഹൃത്തുക്കൾ കാത്തു നിൽപുണ്ടെന്ന് അയാൾ പറഞ്ഞു. ഞങ്ങളെ കാത്തു നിൽക്കുകയോ? കസ്റ്റംസ് പരിയോധനയൊക്കെ തിടുക്കത്തിൽ തീർത്ത്, അഭിവാദനങ്ങളും പുഷ്പങ്ങളുമായി സുഹൃത്തുക്കൾ! ഞങ്ങൾ തീർത്തും സന്തോഷത്തിലാഴ്ന്നു. എനിക്കെന്താണ് തോന്നിയത്? ഒരു വേള കുറേ ഇടവേളയ്ക്ക്ശേഷം സ്വന്തം നാട്ടിൽ തിരിച്ചെത്തിയതുപോലെ. മറ്റൊരു വിധത്തിൽ, തികച്ചും പുതിയതും അപരിചിതവുമായ ഒരു വിദേശരാജ്യത്ത് എത്തിയപോലെ. എന്നിരുന്നാലും പുഞ്ചിരി പൊഴിക്കുന്ന മുഖങ്ങളും, കണ്ണുനീരണിഞ്ഞ മിഴികളും ഊഷ്മളമായ വാക്കുകളും എനിക്ക് ഞാൻ അവരുടെ സ്വന്തം തന്നെയാണെന്നു തോന്നിച്ചു. എന്റെ യൗവ്വനകാലത്ത് ഞാൻ കണ്ട യുവത്വം നിറഞ്ഞ പുരുഷന്മാരും സ്ത്രീകളും ഇപ്പോൾ എന്നെപ്പോലെ തന്നെ മാറിയിരിക്കുന്നു. എനിക്കു വീട്ടിലുള്ളതുപോലെ കുട്ടികളും പേരക്കുട്ടികളും അവരോടൊപ്പം വന്നിട്ടുണ്ട്. ആൺകുട്ടികൾ പടിഞ്ഞാറൻ ശൈലിയിലുള്ള വസ്ത്രങ്ങളും പെൺകുട്ടികൾ അവരുടെ ഔപചാരികമായ കിമോണയും ധരിച്ചിരിക്കുന്നു.

'എന്റെ പെൺമക്കൾ താങ്കളെ സ്വീകരിക്കാനായി കിമോണ ധരിക്കുവാൻ ഒരുമണിക്കുതന്നെ ഉണർന്നു.' ഒരു സുഹൃത്ത് അഭിമാനത്തോടെ പറഞ്ഞു. കിമോണ ശരിയായ രീതിയിൽ ധരിക്കുവാനും അനുയോജ്യമായ ശിരോവസ്ത്രം ഉണ്ടാക്കുവാനും എത്രയധികം സമയം വേണമെന്ന് എനിക്കു നന്നായറിയാം. എന്നെ സന്തോഷിപ്പിക്കുന്നതിനായി സുന്ദരികളായ പെൺകുട്ടികൾ കിമോണ ധരിച്ചതിൽ എനിക്കതിയായ ആഹ്ലാദമുണ്ടായി. സ്വന്തം സ്ഥലത്തെത്തിയ പോലെ എനിക്കുതോന്നി. യുദ്ധത്തിനുമുമ്പ് ഞാൻ ജപ്പാനിൽ താമസിച്ചിരുന്നപ്പോൾ എന്റെ എല്ലാ പെൺസുഹൃത്തുക്കളും കിമോണ ധരിച്ചിരുന്നു. ഏറ്റവും സ്വതന്ത്രരും ആധുനികരുമായിരുന്നവർക്കുപോലും ഒരേയൊരു പടിഞ്ഞാറൻ വസ്ത്രമോ സ്യൂട്ടോ മാത്രമേ ഉണ്ടായിരുന്നുള്ളൂ, അതുപോലും പൊതുവെ അംഗീകരിക്കപ്പെട്ടിരുന്നില്ല. എന്നാൽ ഇന്നത്തെ ജപ്പാൻ സ്ത്രീകൾ എല്ലാദിവസവും എല്ലായ്പ്പോഴും പടിഞ്ഞാറൻ വസ്ത്രങ്ങൾ ധരിക്കുന്നു. ജീവിതത്തിലെ തികച്ചും ഔപചാരിക

സന്ദർഭങ്ങളിൽമാത്രം അവർ കിമോണ ധരിക്കുന്നു. ചിലരുടെയടുത്ത് ഒരു കിമോണ മാത്രമെ കാണൂ. മറ്റു ചിലർക്കാകട്ടെ ഒരെണ്ണം പോലു മില്ലതാനും. തീർച്ചയായും ഇതിൽനിന്നും വ്യത്യസ്തമായി മുതിർന്ന സ്ത്രീകളും ചില വിശിഷ്ടരും അവരുടെ വ്യാപാരങ്ങളിൽപോലും എല്ലാ യ്പ്പോഴും കിമോണ ധരിക്കുന്നവരാണ്. എന്റെ ഏറ്റവും പ്രധാനപ്പെട്ട സുഹൃത്തുക്കളും കിമോണയാണ് ധരിക്കുന്നത്. അവർക്കത് നന്നായി ഇണങ്ങുന്നുമുണ്ട്. അവർ അത്തരം ഒരു പദവിയിലും പ്രായത്തിലും അവർക്കിഷ്ടമുള്ള ഏതു വസ്ത്രവും ധരിക്കാവുന്ന അവസ്ഥയിലു മെത്തിയിരിക്കുന്നു.

അന്നു രാത്രിയിലെ സൗഹൃദക്കൂട്ടവും പൂക്കളും ഫോട്ടോഗ്രാ ഫർമാരും എല്ലാമായാലും ടോക്യോയെക്കുറിച്ച് എനിക്ക് വ്യക്തമായ ധാരണയുണ്ട്. എത്ര മാരകമായാണ് യുദ്ധത്തിൽ അവിടെ ബോംബ് വർഷിക്കപ്പെട്ടതെന്നും ഇപ്പോൾ അതു പുതുക്കിപ്പണിതതും പുതമ യുള്ളതും സമൃദ്ധവും എനിക്കു തീരെ പരിചയമില്ലാത്ത ഒരു ജപ്പാന്റെ പ്രതീകമാണെന്നതും എന്നെ സ്വീകരിക്കുവാനെത്തിയ ആളുകൾ പോലും നല്ല രീതിയിൽ മാറിയിട്ടുണ്ടെന്നും എനിക്കു തോന്നി. തീരെ മയമില്ലാത്ത പഴഞ്ചൻ ഔപചാരിതക വഴിമാറിയിരക്കുന്നു. പഴയ വിനീ തമായ ചിരികൾപോലും നൈസർഗികവും യാഥാർത്ഥ്യവുമായി മാറി യിരിക്കുന്നു. എല്ലാവരും ഇഷ്ടമനുസരിച്ചും ഭയമില്ലാതെയും സംസാ രിക്കുന്നു. അതൊരു പുതുമ തന്നെ. മധുരതരമായ ഉപചാരങ്ങൾ നില നിൽക്കുന്നു. ജീവിതഗതികളിലെല്ലാം ഒരു പുത്തൻ പ്രസരിപ്പനുഭവ പ്പെടുന്നു. പൗരാണികമായ വിലക്കുകളെല്ലാം നീങ്ങിയതുപോലെ. അന്നുരാത്രിയിൽ എനിക്ക് തോന്നിയതിതാണ്. ഇത് ഞാൻ ഇനിയു മിനിയും പറഞ്ഞുകൊണ്ടേയിരിക്കും. എല്ലായിടങ്ങളിലും പലവിധ ത്തിൽ ഇതു പ്രകടമാണ്.

അതിനിടയിൽ, ഫോട്ടോഗ്രാഫർമാർ ഞങ്ങളെ ഓരോ ചുവടിലും പിന്തുടരുന്നുണ്ടായിരുന്നു. ജപ്പാനിലെ ഇക്കൂട്ടർ സ്ഥിരോത്സാഹികളും ദൗർശനികരും അവിശ്വസനീയമായ ചുറുചുറുക്കുള്ളവരുമാണ്. അവ രൊരിക്കലും നിങ്ങളോട് പുഞ്ചിരിക്കുവാനോ അംഗവിന്യാസങ്ങൾക്കോ ആവശ്യപ്പെടില്ല. ഒരാൾ എവിടെയാണോ, എന്തെല്ലാമാണോ ചെയ്യു ന്നത്, അതെല്ലാം ഇടതടവില്ലാതെ അവരുടെ ക്യാമറക്ലിക്കുകളാക്കും. അവർ മിന്നാമിനുങ്ങുകളെപ്പോലെ ആ രാത്രിയിൽ പറന്നുനടന്നു. ഞങ്ങളുടെ നിരവധി ചിത്രങ്ങളെടുത്തു. പൂക്കളാലും സുഹൃത്തുക്ക ളാലും വലയം ചെയ്യപ്പെട്ട ചിത്രങ്ങൾ തുടർച്ചയായി ക്യാമറകളിലാ

ക്കി. തങ്ങൾ ഒരുമിച്ച്, കാത്തിരുന്ന കാറുകളിലേക്ക് കയറി. ലക്കും ലഗാനുമില്ലാത്ത വേഗതയിൽ കാർ ഇംപീരിയൽ ഹോട്ടലിലേക്ക് കുതിച്ചു. അതെന്താണെന്നോ എങ്ങിനെയാണെന്നോ എനിക്കറിയില്ല, ജപ്പാനീസ് ഡ്രൈവർമാരെ എനിക്ക് ഭയമേ ഉണ്ടായിരുന്നില്ല. ആൾക്കൂട്ടങ്ങളിലൂടെയും അടയാളങ്ങളില്ലാത്ത വീഥികളിലൂടെയും ഒച്ചവെച്ചും മുന്നറിയിപ്പ് നല്കിയുമെല്ലാം കുതിച്ചു പാഞ്ഞാലും അപകടങ്ങളുണ്ടാകാറില്ല.ചുരങ്ങിയത് ഞാൻ അപകടങ്ങളൊന്നുമേ കണ്ടിട്ടുമില്ല. എല്ലാം തികച്ചും സ്വാഭാവികമായിതോന്നി. ഇതേ രീതിയിൽ വർഷങ്ങൾക്ക് മുമ്പ് പല ദിവസങ്ങളിലും വീഥികളിലൂടെയും കിഴുക്കാംതൂക്കായ മലഞ്ചെരിവുകളിലൂടെയും കുന്നുകളിലൂടെ മുകളിലോട്ടും താഴോട്ടും അതുമല്ലെങ്കിൽ കടൽതിട്ടകളിലെ തിരമാലകൾക്കു മീതേയും പോയിരുന്നതെനിക്കോർമ്മ വന്നു. ഒരുപക്ഷെ പൗരസ്ത്യരീതിയിൽ എല്ലാം സ്വീകരിച്ച്, പിരിമുറുക്കമില്ലാത്തതിനാലാവാം ഈ ഭയമില്ലായ്മ. പ്രായോഗികമായി ഒന്നിനു വേണ്ടിയും ഞാൻ ഒന്നും ചെയ്യേണ്ടതില്ല എന്നെനിക്ക് ബോധ്യമായി.

ഞങ്ങൾ ജീവനോടെ അവസാനം ഇംപീരിയൽ ഹോട്ടലിലെത്തി. ജപ്പാൻ അവളുടെ പ്രൗഢിയിലും, ശൈലിയിലും ലോകത്തെ മുഴുവൻ ഒന്നിപ്പിക്കുന്ന അഭയസ്ഥാനം. ഒപ്പം ആശ്ചര്യജനകമായ അളവിൽ സുഖവും നല്ല സേവനവും ലഭ്യമാകുന്നയിടം. ഒരു മണിക്കൂറിനു ശേഷം ഞങ്ങളെല്ലാവരും ശീതീകരിച്ച, ചുറ്റും ജാപ്പനീസ് കൊട്ടകളിൽ നിറച്ചും പൂക്കളുമുള്ള മുറികളിൽ ഉറങ്ങാൻ കിടന്നു.

*** *** ***

കുറേ നേരത്തേക്ക് എനിക്ക് ഉറക്കം വന്നില്ല. ഓർമകളിൽ മുഴുവൻ എന്റെ മനസ്സിൽ നിരവധി ചിത്രങ്ങൾ കടന്നുപോയി. ആദ്യം സ്പഷ്ടമായത് എന്റെ അമ്മയുടെ മുഖമായിരുന്നു. തവിട്ടുനിറമുള്ള മുടി, തവിട്ടുനിറമുള്ള തൊലി, തവിട്ടുനിറമുള്ള കണ്ണുകൾ. ചൈനയിലെ ഞങ്ങളുടെ വീടിന്റെ വിശാലമായ വരാന്തയിലിരിക്കുകയായിരുന്നു ഞങ്ങൾ. എനിക്ക് ഒരുപക്ഷെ, ഏഴു വയസ്സു കാണും. നഗ്നപാദയായ മഞ്ഞച്ച നിറമുള്ള നീണ്ടമുടിയുള്ള കുട്ടി, നിലത്തിരുന്ന് അമ്മയ്ക്കഭിമുഖമായി കാൽമുട്ടുകളിൽ മുഖമൂന്നി അമ്മയെ കേൾക്കുകയായിരുന്നു. ഞാൻ ജനിക്കുന്നതിന്മുമ്പെ മരിച്ചുപോയ എന്റെ സഹോദരിയെക്കുറിച്ച് പറഞ്ഞുതരികയായിരുന്നു അമ്മ.

'മഞ്ഞ നദിയുടെ കരയിൽ' എന്റെ അമ്മ പറഞ്ഞു തുടങ്ങി, 'ജപ്പാനും ചൈനക്കുമിടയിൽ വേനൽക്കാലത്ത് ഞങ്ങൾ ജപ്പാനിലേക്ക് പോയതായിരുന്നു. നാഗസാക്കിക്ക് പിറകിലുള്ള മലകളിലേക്ക്. അത്,

ഇവിടെ ചൈനയിലെ കിയാംഗ്സിയിലെ ലൂ പർവതങ്ങളിലുള്ള ക്യൂലിംഗ് കാണുന്നതിനു മുമ്പെ ആയിരുന്നു. യാംഗ്സി താഴ്വരയിലെ അതികഠിനമായ ചൂടിൽ എനിക്ക് രണ്ടു കുട്ടികളെക്കുറിച്ചും ആധിയായിരുന്നു. ജപ്പാനിൽ സുന്ദരമായ വേനൽക്കാലമായിരുന്നു – മലകളിൽ നല്ല സുഖകരമായ തണുപ്പും ശുദ്ധവായുവും. എനിക്ക് ഒക്ടോബർവരെ അവിടെത്തന്നെ കഴിയണമെന്നുണ്ടായിരുന്നു. പക്ഷെ നിന്റെ അച്ഛന് സപ്തംബറിൽ തന്നെ മടങ്ങിയെത്തണമായിരുന്നു. എനിക്കത് ശ്രദ്ധിക്കേണ്ടിയിരുന്നില്ലെങ്കിലും ഞാൻ അദ്ദേഹം പറഞ്ഞതനുസരിച്ചു. 'ഹിരോഷിമ മാരു' എന്ന ജാപ്പാനിസ് ആവിക്കപ്പലിൽ ഞങ്ങൾ തിരിച്ചു വന്നു. അപ്പോഴേക്കും കുട്ടികൾക്ക് അസുഖം പിടിപെട്ടു. അതെന്താണെന്ന് എനിക്കറിയില്ല, കഠിനമായ പനിയും വയറിളക്കവും. അവൾക്കാറുമാസം പ്രായം. ആരോഗ്യവും തിരെയില്ല. എനിക്കാണെങ്കിൽ എപ്പോളത്തെപ്പോലെ കഠിനമായ കടൽച്ചൊരുക്കും. എനിക്ക് കുട്ടിയെ നേരാവണ്ണം എടുക്കുവാൻപോലുമായില്ല. നിന്റെ അച്ഛൻ എന്നെ ശ്രദ്ധിച്ചുകൊണ്ടിരുന്നു. അതുകൊണ്ട് കപ്പലിലെ വയസ്സായ ഡോ.മാർട്ടിൻ, കുട്ടിയെ കപ്പലിന്റെ മുകൾതട്ടിലേക്കും താഴോട്ടും എടുത്ത് നടന്നുകൊണ്ടേയിരുന്നു. അദ്ദേഹം, നീണ്ടും നിവർന്നും കൈകളിൽ കുട്ടിയുമായി – ഓ, ഒരിക്കലും ഞാനത് മറക്കില്ല.'

അപ്പോൾ അമ്മയുടെ കണ്ണുകൾ നിറഞ്ഞിരുന്നു. ഞാനും കരയുകയാണ്. ഞാനമ്മയുടെ അരികിലേക്ക് നിരങ്ങിനീങ്ങി. അമ്മയുടെ കൈ എന്റെ നേർക്ക് നീട്ടി. ഞാൻ അവ രണ്ടും എന്റെ കൈകൾ കൊണ്ട് മുറുകെപ്പിടിച്ചു.

'എന്നിട്ട്', ഞാൻ ചോദിച്ചു.

'മോളേ, നിനക്കറിയാമോ? അവൾ അദ്ദേഹത്തിന്റെ കൈകളിൽ കിടന്ന് മരിച്ചു. ഞാൻ കപ്പലിലെ ഒരു കസേരയിൽ അവശയായിരിക്കുകയായിരുന്നു.! അതു ശ്വാസംകിട്ടാത്ത ഒരു ചുട്ടുപൊള്ളുന്ന രാത്രിയായിരുന്നു. കടലിലേക്ക് താഴ്ന്നുതാഴ്ന്നുപോകുന്ന ചന്ദ്രനും. പെട്ടെന്ന്, ഡോക്ടർ നടത്തം നിർത്തി കുട്ടിയുടെ മുഖത്തേക്കു നോക്കുന്നുണ്ടായിരുന്നു. അങ്ങനെ . . . ഞാൻ അറിഞ്ഞു.'

ഞാൻ അമ്മയുടെ കൈകൾ എന്റെ കവിളുകളോട് ചേർത്തു. എന്റെ അമ്മയെ സമാധാനിപ്പിക്കാൻ ഞാനാഗ്രഹിച്ചു. അതെ, ഒരു കുട്ടിക്കു കഴിയാവുന്നവിധത്തിൽ ഞാനവരെ സമാധാനിപ്പിച്ചു എന്നെനിക്കു തോന്നി. കഥ പറഞ്ഞവസാനിക്കുമ്പോൾ അമ്മ എപ്പോഴും കണ്ണുകൾ തുടക്കുമായിരുന്നു. എന്നിട്ട് ചടുലമായിപ്പറയും, 'ഉറങ്ങാൻ പോകുന്ന

തിന് മുമ്പ് നമുക്കൽപം സംഗീതമാവാം' അല്ലെങ്കിൽ ഓറഞ്ചോ മാങ്ങയോ ഒരു കഷണം പോമിലോയോ തരുമായിരുന്നു.

ഓർമകൾ എത്ര ക്ഷണികമാണ്! പൊമിലോയെക്കുറിച്ച് ചിന്തിച്ചപ്പോൾ അതു തിന്നുമ്പോഴുള്ള ഹൃദ്യമായ മധുരവും ചാറിന്റെ രുചിയും മധുരനാരങ്ങയുടെ അടുത്ത ബന്ധുവാണെങ്കിലും എല്ലാ അർത്ഥത്തിലും അതിനേക്കാൾ മെച്ചം. പുറംതൊലി ഇളക്കിമാറ്റാൻ എളുപ്പം. ഓരോ അല്ലിയും കൂടിച്ചേരാതെ. അതിലെല്ലാമുപരിയായി അത്യന്തം രുചിയും. ശരിക്കും താരതമ്യം ചെയ്താൽ പുളിവെള്ളത്തിന്റെ ഒരു ചെറുസഞ്ചി. മനസ്സില്ലാമനസ്സോടെ ഈമ്പിക്കുടിക്കാൻ മാത്രമേ മധുരനാരങ്ങ കൊള്ളൂ. ജപ്പാനിൽവെച്ച് പൊമിലോ കണ്ടെത്തുവാൻ ഞാൻ തീരുമാനിച്ചു. കാരണം എന്റെ നാട്ടിൽ ഞാനിതുവരെ അതു കണ്ടിട്ടില്ല.

അമ്മയുടെ വായിൽ നിന്നാണ് ജപ്പാനിലെ പല നഗരങ്ങളുടേയും പേരുകൾ ഞാനാദ്യമായി കേട്ടത്. എന്റെ മനക്കണ്ണിൽ പർവതങ്ങളുടേയും, കടൽതീരങ്ങളുടേയും കാഴ്ചകൾ ഞാൻ കണ്ടു. ഷാംഗ്ഹായിയിലെ ക്രിസ്ത്യൻ സെമിത്തേരിയിലാണ് എന്റെ മരിച്ചുപോയ കൊച്ചു സഹോദരിയെ അടക്കം ചെയ്തത് എന്നെനിക്കറിയാം. കാരണം, പിന്നീട് ചൈനയിൽ ജനിച്ചു മരിച്ചുപോയ മൂന്ന് കുട്ടികളുടെ പേരിനോടൊപ്പം അവളുടെ പേരും ഞാൻ കണ്ടിരുന്നു. ഞാൻ ജനിച്ചത് എന്റെ മുത്തച്ഛന്റെ വെസ്റ്റ് വെൻജീനിയയിലുള്ള കുടിയേറ്റ ഗൃഹത്തിലാണ്.

ഞാൻ ആദ്യമായി ജപ്പാൻ കാണുന്നത് എന്റെ ഒമ്പതാമത്തെ വയസ്സിലാണ്. അതെന്റെ ജന്മനാട്ടിലേക്കുള്ള യാത്രയ്ക്കിടയിലും. ഞങ്ങൾ യാത്ര ചെയ്തിരുന്ന കനേഡിയൻ കപ്പൽ നാഗസാക്കിയിൽ നിർത്തിയിരുന്നു. ഇംഗ്ലീഷുകാർക്ക് മാത്രമേ കപ്പലുകൾ ഉണ്ടാക്കുവാനും ഓടിക്കുവാനും അറിയുകയുള്ളുവെന്നും ഇംഗ്ലീഷ് കപ്പിത്താനെ എപ്പോഴും വിശ്വസിക്കാമെന്നും അവനു മാത്രമെ മറ്റു നാവികരെ ശരിയായി നിയന്ത്രിക്കാൻ കഴിയൂ എന്നുമൊക്കെ ആയിരുന്നു എന്റെ അച്ഛന്റെ വിശ്വാസം. ചെറിയ ഒരു തുറമുഖമായിരുന്നു അന്ന് നാഗസാക്കി. കടൽത്തീരത്തോട് ചേർന്ന് ഒരുപറ്റം വീടുകളും പിറകുവശത്തായി ഉയർന്ന മലകളും. അവിടെയുള്ള ആളുകൾ സംസാരിച്ചിരുന്നത് ഒരു നാടോടിഭാഷ ആയിരുന്നതിനാൽ, അൽപം ചില വാക്കുകൾപോലും പഠിക്കാൻ അച്ഛൻ എന്നെ അനുവദിച്ചിരുന്നില്ല. അതു ശുദ്ധമായ ജാപ്പാനീസ് അല്ലെന്നും ഏതൊരു വിദേശഭാഷ പഠിക്കുമ്പോഴും അതിന്റെ ശുദ്ധമായ ഉച്ചാരണം പഠിക്കണമെന്നും അദ്ദേഹം പറഞ്ഞു. അച്ഛൻ തികഞ്ഞ ഒരു ഭാഷാ പണ്ഡിത

നായിരുന്നതുകൊണ്ട് ഞാനദ്ദേഹത്തെ എന്നും അനുസരിച്ചിരുന്നു. അല്ലെങ്കിൽ എനിക്കങ്ങനെ സംഭവിക്കുമായിരുന്നില്ല. ഹിരോഷിമ എന്ന പേരാകട്ടെ, എല്ലായ്പോഴും എന്റെ കൊച്ചു സഹോദരി മരണപ്പെട്ട ജപ്പാനീസ് കപ്പലിന്റെ പേരായിരുന്നു എന്നെ ഓർമിപ്പിച്ചത്. വർഷങ്ങൾ കഴിഞ്ഞ്, ദശാബ്ദങ്ങൾ കഴിഞ്ഞ്, ബോംബ് വർഷത്തിൽ 'മരിച്ചവരുടെ നഗരം' ആയി അതു മാറിക്കഴിഞ്ഞിട്ടും.

*** *** ***

ലോകത്തിലെവിടെനിന്നും വരുന്ന ഏതൊരാളും ഏതൊരാളേയും കണ്ടുമുട്ടിയിരുന്ന സ്ഥലമായിരുന്നു ഇംപീരിയൽ ഹോട്ടലിലെ സ്വീകരണമുറി. കിമോണ ധരിച്ച, സുന്ദരിയായ ഒരു ജപ്പാനീസ് സുന്ദരി നിയന്ത്രിച്ച ലിഫ്റ്റിൽ ഞാൻ പിറ്റേന്നു പ്രഭാതത്തിൽ താഴത്തെത്തി. പ്രവേശനമുറിയിലേക്ക് ഞാൻ നീങ്ങിയപ്പോൾ പ്രസന്നഭാവത്തോടെ ഒരമേരിക്കൻ യുവതി എന്നെ സമീപിച്ചു. 'താങ്കളെ എനിക്ക് പരിചയമുള്ളതുപോലെ' അവർ പറഞ്ഞു. 'ഞാൻ ഓഹിയോയിൽനിന്നാണ്. താങ്കളുടെ പേര് പറയാമോ?' ഞാൻ പുഞ്ചിരിയോടെ തലകുലുക്കി. അവർ നടന്നുപോയി. അടുത്ത നിമിഷത്തിൽ എന്റെ കൈകളിൽ ഊഷ്മളമായ ഒരു പിടുത്തം. എന്റെ മുന്നിലതാ എന്റെ പഴയ ഒരു ഇന്ത്യൻ സുഹൃത്ത്.

'ഓ.. താങ്കളിവിടെ?' അയാൾ ഉച്ചത്തിൽ പറഞ്ഞു. 'എന്തേ താങ്കൾ ന്യൂഡൽഹിയിൽ വന്നില്ല? അവിടത്തെ അതിഥിമുറി താങ്കളെ കാത്തിരിക്കയാണ്.'

ഞങ്ങൾ ഒരുമിച്ചിരുന്ന് പ്രത്യാശകൾ പങ്കുവെച്ചു. അയാളുടെ കുടുംബകാര്യങ്ങളും. ഭാര്യവീട്ടുകാർക്കിഷ്ടമില്ലാഞ്ഞിട്ടും അതി സുന്ദരിയായ ചെറുപ്പക്കാരിയെ വിവാഹം ചെയ്തതും അവൾക്ക് അയാളേക്കാൾ പ്രായം കുറവാണെന്നതും അയാൾക്ക് ശരിക്കും അവളുടെ അച്ഛനാകാനുള്ള പ്രായമുണ്ടെന്നും ഒക്കെ. അയാളുടെ യുവതിയായ ഭാര്യ നല്ല നിശ്ചയദാർഢ്യക്കാരിയാണെന്നും അവർക്ക് മിടുക്കരായ രണ്ട് ആൺകുട്ടികൾ ഉണ്ടെന്നും അയാൾ അഭിമാനത്തോടെ പറഞ്ഞു. കഥ പറയുന്നതിനിടയിൽ, അവരുടെ ഫോട്ടോ അയാൾ പേഴ്സിൽനിന്നും പുറത്തെടുത്തു കാണിച്ചു. ആ കുടുംബം അവരുടെ സുന്ദരമായ പൂന്തോട്ടത്തിന് നടുവിൽ നിൽക്കുന്ന ചിത്രം ഞാൻ കണ്ടു. യോഗ്യമായ രൂപഭാവങ്ങളിലുള്ള ചെറുപ്പക്കാരിയായ വിസ്മയ സാരിവേഷത്തിൽ സുന്ദരിയായിരുന്നു. അവളുടെ കൈകളിൽ പിടിച്ച് രണ്ട് കൊച്ചാൺമക്ക

ളും അവർക്കു പിറകിലായി നല്ല ഉയരവും വെളുത്ത മുടിയുമുള്ള എന്റെ സുഹൃത്തും.

'ഞാൻ അവരുടെ മുത്തച്ഛനാണെന്ന് തോന്നും അല്ലേ?' അയാൾ അഭിമാനത്തോടെ പറഞ്ഞു. 'പക്ഷെ, എന്നിരുന്നാലും ഞാനൊന്നു പറയട്ടെ, എല്ലാ രക്ഷിതാക്കൾക്കും പ്രായമായാലും കുട്ടികളുണ്ടാവണം. എന്റെ വീട് ഒരിക്കലും ശൂന്യമായിരിക്കില്ല. എന്റെ കുട്ടികൾക്ക് മുമ്പേ ഞാനവിടം വിടും. അപ്പോൾ എന്റെ മക്കൾ അവരുടെ അമ്മയെ സാന്ത്വനിപ്പിക്കും.'

എന്റെ തൊട്ടരികത്തുണ്ടായിരുന്ന ജപ്പാൻകാരിയായ കാര്യദർശി സമാധാനപൂർവ്വം പുഞ്ചിരിച്ചുകൊണ്ട് എന്നെ ഓർമിപ്പിച്ചു.

'ദയവായി, ഇപ്പോൾ പത്രസമ്മേളനത്തിനുള്ള സമയമായി. എല്ലാവരും കാത്തിരിക്കുന്നു.'

പത്രസമ്മേളനം! ജപ്പാനിൽ ഇതു തികച്ചും ഔപചാരികവും. പ്രയാസജനകവുമായ ഒരു അനുഭവമാണ്. അതങ്ങനെ തന്നെയാണെന്ന് ഞങ്ങൾക്ക് ബോധ്യപ്പെട്ടു. അന്ന് നല്ല ചൂടുള്ള ഒരു ദിവസമായിരുന്നു. മെയ്മാസത്തിൽ ടോക്കിയോയിൽ എല്ലായ്പോഴും നല്ല ചൂടാണ്. ഞങ്ങൾ വലിയ മുറിയിൽ ഒത്തുചേർന്നു. മുറിയുടെ ഒരറ്റത്ത് നീളമുള്ള ഒരു മേശയും അതിനു പിറകിലായി ഒരു നിരയിൽ കസേരകളും നല്ല അടുക്കും ചിട്ടയോടുകൂടി ഒതുക്കിയിരുന്നു. ഞങ്ങൾ നിശ്ചിതസ്ഥലങ്ങളിൽ ഇരുന്നു. ആരൊക്കെ, എങ്ങനെയൊക്കെ ഇരിക്കണമെന്ന് ഞങ്ങൾ മുൻകൂട്ടി ചർച്ച ചെയ്തിരുന്നു.

പല പത്രസമ്മേളനങ്ങളിലും മുമ്പ് പങ്കെടുത്തിട്ടുണ്ടെങ്കിലും ഇതിനെക്കുറിച്ച് എനിക്കല്പം ഉദ്വേഗമുണ്ടായിരുന്നു. എല്ലാ പത്രങ്ങളിൽനിന്നും മാസികകളിൽനിന്നുമായി എഴുപതിലധികം റിപ്പോർട്ടർമാർ ആ വലിയ മുറിയിൽ കൂടി നിന്നിരുന്നു, അനേകം ഫോട്ടോഗ്രാഫർമാർ ശാന്തരായി, ക്യാമറകൾ തയ്യാറാക്കി നിന്നിരുന്നു.

ജപ്പാനിൽ സാധാരണയായി തിരഞ്ഞെടുത്ത ആളുകളുടെ പ്രസംഗത്തോടു കൂടിയാണ് പത്രസമ്മേളനങ്ങൾ ആരംഭിക്കുക. ഞങ്ങളുടെ കാര്യത്തിൽ, ആമുഖമായി കുറച്ചു കാര്യങ്ങൾ പറയേണ്ടത് ഞാനാണെന്ന് തീരുമാനിച്ചിരുന്നു. ജപ്പാനിൽ വീണ്ടും വരാൻ കഴിഞ്ഞതിൽ സന്തോഷമുണ്ടെന്നും കഴിഞ്ഞ തവണ വന്നപ്പോൾ കാണിച്ച ദയാവായ്പിന് നന്ദിയുണ്ടെന്നും ജപ്പാനെക്കുറിച്ചുള്ള കഥയായ 'കൂറ്റൻ തിരമാല'യുടെ പുരോഗതിയെക്കുറിച്ചുള്ള കാര്യങ്ങൾ അറിയിക്കാമെന്നും ലളിതമായി പറഞ്ഞു. ചിത്രത്തിന്റെ നിർമ്മാണത്തിൽ ജപ്പാനിലെ ഒരു

കമ്പനികൂടി സഹനിർമാതാക്കളായി പങ്കെടുക്കുന്നതിൽ ഞങ്ങൾക്കുള്ള സന്തോഷവും അറിയിച്ചു. ആ കമ്പനിയുടെ തലവൻ തന്നെ അതിവിടെ പ്രഖ്യാപിക്കുമെന്നും പറഞ്ഞു.

ഇതിനിടയിൽ, ജപ്പാനിലെ സുന്ദരികളായ പെൺകുട്ടികൾ ഞങ്ങൾക്ക്ഗ്ലാസ്സുകളിൽ തണുത്തചായ പകർന്നുകൊണ്ടിരുന്നു, പടിഞ്ഞാറിന്റെ സംഭാവനയാണെങ്കിലും ഇതു വലിയൊരു പുതുമ തന്നെ. കാരണം എന്റെ ഓർമയിൽ, മുൻകാലങ്ങളിൽ ചൂടുച്ചായ മാത്രമെ ലഭിച്ചിരുന്നുള്ളൂ. തീർച്ചയായും ചൂടിന്റെ കുമർച്ചയിൽ തണുത്ത ചായ ഒരനുഗ്രഹം തന്നെ. പത്രക്കാർ ശ്രദ്ധാപൂർവ്വം സഹിഷ്ണുതയോടെ എല്ലാം കേട്ടുകൊണ്ടിരുന്നു. അവർക്കു ചായ നൽകിയിരുന്നില്ല. പ്രസംഗങ്ങൾക്കിടയിൽ ചോദ്യങ്ങൾ അനുവദനീയമായിരുന്നില്ല

ഏറ്റവും പ്രസക്തമായ പ്രസംഗം നടത്തുന്നത് എല്ലാവരും അറിയുന്ന ആദരണീയനായ ഫിലിം എക്സിക്യൂട്ടീവ് ആണ്. മധ്യവയസ്സിനോടടുക്കുന്ന, ശാന്തപ്രകൃതിയായ, ആത്മവിശ്വാസം നിറഞ്ഞ, സൗഹൃദം കാത്തു സൂക്ഷിക്കുന്ന ഒരാളാണദ്ദേഹം. എനിക്ക് ജപ്പാനീസ് ഭാഷ അറിയില്ല. പ്രസംഗം അൽപം നീണ്ടുപോയി. കുറച്ചുമാത്രം പറയുന്ന അദ്ദേഹം എന്താണിത്രയും സംസാരിച്ചതെന്നതിൽ ഞാൻ അത്ഭുതപ്പെട്ടു. ഞങ്ങളുടെ ദ്വിഭാഷി പിന്നീട് സ്വകാര്യമായി അതു പറഞ്ഞുതന്നു. എനിക്കെങ്ങനെ സന്തോഷിക്കാതിരിക്കാനാവും? അതു വളരെ ആകർഷകമായ ഒരു പ്രസംഗമായിരുന്നു. 'കൂറ്റൻ തിരമാല'യെന്ന ചിത്രം നിർമിക്കുന്നതിൽ അദ്ദേഹത്തിന്റെ കമ്പനിക്ക് അതിയായ അഭിമാനമുണ്ട്. കുറച്ചുവർഷം മുമ്പ് ഈ കഥ സ്വന്തമായി ഒരു സിനിമയാക്കണമെന്ന് അദ്ദേഹം ആഗ്രഹിച്ചിരുന്നു പോലും. ജപ്പാൻ ചരിത്രത്തിലാദ്യമായി അവളുടെ സർവപ്രതാപങ്ങളും അസ്തമിച്ച് ലോകത്തിന് മുന്നിൽ തലകുനിച്ചുനിന്ന അവസ്ഥയിൽ അദ്ദേഹം വലിയ മാനസിക സംഘർഷങ്ങൾക്ക് അടിപ്പെട്ടുപോയിരുന്നു. വിഷാദരോഗിയായി മാറിപ്പോയ അക്കാലത്തെ സ്വന്തം കഴിവുകളെ എങ്ങിനെ തിരിച്ചുപിടിക്കണമെന്നറിയാതെ അദ്ദേഹം ഉഴന്നു. ആയിടക്ക് ഒരു ദിവസം ഈ ചെറുപുസ്തകം കാണുകയും അതു വായിക്കുകയും ചെയ്തു. ഇതിന്റെ രചയിതാവ്, പ്രത്യാശയുടെ ഒരു സന്ദേശം ഈ പുസ്തകത്തിലൂടെ ജപ്പാൻ ജനതയോട് പങ്കുവെയ്ക്കുന്നുണ്ട് എന്നദ്ദേഹത്തിന് തോന്നി. നൂറ്റാണ്ടുകളായി ജപ്പാൻജനത സ്ഥിരമായി, വേലിയേറ്റങ്ങൾ കൊണ്ടും ഭൂമികുലുക്കങ്ങളാലും പ്രകൃതിയിലെ ആകസ്മിക വിപത്തുക്കളെകൊണ്ടും സർവനാശത്തിനടിപ്പെടുമ്പോഴും പുതിയ

ധൈര്യവും ശക്തിയും സംഭരിച്ച് അതിജീവിച്ചിട്ടുണ്ട്. ഇനിയും അത്തരം സാധ്യതകൾ നിലനിൽക്കുമ്പോഴും എതു പരാജയത്തെയും അവർ അതിജീവിക്കും. ഇപ്പോൾ, ഒരസാധാരണമായ യാദൃച്ഛികതയിൽ, അദ്ദേഹത്തിന്റെ കമ്പനിയുടെ പേരിൽ, ഈ കഥയുടെ ചലച്ചിത്രഭാഷ്യം തീർക്കുന്നതിൽ പങ്കാളിയാകുവാൻ ഒരവസരം ലഭിച്ചിരിക്കുന്നു. അമേരിക്കൻവ്യക്തികളുമായി സഹകരിച്ച് 'കുറ്റൻ തിരമാല'യുടെ സഹനിർമാതാക്കളാകുവാൻ തീരുമാനിച്ച വിവരം അദ്ദേഹം അറിയിച്ചു.

ജീവിതത്തോട് നന്ദി പറഞ്ഞുകൊണ്ട് ഞാനെല്ലാം ശ്രദ്ധിച്ചുകേട്ടു. ജീവിതത്തിന്റെ ഏകാന്തതയിലും സംശയങ്ങൾക്കിടയിലുമിരുന്ന് എഴുതപ്പെട്ട ഒരു പുസ്തകം. എഴുത്തുകാരിപോലും എഴുതിക്കൊണ്ടിരിക്കുമ്പോൾ മനസ്സിലാക്കിയിട്ടില്ലാത്ത, ആഴമേറിയ അർത്ഥം കൊണ്ട് ഒരാളുടെ ഹൃദയത്തെ തൊട്ടിരിക്കുന്നു. ഒരു രചയിതാവിന് ഇതിൽപരം വലിയ ഒരു സമ്മാനമെന്തുണ്ട് ലഭിക്കാൻ? അതെ, ഇതു തികച്ചും ആവശ്യത്തിലധികവും അപ്രതീക്ഷിതവുമായ പ്രതിഫലവും തന്നെ. പ്രസംഗത്തിനുശേഷം ഒരുപാടു ചോദ്യങ്ങളുണ്ടായിരുന്നു. നിർമാണം, ലൊക്കേഷൻ, നടീനടന്മാർ ആരൊക്കെ എന്നിവയെക്കുറിച്ചുള്ളവയായിരുന്നു എല്ലാം. ധാരാളം ആളുകളെ വിളിക്കുവാനും കാണുവാനുമൊക്കെയുള്ളതു കൊണ്ട് നടീനടന്മാരെ പ്രഖ്യാപിക്കുവാൻ ഞങ്ങളൊരുക്കമായിരുന്നില്ല. ആഴ്ചകളായി ചില താരങ്ങളുമായി കൂടിയാലോചനകൾ നോക്കുന്നുണ്ടെങ്കിലും ഒരാളുടേതു മാത്രമെ തീരുമാനമായുള്ളൂ. ഏറ്റവും നല്ല അഭിനേതാക്കളെ ലഭിക്കുന്നതിന് ആകാവുന്നത്ര നല്ലപരിശ്രമം നടത്തുവാൻ ഞങ്ങൾ ദൃഢനിശ്ചയം ചെയ്തിരുന്നു. പൊടുന്നനെ, ഞങ്ങൾ പിരിഞ്ഞു പോവാൻ നേരത്ത്, ഒരു താരവുമായുള്ള കൂടിയാലോചന വിജയിച്ചു എന്നവിവരം ലഭിച്ചു. ജപ്പാനിലെ പ്രമുഖ നടനായ സെബ്യുഹയക്കാവ, കൂറ്റൻ തിരമാലയിലെ മാന്യനായ വയസ്സന്റെ വേഷം ചെയ്യുമെന്ന് പ്രഖ്യാപിക്കാൻ ഞങ്ങൾക്കായി.

ഇതോടുകൂടി പത്രക്കാരെല്ലാം പിരിഞ്ഞുപോയി. ജപ്പാനീസ് ഭാഷ അറിയാത്ത വനിതാ ഇംഗ്ലീഷ് റിപ്പോർട്ടർക്കായി കുറച്ച് നിമിഷങ്ങൾ ഞാൻ ചെലവഴിച്ചു. ചില പ്രത്യേക അപേക്ഷകളുമായി ഒന്നുരണ്ടു പേർ കൂടിയുണ്ടായിരുന്നു.

എല്ലാവരും പോയപ്പോൾ ഞാൻ തനിച്ചായി. ഇതുതന്നെയാണ് അദ്ദേഹം താൻ മാത്രമായി ചുരുങ്ങിപ്പോയപ്പോൾ മുതൽക്ക് എന്റെ ജീവിതത്തിലുണ്ടായ മാറ്റമില്ലാത്ത ശൈലി. ഒരു കൂട്ടം ആളുകൾ, പിന്നെ ഒരാളും ഇല്ലാതെ. ഇപ്പോൾ അദ്ദേഹമുണ്ടായിരുന്നെങ്കിൽ,

പ്രത്യേകിച്ചും ഈ പത്രസമ്മേളനം ഒരുപാടിഷ്ടപ്പെട്ടേനെ. എനിക്കു വേണ്ടി, ഒരുപാട് പത്രസമ്മേളനങ്ങളിൽ അദ്ദേഹം അധ്യക്ഷനായിരുന്നിട്ടുണ്ട്. ലോകത്തിന്റെ പലഭാഗങ്ങളിലും. പ്രത്യേകിച്ച്, ഞാനാദ്യമായി ചൈനയിൽനിന്നു വന്നപ്പോൾ തീരുമാനങ്ങളെടുക്കാൻ തികച്ചും പേടിയും ലജ്ജയുംകൊണ്ട് ഞാൻ യാതൊരു കാരണവശാലും എന്റെ ജീവിതത്തെ മാറ്റാൻ പോകുന്നില്ല എന്ന് സ്വകാര്യമായി മനസ്സിൽ പറഞ്ഞുകൊണ്ടിരുന്ന കാലം. പക്ഷെ മോൺട്രിയാളിൽ വച്ച് അദ്ദേഹത്തെ കണ്ട മാത്രയിൽ എല്ലാം മാറിപ്പോയി. ഞാൻ കപ്പലിലും തീവണ്ടിയിലുമായാണ് ഷാംഗ്ഹായിൽ നിന്നും വന്നത്. എനിക്കദ്ദേഹത്തെ, അദ്ദേഹത്തിന്റെ എഴുത്തുകളിലൂടെ കുറച്ചൊക്കെ അറിയാമായിരുന്നു - എല്ലാം തുറന്നുപറയുന്ന, ഞാൻ വായിച്ചവയിൽവച്ച് ഏറ്റവും മനോഹരമായ എഴുത്തുകൾ. ഞാനദ്ദേഹത്തെ ആദ്യമായി കണ്ടു. സ്വർണ്ണത്തവിട്ടുനിറവും തിളങ്ങുന്ന നീലക്കണ്ണുകളും. എന്റെ സ്വതസിദ്ധമായ ലജ്ജ കൊണ്ട് ഞാൻ മിണ്ടാതെ നിന്നു. അദ്ദേഹം പക്ഷെ എല്ലായ്പ്പോഴും എവിടെയായാലും ആരോടുമെന്നപോലെ തികച്ചും തുറന്നമനസ്സായിരുന്നു. എന്റെ സന്തോഷത്തിന്റെ പ്രതീകം പോലെ. പിറ്റേന്നു ഞാൻ ന്യൂയോർക്കിലെ പത്രസമ്മേളനത്തെ അഭിമുഖീകരിച്ചു. അദ്ദേഹത്തെ ഒരു പത്രപ്രവർത്തകനായി തുടങ്ങിയ ആൾ എന്ന നിലയിൽ, എല്ലാ റിപ്പോർട്ടർമാർക്കും അറിയാമായിരുന്നു, തിരിച്ചദ്ദേഹത്തിന് അവരെയും. അവർക്കെല്ലാം അദ്ദേഹത്തെ ഇഷ്ടമായിരുന്നു. അദ്ദേഹം എല്ലാ കാര്യങ്ങളും സ്വാഭാവികമായൊരുക്കി. ഞാൻ എല്ലാ ചോദ്യങ്ങൾക്കും തുറന്ന് ഉത്തരങ്ങൾ നല്കി. പിന്നീട് ഞങ്ങൾ മാത്രമായപ്പോൾ അദ്ദേഹം എന്നോട് നേരംപോക്കായി പറഞ്ഞു, 'ചൈനക്കാർക്ക് ഓരോ വയസ്സും കൂടുന്നത്, ബഹുമാനം കൂട്ടും എന്നത് കൊണ്ട് എന്റെ വയസ്സ് ചോദിച്ചപ്പോൾ, യഥാർത്ഥ വയസ്സ് പറയേണ്ടിയിരുന്നില്ലെന്ന്.'

അദ്ദേഹത്തിന്റെ സ്വാഭാവികമായ ലാളിത്യം. അദ്ദേഹത്തെ വൈവിധ്യമാർന്ന പല സംഘടനകളുടേയും തലപ്പത്തെത്തിച്ചു. അത്തരം സംഘടനകളുടെ യോഗങ്ങളിൽ സ്ഥിരമായി ഞാൻ ഇരുന്നിരുന്നെങ്കിലും ചിലതിലൊക്കെ അനായാസമായി എല്ലാ എതിർശബ്ദങ്ങളെയും സംസാരിക്കാനനുവദിക്കുന്നതും എല്ലാ വാദമുഖങ്ങളും കേൾക്കുന്നതും ചുരുങ്ങിയ വാക്കുകളിൽ ശാന്തമായി അഭിപ്രായ ഐക്യത്തിലെത്തുന്നതും സ്പഷ്ടമായ തീരുമാനത്തിലെത്തുന്നതും കണ്ടിട്ടുണ്ട്. അലങ്കോലമായിക്കിടക്കുന്ന ഒരവസ്ഥയിൽ വ്യവസ്ഥ സൃഷ്ടിക്കുകയെന്നതു അദ്ദേഹത്തിനു ലഭിച്ച അസുലഭ സിദ്ധികളിലൊന്നാണ്, ഒരു പത്രാധിപനുള്ള സിദ്ധി.

മനുഷ്യനെ മനസ്സിലാക്കുക എന്ന സിദ്ധികൂടിയുള്ളതിനാൽ അനാവശ്യമായവയിൽനിന്ന് ആവശ്യമുള്ളതുമാത്രം തിരഞ്ഞെടുക്കാനും വിയോജിക്കുന്നവരിൽനിന്ന് യോജിപ്പിന്റെ സാധ്യതകൾ കണ്ടെത്തുവാനും അദ്ദേഹത്തിന് സാധിച്ചിരുന്നു.

*** *** ***

എന്റെ ഉയരം കുറഞ്ഞ കാര്യദർശി അരികിൽതന്നെ ഉണ്ടായിരുന്നു.

'താങ്കൾ ഓഫീസിലേക്കു പേകുന്നതിനു മുമ്പെ, നമുക്ക് പഴയ മെയ്ജി ദേവാലയം കാണുവാനുള്ള സമയമുണ്ട്. ബോംബ് വർഷത്തിന് ശേഷം ടോക്യോ പുതിയതായിട്ടുണ്ടെങ്കിലും ദേവാലയം പഴയത് തന്നെ. താങ്കൾക്കതിഷ്ടപ്പെടും.'

അവർ ഒരുവാഹനം വരുത്തി ഞങ്ങളതിൽ നഗരത്തിലൂടെ തിരക്കിട്ടു പാഞ്ഞു. നഗരം വല്ലാതെ മാറിയിരിക്കുന്നു. പുതുമയും തിരക്കും. പക്ഷെ പഴയ ഭംഗിയില്ല. കൊട്ടാരം മാറ്റമൊന്നുമില്ലാതെ നിലനിർത്തിയിട്ടുണ്ട്. കൽഭിത്തികൾക്ക് പിറകിൽ അതിന്റെ മേൽക്കൂരകൾ പഴക്കം കാരണം വളഞ്ഞ് നിൽക്കുന്നതുകണ്ടു. ഞങ്ങൾ മെയ്ജി ദേവാലയത്തിനുള്ളിൽ പ്രവേശിച്ചു. ഒപ്പം പ്രാചീനമായ സമാധാനത്തിലേക്കും. ഞങ്ങൾ പാതകളിലൂടെ നടന്നു. സുമിക്കോ നിശബ്ദയായി എന്റെ വശം ചേർന്നും. ഞങ്ങൾ വിശ്രമിക്കാൻ തടാകക്കരയിലെത്തി. എന്റെ ജപ്പാനീസ് പരിചാരകയോടൊപ്പം കുട്ടിയായപ്പോൾ ഞാൻ നിന്നതുപോലെ. തടാകം അന്നത്തേതുപോലെതന്നെ. കൊഴുത്തുമുഴുത്ത ഒരുവരാൽ മത്സ്യം, ആമ്പൽപൂക്കൾക്കിടയിലൂടെ അലസമായി നീങ്ങുന്നുണ്ടായിരുന്നു. ഞാൻ സുമിക്കോയോട് പറഞ്ഞപ്പോൾ അവൾ പറഞ്ഞു. 'താങ്കൾ കണ്ടിരുന്നതല്ല അത്. യുദ്ധകാലത്ത് വിശപ്പടക്കാൻ രാത്രികാലങ്ങളിൽ ആളുകൾ വന്നു വരാലുകളെ പിടിച്ച് തിന്നുമായിരുന്നു.' ഞാനപ്പോഴും അവയിൽ പലതും പഴയവ തന്നെയെന്ന് വിശ്വസിച്ചു. അല്ലെങ്കിൽ എങ്ങനെ ചിലത് ഇത്ര വലുപ്പം വയ്ക്കും?

'ഒരു പക്ഷെ ആയിരിക്കും' അവൾ സൗമ്യമായി പറഞ്ഞു. 'എന്തായാലും നമുക്ക് ഓഫീസിലേക്കു പോകാറായി. കാത്തിരിക്കുന്നുണ്ടാവും'. ഞങ്ങൾ കവാടത്തിനരികിലെത്തി. ചീറിപ്പായുന്ന ഒരു ടാക്സിയിൽ ജപ്പാനീസ് ചലച്ചിത്രനിർമ്മാണകമ്പനിയുടെ ഓഫീസുകൾ നിൽക്കുന്നിടത്തേക്ക് ചുറ്റിത്തിരിഞ്ഞെത്തി.

ഇവിടെ ഞാൻ ഒരു ഇടവേളക്കായി അല്പം നിൽക്കട്ടെ. പുതിയ ജപ്പാനിലെ ഏറ്റവും ആശ്ചാര്യപ്പെടുത്തുന്ന കാഴ്ച ജപ്പാനീസ് വനിത

തന്നെയാണ്. ഒരു ഇംഗ്ലീഷുകാരന്റെ ഭാര്യയായിരുന്നു എന്റെ ആദ്യകാലത്തെ ജപ്പാനീസ് സുഹൃത്ത്. ചൈനയിൽ എന്റെ ബാല്യകാല വസതിയുടെ അടുത്തുള്ള, മലയടിവാരത്തിലുള്ള ഒരു വലിയ വീടായിരുന്നു അവരുടേത്. ജപ്പാനിൽനിന്നു പുറത്തേക്ക് പോകുമ്പോഴും ജപ്പാനിലേക്ക് തിരിച്ച് വരുമ്പോഴും ധാരാളം ജപ്പാനീസ് വനിതകളെ കണ്ടിട്ടുണ്ട്. പക്ഷെ ഇംഗ്ലീഷുകാരന്റെ വീട്ടിലെ വനിതയെപ്പോലെ, അവരാരും എന്റെ മനസ്സിൽ പതിഞ്ഞിട്ടില്ല. ഇതെന്തു കൊണ്ടാണെന്നു വച്ചാൽ, യൂണിഫോംധരിച്ച നാലുപേർ ചുമക്കുന്ന ഒരു പല്ലക്കിലിരുന്ന് ആ സ്ത്രീ ഇതുവഴി കടന്നുപോകുന്നതിനാൽ മാത്രമാണ്. അവർ എല്ലായ്പ്പോഴും കിമോണയാണ് ധരിച്ചിരുന്നത്. അവരുടെ മുടി ചീകിയൊതുക്കി പുരാതനജപ്പാനിലെ സ്ത്രീകൾ ചെയ്യുന്നതുപോലെ തിളക്കമാർന്ന് ഉയരത്തിൽ കെട്ടിവച്ചിട്ടുണ്ടാകും. അവരുടെ മുഖത്ത് വെളുത്തപൗഡർ പൂശുകയും, വെള്ളാരങ്കല്ലുപോലുള്ള കണ്ണുകൾ മുന്നോട്ടുതന്നെ ഉറ്റുനോക്കിക്കൊണ്ടിരിക്കുകയും ചെയ്യും. ഞാനപ്പോൾ നിരത്തിലെ പൊടിയിൽ അവരെ നോക്കിനില്പാവും. വേനൽക്കാലത്ത് അവർ ചെറിയ ഒരു ശീലക്കുട പിടിച്ചിരിക്കും. പട്ടുകൊണ്ടുള്ള തുണിയിൽ ചെറിപ്പൂക്കൾ തുന്നിപ്പിടിപ്പിച്ചിരുന്നു. ശൈത്യകാലത്ത് കിമോണയ്ക്ക് മുകളിൽ ചിത്രപ്പണികളോട് കൂടിയ ഒരു കോട്ടിടുമായിരുന്നു. ഞങ്ങൾ നോട്ടങ്ങൾ കൈമാറുമായിരുന്നു. എന്നോട് പുഞ്ചിരിക്കുന്നതുവരെ അവരുടേത് വിഷാദംകലർന്നതും കൗതുകം തോന്നാത്തതുമായിരുന്നു. എന്റെ നോട്ടങ്ങൾ അത്ഭുതത്താൽ വിടർന്നതും അവർ അതിസുന്ദരിയായതിനാൽ ആശ്ചര്യം കലർന്നതുമായിരുന്നു. സുന്ദരിയായ ഒരു സ്ത്രീ, സുമുഖനായ ഒരു പുരുഷൻ, ഓമനത്തമുള്ള ഒരു കുട്ടി, ഇവരെല്ലാം സന്തോഷത്തിന്റെ ഉറവിടങ്ങളാണ്. മറ്റൊന്നിനുമല്ലെങ്കിലും വെറുതെ നമ്മുടെ കണ്ണുകൾക്ക്. ഇതുകൊണ്ടാണ് ഞാനവരെ ഓർമിക്കുന്നത്. ആ പുഞ്ചിരി കാരണം ഏതോ വിധത്തിൽ എന്റെ സുഹൃത്തായും.

പിന്നീടുള്ള കാലത്ത്, കൂടുതൽ അടുപ്പമുള്ള ഒരു സുഹൃത്തായി വല്ലപ്പോഴും കണ്ടുമുട്ടുന്ന ഒരു ജപ്പാനീസ് സ്ത്രീ പിന്നീട് ഉണ്ടായിരുന്നു. അവർ ആരായാലും എപ്പോഴും ഒറ്റപ്പെട്ട് ദുഃഖിതയായും, ജോലിയുടെ അമിതഭാരം പേറുന്നതായും തോന്നിപ്പിച്ചിരുന്നു. അവർ ഒരു കർഷകന്റെ ഭാര്യയായിരുന്നാലും ഒരു വലിയ പണക്കാരന്റെയോ ഉന്നതപദവിയിലുള്ളയാളുടെ പത്നിയായിരുന്നാലും ഇതു സത്യമായിരുന്നു. എന്തുതന്നെയായാലും ഒരു സ്ത്രീയുടെ ഉള്ളിനകത്തുള്ള സ്ത്രീയെ കാണാൻ. എല്ലാവർക്കും എപ്പോഴും ഒരു കടമ്പകടക്കാനു

ണ്ടാവും. ഒരുപക്ഷെ, അത് ജീവിതത്തോടുള്ള നൈരാശ്യമാകാം. അതുമല്ലെങ്കിൽ വ്യക്തിപരമായ ഒരു ദുഃഖമാകാം. ഒരുപക്ഷെ അവളുടെ അടുത്തെത്താനേ ആയില്ലെന്നു വരാം. അവളുടെ ശബ്ദം മൃദുലവും കുലീനവും അവളുടെ പെരുമാറ്റം വിനീതവും, പരവികാരത്തെ മാനിക്കുന്നതും ആയിരിക്കും. ഒരുപക്ഷെ നേരിട്ട് സംവദിച്ചില്ലെങ്കിൽ അവൾ മൗനത്തിന്റെ വസ്ത്രമണിഞ്ഞുകൊണ്ട് പശ്ചാത്തലത്തിൽ മാഞ്ഞു നില്ക്കും.

ഇപ്പറഞ്ഞതൊന്നും ഇപ്പോൾ സത്യമല്ല. പഴയകാല സ്ത്രീകൾ, എനിക്കങ്ങനെ തോന്നുന്നു, ജപ്പാനിൽനിന്നു അപ്രത്യക്ഷരായിരിക്കുന്നു. പുരുഷന്മാരുടെ രൂപത്തിലും പെരുമാറ്റത്തിലും വളരെ ചെറിയ വ്യത്യാസങ്ങളെ വന്നിട്ടുള്ളൂ. പക്ഷെ സ്ത്രീകൾ? ജപ്പാനീസ് സ്ത്രീകൾക്കിടയിൽ കണ്ട അസാധാരണമായ മാറ്റം എനിക്ക് ഒറ്റയടിക്കോ ഒരുദിവസം കൊണ്ടോ വിവരിക്കാനാവില്ല. ഞാൻ ഈ വിഷയത്തെ വളരെ സാവകാശം സമീപിക്കട്ടെ. ഞങ്ങളുടെ പടം എടുക്കുന്നതിനിടയിൽ എനിക്ക് പരിചയപ്പെടാൻ കഴിഞ്ഞ ചില സ്ത്രീകളിലൂടെ. ആ വലിയ ജപ്പാനീസ് ചലച്ചിത്ര നിർമ്മാണകമ്പനിയുടെ ഓഫീസിൽ കാലെടുത്തുവച്ചയുടനെ കണ്ട കാര്യങ്ങൾ എന്നെ സ്തബ്ധയാക്കി. മുൻകാലങ്ങളിൽ കാര്യദർശിയുടേയോ അസിസ്റ്റന്റിയോ പദവിയിലുള്ള ഒരു ചെറുപ്പക്കാരനായിരുന്നു എന്നെ സ്വീകരിച്ചിരുന്നത്. ഓഫീസിൽ മുഴുവൻ ചെറുപ്പക്കാരായ യുവാക്കളായിരുന്നു ജോലിക്കാരായിരുന്നത്. ഇന്നിപ്പോൾ അതെല്ലാം യുവതികളായിരിക്കുന്നു. എല്ലാവരും മോടിയിൽ പടിഞ്ഞാറൻ വസ്ത്രങ്ങൾ ധരിച്ചിരിക്കുന്നു. അവരിൽ പലരും നന്നായി ഇംഗ്ലീഷ് സംസാരിക്കുന്നുമുണ്ട്. നല്ലകഴിവും, ഭംഗിയുമുള്ള ആളുകൾ എന്ന അഭിപ്രായം എനിക്കുണ്ടായി. ഞങ്ങൾ കടന്നയുടനെ വളരെ സുന്ദരിയായ അവരിലൊരാൾ ഞങ്ങൾക്കരികിലേക്ക് വന്നു. അവളുടെ മുടിവെട്ടി, ചുരുളനാക്കിയിട്ടുണ്ട്. ഞാൻ ഇവിടെ ഇപ്പോൾ പറയട്ടെ, വീണ്ടും വീണ്ടും പറയട്ടെ, ഒരു പക്ഷെ ഈ സ്ഥായിയായ മാറ്റങ്ങളെ ഞാൻ അപലപിക്കുന്നുവെന്ന്. മിനുത്തു നീണ്ട കറുത്തമുടി, ഒരു കാലത്ത് ജപ്പാനീസ് സ്ത്രീകളുടെ ആഡംബരമായിരുന്നു. ഇന്നിപ്പോൾ അത് മുറിച്ച്, പീഢിപ്പിക്കപ്പെട്ട് ചുരുട്ടി. ഒരു വെപ്പുമുടി പോലെയാക്കിയിരിക്കുന്നു. പരിഷ്കാരത്തിനുവേണ്ടി, പ്രത്യേകിച്ചും സിനിമാനടികൾ, അവരുടെ കറുത്ത മുടിയിൽ ഒരു തരം മങ്ങിയ തവിട്ടു ചായം തേച്ചിരിക്കുന്നത് ഞാൻ കണ്ടു. പ്രകൃത്യാ കറുത്തു തിളക്കമാർന്ന ഭംഗിയെല്ലാം, ചെളിനിറംകൊണ്ട് മങ്ങിപ്പോയതായിക്കാണാം. മങ്ങിയ തവിട്ടുനിറം, കറുത്ത കണ്ണുകളെപ്പോലും ഫലശൂന്യമാക്കുന്നു. ജപ്പാനീസ് സ്ത്രീകൾ ഏറ്റവും പുതിയ തരം കണ്ണു

മെയ്ക്കപ്പുകളും മുഖപൗഡറുകളും ദ്രവരൂപത്തിലും ഉണക്കിയും മിശ്രിതരൂപത്തിലുമെല്ലാം ഉപയോഗിക്കുന്നു.

ഈ പരിഷ്കൃതരൂപങ്ങൾ, പരിഷ്കൃത സ്വഭാവങ്ങളുമായി താരതമ്യം ചെയ്യുമ്പോൾ ഒന്നുമല്ല, വിനയപൂർവ്വം തലകുനിച്ചുള്ള നോട്ടങ്ങൾ, സൂക്ഷ്മമായ കരുതലുകൾ, പുരുഷന്മാരോട് നേരിട്ട് അടുക്കാതിരിക്കാൽ, എല്ലാം പോയ്മറഞ്ഞിരിക്കുന്നു. പകരം ശക്തമായ നോട്ടങ്ങൾ, തുറന്ന സംസാരം, എളുപ്പം വശഗതനാവുന്ന ഏതു പുരുഷനോടും ഒളിക്കാത്ത ലൈംഗീകബന്ധങ്ങൾ, അമേരിക്കനോടാണെങ്കിൽ ഏറെപ്രാമുഖ്യം നൽകൽ ഇവയെല്ലാം ജീവിതത്തിന്റെ ഭാഗമായിരിക്കുന്നു.

ഞാൻ കഥയ്ക്കു മുമ്പേ പായുകയാണെന്നു തോന്നുന്നു. ജപ്പാനീസ് ചലച്ചിത്രകമ്പനിയുടെ ഓഫിസിൽ എത്തിയ ഉടൻ എനിക്ക് മനസ്സിലായതല്ല ഇതെല്ലാം. ഞാൻ കണ്ടത് മനസ്സാന്നിദ്ധ്യമുള്ള, കാര്യപ്രാപ്തിയുള്ള, പ്രസന്നമായ പ്രകൃതത്തോടെയുള്ള, പ്രകടമായ, അജയ്യമായ, ചെറുപ്പക്കാരികളായ ഒരുസംഘം സുന്ദരികളെയായിരുന്നു. അതിലൊരാൾ, ഞങ്ങളെ അകത്തെ ഓഫീസിലേക്ക് നയിച്ചു. എന്റെ മാന്യയായ സുഹൃത്തിനെ അവിടെ കണ്ടത് സമാശ്വാസമായി എന്ന് എടുത്ത് പറയട്ടെ. ആധുനികമായ ഒരു മേശയ്ക്കു പിറകിൽ അവർ വെള്ളകലർന്ന ചാരനിറമുള്ള കിമോണയും ഇളം ചുവപ്പുനിറമുള്ള ഓബിയും ധരിച്ചായിരുന്നു ഇരുന്നിരുന്നത്. അവർ ഞങ്ങളെ കണ്ടപ്പോൾ എഴുന്നേറ്റ്, പ്രസാദാത്മകമായി എല്ലാ നിലയിലും പഴയ രീതിയിൽ തലകുനിച്ചു. അവരുടേത് നല്ല ഇംഗ്ലീഷ് ആണെന്ന് എനിക്കറിയാം. ജോലിയുടെ ഭാഗമായി, ജപ്പാനീസ് ചിത്രങ്ങൾക്കു വേണ്ടി യൂറോപ്പിലേക്കു സഞ്ചരിക്കുന്നതിനാൽ ഫ്രഞ്ചും ജർമ്മനും ഇറ്റാലിയൻ ഭാഷയും അവർക്ക് സംസാരിക്കാനറിയാം. അവരുടെ വസ്ത്രമൊഴികെ, മറ്റൊന്നും പഴയശൈലിയിലുള്ളതല്ലായിരുന്നു. അവരുടെ ഭർത്താവിനും രണ്ടു പുരുഷസുഹൃത്തുക്കൾക്കുമൊപ്പം വ്യാപാരത്തിൽ പൂർണ്ണ പങ്കാളിത്തം അവർക്കുണ്ടായിരുന്നു. അവരെല്ലാം അവളുടെ കഴിവിലും, വിവേകത്തിലും തീരുമാനങ്ങളിലുമെല്ലാം എല്ലായ്പോഴും യോജിപ്പുള്ളവരായിരുന്നു. എന്നാൽ അവരുടെ പ്രൊഡക്ഷൻ മാനേജർ, 'വല്ലാതെ കൂടിപ്പോകുന്നു' എന്ന് ശുദ്ധമായി പിറുപിറുക്കുന്നതും ഞാൻ കേട്ടിട്ടുണ്ട്. അയാൾ അമ്പതു വയസ്സു കഴിഞ്ഞ ഒരവിവാഹിതനായതിനാൽ അയാളുടെ ദൂഷ്യംപറച്ചിൽ ഞാൻ കാര്യമാക്കിയില്ല.

ഓഫീസ് അതീവ ചാരുതയാർന്നതും എല്ലാം ഉപകരണങ്ങളും നവീനവുമായിരുന്നു. ചുമരിൽ ഒരു പഴയ മനോഹര വർണ്ണചിത്രവും ചില

വിശിഷ്ടമായ കയ്യക്ഷരങ്ങളും ഉണ്ടായിരുന്നു. എന്റെ സുഹൃത്ത്, ഞങ്ങളെ ഇരിക്കുവാൻ ക്ഷണിച്ചു. രണ്ടുമൂന്ന് സുന്ദരികളായ യുവതികൾ ജപ്പാനീസ് കോപ്പകളിൽ ഇലച്ചായ കൊണ്ടുവന്നു. ഞങ്ങൾ ചായ കുടിച്ചുകൊണ്ട് അൽപം സംസാരിച്ചു. കാമാക്യൂറയിലുള്ള അവരുടെ നാടൻവീട്ടിൽ വാരാന്ത്യം ചെലവഴിക്കുവാൻ എന്നെ അവർ ക്ഷണിച്ചു. ഞാനതു സമ്മതിച്ചുവെങ്കിലും അതിനെക്കുറിച്ച് കൂടുതൽ പിന്നെപറയാം. ഞങ്ങൾ ഓഫീസിൽ അധികം തങ്ങിയില്ല. ആദ്യസന്ദർഭത്തിൽ, ഒരു പാടുനേരം തങ്ങുന്നത് ജപ്പാനിൽ ഒരു നല്ല രീതിയായിരുന്നില്ല. പതിനഞ്ച് മിനുട്ടിനകം ചെറുപ്പക്കാരിയായ സുന്ദരി ഞങ്ങളെ കമ്പനി തലവന്റെ ഓഫീസിലേക്കാനയിച്ചു. അയാൾ ഉയരം കൂടിയ സന്ദരനായ ഒരുമദ്ധ്യവയസ്കനായിരുന്നു.

ഒരു വലിയ മേശയ്ക്ക് പിറകിൽ ഇരുന്നിരുന്ന അദ്ദേഹം ഞങ്ങള കത്തു കടന്നപ്പോൾ എഴുന്നേറ്റ്, തലകുനിച്ച് മേശയ്ക്കു ചുറ്റുമായി ഇരിക്കുവാൻ ഞങ്ങളെ ക്ഷണിച്ചു. അയാൾ കൂടുതലായി ഇംഗ്ലീഷ് സംസാരിക്കുമായിരുന്നില്ല. അയാളുടെ സുന്ദരിയായ കാര്യദർശി അയാൾക്കും ഞങ്ങൾക്കുംവേണ്ടി പരിഭാഷ ചെയ്തു. അദ്ദേഹത്തിന്റെ സുഭഗമായ മുഖത്തു നിന്നുതന്നെ അദ്ദേഹം വിവേകമതിയും എല്ലാ കാര്യങ്ങളുമറിയുന്ന, വിശ്വസിക്കാൻ കൊള്ളാവുന്ന, ആത്മവിശ്വാസമുള്ള, മര്യാദയുള്ള ഒരു വ്യക്തിയാണെന്ന് പ്രകടമായിരുന്നു. ജപ്പാനിലെ ഒട്ടുമിക്ക ഓഫീസുകൾ, അല്ലെങ്കിൽ വ്യാപാരമുറികൾ പോലെ ആ മുറിയും ഏറ്റവും ആകർഷകമായരീതിയിൽ അലങ്കരിക്കപ്പെട്ട്, ആധുനിക ഇരിപ്പിടങ്ങൾ നിറഞ്ഞ്, ശാന്തവുമായിരുന്നു. ഞങ്ങൾ മേശക്കരികിൽ സൗകര്യപ്രദമായ തുകൽ കസേരകളിൽ ഇരുന്നു. അപ്പോഴേക്കും ഒന്നോ രണ്ടോ സുന്ദരികൾ പുതിയ ചായ കൊണ്ടുതന്നു. പുരുഷന്മാർ, സുന്ദരിയായ പരിഭാഷകയുടെ സഹായത്തോടെ സംസാരിച്ചു കൊണ്ടിരുന്നപ്പോൾ ഞാൻ മുറിയാകെ പരിശോധിച്ചു. മുറിയുടെ അറ്റത്ത് ഞങ്ങളിരുന്നതിനടുത്തുള്ള ചുമരിൽ, അത്യാകർഷകമായ മൂന്ന് എണ്ണഛായാചിത്രങ്ങൾ തൂങ്ങുന്നുണ്ടായിരുന്നു. അവ കമ്പനി സ്ഥാപകന്മാരുടെതായിരുന്നു. ഈ ചിത്രങ്ങൾ മാത്രമെ മുറിയിലുണ്ടായിരുന്നുള്ളുവെങ്കിലും നേരെ എതിർവശത്തുള്ള ചുമരിൽ ഒരു സുന്ദരി കുളിച്ചുകൊണ്ടിരിക്കുന്ന നിറമേറിയ ഒരു വലിയ കലണ്ടർ, മരിച്ചുപോയവരാണെങ്കിലും, മാന്യന്മാരായ ആ മൂന്നുപേരുടേയും കണ്ണുകൾ ഉറ്റുനോക്കുന്നുണ്ടെന്ന തരത്തിൽ തൂക്കിയിട്ടിരുന്നു. അവിടെയുണ്ടായിരുന്ന സുന്ദരികളായ പെൺകുട്ടികളിലൊരുവൾക്ക് തമാശയ്ക്കായി

അവളുടെ കാമുകന്റെ പടം തൂക്കാമായിരുന്നില്ലേയെന്ന് ഉള്ളിൽ ചിരിച്ചു കൊണ്ട് ഞാൻ ഓർത്തു.

ഇതിന്നിടയ്ക്ക് സംഭാഷണം തടസ്സമേതുമില്ലാതെ നടക്കുന്നുണ്ടായിരുന്നു. ഞങ്ങളുടെ ആതിഥേയന് ഇംഗ്ലീഷ് നന്നായി മനസ്സിലാകുന്നുണ്ടെങ്കിലും പരിഭാഷകയായ പെൺകുട്ടി അക്കാര്യം തന്നെ അയാളെ ഭവ്യമായ ആദരവോടെ ധരിപ്പിക്കുന്നുണ്ടായിരുന്നു. അവളുടെ കാര്യബോധത്തിലും ശേഷിയിലും അദ്ദേഹം നല്ല വിശ്വാസമർപ്പിച്ചിരുന്നു. ഈ പുതിയ സ്ത്രീയെക്കുറിച്ച് ഈ ജപ്പാൻകാരൻ എന്താണ് ചിന്തിക്കുന്നുണ്ടാവുക? എങ്ങനെയായാലും അതൊരു ദിവസം കണ്ടുപിടിക്കണമെന്ന് ഞാൻ മനസ്സിലുറപ്പിച്ചു. അവളെക്കുറിച്ച് പറഞ്ഞാൽ, അവൾ വളരെയധികം ഉപകാരപ്പെടുന്നവളായും ഒരാകർഷണമായും അതിലുപരി സന്തോഷവതിയായും കാണപ്പെട്ടു. അവളുടെ പുരാതനമായ ശോകം മാഞ്ഞിരിക്കുന്നു. ദുരന്തം അവളെ പിരിഞ്ഞിരിക്കുന്നു. എന്നാൽ അതിന്റെ സ്ഥാനത്ത് സുഖകരം ആയതിനു പകരം അതിതീവ്രമായ, ആഹ്ലാദകരമായ എന്തോ ഒന്നാണുള്ളത്.

ആശ്ചര്യകരമായ ഒരു ചുരുങ്ങിയ സമയത്തിനുള്ളിൽ ഞങ്ങളുടെ സഹകരണത്തിനുള്ള വിശദാംശങ്ങൾ നിശ്ചയിക്കപ്പെട്ടു. ഒരു ചലച്ചിത്രത്തിന്റെ നിർമാണത്തിൽ വന്നു ചേർന്നേക്കാവുന്ന മാറിമറിയലുകളും അധികച്ചെലവുകളുമെല്ലാം ഉറപ്പിച്ചു. സൗകര്യങ്ങൾ എല്ലാം ഒരുവിധം ശരിയായി. ഈ വലിയ ത്രിമുഖ കമ്പനിയുടെ തലവൻ ഞങ്ങളെ ഇനി കാണാനവശേഷിക്കുന്ന മൂന്നാമനെ, പ്രൊഡക്ഷൻ മാനേജറെ കാണാൻ ക്ഷണിച്ചു. നമ്മളെത്തിയത് അവസാനത്തെ, പ്രായോഗികമായി ഞങ്ങളിനി അടിക്കടി കണ്ടുമുട്ടേണ്ടുന്ന ആളിനടുത്താണ്. ഇന്നിപ്പോൾ ആഴ്ചയുടെ അവസാന ദിവസമായതിനാൽ, ജോലി കഴിയാതെ അയാളെ കാണാൻ കഴിയില്ല. പടിഞ്ഞാറൻ നാടുകളിലേതുപോലെ ജപ്പാനിലും വാരാന്ത്യങ്ങൾ വളരെ പ്രാധാന്യമേറിയതായിരുന്നു. അതു തീരുന്നതുവരെ ഒന്നുംചെയ്യാൻ കഴിയില്ല. എന്റെ സുഹൃത്തിന്റെ ക്ഷണം സ്വീകരിക്കാൻ ഏറ്റവും അനുയോജ്യമായ സമയം ഇതു തന്നെ.

*** *** ***

വലുതും ആധുനികവുമായ ടോക്യോ നഗരത്തിൽ നിന്നും വളരെയകലെയല്ല കാമക്യൂറ എന്ന ശാന്തമായ പട്ടണം. അത് ജപ്പാനീസ് ചരിത്രത്തിൽ പ്രാധാന്യമുള്ള സ്ഥലമാണ് ഇപ്പോഴാകട്ടെ, അത് ജപ്പാനിലെ അറിയപ്പെടുന്ന എഴുത്തുകാരിൽ ചിലർ താമസിക്കുന്ന സ്ഥലമെന്ന നില

യിലും പ്രസിദ്ധം തന്നെ. എന്റെ സുഹൃത്തിന്റെ ഭർത്താവ് യൂറോപ്പിലായിരുന്നു. അതുകൊണ്ടവർ, സുഖപ്രദമായ കാറിൽ, കൂലിക്കാരനായ ഡ്രൈവറേയും കൂട്ടി എന്നെ കൊണ്ടുപോകുവാൻ വന്നു. തിരക്കുപിടിച്ച നഗരവും പ്രാന്തപ്രദേശങ്ങളും കടന്ന് ഞങ്ങൾ നാട്ടിൻപുറത്തെത്തി. അത് ആഗസ്തിലെ ഒരു വെയിലുള്ള ഉച്ചയ്ക്കായിരുന്നു. നഗരത്തിലെ മൂടൻമഞ്ഞുകാരണം അതിനു പുറത്തെത്തിയപ്പോൾ മാത്രമാണ് ഞങ്ങൾക്കത് മനസ്സിലായത്. എല്ലായിടത്തും അങ്ങനെ തന്നെ. ടോക്യോവിൽ ധാരളം കട്ടികൂടിയും.

ഞാൻ യാത്ര വളരെയധികം ആസ്വദിച്ചു. ഒരു ദിശയിലുള്ള പുതിയ ആകർഷകമായ ടോക്യോയുടെ ഒരു രൂപരേഖ മനസ്സിലാക്കാൻ കഴിഞ്ഞു എന്നതു മാത്രമല്ല, അതേപോലെ ആകർഷകത്വമുള്ള പുതിയ ജപ്പാനീസ് വനിതകളോട് അരികിലിരുന്ന് സംസാരിക്കാൻ അവസരം കിട്ടി എന്നതിലും. അവർ അവരുടെ ചാരനിറത്തിലുള്ള കിമോണയിൽ അതിസുന്ദരിയായിരുന്നു. അവരുടെ മുടി മിനുസമുള്ളതും മുഖം ആകർഷകവും സന്തോഷപ്രദവും ശാന്തവുമായിരുന്നു. പക്ഷെ അവരുടെ മനസ്സാകട്ടെ അക്ഷരാർത്ഥത്തിൽ പരിഷ്കൃതവും സാർവജനികവുമായിരുന്നു. ലോകത്തെവിടെയും അവർക്ക് അവരായി നില്ക്കാൻ കഴിയും; നിന്നിട്ടുമുണ്ട്. ഏതു തലസ്ഥാനത്തും സ്വസ്ഥമായി. ഞാൻ പരിഷ്കൃതരായ ഒരുപാട് വിശ്വപൗരകളായ വനിതകളെ പല രാജ്യങ്ങളിലും പരിചയപ്പെട്ടിട്ടുണ്ട്. എന്നാൽ എന്റെ ഈ സുഹൃത്തിന് തനതായ ഒരു സവിശേഷതയുണ്ട്. ഒരാൾക്കും അവരെ ഒരു ജപ്പാൻകാരിയായല്ലാതെ, മറ്റൊരാളായിതെറ്റിദ്ധരിക്കാനാവില്ല. ജനനത്തിന്റെയും വിദ്യാഭ്യാസത്തിന്റെയും ദേശീയമായ ഈ പരിപൂരണം മാത്രമാണ്, സാർവലൗകികമായ ഒരു അനുഭവത്തെ വിനിമയം ചെയ്യുന്നതിനുള്ള ഒരേയൊരു മാധ്യമമായി അവർ വിവേകത്തിന്റെ വശ്യശക്തികൊണ്ട് ഉപയോഗപ്പെടുത്തുന്നത്. ഒരു റോസാപ്പൂ ലോകത്ത് എവിടേയും ഒരു റോസാപ്പൂ ആയിരിക്കും. എന്നാൽ ജപ്പാനിലെ ഒരു മുറിയിൽ ഉള്ളറയിലെ ഒരു പൂത്താലത്തിൽ വെച്ച റോസാപ്പൂ ഒരു ജപ്പാൻകാരിയായി എങ്ങനെയോ മാറുന്നു. അതാണ് എന്റെ സുഹൃത്ത്. ഞാനവരോട് നൂറുകൂട്ടം ചോദ്യങ്ങൾ ചോദിച്ചിട്ടുണ്ടാകും. അവയ്ക്കെല്ലാം കാര്യവിവരത്തോടെ മനസ്സു തുറന്ന് അവർ ഉത്തരങ്ങൾ പറഞ്ഞപ്പോൾ ഞാൻ അത്യധികം സന്തോഷിച്ചു. രണ്ടു മണിക്കൂറുകൾ വെറും നിമിഷങ്ങളായി കടന്നുപോയി. 'ഞാൻ ഇവിടുത്തെ ചില എഴുത്തുകാരെ താങ്കളുമായി കാണുന്നതിന് ക്ഷണിച്ചിട്ടുണ്ട്. പ്രശസ്തമായ ഒരു സത്ര

ത്തിലാണ് നമുക്കുള്ള അത്താഴം ഒരുക്കിയിരിക്കുന്നത്'. അവർ പറഞ്ഞു.

കാമക്യൂറയിൽ ഞങ്ങൾ എത്തിയപ്പോൾ സൂര്യൻ അസ്തമിച്ചിരുന്നു. ഞങ്ങൾ നേരെ സത്രത്തിലേക്ക് പോയി. കാർ അല്പംഅകലെയായി നിർത്തിയതിനാൽ പ്രധാന വീഥിയിൽനിന്നും വീതികുറഞ്ഞ ഒരു നടപ്പാതയിലൂടെ നടന്നു. പാതയുടെ അവസാനത്തുള്ള മരത്തിന്റെ പടിവാതിലിലൂടെ ചവിട്ടുകല്ലുകളിലൂടെ ഒരു പൂന്തോട്ടവും കടന്ന്, കൽവിളക്കുകൾ കത്തിച്ചു വച്ച വിശാലമായ ഒരു പുൽത്തകിടിയിലേക്ക് പ്രവേശിച്ചു. കെട്ടിടങ്ങളുടെ ഉയരം കുറഞ്ഞ മേൽക്കൂരകൾ വലിയ മരങ്ങൾക്കു താഴെ പതുങ്ങിയിരിക്കുന്നു. സത്രത്തിന്റെ പിറകിലെ മലയിലെ കിഴുക്കാം തൂക്കായ ചരിവു കയറിപ്പോകുന്നപോലെ.

ജപ്പാൻകാർ ഏറ്റവും ഇഷ്ടപ്പെടുന്ന കുറച്ച് എഴുത്തുകാരായിരുന്നു അതിഥികൾ. ഞങ്ങൾ വൈകിയതുകൊണ്ട് അവർ ഞങ്ങളെ കാത്തിരിക്കുകയായിരുന്നു. അവരെല്ലാം കറുത്ത ജപ്പാനീസ് കിമോണയാണ് ധരിച്ചിരുന്നത്. നീളമുള്ള ഒരു ബെഞ്ചിലിരുന്ന് അവർ ചായ കുടിക്കുകയായിരുന്നു. എന്നെ അവർക്കോരോരുത്തർക്കായി പരിചയപ്പെടുത്തി. അതിൽ മി. കാവാബാത്തയേയും ജീറോ ഒസറാഗിയെയും പ്രത്യകിച്ചും തിരിച്ചറിഞ്ഞു. കാവാബാത്ത പി.ഇ.എൻ. ക്ലബ്ബ് ഓഫ് ജപ്പാന്റെ പ്രസിഡന്റാണ്. അദ്ദേഹം ഈയിടെ തെക്കുവടക്കൻ അമേരിക്കൻ സന്ദർശനം കഴിഞ്ഞ് ഞാൻ വന്ന അതേ വിമാനത്തിലാണ് തിരിച്ചെത്തിയത്. ഞാനദ്ദേഹത്തെ കാണാതിരുന്നതുകൊണ്ട്, ആരാണെന്ന് മനസ്സിലായിരുന്നില്ല. അദ്ദേഹം എനിക്കെതിരായുള്ള അരികുസീറ്റിലാണിരുന്നിരുന്നത്. ഇടയ്ക്കിടെ ഞാനദ്ദേഹത്തെ നോക്കുകയും ചെയ്തിരുന്നു. 'അതു ജപ്പാനിലെ ഒരു വലിയ മനുഷ്യനാണ്, തീർച്ച', ഞാൻ എന്റെ അരികിലിരിക്കുന്ന സുഹൃത്തിനോട് മന്ത്രിച്ചു.

ഉയരം കുറഞ്ഞ്, ഉറച്ച ശരീരം. കണ്ണുകൾ ആ വ്യക്തിയെ പ്രതിഫലിപ്പിക്കുന്നുണ്ടായിരുന്നു. വലിയ, കറുത്ത, ധിഷണാവൈഭവം കൊണ്ട് തിളങ്ങുന്ന കണ്ണുകൾ. ആ വാതിലുകളിലൂടെ സചേതനവും ഉജ്ജ്വലവുമായ മനസ്സിനെ നോക്കിക്കാണുന്നയാൾ. ഞാനവർക്കിടയിൽ നോക്കി തൽക്ഷണം കണ്ടെത്തി.

'അങ്ങായിരുന്നു... വിമാനത്തിൽ,' ഞാനുറക്കെ പറഞ്ഞു. അദ്ദേഹം പുഞ്ചിരിച്ചു. 'എനിക്കു താങ്കളെയറിയാം പക്ഷെ താങ്കൾക്ക് എന്നെ അറിയില്ല'.'എനിക്കിപ്പോൾ അങ്ങയെ അറിയാം', ഞാൻ പ്രസ്താവിച്ചു. 'ഞാൻ അങ്ങയുടെ പുസ്തകങ്ങൾ വായിച്ചിട്ടുണ്ട്. അങ്ങ് തെക്കെ അമേരിക്കയിൽ പോയതായി അറിയാം. എന്നോട് ക്ഷമിക്കുക. അന്ന്

അങ്ങയെ നോക്കിയപ്പോൾ, എനിക്കറിയാമായിരുന്നു താങ്കൾ ഏതോ പ്രമുഖനാണെന്ന്'.

എന്റെ വിഡ്ഢിത്തം കേട്ട് അദ്ദേഹം ചിരിച്ചു. ഞാൻ ഹൃദയത്തിൽ അദ്ദേഹത്തിന്റെ രൂപഭാവങ്ങൾ പ്രതിഷ്ഠിച്ചു. ചുളുങ്ങാത്ത, ആനക്കൊമ്പിന്റെ നിറമാർന്ന തൊലിയും ചാരനിറമാർന്ന ഇടതൂർന്ന മുടിയും എല്ലാം. അദ്ദേഹത്തിന് അറുപത്തിരണ്ടു വയസ്സായിരുന്നു. കനമുള്ള, പട്ടിന്റെ കിമോണ അദ്ദേഹത്തിന്റെ ആഭിജാത്യം വെളിവാക്കി. അതെ, അദ്ദേഹം വളരെ സജീവവും, പരിഷ്കാരിയുമായിരുന്നു. പിന്നീടെപ്പോഴോ ഞാൻ ജപ്പാൻ എയർലൈൻസിലെ സേവനങ്ങളെക്കുറിച്ച് പറഞ്ഞപ്പോൾ അദ്ദേഹം ഒരു കുസൃതിയോടെ തലയാട്ടി.

'എന്നാൽ, എനിക്കൊരു പരാതിയുണ്ട്. പരിചാരികമാരാരും സുന്ദരികളായിരുന്നില്ല.' അദ്ദേഹം പറഞ്ഞപ്പോൾ ഞങ്ങളെല്ലാം ചിരിച്ചു. ഈ വലിയ എഴുത്തുകാരൻ സുന്ദരികളെ ആകർഷിച്ച് അവരുടെ വാഹനങ്ങൾ ഓടിച്ച് പോകാറുണ്ടെന്ന് എന്റെ സുഹൃത്ത് സൗഹൃദഭാവത്തിൽ വിശദീകരിച്ചു.

ഞങ്ങൾ ഒരുമണിക്കൂറോളമിരുന്നു. ഉദിച്ചുയർന്ന ചന്ദ്രനെ പ്രകീർത്തിച്ചും, തണുത്ത പഴസത്ത് നുണഞ്ഞുകൊണ്ടും സംഭാഷണം ഇംഗ്ലീഷിലായിരുന്നു. ചിലപ്പോൾ ജപ്പാനീസ് എനിക്കായി തർജമചെയ്തും. മിക്ക എഴുത്തുകാരും ഇംഗ്ലീഷ് സംസാരിച്ചിരുന്നില്ല. പിന്നീട് ഞങ്ങൾ ഭോജനശാലയിലേക്ക് പോയി. പാദരക്ഷകൾ പുറത്തഴിച്ച് വച്ച്, ഒരുവലിയ മുറിക്കകത്തേക്ക് പോയി. രണ്ടു വശത്തുനിന്ന് പൂന്തോട്ടം കാണാമായിരുന്നു. ഒരു വലിയ വൈദ്യുത പങ്കയിൽ നിന്ന് ഇളംകാറ്റേറ്റ്, വർത്തമാനം പറഞ്ഞും ഇടക്കു നിർത്തിയും പിന്നീട് തികച്ചും നിശബ്ദരുമായിരുന്നു. ഞാൻ ജിറോ ഒസറാഗിയുടെ അടുത്തായാണ് ഇരുന്നത്. എന്റെ സുഹൃത്ത് ഞങ്ങൾക്കുവേണ്ടി പരിഭാഷ നടത്തി. ഞാനദ്ദേഹത്തിന്റെ 'വീട്ടിലേക്കുള്ള വരവ്' എന്ന ലളിതമായ നോവൽ രണ്ടുതവണ വായിച്ചു തീർന്നിട്ടേ ഉണ്ടായിരുന്നുള്ളൂ. അതിന്റെ ആകർഷണീയതയിലും, ലാളിത്യത്തിലും ഒരു സ്ത്രൈണതയുള്ള നോവലായിരുന്നു. ഈ ഉയരം കൂടിയ, കരുത്തനായ, മദ്ധ്യവയസ്കനായ സുന്ദരനാണ് അതെഴുതിയതെന്ന് ചിന്തിക്കാനേ കഴിയുമായിരുന്നില്ല. അദ്ദേഹത്തിന്റേത് നിസ്സാരമായ സ്ത്രൈണതയായിരുന്നില്ല. ലാളിത്യത്തിന്റെയും ശക്തിയുടേയും ഒരു കൂടിച്ചേരൽ, ബലഹീനതയുടേയും ക്രൂരതയുടേയും സാന്നിദ്ധ്യം എന്നിവ ജപ്പാനീസ് എഴുത്തുകാർക്കെല്ലാമുള്ളതാണ്. ഒരുപക്ഷെ ഇതെല്ലാം ജപ്പാൻകാരുടെ സഹജ സ്വഭാ

വമായിരിക്കാം.

ഞങ്ങൾ സംസാരിച്ചുകൊണ്ടിരിക്കുന്നതിനിടയിൽ, വിഭവങ്ങൾ ഒന്നിനു പിറകെ ഒന്നായി വിളമ്പിക്കൊണ്ടിരുന്നു. അത് കടൽമത്സ്യങ്ങളെ ലഭിക്കുന്ന കാലമാണ്. നീണ്ട ഇടവേളയ്ക്കു ശേഷമുള്ള ഒരുനല്ല കാലം. അടുത്തകാലത്ത് കടൽമത്സ്യങ്ങൾ ധാരാളമായി ചത്തൊടുങ്ങിയിരുന്നെന്നും ആണവജലമായിരിക്കാം കാരണമെന്നും എന്നോടവർ പറഞ്ഞു. എനിക്കത് വ്യക്തമായിരുന്നില്ല. അതുകൊണ്ട് എത്ര വിലയായാലും അതൊരു വിശിഷ്ടഭോജ്യമായിരുന്നു. ഓരോരുത്തർക്കും വെവ്വേറെയായി, തളികകളിൽ തരുന്നതിനുപകരം കൽപലകമേൽ പൊരിച്ച മത്സ്യങ്ങൾ വിളമ്പി. കടലിനടിത്തട്ടിൽ അവ നീന്തുന്നതുപോലെ തോന്നും വിധത്തിൽ. ഉപ്പുകൊണ്ട് കടൽതീരവും ചുവന്ന അകിലിന്റെ ചുള്ളികൊണ്ട് കടൽ പായലും പ്രതീകാത്മകമായി കല്ലിൽ വെച്ചിരുന്നു. പൊരിച്ച മത്സ്യം അതീവ മൃദുലമായിരുന്നെങ്കിലും വളരെ സ്വാദിഷ്ടമായിരുന്നു. അത് കഴിഞ്ഞപ്പോൾ വന്നത് നീളമുള്ള, പച്ചമുളം തണ്ടുകൾ കീറി, അതിനകത്ത് ആവിയിൽ വെന്ത ഇളം കാടയിറച്ചി നിറച്ചതായിരുന്നു. അങ്ങനെ ഓരോന്നായി അവസാനംവരെ വന്നുകൊണ്ടിരുന്നു. ആഹാരത്തിനുശേഷം ഞങ്ങൾ പൂന്തോട്ടത്തിലേക്ക് പോയി. അവിടെ തുറസ്സായ ഒരു തടുക്കശാലയിൽ, മംഗോളിയൻ വിഭവമായ 'ജെംഗിസ്ഖാൻ' ലഭിച്ചു. കരിയടുപ്പിനുമുകളിൽ ചുട്ടുപൊരിച്ചെടുത്ത നേർത്ത മാട്ടിറച്ചിത്തുണ്ടും പച്ചക്കറികളും ചേർന്ന ഒരു വിഭവം. ശരിക്കും പറഞ്ഞാൽ ആധുനിക 'സുക്കിയാക്കി'യുടെ ഒരു മുൻഗാമി. അത് ശരിയായ രീതിയിൽ പാകം ചെയ്തേ കഴിക്കാവൂ; ഞങ്ങൾ ചെയ്തതുപോലെ, ഒപ്പം നാടോടികളായ മംഗോളിയന്മാരെ ഓർത്തുകൊണ്ട്. ഒരു പക്ഷെ ഇത്തരം വിശിഷ്ടഭോജ്യങ്ങളെക്കുറിച്ച് കൂടുതൽ പറയാതിരിക്കുകയാവും നല്ലത്. കാരണം പാചകസംബന്ധിയായി എണ്ണിയാലൊടുങ്ങാത്ത വൈഭവവും ഭാവനയുമുള്ളവരാണ് ജപ്പാൻകാർ. ആ ദിവസം അങ്ങിനെ വേഗത്തിൽ കഴിഞ്ഞു. ഞങ്ങളോരോരുത്തരും യാത്രപറഞ്ഞ് അവരവരുടെ വഴിക്ക്പിരിഞ്ഞു.

എന്റെ സുഹൃത്തിന്റെ കൂറ്റൻ വീട് കൽമതിലുകളാൽ ചുറ്റപ്പെട്ട ഒരുവലിയ പൂന്തോട്ടത്തിനു നടുവിൽ, പുരാതനവും ആധുനികവുമായ ജപ്പാനീസ് നിർമാണശൈലികൾ കൂടിച്ചേർന്നതായിരുന്നു. ഞങ്ങൾ അകത്തേക്കു പ്രവേശിച്ചപ്പോൾ പടിഞ്ഞാറൻ ശൈലിയിലുള്ള കസേരകളും ശയ്യകളും കൊണ്ട് അലങ്കരിക്കപ്പെട്ട ഒരുവലിയ സ്വീകരണമുറിയും അതിനോട് ചേർന്ന് ജപ്പാനീസ് മാതൃകയിലുള്ള മറ്റൊരു മുറിയും

കണ്ടു. ഏതായാലും, വളരെ വൈകിയതു കാരണം അവിടെ അധികം തങ്ങാതെ, എന്നെ മുകളിലുള്ള ഒരു മുറിയിലേക്ക് ആനയിച്ചു. അവിടെ ജപ്പാൻകാർ നിലത്തു വിരിക്കുന്ന ഒരുതരം വൈക്കോൽപായമേൽ(തത്താമി) ഒരു മെത്തയും തൂവെള്ള വിരിപ്പും തലയിണയും ഒരുക്കിയിട്ടുണ്ടായിരുന്നു. അവർ എനിക്ക് കുളിമുറി കാട്ടിത്തന്നു. അവിടെ വെച്ചിരുന്ന ഫ്ളാസ്കിൽ ചൂടുവെള്ളമുണ്ടെന്ന് ഉറപ്പുവരുത്തി, ശുഭരാത്രി നേർന്ന് അവർ പോയി.

അവർ പോയിക്കഴിഞ്ഞ് ഞാൻ മറനീക്കി നോക്കിയപ്പോൾ അതിനപ്പുറം താഴെ മനോഹരമായ പൂന്തോട്ടം കാണുന്ന തരത്തിൽ ഒരു വരാന്ത. അപ്പോൾ, ചന്ദ്രന്റെ സ്വർണ്ണപ്രഭയിൽ കുളിച്ച് മൺചെരാതുകളിലെ വിളക്കുകളെ നിഷ്പ്രഭമാക്കി തിളങ്ങിനിൽക്കുകയായിരുന്നു പൂന്തോട്ടം. ആ കാഴ്ച അവാച്യവും നിതാന്തവുമായിരുന്നു. ചന്ദ്രൻ മരങ്ങൾക്കു മുകളിൽ സവാരിചെയ്യുകയാണ്, അത് അനാദികാലമായി ചെയ്തുകൊണ്ടിരിക്കുന്നപോലെ. ഒരുപക്ഷെ നമുക്ക് കാണാൻ, ആകാശത്തിന് കുറുകെ, ഒരേ പാതയിൽ നൂറ്റാണ്ടുകൾ ഇനിയും സവാരിചെയ്യാൻ അതിനെ അയച്ചതായിരിക്കാം. അപ്പോൾ എനിക്ക് ഓർമ വന്നത്, ഇതേ ചന്ദ്രൻ തന്നെയാണല്ലോ ഈ അടുത്തകാലത്ത് ലോകത്തെ മഹാദുരന്തത്തിലേക്ക് നയിച്ചതെന്ന്. അസാധാരണമായുണ്ടാകുന്ന വളരെ നേരിയ ഊർജ്ജവിസ്ഫോടനം ലോകത്തെവിടെയുണ്ടായാലും കണ്ടു പിടിക്കാൻ ഏർപ്പാടാക്കിയ ഒരു മഹത്തായ റഡാർ. ഒരു രാത്രിയിൽ അത്തരം ഒരു വിസ്ഫോടനം അറിയിച്ചു. ലോകം മുഴുവനും ജാഗ്രതാനിർദ്ദേശം ലഭിച്ചു. അകലം, സംപ്രേഷണത്തിന് ഒരു പ്രശ്നമേയല്ല. രണ്ടുനിമിഷം കൊണ്ട് ഒരുങ്ങിയിരിക്കാനുള്ള നിർദ്ദേശങ്ങൾ നൽകുവാനും സ്വീകരിക്കുവാനും കഴിയും. കൃത്യസമയത്ത് ഒരു വന്യമായ സന്ദേശം, നീട്ടിവെക്കുവാനറിയിച്ചു. എന്താണ് സംഭവിച്ചത് ? പൂർണ്ണചന്ദ്രൻ ഉയർന്നപ്പോൾ എവിടെയോ ബുദ്ധിഭ്രംശം വന്ന ഒരു ചെറുപ്പക്കാരൻ ആ ഉയർച്ച രേഖപ്പെടുത്താതെ തള്ളിക്കളഞ്ഞു. ഊർജ്ജത്തിന്റെ വിസ്ഫോടനം വിവരിക്കുവാനും മറന്നു. അങ്ങിനെ കൃത്യസമയത്ത് നിർദ്ദേശങ്ങളയക്കാഞ്ഞതു കാരണം മനുഷ്യവംശം സംരക്ഷിക്കപ്പെട്ടു.

ഞാൻ ചന്ദ്രനെ വിട്ട് ഉറങ്ങാൻ കിടന്നു. തോട്ടത്തിലെ പുരാതനമായ ചെരാതുകൾ രാത്രി മുഴുക്കെ കത്തിക്കൊണ്ടിരുന്നു. ഞാൻ ഉറങ്ങിയപ്പോൾ ചീവീടുകൾ പാടിക്കൊണ്ടിരുന്നു. പ്രഭാതത്തിൽ, കാമക്യൂറ ദേവാലയം സന്ദർശിക്കുന്ന കാര്യം എന്റെ സുഹൃത്തറിയിച്ചു. വൈകി, പ്രഭാതഭക്ഷണം കഴിച്ച് ഞങ്ങൾ വീട്ടിൽ നിന്നിറങ്ങി. നൂറ്റമ്പതു വർഷങ്ങൾക്ക

പ്പുറം 'മെയ്ജി'യുടെ കാലത്ത് പണിത പുരാതന ക്ഷേത്രമാണത്. ഞായറാഴ്ചയായതിനാൽ കാഴ്ചക്കാരായി ഒരു കൂട്ടമാളുകളുണ്ടായിരുന്നു. ചെറുപ്പക്കാർ, ആണും പെണ്ണും കൈകൾ കോർത്ത് ചുററിത്തിരിയുന്നുണ്ടായിരുന്നു എനിക്കതിശയമായിരുന്നു. പഴയ ജപ്പാന്റെ നിഴൽ! ചിലർ കയ്യിൽ ഉച്ചഭക്ഷണപ്പൊതികളുമായി അരികുചേർന്നു നടക്കുന്നു. ഗ്രാമീണർ പട്ടണത്തിലേക്ക് വന്നിട്ടുണ്ട്. മുതിർന്നവർ ശാന്തരായി നടക്കുന്നു. ഇവിടെയും സ്ത്രീകൾ, പുരുഷന്മാർക്ക് അല്പം പിറകിലായി.

നല്ല ദേവദാരുമരം കൊണ്ട് നിർമിച്ച, വലിയ പ്രവേശന കൂടാരത്തിനടുത്തെത്തിയപ്പോൾ ഒരു ബഹളം. ഒരു ടെലിവിഷൻ ചിത്രമെടുക്കുന്ന തയ്യാറെടുപ്പായിരുന്നു അവിടെ. പുരുഷന്മാർ സർവ്വസൈന്യാധിപന്മാരുടെ വേഷത്തിലും പ്രഭുക്കൻമാരായും വാൾപയറ്റും യുദ്ധവും നടത്തി. അതൊരു ചരിത്രനാടകമായിരുന്നു. ഞങ്ങളും കാണികളുടെ കൂട്ടത്തിൽ ചേർന്നു. ഹോളിവുഡിലേതുപോലെ കറുത്ത കണ്ണടധരിച്ച് ആകെ വിഷമിച്ചു നില്ക്കുന്ന ചെറുപ്പക്കാരനായ സംവിധായകൻ 'ആക്ഷൻ' എന്നു പറഞ്ഞ്, ക്യാമറകൾ ക്ലിക്കു ചെയ്യാൻ തുടങ്ങിയതും അഭിനയം നിന്നു. മധ്യകാലഘട്ടത്തിലെ അരങ്ങിലേക്ക്, ദേവാലയ ഭാഗത്തുള്ള കുന്നിൽനിന്നും സൈക്കിളിൽ, ഒരു പയ്യൻ എത്തി. നല്ല ഒരു ഹോളിവുഡ് ചിത്രത്തിലേതുപോലെ സംവിധായകനായ ചെറുപ്പക്കാരൻ ഉൻമത്തനായി എന്തൊക്കെയോ ആക്രോശിക്കുന്നുണ്ടായിരുന്നു. അവൻ ആ പയ്യനെ മരങ്ങൾക്കിടയിലേക്കുതന്നെ പോകാൻ താക്കീത് ചെയ്തു. ആ കുട്ടി അമ്പരപ്പോടെ അതനുസരിച്ചു. യോദ്ധാക്കൾ അവരുടെ സ്ഥാനങ്ങളിൽ തിരിച്ചെത്തി, യുദ്ധത്തിലേർപ്പെട്ടു. അയ്യോ കഷ്ടം! ഒരു പറ്റം സ്കൂൾ കുട്ടികൾ കാഴ്ച കാണാൻ ഇരച്ചുകയറി. ആക്രോശങ്ങൾക്കിടയിൽ കുട്ടികളെയും മരങ്ങൾക്കിടയിലേക്ക് തള്ളിവിട്ടു. വീണ്ടും ഞങ്ങൾ പഴയ കാലത്തേക്കു തിരിച്ചുപോയി. അങ്ങനെയത് തുടർന്നു. അതിനെക്കുറിച്ച് പറഞ്ഞാൽ, ചിലത് പ്രതീകാത്മകമായിരുന്നു. പഴയതും പുതിയതും. ജപ്പാനിൽ എല്ലായിടത്തും ഈ സമ്മിശ്രണം പ്രകടമായിരുന്നു. പുതിയ വീഞ്ഞ്, പഴയ കുപ്പിയിൽ !

ഞങ്ങൾ തിരിച്ചെത്തിയപ്പോൾ, ആ വീട്ടിലെ പടിഞ്ഞാറൻ ശൈലിയിലൊരുക്കിയ വലിയ സ്വീകരണമുറി, കുടുംബത്തിനു വേണ്ടിയാണെന്ന് ഞാൻ മനസ്സിലാക്കി. തൊട്ടടുത്ത ജപ്പാനീസ് മുറി, എൺപതു വയസ്സായ, എന്റെ സുഹൃത്തിന്റെ അമ്മയ്ക്കു വേണ്ടിയായിരുന്നു. നിലത്ത് ഒരു മെത്തയിൽ കാലുകൾ നിവർത്തിവെച്ച് ഇരിക്കുകയായി

രുന്നു അവർ. അടുത്തുള്ള ഉയരം കുറഞ്ഞ മേശപ്പുറത്ത് അവരുടെ വില പ്പെട്ട കുറേ സാധനങ്ങൾ വെച്ചിരുന്നു. ഒരു പൂത്താലം, അവരുടെ പുസ്ത കങ്ങൾ, ഒരു കൂട്ടിൽ ചെറു പച്ചത്തത്ത. അവർക്കിതുപോലെ നൂറ്റാണ്ടു കൾ കടക്കാൻ കഴിയും. കാരണം അവർ ആ ആധുനിക ജപ്പാനീസ് വീട്ടിൽ അത്രയ്ക്കും സന്തുഷ്ടയായിരുന്നു. അവർ ആ കുടുംബത്തിന്റെ കേന്ദ്രബിന്ദുവായവിടെയുണ്ട്, ഊഷ്മളമായ സ്വാഗതമോടെ. പക്ഷെ അവർ പ്രായമായ ജപ്പാനീസ് ആയിരുന്നു. വീണ്ടും പഴയതും, പുതിയ തും.

പകൽ മുഴുവൻ സന്തോഷപ്രദമായി, സമാധാനത്തോടെ, തോട്ട ത്തിന്റെയും പുസ്തകാലയത്തിന്റെയും വിവരങ്ങളും സംഭാഷണങ്ങ ളുമെല്ലായി കടന്നുപോയി. വൈകുന്നേരം ഞാൻ തനിച്ച് ജപ്പാൻ നിർമി തമായ എയർകണ്ടിഷൻചെയ്ത സൗകര്യപ്രദമായ കാറിൽ ടോക്യോ വിലേക്ക് തിരിച്ചു വന്നു,വാരാവസാനത്തെക്കുറിച്ചു ചിന്തിച്ചുകൊണ്ട്. വളരെക്കാര്യമായി, ഒരു ചെറിയ സംഭവം എന്റെ മനസ്സിൽ മുഴച്ചു നിന്നു. ശാന്തമായ ആ ആഡംബരഭവനത്തിൽ, ഒരു ഇളയ സഹോദരികൂടി യുണ്ടായിരുന്നു. ചെറുപ്പമല്ലെങ്കിലും കുലീനയും അച്ചടക്കമുള്ളവളു മായി. ഞാൻ അവളെക്കുറിച്ച് ചോദ്യങ്ങൾ ചോദിക്കാതെ നിയന്ത്രി ച്ചു. അവൾ അവിടെയുള്ളത് എന്റെ ഒരു വിഷയമേയല്ലല്ലോ. പക്ഷെ രൂഢമൂലമായ, അനിയന്ത്രിതമായ, മതിവരാത്ത എന്നിലെ നോവലെ ഴുത്തുകാരിയുടെ ജിജ്ഞാസ, ഞാൻ തിരിച്ചു പോരുന്നതിനൽപം മുമ്പ് പുറത്തുചാടി. വളരെയധികം നല്ല അടുപ്പമുള്ള ഒരു കുടുംബമാണി തെന്നറിയാമായിരുന്നിട്ടും ഒരു ക്ഷമാപണത്തോടെ തുടങ്ങണമെന്ന് ഞാൻ ഉറപ്പിച്ചു.

'ഒരുപാടു ചോദ്യങ്ങൾ ചോദിക്കുന്നതിൽ എനിക്ക് ലജ്ജയുണ്ട്.' എന്റെ സുഹൃത്തിനോട് ഞാൻ പറഞ്ഞു. 'എന്നാലും ചോദിച്ചില്ലെ ങ്കിൽ പിന്നെയെങ്ങനെ ഞാനറിയും?'

'എന്താണെന്നു വച്ചാലും ചോദിക്കൂ', അവർ ദയാപൂർവ്വം പറഞ്ഞു. ഞാൻ ചോദിച്ചു. 'ദയവായി... താങ്കളുടെ സഹോദരി ഒരിക്കലും വിവാഹം കഴിച്ചിട്ടില്ലേ? അത് വളരെ അപൂർവ്വമായിരുന്നു.' ഒരു നിമിഷം ആലോചിച്ച്, ശാന്തയായ ആ മൂത്ത സഹോദരി പറഞ്ഞു. 'അവൾ ഒരിക്കൽ വിവാഹം ചെയ്തിരുന്നു. ഇരുപത് വർഷംമുമ്പ്. അയാൾ നല്ലവനാണ്.. ഒരു പഴയ സുഹൃത്ത്. കല്യാണം കഴിഞ്ഞ് നാലാം ദിവസം അവൾ വീട്ടിലേക്ക് വന്നു.' പെട്ടെന്ന് ചോദിച്ചു. 'എന്തിനാ ണവൾ വീട്ടിലേക്ക് വന്നത്?' മൂത്ത സഹോദരി ലളിതമായി പറഞ്ഞു.

'ഞങ്ങൾക്കറിയില്ല, ഞങ്ങൾ ഒരിക്കലും അതു ചോദിക്കാനിഷ്ടപ്പെട്ടില്ല.'

ഞാൻ പിന്നീട് ചോദ്യങ്ങൾ ഒന്നും ചോദിച്ചില്ല, ഇരുപതുവർഷമായിട്ടും അവർ ചോദിക്കാനിഷ്ടപ്പെട്ടില്ല! ആ ഉത്തരം ഒരു ജനതയുടെ മുഴുവൻ അതിശയകരമായ മൗനത്തിന്റെ വെളിപ്പെടുത്തലായിരുന്നു... ഇല്ല, ഒരിക്കലും പുതിയ വീഞ്ഞ് പഴയ കുപ്പിയിലല്ല. വ്യത്യാസം വളരെ സൂക്ഷ്മമാണെങ്കിലും, ഗഹനമാണ്.

*** *** ***

പിറ്റേദിവസം, നിശ്ചയിച്ച സമയത്ത് ഞങ്ങൾ പ്രൊഡക്ഷൻമാനേജരെ ചെന്നുകണ്ടു. ഒരു ചലച്ചിത്രനിർമ്മാണകമ്പനിയിൽ അതൊരു പ്രധാന വ്യക്തിയാണെങ്കിൽ, ഈ ജപ്പാനീസ് കമ്പനിയിൽ അയാൾക്കൊരു പ്രധാനമന്ത്രിയുടെ സ്ഥാനമായിരുന്നു. എല്ലാ കാര്യങ്ങളും അയാളെ ധരിപ്പിച്ചിരുന്നു, അത്യാഹിതങ്ങൾ സംഭവിക്കുമെന്ന് കരുതി, മുകളിൽനിന്നുള്ള എല്ലാ തീരുമാനങ്ങളും അയാളിലൂടെ വന്നു.

തിങ്കളാഴ്ച കാലത്ത്, അന്ന് വളരെ ചൂടായിരുന്നു. ഒരു സുന്ദരി പ്പെൺകുട്ടി ഞങ്ങളെ അയാളുടെ ഓഫീസിലേക്ക് കൂട്ടിക്കൊണ്ടുപോയി. ഞങ്ങൾ ഭീമാകാരനായ ഒരു ജപ്പാൻകാരനെ കണ്ടു. അയാൾ മുഴുക്കൈയ്യൻ ഷർട്ടിട്ട, അലസമായ മുടിയും വിടർന്ന കണ്ണുകളും തൂങ്ങിക്കിടക്കുന്ന കവിളുകളും കോടിപ്പിടിച്ച ചുണ്ടുകളും വലിയ ശബ്ദവും ഉള്ള ആളായിരുന്നു. അയാൾ ഒരു ഫോണിൽ വളരെ ഉച്ചത്തിൽ സംസാരിക്കുന്നുണ്ടായിരുന്നു. മുറിയുടെ വ്യത്യസ്ത ഭാഗങ്ങളിലിരുന്നു മൂന്ന് സുന്ദരികളായ പെൺകുട്ടികൾ, വളരെ മധുരമായി ഇയാളുടെ പറഞ്ഞുകൊടുക്കലിനനുസരിച്ച്, സംസാരിക്കുന്നുണ്ടായിരുന്നു. അയാളുടെ വലിയ ജ്വലിക്കുന്ന കണ്ണുകൾകൊണ്ട് നോക്കി ഒന്നും പറയാതെ വലിയ കൈകൊണ്ട് ഇരിക്കുവാൻ ആഗ്യം കാട്ടി. ഞങ്ങൾ ഉയരം കുറഞ്ഞ മേശക്കരികിലുള്ള ഉയരം കുറഞ്ഞ കസേരകളിൽ ഇരുന്നു. കാത്തിരുന്ന ഞങ്ങൾക്ക് ഒരു സുന്ദരിയായ പെൺകുട്ടി ചായ തന്നു. അയാൾ സംസാരം വലിയ ശബ്ദത്തോടെ നിർത്തി, ഞങ്ങളെ ഉപചാരം ചെയ്യുവാൻ വന്നു. എല്ലാവിധ സൗഹാർദ്ദവും കാരുണ്യവും ക്ഷമയില്ലായ്മയും നൈരാശ്യവും ചേർന്ന്. പിന്നീട്, അതയാളുടെ സ്വതസ്സിദ്ധമായ ശീലമാണെന്ന കാര്യം ഞങ്ങൾ മനസ്സിലാക്കി.

ഔപചാരിതകളെല്ലാം മാറ്റിവെച്ച് വളരെ തുറന്ന മനസ്സോടെ-ആ നിമിഷത്തിലെ തുറന്ന മനസ്സ്-സംസാരിച്ചു. ഞാൻ ഇങ്ങനെയൊരു വിശേഷിപ്പിക്കൽ നടത്തുവാൻകാരണം എന്റെ നാട്ടിലെ കലാലോകത്ത് സ്ഥിരമായി പ്രവർത്തിക്കുന്ന വ്യക്തികൾ പോലും സാധാരണയായി

സത്യങ്ങൾ എന്നു പറയുന്ന കാര്യങ്ങൾപോലും, ഒരിക്കലും ശരിയായ രീതിയിൽ പറയാറില്ല. അവർ മനം കവരാനും പാട്ടിലാക്കാനും കഴിയുന്ന നിഷ്കളങ്കരായിരുന്നിട്ടുകൂടി. അരങ്ങിലെ സത്യം എന്നു പറയുന്നത് തീർച്ചയായും നൈമിഷികവും പ്രത്യാശയുടെ അതിരുകൾക്കുള്ളിൽ തളയ്ക്കപ്പെട്ടതും പ്രതീക്ഷയും ഒരു വേള ഇംഗിതം പോലുമാകാം. ആ പ്രൊഡക്ഷൻ മാനേജർ തീർച്ചയായും അരങ്ങിന്റെ ലോകത്തു തന്നെയാണ്. അയാൾ ജപ്പാനീസ് ഭാഷയിൽ പറയുന്നത്, അമേരിക്കൻ വിദ്യാഭ്യാസം നേടിയ, അയാളുടെ സുന്ദരിയായ പരിഭാഷക ശക്തി കുറയാതെ മൃദുവായി പറഞ്ഞു. അവൾക്ക് നല്ല സാമർത്ഥ്യമുണ്ട്. ഞങ്ങൾക്കിപ്പോഴും അയാളെ ശരിക്ക് മനസ്സിലായിട്ടില്ല. അന്നയാൾ ആകെ പറഞ്ഞത്, ക്ലേശം അനുഭവപ്പെട്ടപോലെ, അയാൾക്ക് ചെയ്യാൻ കഴിയാവുന്നതെല്ലാം ഞങ്ങളെ സഹായിക്കാനായി ചെയ്യാമെന്ന്. അഭിനേതാക്കൾക്കുള്ള പണം കണ്ടെത്തുന്നതിന് അയാൾക്ക് സാവകാശം നൽകണമെന്ന ഒരേയൊരു ആനുകൂല്യത്തോടെ അയാൾ പറഞ്ഞത് ജപ്പാനീസ് ഫിലിം കമ്പനികൾ, അമേരിക്കൻ ചലച്ചിത്രങ്ങൾക്ക് സഹനിർമാണം നടത്തുന്നതിൽ അത്ര തൽപരരല്ല എന്നാണ്. അമേരിക്കക്കാർ യുക്തിയില്ലാത്ത നിലയിൽ ശമ്പളം കൊടുത്ത് അഭിനേതാക്കളെ അസന്തുഷ്ടരാക്കി, പിന്നീട് യാതൊരു നിയന്ത്രണവുമില്ലാതെ അവരുടെ തന്നെ ജപ്പാൻ കമ്പനികളുമായി പെരുമാറാൻ തുടങ്ങി. അയാൾ അയാളുടെ മുഷ്ടികൊണ്ട് മേശമേലടിച്ചു. 'നോക്കൂ' അയാൾ അട്ടഹസിച്ചു, ഇറ്റലിയിൽ എന്താണ് സംഭവിച്ചതെന്ന്! അത് ജപ്പാനിൽ സംഭവിക്കാൻപാടില്ല. ഞങ്ങൾ ഉറപ്പ് കൊടുത്ത് അവിടെ നിന്നിറങ്ങി.

ഇപ്പോൾ, പ്രധാനപ്പെട്ട എല്ലായാളുകളേയും കണ്ടു കഴിഞ്ഞിരിക്കുന്നു. കാര്യപരിപാടികൾ തയ്യാറാക്കുകയാണ് അടുത്ത ദൗത്യം. ഒരുചലച്ചിത്രം നിർമ്മിക്കുമ്പോൾ ഏറ്റവും പ്രധാനം, ഒരു കംപ്യൂട്ടറിൽ വിവരങ്ങൾ മെമ്മറിയിലാക്കുന്നതുപോലെ, എല്ലാം ഒന്നിച്ച് ചേർക്കലാണ്. അത്യാവശ്യമുള്ള എല്ലാ ചേരുവകളും ഉടൻതന്നെ കണ്ടെത്തി. ഏറ്റവും നല്ല ഫലം കിട്ടുന്ന തരത്തിൽ ക്രമീകരിക്കണം. ഞങ്ങളുമായി സഹകരിക്കുന്ന ജപ്പാനീസ് കമ്പനിയുമായുള്ള സജ്ജീകരണങ്ങൾക്കു പുറമെ, സിനിമക്കു പറ്റിയ ലൊക്കേഷനുകൾ, നടീനടന്മാർ, ഗാനരചയിതാക്കൾ,സംഗീതസംവിധായകർ, ക്യാമറക്കാർ തുടങ്ങി സിനിമയുമായി ബന്ധപ്പെട്ട എല്ലാ സങ്കീർണ്ണ കാര്യങ്ങളും ഒരുക്കണം ഞങ്ങളുടെ ചിത്രത്തിന്റെ കാര്യങ്ങൾ മനസ്സിലാക്കിയപ്പോൾ, എനിക്ക് എല്ലാ ചലച്ചിത്രങ്ങളോടും, തികച്ചും മോശമായവയോട്പോലും ഒരുപാട് ബഹുമാനം തോന്നുന്നു. കലാപര

മായി കാഴ്ചപ്പാടിൽ അവ വേണ്ടത്ര തൃപ്തികരമല്ലെങ്കിലും, അവയുടെ നിർമാണത്തിന് പിറകിലുള്ള പ്രയാസങ്ങളും പരിശ്രമങ്ങളും നിരാശകളും ഒരുപാടു യാതനകളും മനസ്സിനും ശരീരത്തിനും അനുഭവപ്പെടുന്ന മടുപ്പും എല്ലാമെല്ലാം! ചലച്ചിത്രം നിർമിക്കുന്നത് വലിയ ഒരു ദൗത്യം തന്നെ.

പ്രൊഡക്ഷൻ മാനേജർ ഞങ്ങളോടേറ്റ പ്രകാരം, അഭിനേതാക്കളെ കണ്ടെത്തിത്തരുന്നതിനിടയിൽ, ലൊക്കേഷനുകളുമായി ബന്ധപ്പെട്ട കാര്യങ്ങൾ ചെയ്യുവാൻ ഞങ്ങൾ ആരംഭിച്ചു. കടൽത്തീരം, മുക്കുവന്റെ വീട്, കളപ്പുര, ഒരു മാന്യവ്യക്തിയുടെ വീട്, ഒരുസജീവ അഗ്നിപർവ്വതം എന്നിവയായിരുന്നു ഞങ്ങൾക്കു സജ്ജീകരിക്കേണ്ടിയിരുന്നത്. പ്രകൃതിദൃശ്യങ്ങളും, ഉപാഖ്യാനങ്ങളും കഥയെ കൂടുതൽ സമ്പുഷ്ടമാക്കും എന്നതിനാൽ ഈ സജ്ജീകരണങ്ങൾ ജീവസ്സുറ്റവയായിരിക്കേണ്ടതുണ്ട്. വേലിയേറ്റവും കഥയിൽ പ്രാധാന്യമുള്ളതാണ്. അതിനെക്കുറിച്ച് പിന്നീട് പറയാം.

ഞങ്ങൾ, പ്രാഥമികമായ ബന്ധപ്പെടലുകൾ നടത്തിക്കഴിഞ്ഞതിനാൽ, ഏതാണാദ്യം ചെയ്യേണ്ടതെന്നതിനെപ്പറ്റി പര്യാലോചനകൾ തുടങ്ങി. ലൊക്കേഷനുകൾ കണ്ടെത്തുകയെന്നതു തന്നെ പ്രധാനമെന്നും സജീവ അഗ്നിപർവ്വതം എത്രയും വേഗം കണ്ടെത്തണമെന്നും തീരുമാനമായി. സ്റ്റുഡിയോകൾ എല്ലാം ടോക്യോവിൽ ആയതിനാൽ സാധ്യമായ എല്ലാ ലൊക്കേഷനുകളും ടോക്യോക്കടുത്താവുന്നതായിരിക്കും നല്ലെതെന്നും ഉറച്ചു. സ്വകാര്യമായി, എനിക്കത്ര പ്രതീക്ഷയൊന്നുമുണ്ടായരുന്നില്ല. കാരണം എന്റെ ഓർമയിൽ ഒരു ചെറിയ ഗ്രാമം വിശാലമായ അഴിമുഖത്ത് സജ്ജീകരിച്ചത് കണ്ടിട്ടുണ്ട്. അത് കടലിനരികിലായിരുന്നു. അതിനു മുകളിൽ ഉയർന്ന നില്ക്കുന്ന ഒരു കൃഷിത്തോട്ടത്തിന്റെ കുന്നിൻചരിവും, അതിനുതൊട്ടടുത്തായി മാന്യനായ വ്യക്തിയുടെ വീടും. ടോക്യോയ്ക്കടുത്ത് അത്തരമൊന്ന് കണ്ടെത്താനാവില്ലെന്ന് എനിക്കുറപ്പായിരുന്നു. അഗ്നിപർവ്വതം മറ്റൊരു വിഷയമാണ്. വിചിത്രമായ, കറുത്ത ഓഷിമ ദ്വീപ് ആ നഗരത്തിൽനിന്നും വളരെ അകലെയല്ല- കുറച്ചു മണിക്കൂറുകൾ, കുലുങ്ങുന്ന തീരദേശ കപ്പിലിൽ, അല്ലെങ്കിൽ ഒരു മുക്കാൽ മണിക്കൂർ വിമാനയാത്ര. ഞങ്ങൾ കപ്പലിൽ പോകാൻ തീരുമാനിച്ചു. പോകുന്നവഴിയിൽ തീരങ്ങളിൽ എങ്ങാനും മുക്കവഗ്രാമം കാണുകയാണെങ്കിൽ, നമുക്ക് അവിടേക്ക് വീണ്ടും പോകാം. കടൽ വളരെ പ്രക്ഷുബ്ധമാണെന്ന് ഞങ്ങളറിഞ്ഞു. കപ്പലാണെങ്കിൽ ചെറുതും. എന്നിരുന്നാലും അതു നല്ല വൃത്തിയു

ള്ളതായിരുന്നു. ഞങ്ങൾ കയറിക്കഴിഞ്ഞപ്പോഴത്തേക്കും വിനോദയാത്രക്കാരായ സ്കൂൾ കുട്ടികളെയും, അധ്യാപകരേയും കൊണ്ടതു നിറഞ്ഞിരുന്നു.

സ്കൂൾ കുട്ടികൾ ജപ്പാനിൽ എല്ലാവർക്കും പ്രിയപ്പെട്ടവരാണ്, അവരൊക്കെ ഇപ്പോൾ പടിഞ്ഞാറൻ വസ്ത്രങ്ങളാണ് ധരിച്ചിരുന്നത്. ഏറ്റവും ചെറുതോ അല്ലെങ്കിൽ പുരാതനമോ ആയ ഗ്രാമങ്ങളിലെല്ലാം ഒരാൾക്ക്, എട്ടുമണിയാകുമ്പോൾ മോടിയിൽ വസ്ത്രം ധരിച്ച ആൺകുട്ടികളുടെയും പെൺകുട്ടികളുടെയും സംഘങ്ങൾ, പരിശുദ്ധമായ വെടിപ്പോടെ, പുറത്തുതൂക്കുന്ന സഞ്ചിയും ഫ്ളാസ്ക്കും ആയി അവരുടെ വിദ്യാലയത്തിലേക്കു യാത്ര ചെയ്യുന്നതു കാണാം. അവധി ദിനത്തിലും പ്രത്യേക ദിനങ്ങളിലും അതേ വെടിപ്പോടെ പ്രധാനപ്പെട്ട സ്ഥലങ്ങളിലേക്ക് ചിട്ടയോടെ, എന്നാൽ പ്രകടമായ സന്തോഷത്തോടെ പോകുന്നു.

ആ ചെറിയ കപ്പലിൽ, അന്നത്തെ കുട്ടികളുടെ കൂട്ടം പേടിപ്പെടുത്തുന്നത്രയും കൂടുതലായിരുന്നു. കപ്പൽ നല്ലതുപോലെ ജലനിരപ്പിൽനിന്നും താഴ്ന്നിരുന്നു. ആരുംതന്നെ പേടിച്ചതായി തോന്നിയില്ല. എങ്ങനെയായാലും നല്ല ഒരു ദിവസം. കടൽ അകലെയുള്ള തിരമാലകളാൽ തിളങ്ങി. ഞാനും ഭയം മാറ്റിവെച്ച് ആ ചെറിയ യാത്ര ആസ്വദിക്കുവാൻ തീരുമാനിച്ചു. ഞങ്ങൾ കാലത്തു മുതൽ അത്യാകർഷകമായ തീരങ്ങൾ കടന്നുപോയെങ്കിലും സാധ്യതയുള്ള ഒരുഗ്രാമം പോലും കണ്ടില്ല. അവസാനം വലിയ കപ്പൽ തുറയിലേക്കടുത്തു ഒരു തുറമുഖത്തെത്തി. ഞങ്ങൾ രാത്രിയിൽ അവിടെ തങ്ങി കാലത്ത് പുറപ്പെടേണ്ടതിനാൽ, അപ്പോൾതന്നെ ഹോട്ടലിലേക്കു പോയി. അതൊരു വലിയ വേനൽക്കാല ഹോട്ടലായിരുന്നു. എല്ലായിടത്തുമെന്നപോലെ വലിയ സൗകര്യങ്ങളൊന്നുമില്ല. എന്നെ അമ്പരപ്പിച്ചുകൊണ്ട്, എനിക്ക് ലഭിച്ചത് ചക്രവർത്തിയുടെ മുറിയാണെന്നു പറഞ്ഞു. ഉന്മേഷവാനായ നടത്തിപ്പുകാരൻ എന്നോട് നിസ്സംശയം പറഞ്ഞു; കഴിഞ്ഞയാഴ്ച ചക്രവർത്തിയും ചക്രവർത്തിനിയും ആ മുറിയിൽ താമസിച്ചിരുന്നു. അത്രയും സൗകര്യപ്രദമായതിനാൽ, പ്രഭാതഭക്ഷണത്തിനുപോലും അവർ എഴുന്നേറ്റില്ലെന്ന്. അമ്പരന്നുപോയ ഞാൻ, എനിക്കത്രയും മഹത്തരമായ മുറി വേണ്ടെന്നും പകരം മറ്റൊന്ന് മതിയെന്നും പറഞ്ഞു. ഞാൻ ഉടനെ ഒരു കാറിൽ ദ്വീപിനു ചുറ്റും കറങ്ങി, അഗ്നിപർവ്വതത്തിനടുത്തു പോയി.

ഓഷിമ കറുപ്പാണ്. സോളമൻ രാജാവ് അദ്ദേഹത്തിന്റെ കറുത്ത

പ്രണയിനിയോട് പാടിയത് ഞാനോർത്തു, 'നീ കറുത്തവളാണെങ്കിലും, ചന്തമുള്ളവളാണ്.' അതുതന്നെയാണ് ഓഷിമയും. ആ ദ്വീപ് മുഴുവ നായും അഗ്നിപർവ്വതം കവിഞ്ഞൊഴുകിയുണ്ടായതാണ്. അതിലെ മണ്ണ് ലാവയാണ്. സമയവും പ്രകൃതിയും ചതച്ചെടുത്തത്. കൃഷിയിടങ്ങളൊ ന്നുമില്ല. താഴ്‌വരകളും, താഴെയുള്ള മലയടിവാരവും പച്ചപ്പുള്ള കാട്ടു ചെടികളാണ്. വസന്തത്തിന്റെ തുടക്കത്തിൽ അവ പൂക്കുമ്പോൾ, ദ്വീപ് ഒരു പൂങ്കാവനമായി മാറുന്നു. ഇത് ജപ്പാൻ മുഴുക്കെ പ്രസിദ്ധമാണ്. ജനങ്ങൾ ജീവിതവൃത്തി കഴിക്കുന്നത് പൂക്കൾ കൊണ്ടല്ല, അവയുടെ വിത്തിന്റെ തോടിൽ നിന്നെടുക്കുന്ന എണ്ണയിൽ നിന്നാണ്. ക്യമെല്ലിയ എണ്ണ-എത്ര ആഡംബരത്വമുള്ള പേര്! യഥാർത്ഥത്തിൽ അത് വെള്ളംപോലെ മണമില്ലാത്ത ഒരു ദ്രാവകം മാത്രമാണ്. പക്ഷെ അത് പാകം ചെയ്യുന്നതിനും തലയിൽ തേക്കുവാനുമെല്ലാം ഉപയോഗിക്കുന്നു.

ദ്വീപിന്റെ കരഭാഗത്തോട് ചേർന്ന് കുറച്ച് മുക്കുവഗ്രാമങ്ങളുണ്ട്. നാട്ടിലെ ദാരിദ്ര്യം കാരണം അവിടങ്ങളിൽ ജനവാസം കുറവാണ്. വന്യമായ കടൽത്തീരത്ത് ഞാൻ കാർ നിർത്തി. കരിമരത്തിന്റെ കറു പ്പുനിറമുള്ള പാറക്കൂട്ടങ്ങളിൽ ഉയർന്നു പൊങ്ങുന്ന വെളുത്ത കൂറ്റൻ തിരമാലകൾ കൂട്ടിയടിക്കുമ്പോളുണ്ടാക്കുന്ന ഭയപ്പെടുത്തുന്ന ഭംഗി ഞാൻ ആസ്വദിച്ചു.

റോഡുകൾ പരുക്കനായിരുന്നു. ഞങ്ങളുടെ അന്വേഷണം സന്തോ ഷത്തോടെ നിർത്തിവെച്ച് അഗ്നിപർവ്വതത്തിനടുത്തേക്ക് പോയി. ദിവസം മുഴുവനും അതു പുകയുന്നതും ആവി ഉയർത്തുന്നതും അതിന്റെ മഞ്ഞ-ഗന്ധകപുകച്ചുരുളുകൾ, മേഘങ്ങളെപ്പോലെ ഞങ്ങ ളുടെ തലക്കു മുകളിൽ ഉയരുന്നതും കാണാൻ അതീവ ഭംഗിയായിരു ന്നു. പക്ഷെ അടിവാരത്തെത്തിയപ്പോൾ, എല്ലാവർക്കും ശരിക്കും പേടി യായി. കുന്നുകളെല്ലാം മിനുത്തും കറുത്തും ഒരു പുൽനാമ്പോ, മുൻ പറഞ്ഞ ക്യാമെല്ലിയ ചെടി പോലുമില്ലാതെയായിരുന്നു. പുകയും വാത കവും ആവിയും ആയിരക്കണക്കിനു മൈൽ ചുറ്റുമുള്ളതിനെയെല്ലാം കൊന്നിരുന്നു. ശുഷ്കിച്ച മലകൾ അഗ്നിപർവതത്തെ ചുറ്റിവളഞ്ഞ് അവരുടെ കറുത്തശിഖരങ്ങൾ ആകാശത്തിനുനേരെ ഉയർത്തി നിൽക്കുന്നു. ആദ്യബഹിരകാശയാത്രികൻ ഇറങ്ങുമ്പോൾ ചന്ദ്രൻ നോക്കി നിന്നിട്ടുണ്ടാവാം. അതുപോലൊരു ബഹിരാകാശയാത്രിക നായി എനിക്കു തോന്നി, നമ്മുടെ ഭൂമിയിൽ ഇത്രയും അവിശ്വസനീ യമായതൊ എന്ന്. ഈ ജ്വാലാഗിരിമുഖത്തിനടുത്തെത്തുമെന്നോ, അതും ഈ യാത്രയിൽ എന്നും. വളഞ്ഞു പുളഞ്ഞു കിടക്കുന്ന നിര

ത്തിന് ഏഴു മുതൽ പത്ത് മൈൽവരെ നീളമുണ്ടെന്നും കുതിരപ്പുറത്തു മാത്രമേ യാത്രചെയ്യാൻകഴിയുകയുള്ളുവെന്നും ആരോ പറഞ്ഞുതന്നു. ധാരാളം കുതിരകൾ ജീനികളൊരുക്കി, ആകാംക്ഷയോടെ കാത്തിരിക്കുന്ന അവരുടെ യജമാനന്മാരോടൊപ്പം നിൽക്കുന്നുണ്ടാകുമത്രേ. ഞങ്ങൾ അന്വേഷിച്ചതു കണ്ടെത്തിയതുകൊണ്ട് അഗ്നിപർവ്വതമുകളിലോട്ട് കയറിപ്പോകേണ്ട ആവശ്യമുണ്ടയില്ല. ഞാൻ അടിവാരത്തെ ഒരു ശൂന്യമായ കറുത്ത കുന്നിൽ കയറിനിന്ന്, പുറത്തേക്ക് ചുഴിയായുയരുന്ന വെളുത്തപുകച്ചുരുളുകളെ അസ്തമയസൂര്യൻ ചുവപ്പിച്ചതു നോക്കി നിന്നു. അത് ശരിക്കും തീ കത്തുമ്പോഴുള്ള ജ്വാലകൾ പോലെ തോന്നി. ഇവിടെ പിന്നീട് ഞങ്ങൾ വീണ്ടും അഭിനേതാക്കളും ക്യാമറക്കാരും ജോലിക്കാരുടെ സംഘവും ആയി വരും. അപ്പോൾ അഗ്നിപർവ്വതമുഖത്തോട്ടു കയറി, ഞങ്ങളുടെ ചെറിയ നായകൻ കൃഷിക്കാരന്റെ മകനായ യുക്കിയോ, ഭൂമിയുടെ മദ്ധ്യത്തിലേക്ക് നോക്കി നിൽക്കുന്ന രംഗം പകർത്തും.

ടോക്കിയോയിലേക്ക് മടങ്ങുന്നതിന് മുമ്പ്, എനിക്ക് എന്നെങ്കിലും മറക്കാനാവുമോ! അന്നുച്ചയ്ക്ക് അപ്രതീക്ഷിതമായി, ഫ്യുജി പർവതത്തിന്റെ മഞ്ഞുമൂടിയ ശിഖരം, മേഘങ്ങൾക്കിടയിൽ നിന്നും ഉയർന്നുവരുന്നു, ആകാശത്തിന്റെ പകുതിയിൽ. ജപ്പാനിൽ നിന്നുള്ള സന്ദർശകർ മാസങ്ങളോളം കാത്തുനിന്നാലും ഫ്യൂജി കാണാറില്ലത്രേ. തീർച്ചയായും, സാന്ദർഭികമായോ ദൈവാനുഗ്രഹം കൊണ്ടോ മാത്രമേ ഈ പവിത്രമായ പർവതം മനുഷ്യനേത്രങ്ങൾക്ക് മുന്നിൽപെടൂ. ഞങ്ങൾ നട്ടുച്ചക്ക് ഒരു മലഞ്ചെരിവിലൂടെ കാറോടിച്ചു വരികയായിരുന്നു. ആകാശം നിറയെ മേഘങ്ങളായിരുന്നു. അപ്പോൾ ഞാൻ വെറുതെ ആ ദൃശ്യത്തെക്കുറിച്ച് സ്വപ്നം കണ്ടു. ഞാനൊരിക്കലും പ്രതീക്ഷിച്ചിരുന്നില്ല. പെട്ടെന്ന് ഞാനത് കണ്ടു. ശരിക്കുള്ള ശിഖരം, വെളുത്ത്, നീലമേഘങ്ങൾക്കഭിമുഖമായി. കുറച്ച്, വളരെ കുറച്ച്, ദൃശ്യങ്ങൾ മാത്രമേ അവയെക്കുറിച്ചുള്ള കേട്ടുകേൾവിയേക്കാൾ ഭംഗിയുള്ളതായുള്ളൂ. താജ്മഹൽ അതിലൊന്നാണ്. മറ്റൊന്ന് ഫ്യൂജിയും. ഞങ്ങൾ മൂന്നര നിമിഷം ആ കാഴ്ച ആഹ്ലാദത്തോടെ, അമ്പരപ്പോടെ നോക്കി നിന്നു. അപ്പോഴേക്കും മേഘങ്ങൾ ആ രാജകീയപ്രൗഢിയുള്ള രൂപം മറച്ചു.

*** *** ***

ടോക്യോയിൽ, ഞാൻ പിറ്റേന്ന് കാലത്ത് അഞ്ച് മണിക്ക് കണ്ണുതുറന്ന് നന്നായി ഉണർന്നു, പൂർണ്ണ ജാഗ്രതയോടെ, എന്നെ ആരോ വിളിച്ചതായി തോന്നി. ഒരു ശബ്ദമല്ല, ഞാനങ്ങനെയൊരു ശബ്ദം കേട്ടു

മില്ല. പക്ഷെ ഞാൻ വിളിക്കപ്പെട്ടതായി എനിക്കുനല്ല ബോധ്യമുണ്ട്. മുറിയിൽ ഇരുട്ടായിരുന്നില്ല, വെളിച്ചവുമില്ല. രാത്രി അവസാനിച്ചിരുന്നുവെങ്കിലും പ്രഭാതം എത്തിയിരുന്നില്ല. ഞാൻ കിടക്കയിൽ അനക്കമില്ലാതെ കിടന്നു, ശ്രദ്ധിച്ചു, കാത്തിരുന്നു. ആരോ എന്റെ അരികിലെത്താൻ ശ്രമിക്കുന്നുണ്ടെന്നുറപ്പിച്ചു. സാവധാനം ആ വിശ്വാസം ഇല്ലാതായി. ഞാൻ വീണ്ടും തനിച്ചായി. പക്ഷെ മുമ്പത്തേതുപോലെയല്ല. എന്തോ ഒന്നു സംഭവിക്കാനുണ്ടായിരുന്നു. ഞാനതിനു തയ്യാറാവണം.

അഞ്ചേമുക്കാലിന് ടെലഫോണടിച്ചു. ഉടനെ, വിവരം എന്തായിരിക്കുമെന്ന് എനിക്കറിയാമായിരുന്നു.

'വിദേശത്തു നിന്നുള്ള വിളിയാണ്', ഒരു ശബ്ദം പറഞ്ഞു. 'അമേരിക്കയിൽനിന്ന്, ദയവായി, പെൻസിൽവാനിയ . . വിളിക്കുന്നു.. . താങ്കൾ റെഡിയല്ലേ?'

'ഞാനതു കാത്തുനിൽക്കുകയാണ്.' ഞാൻ പറഞ്ഞു. കഴിഞ്ഞ ഒരു മണിക്കൂറായി ഞാൻ കാത്തുനിൽക്കുകയായിരുന്നു.

'ദയവായി, കാത്തു നിൽക്കൂ.' ആ ശബ്ദം പറഞ്ഞു.

ഒരു മണിക്കൂറായി ഞാൻ കാത്തുനിൽക്കുന്നു. ഞാനത് തുടർന്നു. ഏഴുമിനുട്ട്, മേശമേലുള്ള എന്റെ വാച്ചിൽ ഞാൻ കാണുന്നുണ്ടായിരുന്നു. പതിനായിരം മൈലുകൾക്കപ്പുറമുള്ള ഭൂമിയും, കടലും കടന്ന് എന്റെ മകളുടെ ശബ്ദം എന്റെയടുത്തേക്ക് വന്നു.

'അമ്മേ'

'എന്താ മോളേ'

'എനിക്കു ചിലത് പറയാനുണ്ട്, ഒരുക്കമല്ലേ'

'ശരി മോളേ'

'അമ്മേ,' അവ്യക്തമായ യുവശബ്ദം ഇടറിയെങ്കിലും ദൃഢതയോടെ പറഞ്ഞു;'അച്ഛൻ ഇന്ന് കാലത്ത് ഉറക്കത്തിൽ നമ്മെ വിട്ടു പോയി.'

'നീ അതായിരിക്കും പറയുക എന്നെനിക്കറിയാമായിരുന്നു.' അമ്മ എങ്ങനെയറിഞ്ഞു?'

'ഞാൻ... അറിഞ്ഞു'

'അമ്മ വീട്ടിലേക്ക് വരുമോ'

'ഇന്ന്, ആദ്യ വിമാനത്തിൽ'

'ഞങ്ങൾ ന്യൂയോർക്കിൽ കാത്തുനിൽക്കും.'

'ഞാൻ വിമാനത്തിന്റെ കാര്യമറിഞ്ഞയുടനെ കമ്പി അടിക്കാം.'

'എല്ലാവരും വീട്ടിലെത്തിയിട്ടുണ്ട്. ഞങ്ങളെല്ലാമുണ്ട്. അമ്മ വരുന്നതുവരെ എല്ലാകാര്യങ്ങളും നോക്കാം.'

'എനിക്കറിയാം.'

ഞങ്ങൾ സ്വകാര്യമായി ഇത്രയും സംസാരിച്ചു. ഹൃദയം, ഹൃദയത്തോട് സംസാരിച്ചു. ഞാൻ ഫോൺ താഴെ വച്ചു. ഒരു നിമിഷത്തേക്ക് തീവ്രാഭിലാഷമുണ്ടായി. ഓ, ഞാനൊരിക്കലും വരരുതായിരുന്നു. ഓ, അദ്ദേഹം പോകുമ്പോൾ ഞാൻ അവിടെ വേണമായിരുന്നു. ഞാനത് മാറ്റിവച്ചു. ഞാൻ ഈ നിമിഷത്തെക്കുറിച്ച് എന്റെ കുടുംബഡോക്ടറുമായി വിശദമായി സംസാരിച്ചതാണ്. വർഷങ്ങൾക്കു മുമ്പ്, എന്റെ ചോദ്യങ്ങൾക്കുത്തരമായി അദ്ദേഹം പറഞ്ഞു. 'ഒരുപക്ഷെ വളരെ വർഷങ്ങൾ കഴിഞ്ഞാവാം. അല്ലെങ്കിൽ നാളെയാവാം. നിങ്ങൾ പഴയതുപോലെ തന്നെ ജീവിക്കണം. അദ്ദേഹത്തിന്റെ ഹൃദയം നന്നായി പ്രവർത്തിക്കുന്നു. ദഹനവും നല്ല രീതിയിലാണ് - ദീർഘകാലം അദ്ദേഹം ജീവിക്കുമെന്ന് ഞാൻ കരുതുന്നു. പക്ഷെ ഒന്നോർക്കു, എപ്പോഴതു സംഭവിച്ചാലും എങ്ങനെ സംഭവിച്ചാലും നിങ്ങൾക്കത് തടയുവാൻ ഒന്നുകൊണ്ടും സാധിക്കില്ല. എനിക്കുപോലും. ഞാനദ്ദേഹത്തിന്റെ തൊട്ടരികിൽ തന്നെയിരുന്നാലും.'

ഒരു ദീർഘനിശ്വാസത്തോടെ അദ്ദേഹം തുടർന്നു. 'തലച്ചോറിന് സാരമായ തകരാറുണ്ട്. തീർച്ചയായും, വ്യക്തിത്വത്തിന് വലിയ മാറ്റമുണ്ടാകുമെന്ന് ഉറപ്പായും പ്രതീക്ഷിക്കണം; നമുക്കറിയില്ല...'

എന്റെ ഓരോ ചിന്തകളോടും സമർത്ഥമായി പ്രതികരിച്ചിരുന്ന ആ തലച്ചോറ് - അതെ വ്യക്തിത്വം പാടെ മാറിപ്പോയി. എനിക്കേറ്റവും നന്നായറിയുന്ന പുരുഷൻ, വിവേകിയായ സുഹൃത്ത്, മറ്റാരോ ആയി മാറി. വിശ്വസിക്കുന്ന ഒരു കുട്ടി, നിസ്സഹായനായ ശിശു, ആർക്കും സ്നേഹിക്കാനല്ലാതെയാവുമോ. എന്നിരുന്നാലും ഞങ്ങൾ ഭാഗ്യവാന്മാരായിരുന്നു. തലച്ചോറ് തകരാറിലായാൽ ചിലപ്പോൾ വ്യക്തിത്വത്തിൽ ഭയാനകമായ മാറ്റങ്ങളുണ്ടാകാം. ചൈനക്കാരുടെ വിശ്വാസപ്രകാരം ഒരു മനുഷ്യന് മൂന്ന് ജീവാത്മാക്കളും ഏഴ് ഭൂമിയിലെ ആത്മാക്കളുമുണ്ട്. ആത്മാക്കൾ വിട പറയുമ്പോൾ, ഭൂമിയിലെ ആത്മാക്കൾ അവശേഷിക്കുന്നു. അപ്പോൾ പ്രവചിക്കാനാവാത്തവിധം ആ മനുഷ്യൻ തിൻമ നിറഞ്ഞവനും ക്രൂരനുമാകുന്നു. പക്ഷെ അദ്ദേഹത്തിന്റെ കാര്യം അങ്ങനെയല്ല. അദ്ദേഹത്തിന്റെ ഭൂമിയിലെ ഏഴാത്മാക്കളും മൂന്നു ജീവാത്മാക്കളുമായി ചേർന്നൊന്നായി ഒരു വസ്തുവായിത്തീർന്നിരിക്കുന്നു. അദ്ദേഹം എന്തായിരുന്നുവോ അതു തന്നെയായിത്തുടരുന്നു. എന്നത്തേയും സ്നേഹയോഗ്യനായ, രോഗിയായ, വിഷമങ്ങൾ സൃഷ്ടിക്കാൻ മനസ്സില്ലാത്തയാളായി. പതുക്കെപ്പതുക്കെ ആശയവിനിമയം നിലച്ചിരു

ന്നു. ഭാഷ നഷ്ടപ്പെട്ടു. കാഴ്ചശക്തി നഷ്ടപ്പെട്ടു. തലച്ചോറിന്റെ പ്രവർത്തനം നിലച്ചു. ജീവിതം ഉറക്കം മാത്രമായി.

ഇത്രയും നേരത്തെ ഈ വിവരം അറിയിക്കാൻ ആരെയും വിളിച്ചു ണർത്തേണ്ടതില്ല. എന്റെ ചിന്തകളും ഓർമകളും പങ്കുവയ്ക്കുവാൻ പറ്റിയ ആരുംതന്നെയുണ്ടായിരുന്നില്ല. എത്ര പെട്ടെന്നാണ്, ഒറ്റ നിമി ഷത്തിൽ വർഷങ്ങളായുള്ള സന്തോഷജീവിതം കേവലം ഓർമകളായി ത്തീരുന്നത്! കഴിഞ്ഞ ഏഴുവർഷം നീണ്ടതും സാവകാശവുമായ തയ്യാ റെടുപ്പ് ഇപ്പോൾ പൂർത്തിയായിരിക്കുന്നു. ഞാൻ ഭയപ്പെട്ടിരുന്ന ആ ദിവസം വന്നെത്തിയിരിക്കുന്നു. ഇവിടെ അവസാനത്തെ ഏകാന്തത മാത്രം.

വാർത്ത മറച്ചുവയ്ക്കപ്പെട്ടില്ല. ടെലിഫോൺ മുറിയിലുണ്ടായിരു ന്നവൾ മറ്റാരോടോ പറഞ്ഞിരുന്നു. ഒരു മണിക്കൂറിനകം ടെലിഫോൺ ശബ്ദിച്ചു, സുഹൃത്തുക്കൾ എന്റെ മുറിയിലെത്തി. എല്ലാം അടു ത്തായോ യാഥാർത്ഥ്യമായോ തോന്നിയില്ല. അവരുടെ ശബ്ദങ്ങൾ ചോദിക്കുന്നത് ഞാൻ കേട്ടു. എന്റെ മറുപടികളും ഞാൻ കേട്ടു. അതെ അതു നേരാണ്, എനിക്ക് ആദ്യ വിമാനത്തിൽ വീട്ടിലെത്തണം. സീറ്റു കൾ ലഭ്യമായിരുന്നില്ലെങ്കിലും സുഹൃത്തുക്കൾ എങ്ങിനെയോ എനി ക്കായി ഒന്നു സംഘടിപ്പിച്ചു. ഈ വിവിരം കേട്ടപ്പോൾ ആരോ ഒരാൾ വേണ്ടെന്നു വച്ചതു കൊണ്ടാണ്. ആദ്യവിമാനം പുറപ്പെടുന്നത് പാതി രാവിലായതിനാൽ എനിക്ക് മുഴുവൻ ദിനവും എങ്ങനെയെങ്കിലും കഴിച്ചു കൂട്ടണമായിരുന്നു. ആളുകളുടെ ദയയും സഹതാപവും സഹി ക്കാവുന്നതിലേറെയായി. ആരും വാതിലിൽ മുട്ടാതിരിക്കുവാനും ടെലിഫോൺ അടിക്കാതിരിക്കാനും നഗരത്തിൽനിന്നും എത്രയും പെട്ടെന്ന് നാട്ടിൻ പുറത്തോട്ട് പോകണമെന്ന് ഞാനുറച്ചു. ആനിമിഷ ത്തിൽ മിക്കി പറഞ്ഞു. 'പകൽ, എന്റെ വീട്ടിലേക്കു വരൂ.'

എന്റെ സുഹൃത്തായ മിക്കി ടോക്യോയിൽനിന്നും രണ്ടു മണിക്കൂർ അകലെയാണ് താമസം. ഒരാളെ തീവണ്ടികൾ വളരെ വേഗത്തിലും വളരെ സുരക്ഷിതമായും അവിടെയെത്തിക്കും - ജപ്പാനീസ് തീവണ്ടി കൾ അതി ഗംഭീരമാണ്. പക്ഷെ ഞങ്ങൾ അവളുടെ കാറിലാണ് പോയ ത്. അവൾ താമസിച്ചിരുന്ന ചെറിയപട്ടണത്തിനടുത്തെത്തിയപ്പോൾ, ഞങ്ങൾ നേരെ ചെങ്കുത്തായ ഒരു കുന്നിന്റെ അടിവാരത്തേക്ക് ഓടി ച്ചുപോയി. അതൊരു പർവതമായിരുന്നില്ല. ഞങ്ങൾക്ക് പ്രവേശിക്കാൻ വാതിൽ തുറന്നു തന്നു. 'ഇവിടം മുതൽ മുകളിലോട്ടു നടക്കണം,' മിക്കി ചടുലമായി പറഞ്ഞു. ആ ആത്മവിശ്വാസവും പ്രായോഗികതയും നിറഞ്ഞ

വാക്കുകൾ നല്ല ആശ്വാസം പകർന്നു. ഞാനൊരു സാധാരണദിനം തള്ളി നീക്കാനാണ് വന്നതെങ്കിലും മിക്കി എല്ലാ കാര്യങ്ങളും വേണ്ടതുപോലെ നോക്കി നടത്തുമെന്ന് കണ്ടപ്പോൾ കൂടുതൽ സ്വസ്ഥത കൈവന്നു. സത്യ ത്തിൽ ഞാനവളുടെ വീട് ഇതുവരേയ്ക്കും കണ്ടിട്ടില്ല. അവൾ എന്റെ പെൻസിൽവാനയിലുള്ള വീട്ടിലേക്ക് ഒന്നിലധികം തവണ വന്നിട്ടുണ്ട്. ജപ്പാനിൽ പിറന്ന അർദ്ധ-അമേരിക്കൻ കുട്ടികൾക്കായി അവൾ പ്രവർത്തിക്കുന്നത് എനിക്കറിയാം. അവൾ ജപ്പാനീസ് സ്ത്രീകളിൽ സമാ നതകളില്ലാത്തവളാണ്. എന്തിനാണ് ഞാൻ ജപ്പാനീസ് എന്നു പറഞ്ഞത്? അവൾ തികച്ചും വ്യത്യസ്തയാണ്. അവളെപ്പോലൊരു സ്ത്രീയെ ഞാൻ കണ്ടിട്ടേയില്ല. അവൾ, അവളുടെ ചിന്തകളുടെ കാര്യത്തിൽ അവസാന അംശം വരേയ്ക്കും പരിഷ്കാരിയാണ്, എന്നാലവളുടെ രക്തം അതിപുരാതനമായ കുലീന ജപ്പാൻകാരിയുടേതും. അവൾ ജപ്പാനിലെ ഒരു ശ്രേഷ്ഠകുടുംബാംഗവും അവളുടെ ഭർത്താവ് ബഹുമാന്യമായ പല പദവികളിലും ഇരുന്നയാളുമാണ്. അവൾ കുറേക്കാലം യൂറോപ്പിൽ താമ സിച്ചിരുന്നു. വർഷത്തിൽ ഒന്നോ രണ്ടോ തവണ അമേരിക്ക സന്ദർശി ക്കുമായിരുന്നു. കൂടുതൽ സ്വതന്ത്രമായി നീങ്ങാമെന്നതിനാൽ അവൾ പടിഞ്ഞാറൻ വസ്ത്രങ്ങളാണ് ധരിച്ചിരുന്നത്. പക്ഷെ, ലോകത്തിന്റെ ഏതു കോണിലായിരുന്നാലും അവൾക്കൊരു ജപ്പാൻകാരിയാകുവാനേ കഴിയൂ. അവൾ അവളെത്തന്നെ നോക്കി 'മത്തങ്ങാമുഖി'യെന്നു വിളി ച്ചു സ്വയം ചിരിക്കുമായിരുന്നു.സത്യത്തിൽ അവൾക്ക് വട്ടമുഖമായിരു ന്നു. പക്ഷെ അവൾ സുന്ദരിയായിരുന്നു. കണ്ണുകൾ സജീവവും പെരു മാറ്റം ആരും ശ്രദ്ധിച്ചു പോകുന്നതുമാണ്. അവൾ അവളെപ്പറ്റിത്തന്നെ പറഞ്ഞത്, ഏകദേശമിങ്ങനെയാണ്.

യുദ്ധം അതിന്റെ മൂർദ്ധന്യാവസ്ഥയിൽ കൊടുമ്പിരിക്കൊണ്ടി രുന്നകാലത്ത്, ഒരു ദിവസം അവൾ ഭക്ഷണം തേടി നാട്ടുമ്പുറത്തേ ക്കുള്ള ഒരു തീവണ്ടിയിൽ പോവുകയായിരുന്നു. നല്ല തിരക്കായതി നാൽ അവൾ പുറകിലുള്ള ഒരു സീറ്റിലാണിരുന്നിരുന്നത്. ഇരുന്ന ഉടനെ മുകളിലെ തട്ടിൽനിന്നും ഒരു പൊതിക്കെട്ട് അവളുടെ മടിയി ലേക്കു വീണു. അതു പൊതിഞ്ഞിരുന്ന കടലാസുകൾ മുറുകാത്തതി നാൽ, മുറുക്കിപ്പൊതിയുവാൻ അതു തുറന്നപ്പോൾ, അവളുടെ ഭയച കിതമായ കണ്ണുകളാൽ പിറന്നുവീണയുടനെയുള്ള ഒരു ആൺകുഞ്ഞിനെയായിരുന്നു കണ്ടത്. അവൻ മരിച്ചിരുന്നു. ആ സമ യത്ത് കരിഞ്ചന്തക്കച്ചവടക്കാരെ കണ്ടു പിടിക്കുന്നതിനായി പട്ടാളപ്പോ ലീസ് ആ തീവണ്ടി മുറിയിലേക്ക് വന്നു. അവളുടെ മടിയിൽ എന്താ

ണെന്ന് കണ്ടയുടനെ ആ ചത്ത കുഞ്ഞിനെ ഒഴിവാക്കാൻ ശ്രമിക്കുന്നു എന്ന പേരിൽ അവളെ അറസ്റ്റ് ചെയ്തു. അത് അവളുടെ കുഞ്ഞാണെന്നാണവർ കരുതിയത്. ഒരു പ്രായംചെന്ന കർഷകൻ അവൾക്കുവേണ്ടി സംസാരിക്കുന്നതുവരെ അവൾ വളരെ വിഷമിച്ച അവസ്ഥയിലായിരുന്നു.

'അതവരുടെ കുട്ടിയല്ല. ചെറുപ്പക്കാരിയായ ഒരു സ്ത്രീ, ഒരു കെട്ട് ആ തട്ടിൽ കൊണ്ടുവച്ച് പോയതാണ്.'

പോലീസ് അതു വിശ്വസിച്ചത് കാരണം അവൾ രക്ഷപ്പെട്ടു. പക്ഷെ അതു പറയുമ്പോഴും അവൾ, മരിച്ച ചെറിയകുട്ടിയെ ഒരിക്കലും മറന്നില്ല. 'ആ കുഞ്ഞിന്റെ ഇളം ശരീരത്തിന്റെ ഭാരം എപ്പോഴും എന്റെ കാൽമുട്ടുകളിലുണ്ടാവും', അവൾ എപ്പോഴും പറയും.

ദിവസങ്ങൾക്കുശേഷം, അവൾ തന്റെ പൂന്തോട്ടത്തിലൂടെ, അതിരാവിലെ നടക്കുമ്പോൾ ഒരു വലിയ കുറ്റിക്കാട്ടിൽ എന്തോ അനങ്ങുന്നതു കണ്ടു. അതൊരു മുയലാണെന്നവൾ വിചാരിച്ചു. അതിനു വല്ല മുറിവും പറ്റിയോ എന്നു കുനിഞ്ഞ് നോക്കിയപ്പോൾ അതൊരു ചെറിയ കുട്ടിയാണെന്ന് ബോധ്യപ്പെട്ടു. ഗതികെട്ട ഒരമ്മ അതിനെ അവിടെ കളഞ്ഞതാണ്. അവൾ കുട്ടിയെ പുറത്തേക്ക് വലിച്ചെടുത്ത്, വീട്ടിൽ കൊണ്ടുപോയി അവനെ പരിചരിച്ചു. അന്നു മുതൽക്ക്, മിക്കി, ജപ്പാനിൽ ജനിക്കുന്ന അർദ്ധ അമേരിക്കൻ കുഞ്ഞുങ്ങൾക്കായി അവളുടെ ജീവിതം ഉഴിഞ്ഞുവച്ചു. ഒരു മരിച്ചുപോയ ചെറിയ ശരീരത്തിൽ നിന്നും അത് ഒരു ജീവകാരുണ്യ പ്രവർത്തനമായി ആയിരക്കണക്കിന് കുട്ടികളെ-ജപ്പാനീസ് അമ്മമാരിൽ അമേരിക്കൻ പുരുഷന്മാർക്കുണ്ടായ കറുത്തതും വെളുത്തതുമായ - സംരക്ഷിക്കുന്നതായി മാറി. അവളുടെ നേതൃത്വത്തിൽ ഒരു ദത്തെടുക്കൽ ഏജൻസിയും തുടങ്ങി. അങ്ങനെയുള്ള ആയിരക്കണക്കിന് അനാഥക്കുട്ടികളുണ്ട്. ഇപ്പോഴും ജനിക്കുന്നുമുണ്ട്. ചിലരൊക്കെ അവളുടെ കൂടെത്തന്നെ വളരുന്നു, സ്വന്തം കാലിൽ നിൽക്കാറാവുന്നത് വരെ.

അന്ന് ഞാൻ കുന്ന് കയറിക്കൊണ്ടിരുന്നപ്പോൾ മുകളിൽനിന്ന് കുട്ടികളുടെ ആക്രോശങ്ങളും ചിരിയും കളികൾക്കിടയിലെ കൂകിവിളികളും കേട്ടു. വലിയ മരങ്ങൾക്കിടയിലൂടെ വളഞ്ഞു പുളഞ്ഞു പോകുന്ന വഴിയിൽ, കല്ലുകൾ പാകി, കുത്തനെയുള്ള ചെരിവുകളിൽ പടവുകൾ കെട്ടിയിട്ടുമുണ്ട്. അന്നേ ദിവസം പ്രശാന്തസുന്ദരമായിരുന്നു. സൂര്യപ്രകാശം മരങ്ങളുടെ ശാഖകൾക്കിടയിലൂടെ പായൽ പിടിച്ച ഭൂതകാലത്തിൽ പതിഞ്ഞിരിക്കുന്നു. താഴെ ഭാഗത്തു ഓടുമേഞ്ഞ ഗ്രാമീണവീടുകൾ അടു

ത്തടുത്തായുണ്ടായിരുന്നു. ഞാൻ പതുക്കെ നടന്നു. എന്റെ ഊർജ്ജ മെല്ലാം ഉള്ളിൽനിന്നും ഊറ്റിയെടുത്തുപോലെ തോന്നി. ഞാൻ ചോദ്യ ങ്ങൾ ചോദിക്കുകയും അവളുടെ ഉത്തരങ്ങൾ കേൾക്കുകയും ചെയ്യു ന്നുണ്ടായിരുന്നു. പക്ഷെ ഞാൻ എല്ലായ്പ്പോഴും എല്ലാവരിൽനിന്നും അക ലെയായിരുന്നു; ആരുടേയും അടുത്തായിരുന്നില്ല. അന്തരീക്ഷത്തിൽ ഭാര മില്ലാതെ തൂങ്ങിക്കിടക്കുന്നതുപോലെ എന്റെ മനസ്സും ഹൃദയവും മരവി ച്ചിരുന്നു. പെട്ടെന്ന്, അവൾ എന്തോ സംസാരിക്കുന്നുണ്ടെന്നും അവൾ പറഞ്ഞതെന്താണെന്ന് എനിക്കറിയില്ലെന്നും ബോധ്യമായി.

'ഇവിടെ എത്ര കുട്ടികളുണ്ട്, മിക്കി?' എന്തെങ്കിലും പറയണമല്ലോ എന്നോർത്ത് ഞാൻ ചോദിച്ചു.

'നൂറ്റി നാൽപത്തിയെട്ട്', അവൾ പറഞ്ഞു. അവൾ, അവളുടെ ശീല മായ ചടുലതയോടെയുള്ള നടത്തം നിർത്തി. ഞാൻ അവൾക്കൊപ്പ മെത്താൻ കാത്തുനിന്നു.

നൂറ്റി നാൽപത്തിയെട്ട്! അവർ, മിക്കിയുടെ മേൻമയുള്ള പഴയ ജപ്പാ നീസ് വീടുകളിലും പൂന്തോപ്പുകളിലും ചിന്നിച്ചിതറിക്കളിക്കുന്നു. പര മ്പരാഗതമായി മിക്കിക്ക് ലഭിച്ച വീടാണിത്. അവർ പുതിയ കുറച്ചു കെട്ടിടങ്ങൾകൂടി നിർമിച്ചിട്ടുണ്ട്. ചിലത് സ്കൂളുകളും;മറ്റു ചിലത് പൊതുശയനമുറികളായി ഉപയോഗിക്കാവുന്നതരത്തിലും. പൊതു ശയ നമുറികളിലൊന്നിൽ, രണ്ട് ചെറിയ പെൺകുട്ടികൾ, മുയലുകളെയും വളർത്തെലികളെയും പരിപാലിക്കുന്നതിൽ മുഴുകിയിരിക്കുന്നത് കണ്ടു. കുട്ടികൾക്ക് അവരവർക്കിഷ്ടപ്പെട്ട ഓമനകളെ വളർത്തുന്നതിനും അവ രവരുടെ ഉടമസ്ഥതയിലുള്ള വസ്തുക്കൾ സൂക്ഷിക്കുന്നതിന് പ്രത്യേകസ്ഥലങ്ങളും അനുവദിച്ചിരുന്നു. മിക്ക അനാഥാലയങ്ങളും സങ്കടകേന്ദ്രങ്ങായിരുന്നുവെങ്കിലും മിക്കി അവളുടെ വലിയ സ്ഥാപനം ഒരു വീടുപോലെ തന്നെ സൂക്ഷിച്ചു. പകുതിയിലധികം കുട്ടികളും നീഗ്രോകളായിരുന്നെന്ന് ഞാൻ ശ്രദ്ധിച്ചു. ജനിക്കുന്ന കുട്ടികളുടെ എണ്ണം കുറവാണെങ്കിലും നീഗ്രോ ദമ്പതിമാരിൽ കുറച്ച് പേർക്കേ ദത്തെടുത്ത് കുട്ടികളെ വളർത്താനാവൂ എന്നതിനാലാണിത്. എന്നാൽ പാതി വെളുത്ത കുട്ടികളെ അധികമായും ദത്തെടുക്കുന്നുമുണ്ട്.

ഞങ്ങൾ അലസമായി എല്ലായിടത്തും നടന്നു. പ്രത്യേക താല്പ ര്യംതോന്നുന്ന ഇടങ്ങളിൽ ഇടയ്ക്കിടെ നിന്നു. മിക്കിയുടെ ഏറ്റവും വലിയ സന്തോഷം അവിടത്തെ സ്കൂളാണ്. സീനിയർ ഹൈസ്കൂൾ കെട്ടിടം പണിയാൻ കഠിനശ്രമത്തിലാണവർ. കഴിഞ്ഞ പത്തുവർഷങ്ങളായി അവൾ ഇതിനുവേണ്ടിയുള്ള കഠിനശ്രമത്തിൽ ഞാനോ നീയോ എന്ന

രീതിയിലോടുകയാണ്, അവളുടെ കുട്ടികളുടെ മുന്നിലായി. ഞങ്ങൾ എല്ലാ സ്കൂൾ മുറികളും കണ്ടു. ഞാനോർക്കുന്നു, ഓരോ മുറിയുടെ മുന്നിലും വെങ്കലത്തിൽ നിർമിച്ച ഭൂപടങ്ങൾ. പരിശോധിച്ചപ്പോൾ അമേരിക്കയിലെ ഓരോ സംസ്ഥാനങ്ങളാണവയിൽ. മിക്കി എന്നോടതിനുത്തരം പറഞ്ഞു.

'എല്ലാ വർഷവും ഞാൻ നിങ്ങളുടെ രാജ്യത്തു പോകും. എന്റെ സഹായത്തിനുള്ള നിവേദനം ഒരു സംസ്ഥാനത്ത് കേന്ദ്രീകരിക്കും. അവിടുത്തെയാളുകൾ ഒരു ക്ലാസ്സ്മുറിയുടെ ആവശ്യത്തിനുള്ള പണം തന്നാൽ, ഇവിടെയെത്തി ഞാനത് സ്കൂളിനോട് കൂട്ടിയെടുക്കും. അതിനുള്ള നന്ദി സൂചകമായി, വാതിലിൽ ഞാൻ ആ സംസ്ഥാനത്തിന്റെ ഭൂപടം പതിക്കും. അവരോടുള്ള കടപ്പാട് ഞാൻ അതിൽ കൊത്തിവയ്ക്കുകയും ചെയ്യും.'

'പക്ഷെ നിങ്ങളുടെ ഭൂപടങ്ങൾ വളരെ വ്യത്യസ്തമാണ്, ആപേക്ഷികമായ വലിപ്പം നോക്കുമ്പോൾ', ഞാൻ പറഞ്ഞു. 'ഉദാഹരണത്തിന് ഇവിടെ റോഡ് അയലന്റ്, വളരെ വലുതാണ്. പക്ഷെ അത് ഞങ്ങളുടെ ഏറ്റവും ചെറിയ സംസ്ഥാനമാണ്.

ഞാൻ സംസാരിക്കുന്നതിനിടയിൽ അവൾ മറ്റൊരു വാതിൽ തുറന്നു. ഞാനാ കുടുസ്സുമുറിക്കകത്തേക്ക് നോക്കി. ഒരു സ്വകാര്യമുറിയേക്കാൾ അല്പം കൂടുതലും, ഒരു സ്കൂൾ മുറിയേക്കാൾ വളരെ ചെറുതും. സാധനങ്ങൾ സൂക്ഷിക്കാനൊരു സ്ഥലം? വാതിലിന്മേൽ എന്റെ കൈപ്പത്തിയേക്കാൾ വലിപ്പം കുറഞ്ഞ ഒരു ഭൂപടം. ടെക്സാസിലെ ജനങ്ങൾക്കുള്ള അഭിവാദനമായിരുന്നു അത്!

എന്റെ അത്ഭുതം കണ്ട് മിക്കി ചിരിച്ചു. 'ടെക്സാസിലെ ജനങ്ങൾ അവരുടെ പണം ടെക്സാസിനു വേണ്ടി സൂക്ഷിക്കുന്നു.' അവൾ പറഞ്ഞു. 'ഞാൻ, അവരുടെ അർദ്ധടെക്സാൻ കുട്ടികൾക്ക് അവർ നൽകിയതിന് നന്ദിപറയുന്നു. നോക്കൂ, ടെക്സാസ് ഞങ്ങളുടെ സ്കൂൾ മാപ്പിൽ വളരെ ചെറുതാണ്.'

മിക്കിയുടെ ഉത്സാഹഭരിതമായ ശബ്ദത്തിൽ നേരിയ നീരസം പോലുമുണ്ടായിരുന്നില്ല. അവൾ, ആളുകളെ എങ്ങനെ കാണുന്നു എന്നതുപോലെ അവരെ അംഗീകരിക്കുന്നു എന്നതു വെളിവാക്കി. അവൾ സ്നേഹത്തോടെ വൃത്തിയും വെടിപ്പുമുള്ള അടുക്കളകളിലേക്കും ഭോജനശാലകളിലേക്കുമുള്ള വഴികൾ കാട്ടിത്തന്നു. കുട്ടികൾ സ്വയമേവ അവരുടെ കാര്യങ്ങൾ ഏറിയ പങ്കും ചെയ്യുകയും പരസ്പരം സഹായിക്കുകയും ജോലികൾക്കിടെ കലപില സംസാരിക്കുകയും ചിരിക്കുകയും

ചെയ്തിരുന്നു. മിക്കി, ചെറിയ ചില തിരുത്തലുകൾ അവിടവിടെ നടത്തിയപ്പോൾ, കുട്ടികൾ സശ്രദ്ധം, പേടിയില്ലാതെ കേട്ടു. അവളുടെ സംസാരം ഉറച്ചതും കാര്യമാത്രപ്രസക്തവുമായിരുന്നു. എന്നാൽ വികാരപരമായിരുന്നുമില്ല. എന്നിരുന്നാലും അവൾ എന്റെ'കുസൃതിക്കൂട്ടാ', 'എന്റെ കുസൃതിപ്പെണ്ണേ' എന്നും വിളിക്കമ്പോഴുള്ള ഒരു സ്വകാര്യലാളന ഞാൻ നിരീക്ഷിച്ചു. അത് ഇവിടെയായാലും, മറ്റെവിടെയായലും കുസൃതികളെ അഭിനന്ദിക്കുകയും ചിലപ്പോൾ ആസ്വദിക്കുകയും ചെയ്യുന്ന ഒരു രീതിയായിരുന്നു അവൾക്ക്. അവൾ ചെറുതായിരുന്നപ്പോൾ ഒരു 'കുസൃതിപ്പെണ്ണാ'യിരുന്നു എന്നും എന്നാൽ അതേ സമയം ഇപ്പോൾ ചിരിച്ചുകൊണ്ട് ആവശ്യത്തിന് ചീത്തപറയുകയും ശിക്ഷിക്കുകയും ഒക്കെ ചെയ്യുന്നുണ്ടെന്നും വിശദീകരിച്ചു. അവൾക്ക് കുട്ടികളെ പേടിയുണ്ടായിരുന്നില്ല. അവർക്കറിയാം അവരെല്ലാം അവളുടെ ഹൃദയത്തിനകത്തുണ്ടെന്ന്. അവൾകിടന്നിരുന്നത് ഏറ്റവും കുസൃതിയുടേയും ഏറ്റവും പുതിയ കുട്ടിയുടേയും കൂടെ ഒരു മുറിയിലായിരുന്നു.

'ചിലപ്പോൾ ഒരു കുസൃതിപ്പയ്യന് ഓടിപ്പോകണമെന്ന് തോന്നും. അവൻ വന്യമായ സ്വാതന്ത്ര്യം തെരുവിൽ അനുഭവിച്ചിട്ടുണ്ടാകും. അവൻ ഓടിപ്പോകാൻ സാധ്യതയുണ്ടെന്ന് തോന്നിയാൽ അവന്റെ കണങ്കാലിൽ ഒരുറപ്പുള്ള ചരട്, അവനഴിക്കാൻ പറ്റാത്തവിധം കെട്ടും. മറ്റേയറ്റം, എന്റെ കണങ്കാലിലും. രാത്രിയിൽ അവൻ ഓടുകയാണെങ്കിൽ ഞാൻ ഉണർന്ന് അവനെ പിടിക്കും.'

അവളുടെ ഏറ്റവും വലിയ അഭിമാനം, അവളുടെ നാടകശാല ആയിരുന്നു. ഒരു സത്ക്കാരം എന്നപോലെ, ഇതവൾ അവസാനത്തേക്ക് മാറ്റിവച്ചിരുന്നു. മിക്കി ജൻമനാ ഒരു നടിയാണെന്നതിൽ ഒരു സംശയവുമില്ല. അവൾ ചെയ്തിരുന്നതെല്ലാം നാടകീയവും ശക്തവുമായിരുന്നു. മറ്റെന്തിനേക്കാളേറെയും, അരങ്ങിനെയാണവൾക്കേറ്റവും ഇഷ്ടമെന്ന് അവൾ സമ്മതിച്ചിരുന്നു. അതുകൊണ്ട് അവളുടെ ജീവിതമായ ആ സ്ഥലത്തിന്റെ മധ്യത്തിൽ, അവൾ ചെറിയ മനോഹരമായ നാടകശാല ഒരുക്കിയിരുന്നു. അതു വളരെ ആധുനികവും, സൗകര്യങ്ങളുള്ളതുമായിരുന്നു. ഇവിടെ കുട്ടികൾ നാടകങ്ങളും നൃത്തങ്ങളും അവതരിപ്പിക്കുന്നു.

'ഔപചാരികമായ ഉച്ചഭക്ഷണത്തിനുശേഷം, എന്റെകുട്ടികൾ താങ്കൾക്കു വേണ്ടി പാടുകയും നൃത്തം ചെയ്യുകയും ചെയ്യും.' അവൾ എനിക്കുറപ്പു തന്നു.

അതെ, എനിക്ക് സ്പഷ്ടമായിരുന്ന നൂറ്റാണ്ടുകൾ മുമ്പത്തെ

പ്രഭാതം കടന്നുപോയിരിക്കുന്നു. സൂര്യൻ ആകാശത്തിന്റെ ഉച്ചിയിലെത്തിയിരിക്കുന്നു. കുട്ടികൾക്കുവേണ്ടിയുള്ള മണിയടിച്ചുകൊണ്ടിരിക്കുന്നു. കളിയെല്ലാം എറിഞ്ഞുകളഞ്ഞ് അവർ ഭോജനശാലയിലേക്ക് ഓടി. ഒരിക്കൽ പോലും ഈലോകത്ത് തനിച്ചാണെന്നുള്ള കാര്യം ഞാൻ മറന്നിരുന്നില്ല. പക്ഷെ, എന്തുകൊണ്ടോ ഈ ശാശ്വതമായ അറിവ് വേണ്ടത്ര ആഴത്തിൽ മനസ്സിൽ പതിഞ്ഞിരുന്നില്ല. ദിവസം മുഴുവനും മിക്കി എന്നെ ജീവിതം കാട്ടിത്തരികയായിരുന്നു. അവളെന്നെ ജീവിതത്തിന്റെ ഒരു കേന്ദ്രത്തിൽനിന്ന് മറ്റൊരു കേന്ദ്രത്തിലേക്ക് നടത്തിച്ചു. ഇപ്പോൾ, ഞങ്ങൾ ഉച്ചയൂണിനു പോകുന്നതിനു മുമ്പ്, അവൾ എനിക്ക് ജീവിതത്തിലെ മറ്റൊരു സമ്മാനം കൂടി കരുതിയിരിക്കുന്നു.

'നമുക്ക് കുഞ്ഞുങ്ങളെ കാണാം.' അവൾ പറഞ്ഞു.

ഞങ്ങൾ പൂന്തോട്ടത്തിന്റെ അറ്റത്തേക്ക് നടന്നു. അവിടെ കുഞ്ഞുങ്ങൾക്കായി പണിത നല്ല പ്രസാദപൂർണമായ ഒരു വീട്ടിൽ ഞങ്ങളവരെ കണ്ടു. പുതുതായിപ്പിറന്ന കുഞ്ഞുങ്ങൾ. ചിലർ ഇരിക്കാനും മറ്റു ചിലർ നടക്കാനും പഠിക്കുന്നു. ദയാശീലരായ സ്ത്രീകൾ അവരെ പ്രത്യേകം ശ്രദ്ധിക്കുന്നു. കുട്ടികൾ അവരെ പറ്റിച്ചേർന്നിരിക്കുന്നു. അപരിചിതയായ എന്നെ കണ്ടപ്പോൾ മുഖംതിരിച്ച കുഞ്ഞുങ്ങൾ അവരോട് ചേർന്നുനില്ക്കുന്നത് എന്നെ ആശ്വസിപ്പിച്ചു. ഞാൻ, ഇടക്കിടെ സന്ദർശിക്കുന്ന അനാഥാലയങ്ങളിലും പലപ്പോഴും കണ്ടിട്ടുണ്ട്, കുട്ടികൾ അപരിചിതരുടെ അരികിലേക്ക് ഓടിവന്ന്, തിരിച്ചുപോരുമ്പോൾ പറ്റിച്ചേർന്നു നിൽക്കുന്നത്.

'ഇവരെയെല്ലാം ദത്തെടുത്ത് പോകും.' മിക്കി പറഞ്ഞു. 'ഈ ചെറുതൊഴികെ. അവന് മാനസിക വളർച്ചയില്ല. അവനുവേണ്ടി എന്തെങ്കിലും ആലോചിക്കണം."ഈ ചെറിയ പെൺകുട്ടി ന്യൂയോർക്കിലേക്കാണ്. ഈ കുട്ടൻ അടുത്തയാഴ്ച സാൻഫ്രാൻസിസ്കോയിലേക്ക് തിരിക്കും. ഞാൻ തന്നെയാണിവരെകൊണ്ടു പോകുന്നത്. പതിനൊന്നു കുട്ടികൾ, അവരുടെ പുതിയ അമേരിക്കൻ രക്ഷിതാക്കളുടെയടുത്തേക്ക്. ഞാൻ ഉത്തരധ്രുവത്തിനു മുകളിൽ പറക്കും.'

ഓരോ ചെറിയ കുട്ടിയേയും ഞാൻ അടുത്തുചെന്ന് സ്നേഹപൂർവ്വം നോക്കി. എല്ലാവരും സുന്ദരന്മാരായ കുട്ടികൾ. അവരുടെ സിരകളിൽ കിഴക്കും പടിഞ്ഞാറും വഹിക്കുന്നവർ. കവിയായ കിപ്ലിംഗ്, ഇവരെയോർക്കാതെയാകാം പറഞ്ഞത്, 'കിഴക്കും, പടിഞ്ഞാറും ഒരിക്കലും കണ്ടുമുട്ടില്ലെന്ന്. അവർ എല്ലായ്പോഴും കണ്ടുമുട്ടുന്നുണ്ട്, യഥാർത്ഥ ഹൃദയങ്ങൾ കണ്ടുമുട്ടേണ്ടതുള്ളതുകൊണ്ട്, രാഷ്ട്രീയത്തിലല്ല,

സ്നേഹത്തിൽ. സ്നേഹമാണ് മനുഷ്യരെ തമ്മിൽ അടുപ്പിക്കുന്നത്. പല തരത്തിലുള്ള സ്നേഹം, പക്ഷെ സ്നേഹം മാത്രം. മടിയോടെയാണ് ഞാൻ കുട്ടികളെ പിരിഞ്ഞത്. കാരണം അവരെന്നിൽ വലിയ ആശ്വാസം പകർന്നിരുന്നു. സ്നേഹം വെറുപ്പിനേക്കാൾ ശക്തമാണ് ; ജീവിതം മരണത്തേക്കാൾ ശക്തവും.

ഞങ്ങൾ പൂന്തോപ്പിലൂടെ, പൊൻവെയിലിൽ തിരിച്ചു നടന്നെത്തിയത് വളരെ വലിയ ഒരു ജപ്പാനീസ് വീട്ടിലാണ്. പഴയമരങ്ങൾ കൊണ്ട് നിർമിച്ച ഒരു ഭാഗം മുഴുവൻ തുറന്നു കിടക്കുന്നു. പണ്ട് അതൊരു ജപ്പാനീസ് പൂന്തോട്ടമായിരുന്നു ഇപ്പോൾ പൊടി പിടിച്ച് ശൂന്യമായ ബെയ്സ്ബോൾ മൈതാനവും. ഒരു പറ്റം ആൺകുട്ടികൾ, അവരുടെ ഭക്ഷണം വേഗത്തിൽ കഴിച്ച് ബാറ്റുകളും, പന്തുകളുമായി മൈതാനത്തെത്തിയിരിക്കുന്നു. ഞങ്ങൾ അവരെ ചുറ്റി, വീട്ടിനകത്തേക്ക് കടന്നു. ചെരുപ്പുകൾ താഴത്തെ പടിയിൽ അഴിച്ചുവെച്ചു. അവിടെനിന്ന് ഒരു പടിമാത്രമെ മിക്കിയുടെ മനോഹരമായ വലിയ സ്വീകരണമുറിയിലേക്കുള്ളു. മിക്കിയുടേതു പോലെതന്നെ, അതും കിഴക്കിന്റെയും പടിഞ്ഞാറിന്റെയും ഒരു സാർവ്വലൗകിക മിശ്രിതമായിരുന്നു. മുറിയുടെ ഒരറ്റത്ത് ഇരുണ്ട സാറ്റിൻകൊണ്ട് പൊതിഞ്ഞ ശയ്യകളും ഉപയോഗിച്ച്, പഴകി, ഒരു വൃത്താകൃതിയിൽ ഒരുക്കിയിരിക്കുന്നു. മനോഹരമായ പഴയ മറകൾ പലയിടത്തായുണ്ട്. ചുമരുകളിൽ പുരാതന എഴുത്തുകളും ആധുനിക ചിത്രങ്ങളും ഉണ്ട്. പിറകിലെ അറ്റത്തായി ഒരു ഉയരം കുറഞ്ഞ് നീണ്ട് വിതിയേറിയ തീൻമേശയും രണ്ട് മിനുക്കിയ അലമാരകളും.

'എനിക്കറിയാം താങ്കൾക്ക് ചൈനീസ് ഭക്ഷണം ഇഷ്ടമാണെന്ന്.' അകത്തേക്ക് കടന്നപ്പോൾ മിക്കി പറഞ്ഞു. 'അതുകൊണ്ട്, ടോക്യോയിൽ നല്ലൊരു ഭക്ഷണശാല നടത്തുന്ന ഒരു ചൈനീസ് ജനറലിനെ, എന്റെ പഴയ സുഹൃത്താണ്, നമ്മുടെ ആഹാരം ഒരുക്കുവാൻ ഏർപ്പാടാക്കിയിട്ടുണ്ട്.'

മുറിയുടെ അങ്ങേ മൂലയിൽ നിന്നും വെളുത്തമുടിയുള്ള, മെലിഞ്ഞ്, അതിസുന്ദരനായ ജനറൽ മുന്നോട്ടുവന്നു. ചൈനീസ് ജനറൽമാർ സാധാരണമായി, ജോലിയിൽ നിന്നും സന്തോഷകരമായി പിരിഞ്ഞു കഴിഞ്ഞാൽ, രാജ്യതലസ്ഥാനങ്ങളിൽ ഭക്ഷണശാലകൾ നടത്തുന്നത് സാധാരണമാണ്. അവർ രുചിയുടെ ആശാൻമാരാണ്. കൂടാതെ, ഒരുപക്ഷെ വിവേകപൂർവം, അവരോടൊപ്പം അവരുടെ സ്വകാര്യ പാചകക്കാരനെയും വെച്ചിരിക്കും. ഒരു സിദ്ധാന്തമാണ്. കാര

ണം, ഒരു വ്യക്തിക്ക് പാചക കല അറിയുമെങ്കിൽ, അയാൾക്ക് എന്തും ഈ ലോകത്ത് സഹിക്കാൻ പറ്റും; യുദ്ധത്തിലെ പരാജയം പോലും. ഒരുപക്ഷെ, തന്റെ നല്ല പാചകക്കാരനെക്കുറിച്ചുള്ള ചിന്ത കാരണം അയാൾ അത്താഴത്തിനു മുന്നേ യുദ്ധം നിർത്തുകയുമാവാം. എന്നിരുന്നാലും എല്ലാ ജനറൽമാരും നമ്മുടെ ജനറൽ വാങ്ങിനെപ്പോലെ മെലിഞ്ഞിട്ടല്ല. രുചികരമായ ആ ചൈനീസ് ഭക്ഷണനേരത്ത് എന്റെ ആതിഥേയയുടേയും എന്റെ കൂടെയുള്ള അതിഥികളുടെയും അസാധാരണമായ നയചാതുരി എടുത്തുപറയാതിരിക്കാൻ കഴിയില്ല. എനിക്കെന്താണ് സംഭവിച്ചിരിക്കുന്നതെന്ന് അവർക്കെല്ലാവർക്കുമറിയാമായിരുന്നിട്ടും ഒരാളും അതിനെപ്പറ്റി സംസാരിച്ചിട്ടില്ല. മറ്റൊരു തരത്തിൽ, അവരാരും ഒരു കൃത്രിമ സന്തോഷപ്രകടനം നടത്തിയതുമില്ല. അവർ പല വിഷയങ്ങളെക്കുറിച്ചും സമാധാനപൂർവ്വം താല്പര്യത്തോടെ സംസാരിച്ചു. ഞാനേറെ നേരം മൗനിയാകുന്നു എന്നു കാണുമ്പോൾ സമർത്ഥമായി എന്റെ ശ്രദ്ധതിരിച്ചുകൊണ്ട് മറുപടി പറയേണ്ട തരത്തിൽ, ഹൃദ്യമായി ഇടകലർത്തിക്കൊണ്ട് എന്നോട് ഇടയ്ക്കിടെ ഓരോ വിഭവവും ഒന്നിനു പുറകെ ഒന്നായി കഴിക്കുവാൻ ഓർമിപ്പിക്കുന്നുണ്ടായിരുന്നു. വിശപ്പുണ്ടായിട്ടല്ല, എനിക്കങ്ങിനെയൊന്നില്ലെന്ന് അവർക്കറിയാം; പക്ഷെ, പാചകക്കാരനു ഞാൻ കഴിച്ചില്ലെങ്കിൽ വിഷമമുണ്ടാകും. അതിനാൽ അയാളോട് കാണിക്കേണ്ട മര്യാദ എന്ന നിലയിൽ അതിനിടയിലൊരിക്കൽ ടെലിഫോൺ അടിക്കുന്നത് ഞാൻ കേട്ടിരുന്നു. പക്ഷെ ഭക്ഷണത്തിനിടയിൽ പ്രകടമായി അതു മാറ്റിവെക്കുകയുമുണ്ടായി. എന്തൊക്കെയായിരുന്നു വിഭവങ്ങൾ എന്നൊന്നും എനിക്കോർമയില്ല. നടന്ന സംഭാഷണങ്ങൾ ഓർത്തെടുക്കുവാനും എനിക്കായില്ല. ഞാൻ ശ്രദ്ധിക്കുകയും പുഞ്ചിരിക്കുകയും ഉചിതമെന്നെനിക്കു തോന്നിയ ഉത്തരങ്ങൾ പറയുകയും ചെയ്തു. പറഞ്ഞ ഉത്തരങ്ങൾ സ്ഥിരീകരിക്കപ്പെട്ടതുമില്ല. എല്ലാം പൂർണ്ണമായി അറിയാമെന്ന ശക്തമായ അന്തരീക്ഷത്തിൽ, വാക്കുകൾ പുറത്തു വന്നുമില്ല. ഇറ്റാലിയൻ ശൈലിയിൽ മുടി മുറിച്ച, തവിട്ടു നിറമുള്ള മുടിയുള്ള ഒരു സുന്ദരിയായ ജപ്പാനീസ് വനിത മേശയുടെ ഒരറ്റത്തായി ഇരുന്നിരുന്നത് എനിക്കോർമയുണ്ട്. അവൾ മൃദുവായ, സൂര്യകാന്തിപ്പട്ടു കൊണ്ടുള്ള ചുവന്ന കിമോണ ആണ് ധരിച്ചിരുന്നത്. അവൾ നന്നായി ഇംഗ്ലീഷ് സംസാരിച്ചു. പാരീസിൽ നിന്ന് ഇപ്പോൾ തിരിച്ചെത്തിയതേയുള്ളുവെന്നും, മിക്കിയുടെ ഭർതൃസഹോദരിയാണെന്നും അവൾ പറഞ്ഞു.

ഞങ്ങൾ ഭക്ഷണം കഴിച്ചു കൊണ്ടിരുന്നപ്പോൾ, പൊരിഞ്ഞ പന്തു

കളിമത്സരം നടക്കുന്നുണ്ടായിരുന്നു. പന്തും ബാറ്റും കൂട്ടിയടിക്കുന്ന ഉച്ച സ്വരങ്ങളും ഓടുമ്പോഴുള്ള കാലടിശബ്ദവും കൂവലുകളും കയ്യടികളും ഞാൻ വീണ്ടും വീണ്ടും കേട്ടു. ഇതിനെല്ലാമിടയിലും മിക്കിയുടെ ജീവ സ്സുറ്റ കണ്ണുകൾ ഇടക്കിടെ കളിയിലേക്ക് തിരിഞ്ഞ്, ഉച്ചത്തിൽ നിർദ്ദേശ ങ്ങൾ നൽകുകയും, പ്രോത്സാഹിപ്പിക്കുകയും ചെയ്തു.

ഭക്ഷണം അവസാനിച്ചപ്പോൾ, വിദേശത്തുനിന്നും എന്നെ വിളിച്ചതായി പറഞ്ഞു. അവൾ എന്നെയും കൂട്ടി ഒരു ചെറിയ മുറിയി ലേക്കു പോയി, വാതിലടച്ച്, റിസീവർ എന്നെ ഏല്പിച്ചു. ഭൂമിക്കും കടലിനും ഇടയിൽ പതിനായിരം നാഴികകൾക്കപ്പുറത്ത് നിന്നും എന്റെ മകളുടെ ശബ്ദം, തൊട്ടപ്പുറുത്തെ മുറിയിൽ നിന്നെന്നപോലെ വ്യക്ത മായി ഞാൻ കേട്ടു.

'അമ്മേ, ഞങ്ങൾ എല്ലാ കാര്യങ്ങളും ഏർപ്പാടാക്കിയിട്ടുണ്ട്. അമ്മയ്ക്കു സമ്മതമാണോ എന്നിറിയണം. ശുശ്രൂഷാച്ചടങ്ങുകൾ, നമ്മുടെ ഇടവക വികാരിയുടെ നേതൃത്വത്തിൽ മറ്റന്നാൾ നടക്കും. അതു നടത്തുന്നത് വായനാമുറിയിൽ വെച്ചാകുന്നതായിരിക്കും നല്ല തെന്ന് ഞങ്ങൾ വിചാരിക്കുന്നു. കാരണം അച്ഛനും ആ മുറി ഏറ്റവും ഇഷ്ടമായിരുന്നല്ലോ? അദ്ദേഹത്തെ-ശവമഞ്ചം-നെരിപ്പോടിനുമുന്നി ലായി വെക്കാം. വീട്ടിലും കൃഷിയിടുത്തുമുള്ള ആളുകളും അച്ഛനെ ശുശ്രൂഷിച്ച ആയമാരും നമ്മെളെല്ലാവരും അല്ലാതെ മറ്റാരും അവിടെ യുണ്ടാകില്ല. അതിനു ശേഷം അദ്ദേഹത്തെ കുടുംബസെമിത്തേരിയി ലേക്ക് - പുഷ്പങ്ങളൊന്നുമില്ലാതെ, ആ പണം 'വെൽകംഹൗസി' ലേക്കു കൊടുക്കാമെന്നു ഞങ്ങൾ ചിന്തിച്ചു.

കുട്ടികൾ, ഞാനെങ്ങനെയാണോ ചെയ്യേണ്ടിയിരുന്നത്, അതു പോലെ കാര്യങ്ങൾ ചെയ്തിരിക്കുന്നു. ആകെ ബാക്കിയുള്ളത് ഞാൻ എത്രയും പെട്ടെന്ന് വീട്ടിലെത്തുക എന്നുള്ളതാണ്. ശരി, ശരി, ശരി യെന്ന് ഒരുപാടുതവണ പറഞ്ഞ് എന്റെ സ്നേഹവും നന്ദിയും അവർക്കെല്ലാവർക്കും നല്കി. റിസീവർ താഴെ വെച്ചപ്പോൾ, പൊടു ന്നനെ ആദ്യമായി, ഞാൻ സ്വയമറിഞ്ഞ്, എല്ലാമൊരുമിച്ച്, എന്നെ എല്ലാ യാഥാർത്ഥ്യങ്ങളും അംഗീകരിക്കാൻ അനുവദിച്ചു. എല്ലാംകൂടെ ഒരു മിച്ചുവന്നത് ഏഴുവർഷം മുമ്പുള്ള ആ ഒരു ദിവസമായിരുന്നു. അത് വ്യോമിംഗിലെ, ഷെറിഡാനിൽ പ്രസന്നമായ പാർക്കിൽവെച്ച് ആദ്യത്തെ ആഘാതമേറ്റപ്പോൾ. അതു വളരെ ചെറിയ ആഘാതമെന്നാണ് അപ്പോൾ തോന്നിയത് - ഒരു ചെറിയ സൂര്യാഘാതം, ഞങ്ങൾ വിചാരിച്ചു. കുറേ വർഷങ്ങളായി, പടിഞ്ഞാറൻ ഭാഗങ്ങളിൽ മുഴുവൻ ഒരു വേനൽക്കാല

സന്ദർശനം നടത്തണമെന്ന് ആസൂത്രണം ചെയ്തിരുന്നു. യെല്ലോ സ്റ്റോൺ പാർക്കിൽ നിന്ന് ഓറിഗൺ, പിന്നെ വാഷിംഗ്ടൺ, അങ്ങനെ അതു സ്വാസ്ഥ്യവും സന്തോഷപ്രദവുമായ ഒരു സമയമായേനെ. വലിയ ശീതീകരിച്ച കാറിൽ ഞങ്ങൾക്ക് പരിചയമുള്ള ഡ്രൈവറുടെകൂടെ. 'ഈ യാത്ര അദ്ദേഹത്തിനു നല്ലതായിരിക്കും: അദ്ദേഹം വണ്ടിയോടിക്കുന്നില്ലെങ്കിൽ' ഞങ്ങളുടെ കുടുംബഡോക്ടർ പറഞ്ഞു.

ആ പ്രസന്നമായ ദിവസംവരെ അങ്ങനെ തന്നെയായിരുന്നു. അടുത്ത ദിവസം ഞങ്ങൾ യെല്ലോ സ്റ്റോണിലേക്ക് പോകാനിരുന്നതായിരുന്നു. പക്ഷെ ഞാനും അദ്ദേഹവും പിറ്റേന്ന് കൃഷിയിടത്തിലെ സുഖകരമായ വീട്ടിൽ താമസിച്ചു. കുട്ടികൾ എവിടെയെല്ലാമോ പോയി തിരിച്ചുവന്നു. ഞങ്ങളെല്ലാവരും ചേർന്ന് വീട്ടിലേക്ക് പോയി; ആ ആഘാതം സാരമേയില്ല എന്ന മട്ടിൽ.വീട്ടിലേക്ക് തിരിച്ചുപോകുന്നതാണ് നല്ലതെന്നും ഞങ്ങളുടെ ഡോക്ടർ അടുത്തു തന്നെയുണ്ടല്ലോ എന്നുമുള്ള വിചാരമായിരുന്നു അതിനുകാരണം. ഷെറിഡിയൻ ഡോക്ടർക്ക് അത് സൂര്യാഘാതമാണെന്ന കാര്യത്തിൽ ഉറപ്പുണ്ടായിരുന്നില്ല. വൈകിയാണ് ഞങ്ങളുമതറിഞ്ഞത്. പക്ഷെ അദ്ദേഹം എന്നത്തെയും പോലെ വളരെ സന്തോഷവാനും ഊർജ്ജസ്വലനുമായും ന്യൂയോർക്കിലെയും വീടിനടുത്തുള്ള പ്രാദേശിക ഓഫീസുകളിലെയും തിരക്കിട്ട ജീവിതം തുടർന്നു.

ഞാൻ റിസീവർ താഴെവച്ച്, മുഖം കൈകൾകൊണ്ട് പൊത്തി, വിഷമം സഹിച്ചു നിന്നു. അപ്പോൾ മിക്കി എന്റെ അരികത്ത് നിശ്ശബ്ദയായി ഇരുന്നു. ഏഷ്യക്കാർക്കു പ്രത്യേകിച്ചും സ്വതസിദ്ധമായ, പുരാതനമായ, മനുഷ്യദുഃഖത്തോടുള്ള ചിരപരിചയം കാരണം, ഏത് ആശ്വസിപ്പിക്കലും വ്യർഥമാണെന്ന അറിവോടെ, കൈകൾ കൊണ്ടെന്നെതൊടുകപോലും ചെയ്യാതെ, ഒരു സുഹൃത്തിന്റെ സാമിപ്യം ആശ്വാസകരമാകുമെന്നതുകൊണ്ട് ശാന്തയായി അരികിലിരുന്നു. ഞാൻ കഷ്ടപ്പെട്ട് കണ്ണുകൾ തുടച്ചു. മിക്കി എഴുന്നേറ്റു പറഞ്ഞു.

'കുട്ടികൾ നമ്മളെ കാത്തിരിക്കുന്നു.'

അതായിരുന്നു അവളുടെ വാക്കുകളെങ്കിലും, അവൾ യഥാർത്ഥത്തിൽ പറഞ്ഞത്, ഞാൻ ജീവിക്കണമെന്നും ഇപ്പോൾ തന്നെ ജീവിച്ചു തുടങ്ങണമെന്നുമാണ്. മരണം, ജീവിതത്തെ തടസ്സപ്പെടുത്തരുത്. മറ്റുള്ളവർ ഞങ്ങളെ കാത്തുനിൽക്കുന്നുണ്ടായിരുന്നു. ഞാൻ ചെറിയ മുറിയിൽ നിന്നും അവളെ പിന്തുടർന്നു. എന്നെ നാടകശാലയിലേക്കവൾ നയിച്ചു.

കാണികൾ മുതിർന്ന കുട്ടികളും ജോലിക്കാരും ഞങ്ങളും ആയി

രുന്നു. പാട്ടും നൃത്തവുമായിരുന്നു വിനോദം. നീഗ്രോ ഗ്രാമീണ വാദ്യ മേളവും നാടോടി ഗാനങ്ങളും. എന്നിൽ താൽപര്യമുണർത്തിയത് കുട്ടികളായിരുന്നു. അവരെല്ലാം ഭംഗിയുള്ളവരും അതിലുപരി മിടുക്കുള്ളവരുമായിരുന്നു. പെൺകുട്ടികൾ കിമോണ വേഷമണിഞ്ഞ്, വിശറികളും പൂക്കളും കയ്യിൽ പിടിച്ച് പ്രാചീന ജപ്പാനീസ് നൃത്തങ്ങൾ ചെയ്തു. വാദ്യമേളമൊരുക്കിയത് ആൺകുട്ടികളായിരുന്നു. അവരിൽ പലരും പകുതി നീഗ്രോകളും; തീർച്ചയായും അവർ സുന്ദരൻമാരുമായിരുന്നു.

ഞാൻ തുറന്നു പറയട്ടെ, അന്ന് മിക്കിയുടെ കുട്ടികളെ ശ്രദ്ധിച്ചിരിക്കുമ്പോൾ, എനിക്കിനിയൊരിക്കലും പുഞ്ചിരിക്കാനാവില്ലെന്നു തോന്നി. എങ്കിലും കുട്ടികൾ എനിക്കവരുടതായ രീതിയിൽ സ്വസ്ഥത സമ്മാനിച്ചു. സ്നേഹവും നിശ്ചയദാർഢ്യവും ചേർന്ന്, എനിക്കാവും വിധത്തിൽ അവർക്കായി കുടുംബങ്ങളെ കണ്ടെത്തുന്നതിന് മിക്കിയെ സഹായിക്കുമെന്ന് ഞാൻ തീരുമാനിച്ചു.

അപരാഹ്നം അങ്ങിനെ അവസാനിച്ചു. ടോക്യോയിൽ തിരിച്ചുപോയി വീട്ടിലേക്കു തിരിച്ചു പോകുവാനുള്ള സമയമായി. അവസാനനിമിഷംവരെയും എന്നെ പിരിയാൻ മിക്കി കൂട്ടാക്കിയില്ല.

*** *** ***

വിമാനം അർദ്ധരാത്രിയിൽ പറന്നുയർന്നു. സുഹൃത്തുക്കളെല്ലാം യാത്രയാക്കുവാൻ വന്നിരുന്നു. അവരുടെ ദയാവായ്പും സ്നേഹവും എന്നെ പൊതിഞ്ഞുനിന്നു. പക്ഷെ അവർക്ക് അവരുടെ സ്വന്തം ജീവിതങ്ങളിലേക്ക് തിരിച്ചുപോകേണ്ടിയിരുന്നു. എനിക്ക് എന്റേതും അഭിമുഖീകരിക്കേണ്ടിയിരുന്നു. ഏറ്റവും ഒടുവിൽ, അപരിചിതരിൽ ഒരാളായിത്തീരുമ്പോഴുള്ള ഒരു സ്വാസ്ഥ്യം, അവരാരോടും ഞാൻ പ്രതികരിക്കില്ലെന്നതിൽ. ഞാൻ എന്റെ ഇരിപ്പിടം കണ്ടെത്തി. ബെൽട്ട് മുറുക്കി, പിറകിലോട്ട് ചാഞ്ഞ്, കണ്ണുകൾ അടച്ചു. ലോകം മുഴുവൻ മാറിപ്പോയ, അന്നു കാലത്തെ ആ നിമിഷത്തിനു ശേഷം. ഞാൻ പൂർണ്ണമായും തനിച്ചായ ആദ്യ നിമിഷമായിരുന്നു അത്. വളരെക്കാലം മുമ്പ്, എന്റെ കുഞ്ഞ് എന്നന്നേക്കും മാനസിക വളർച്ച മുരടിച്ചായിരിക്കും എന്നറിഞ്ഞപ്പോൾ; രണ്ട് തരത്തിലുള്ള ദുഃഖങ്ങൾ ആണുള്ളത് എന്ന് - സ്വാന്തനിപ്പിക്കാവുന്നതും, സ്വാന്തനിപ്പിക്കാനാവത്തതും. ഇത് വേറൊന്നായിരുന്നു. എന്നാലും അത് സാന്ത്വനിപ്പിക്കാനാവാത്തതു തന്നെ. എന്നിരുന്നാലും ഞാൻ വർഷങ്ങൾക്കുമുമ്പെ സ്വീകരണ തന്ത്രം പഠിച്ചിരുന്നു. ആദ്യത്തെ പടി, അവനവന്റെ സാഹചര്യങ്ങൾക്ക് വഴ

ങ്ങുക എന്നുള്ളതാണ്. അത് ആത്മാവിന്റെ ഒരു പ്രവർത്തനമാണെങ്കിലും അത് ശരീരത്തിൽ നിന്നു തുടങ്ങുന്നു. ഇവിടെ വിമാനം രാത്രിയുടെ കറുത്ത ആകാശത്തേക്കുയർന്നപ്പോൾ ബെൽറ്റു മുറുക്കി സീറ്റിലിരുന്ന ഞാൻ പ്രതിരോധം നിർത്തി. സംഘർഷങ്ങളടക്കി. വരാനുള്ളതെന്തും വരട്ടെ. ഇതുവരെ നടന്നു കഴിഞ്ഞതൊന്നും മാറ്റുവാൻ എനിക്കു കഴിയില്ല. വിമാനം എന്നെ ഉൾക്കൊണ്ട്, നിയന്ത്രിച്ചു, അന്യയാക്കി.

ഒരു വിചിത്ര രീതിയിൽ, ആത്മാവ് ശരീരത്തെ പിന്തുടരുന്നു. മറ്റു സമയങ്ങളിൽ ആത്മാവ് നയിക്കുന്നു. ഇപ്പോൾ ശരീരം, ഇച്ഛയ്ക്ക് വഴങ്ങിയപ്പോൾ ആത്മാവും അതേ നിർദ്ദേശത്തിനു വഴങ്ങുന്നത് എളുപ്പമാണെന്ന് കണ്ടു. ജീവിതം അനിവാര്യതയായേക്കാം; എന്നാൽ മരണം എല്ലായ്പോഴും ഒഴിവാക്കാനാവാത്തത് തന്നെ. അടുത്തഘട്ടം അനിവാര്യതയെ തിരിച്ചറിയുക എന്നതാണ്. കഴിഞ്ഞകാലം സ്ഥിരമായി മാറുന്നു. അത് ചരിത്രവും, ചരിത്രത്തിലെ യാഥാർത്ഥ്യങ്ങൾ മാറ്റാൻ സാധിക്കാത്തവയുമാണ്. ചെയ്തകാര്യം ചെയ്തതുതന്നെ. ഒരാൾക്കു കഴിഞ്ഞകാലത്തിൽ നിന്നു പഠിക്കുവാൻ കഴിയും. ഒരാൾക്ക് കഴിഞ്ഞ കാലത്തെ നിധിപോലെ സൂക്ഷിക്കാം, പക്ഷെ അതിനെ ഒരിക്കലും മാറ്റാൻ പറ്റില്ല. ഇരുപത്തിയഞ്ചുവർഷം സന്തോഷത്തിൽ ജീവിച്ചു. പക്ഷെ അവ ജീവിച്ചു കഴിഞ്ഞു. അവസാനഭാഗം എഴുതപ്പെട്ടിരിക്കുന്നു. ആ രണ്ടു വാക്കുകളും എഴുതിക്കഴിഞ്ഞാൽ, ആരും എഴുത്തു തുടരില്ല. പുതിയ ഒരു പുസ്തകം എഴുതാൻ തുടങ്ങേണ്ടിയിരിക്കുന്നു.

ഇപ്പോൾ തന്നെ അതു തുടങ്ങാൻ സാധ്യമല്ല. പൂർണ്ണമായ വിശ്രമത്തിനു സമയം വേണം; അനിവാര്യതയെ പൂർണ്ണമായും ബോധ്യപ്പെടണം; കഴിഞ്ഞകാല ജീവിതം അവസാനിച്ചിരിക്കുന്നു എന്ന പൂർണ്ണ ബോധ്യം ഉണ്ടാവണം. അപ്പോൾ മാത്രമേ പുതിയ ശക്തിയെ വിളിച്ചുവരുത്താൻ കഴിയൂ. അതിനു കഴിയുമോ എന്നെനിക്കു സംശയുമുണ്ട്. ഉൺമയിൽനിന്നും ഉറവെടുത്ത്, വളർന്ന് ജീവിക്കുവാനുള്ള ഇച്ഛയായിത്തീരണം. ഇച്ഛയ്ക്ക് ആ രാത്രിയിൽ എത്രത്തോളം പോകാൻ കഴിയും; മേഘങ്ങൾക്കും നക്ഷത്രങ്ങൾക്കുമൊപ്പം കുതിക്കുന്ന വിമാനത്തോടൊപ്പം. ശരീരത്തോടു വഴങ്ങാൻ നിർദ്ദേശിക്കാം; ആത്മാവിനോട് പിൻവലിയാനും. ഒടുവിൽ ഞാൻ ഉറങ്ങി.

*** *** ***

ഞാൻ എന്റെ വാച്ചിലേക്കു നോക്കി. കാലത്ത് മൂന്ന് മണിയായിരിക്കുന്നു. ഈ വേഗതയേറിയ വിമാനത്തിൽ, സമയത്തിന് അർത്ഥമില്ല. ആകാശത്തു നല്ല വെളിച്ചമുണ്ട്. കഴിഞ്ഞ രാത്രിയാണ് ഞാൻ ടോക്യോ

വിട്ടത്; ഞായറാഴ്ച. പക്ഷെ ഞാൻ ന്യൂയോർക്കിൽ എത്തുന്നത് തിങ്കളാഴ്ച രാവിലെ. മറ്റൊരു ദിവസവും രാത്രിയും ജീവിച്ചുകൊണ്ട്, അല്ലെങ്കിൽ മറ്റൊരു കാലത്ത്. ഞാൻ സ്ഥലവും കാലവും വേഗതയും തമ്മിലുള്ള ആപേക്ഷികത മനസ്സിലാക്കാൻ തുടങ്ങുന്നതേയുള്ളൂ. എന്തൊരു മഹാത്ഭുതമാണ്, വിമാനങ്ങളുടെയും റോക്കറ്റുകളുടെയും ആകാശത്തിലുള്ള പ്രായോഗിക അനുഭവങ്ങളും ഐൻസ്റ്റിന്റെ ജനനവും ഒരേ സമയം സംഭവിക്കുക എന്നത്. എന്റെ സ്വന്തം ജീവിതത്തിലെ നിഗൂഢ മാറ്റത്തെ നേരിടാൻ എന്റെ മനസ്സിന് സാധിക്കാത്ത ഈ അവസ്ഥയിലും അത് അനശ്വരതയുടെ അർത്ഥം തേടുകയും, തുടക്കവും ഒടുക്കവുമില്ലാത്ത കാലത്തെക്കുറിച്ച് സമഗ്രമായി ആരായുകയും ചെയ്തു. ഇപ്പോൾ നില നില്ക്കുന്നതെല്ലാം എപ്പോഴും നിലനിന്നിരുന്നു. എല്ലായ്പോഴും നിലനിൽക്കുകയും ചെയ്യും. ശാശ്വതമായ നിയമം മാറ്റത്തിന്റേതു മാത്രം. മാറ്റം ചിലപ്പോൾ പേടിപ്പെടുത്തുന്നതായിരിക്കും. മരണം ഒരു മാറ്റം മാത്രമാണെങ്കിൽ, എന്താണ് മാറ്റം? അദ്ദേഹത്തിനറിയാം. എനിക്കറിയില്ല. ഉറക്കത്തിലെ ഒരു നിമിഷത്തിൽ അദ്ദേഹം മരിച്ചു. അദ്ദേഹം ഒരു നിമിഷം ജീവനോടിരുന്നു, അടുത്തനിമിഷം മരിച്ചു. അതായത്, ഒരുനിമിഷം അദ്ദേഹം ഇതായിരുന്നു, അടുത്തനിമിഷം മറ്റേതും; ഒരു പോലെയുള്ളതും വ്യത്യസ്തവും.

അദ്ദേഹം ഇപ്പോൾ എവിടെയാണ് ?

ഐൻസ്റ്റിൻ, നമുക്ക് പിണ്ഡവും ഊർജ്ജവും പരസ്പരം മാറ്റാമെന്ന് തെളിയിച്ചു തന്നു. വളരെ ലളിതമായെഴുതിയ ഈ വാചകം, എന്റെ സ്വന്തം മനസ്സിനെ പുതിയ യുഗത്തിലേക്കുണർത്തുന്നതായി. അത് മനസ്സിന്റെ വെറുമൊരുണർത്തൽ മാത്രമായിരുന്നില്ല. അതെന്റെ ആത്മാവിന്റെ രൂപപരിണാമമായിരുന്നു. അതെന്റെ പൊരുളിന്റെ വിമലീകരണമായിരുന്നു. എന്റെ ഉൺമയുടെ ഏകീകരണമായിരുന്നു. എനിക്ക് മരണത്തെക്കുറിച്ച് പുതിയൊരു കാഴ്ചപ്പാടുണ്ട്. ജീവിതത്തെക്കുറിച്ച് പുതിയൊരു സമീപനവും. സോൾ ഓഫ് തർസൂസി (Soul of Tarsus-വിജാതിയരുടെ അപ്പോസ്തലൻ)നെപ്പോലെ. ഞാൻ എന്റെ വഴിയിലൂടെ നടക്കുമ്പോൾ ഒരു വെളിച്ചം എന്റെമേൽ പതിച്ചു. തീക്ഷ്ണമായ ആ ദീപ്തി എന്റെ മാർഗം മാറ്റി. ഈ സാരവാക്യം ഐൻസ്റ്റിൻ കുറച്ചു പ്രതീകങ്ങളായി പരൽ രൂപത്തിലാക്കി. അതു പ്രപഞ്ചത്തിലേക്കുള്ള താക്കോലായി, സംശയമില്ലാതെ, അതിനുമപ്പുറമുള്ള മറ്റു പലതിലേക്കും. ഒരിക്കൽ പിണ്ഡമായതിന് ഊർജമായി മാറാം. പിണ്ഡമായിരിക്കുമ്പോഴും ലീനമായ ഊർജമാണ് അത്, ഇതുത

ന്നെയല്ലേ ആത്മാവെന്നു നാം വിളിക്കുന്നതിന്റെ ശാസ്ത്രീയമായ തെളിവ് ?

ഹൃദയത്തിൽനിന്നും സ്വകാര്യമായി രക്തം ഒഴുകിയപ്പോൾ, എന്റെ മനസ്സ് അന്വേഷണത്തിനായി സ്വയം തിരിഞ്ഞു മറിഞ്ഞു.

ഞാൻ മാന്ത്രിക യന്ത്രങ്ങളായ കംപ്യൂട്ടറുകളെക്കുറിച്ചോർത്തു. ചിന്തിക്കുന്ന കാര്യങ്ങൾ, മൂർത്തമായ വസ്തുക്കൾകൊണ്ട് ആവിഷ്കരിക്കാൻ കഴിയുകയെന്നത് എന്തത്ഭുതകരമാണ്? അവ നിർമിച്ചിരിക്കുന്നത് മനുഷ്യ മസ്തിഷ്കത്തിന്റെ മാതൃകയിലാണ്. എന്നാൽ തലച്ചോറ് അപരിമേയമായ ഏറെ സങ്കീർണ്ണതകൾ നിറഞ്ഞതാണ്. അതിൽ അസംഖ്യമായ കോശ സമൂഹങ്ങളുണ്ട്. തലച്ചോറിന് ആശയങ്ങൾ സൃഷ്ടിക്കാൻ കഴിയും, എന്നാൽ യന്ത്രങ്ങൾക്കാവില്ല, അതെ ഇതുവരെയ്ക്കും. എന്നിരുന്നാലും അടിസ്ഥാന തത്വം ഒന്നുതന്നെ. നമുക്ക് അസംസ്കൃത വസ്തുക്കളാൽ തലച്ചോർ നിർമിക്കാൻ കഴിയും, മനുഷ്യനെന്ന നിസ്സാര ജീവിയിൽ കഴിയില്ലെങ്കിലും.

സത്യത്തിൽ, യന്ത്രങ്ങൾ നിർമിക്കുന്ന ശാസ്ത്രകാരന്മാരിൽ രണ്ടുവിഭാഗമുണ്ട്. കുറച്ചുപേർ വിചാരിക്കുന്നത്, മനുഷ്യന്റെ തലച്ചോറ്പോലെ യഥാർത്ഥ തലച്ചോറ് നിർമിക്കാമെന്നാണ് ചിലപ്പോഴത് ചില കാര്യങ്ങളിലെങ്കിലും യഥാർത്ഥ തലച്ചോറിനെ കവച്ചുവെക്കുന്നതായിരിക്കുമെന്നും. ഉദാഹരണത്തിന്, ഒരു മനുഷ്യന്റെ തലച്ചോറിന് ചില ബഹിരാകാശ ശാസ്ത്രതീർപ്പുകളിലെത്തുന്നതിന് ഒരു ജീവിതകാലം മുഴുവനും വേണ്ടി വന്നേക്കാം. എന്നാൽ യന്ത്രമാവട്ടെ, ആവശ്യമായ വിവരങ്ങൾ നൽകിക്കഴിഞ്ഞാൽ, നിമിഷങ്ങൾ കൊണ്ട് തീർപ്പിലെത്തുന്നു. അതേസമയം മറ്റേ വിഭാഗം ശാസ്ത്രകാരന്മാർ, മനുഷ്യന്റെ തലച്ചോറിന് പകരമാവാൻ യന്ത്രങ്ങൾക്ക് ഒരിക്കലുമാവില്ലെന്ന് വിശ്വസിക്കുന്നു. മനുഷ്യന്റെ തലച്ചോറിൽ ഇച്ഛാശക്തി എന്ന ഒരു ഘടകമുണ്ട്. ഒരു അവബോധം; ഒരു അന്തഃകരണം-അതിനെ ആത്മാവെന്നോ മറ്റെന്തെങ്കിലുമെന്നോ വിളിച്ചോളു-ഒരു യന്ത്രത്തിന്റെ യാന്ത്രിക വസ്തുവിലൂടെ പ്രകടമാക്കാൻ കഴിയാത്ത ഒന്ന്, ഉണ്ടെന്ന് അവർ ഉറപ്പിക്കുന്നു.

ഞാൻ വിചാരിക്കുന്നത്, രണ്ടാമത്തെ ചിന്താഗതി സത്യത്തിന് വളരെ അടുത്താണെന്നാണ്. എനിക്കതു വിശ്വസിച്ചേ പറ്റൂ. കാരണം നമ്മൾ വെറും യന്ത്രങ്ങളാണെങ്കിൽ നമ്മുടെ പിണ്ഡം വെറും മാംസംമാത്രം. ലോഹങ്ങൾക്ക് പകരമുള്ളവ. അപ്പോൾ പിണ്ഡം ദ്രവിക്കുമ്പോൾ ... ആഹ്, നിൽക്കൂ ! പിണ്ഡത്തിന് നഷ്ടപ്പെടാനാവില്ല, അതിന് മാറുവാനേ സാധി

ക്കൂ. എന്തായി മാറും? അതാണ് നമ്മൾ അറിയേണ്ടത്. ഒരുനാൾ അത് അറിയും. ഞാൻ ഈ വിശ്വാസത്തിൽ അടിയുറച്ച് നിൽക്കുന്നു. കാരണം, നാം ജീവിക്കുന്ന ഈ അവിശ്വസനീയമായ പ്രപഞ്ചത്തിൽ, മൂർത്തമായതൊന്നുമേയില്ല. സമാന്തരരേഖകൾ പോലും അനന്തതയിൽ എവിടെയോ കൂട്ടിമുട്ടുന്നുണ്ട്.

'അങ്ങെവിടെയാണ്? അങ്ങേയ്ക്കറിയുമോ ഞാൻ ഭൂമിയ്ക്കും വളരെ മുകളിലാണുള്ളതെന്ന്? അങ്ങ് ഇവിടെയുമുണ്ടോ? എത്ര പെട്ടെന്നാണ് മാറ്റം വന്നത്? ഇപ്പോൾ അങ്ങായിരിക്കുന്ന ഊർജം, മറ്റേതെങ്കിലും സ്ഥലത്തേക്ക് ഞൊടിയിടയിൽ സ്ഥാനം മാറ്റിവയ്ക്കപ്പെട്ടോ? അങ്ങിപ്പോൾ ശ്വാസവായുവില്ലാത്ത അന്തരീക്ഷത്തിന്റെ പ്രതിബന്ധങ്ങൾക്കപ്പുറമാണോ ജീവിക്കുന്നത്?

നാം തമ്മിലുള്ള ആശയവിനിമയം നിലച്ചിരിക്കുന്നു. ആശയവിനിമയം - ഇനി അതിനെക്കുറിച്ച് ചിന്തിക്കാം. അത്ഭുതപ്പെട്ടിട്ടുണ്ട്, അന്വേഷിച്ചിട്ടുമുണ്ട്. വളരെ ശക്തിയേറിയ, മാരകമായ റേഡിയോ ആക്ടിവിറ്റി അദൃശ്യരശ്മി പ്രസരണം ഭൂമിയെ വലയം ചെയ്തിട്ടുണ്ട്. അതിന്റെ പുറത്തേക്കുള്ള വഴി രണ്ടു ധ്രുവങ്ങളിലാണ്. ആ നിർഗമനദ്വാരങ്ങൾ എന്തെങ്കിലും പ്രത്യേക ഉദ്ദേശ്യത്തിനാണോ ? നമുക്ക് തങ്ങളിൽ ആശയവിനിമയം നടത്താൻ കഴിയില്ല എന്നത് അതിശയമായി തോന്നുന്നു. അദ്ദേഹമിവിടെ ഉണ്ടായിരുന്നപ്പോൾ, ഞങ്ങൾ ഒരേ നിമിഷം ഒരേ ചിന്തകൾ, ഒരേ വാക്കുകളിൽ പ്രകടിപ്പിച്ച് ഇടക്കിടെ ചിരിക്കാറുണ്ടായിരുന്നു. എന്നാൽ അദ്ദേഹം അലൗകികമായ എന്തിനെക്കുറിച്ചും സന്ദേഹിച്ചിരുന്നു. അദ്ദേഹം ഊഷ്മളമായ സഹാനുഭൂതി, പരിപൂർണ്ണ ആർജവം, തളരാത്ത ധാർമികത, ദൃഢവിശ്വാസം ഇവ എല്ലാമുള്ള ആളായിരുന്നിട്ടുകൂടി, മതത്തിന്റെ പ്രതീക്ഷകളും പരിസരങ്ങളും അനുവദിച്ചിരുന്നില്ല.അദ്ദേഹം ഒരു മനുഷ്യനെന്ന നിലയിൽ പൂർണ്ണസ്വാതന്ത്ര്യം നിഷ്കർഷിച്ചു.

'നമുക്ക് ഭാവിയെക്കുറിച്ച് ഒന്നുമറിയില്ല.' അദ്ദേഹം പറഞ്ഞു. 'ഞാൻ എന്നെ ഒരു വിഡ്ഢിയാക്കില്ല. എന്നെയൊരു വിഡ്ഢിയാക്കാൻ അനുവദിക്കുകയുമില്ല.'

'അറിയില്ല എന്നത് ഒന്നും അറിയാനില്ല എന്നല്ല അർത്ഥമാക്കുന്നത്.' ഞാൻ പറഞ്ഞു.

'എന്തുണ്ടായാലും', അദ്ദേഹം പ്രത്യുത്തരം പറഞ്ഞു.'ഞാൻ അതിന്റെ കൃത്യ സമയത്ത് അറിയും - അല്ലെങ്കിൽ അറിയില്ല; കാരണം ഞാൻ അപ്പോൾ ഉണ്ടാവില്ല.'

ഞങ്ങൾ തമ്മിലുള്ള വലിയ വാദപ്രതിവാദം ആയിരുന്നു അത്. ഹാംലെറ്റ് ചോദിച്ച ചോദ്യം, സാർവലൗകികമായി ചോദിക്കുന്നതുപോലെ. നമ്മൾ ഉണ്ടായിരിക്കണമോ? ഉണ്ടാകാതിരിക്കണമോ? അദ്ദേഹം പറഞ്ഞു; നമ്മൾ ഉണ്ടാകാതിരിക്കണം. ഞാൻ അത്തരത്തിലുള്ള നേരായ വിശ്വാസങ്ങളെ എതിർത്തു. എങ്ങനെ നമുക്ക് ഇല്ലെന്ന് പറയാനാകും? നമുക്ക് ഉണ്ട് എന്നതു സാധ്യമല്ലെന്ന് നമുക്കറിയാത്തപ്പോൾ. ഇപ്പോൾ; അദ്ദേഹത്തിനറിയാം. എനിക്കറിയില്ല.

ഇതു അങ്ങയുടെ ഭാഗത്തു നിന്നു തികച്ചും ശരിയല്ല. ഞാൻ വിചാരിച്ചത്, എല്ലായ്പോഴും നമ്മൾ ഒരുമിച്ച് അറിയും എന്നാണ്. താങ്കൾ എന്നോടു പറയാനുള്ള ഒരു വഴി കണ്ടെത്തണം. താങ്കൾ ആണോ? അല്ലയോ ?

ഞാൻ ഇരുട്ടിലേക്ക് എന്റെ ചോദ്യം ഉന്നയിച്ചു; എന്നിട്ട് പരിഭ്രാന്തിയോടെ അത് പിൻവലിച്ചു. എനിക്ക് ശരിക്കും സത്യം അറിയേണ്ടിയിരുന്നില്ല. അദ്ദേഹം നിലനിൽക്കുന്നുണ്ടെങ്കിൽ അത് തനിച്ചുള്ള കാത്തിരിപ്പ് അസഹനീയമാക്കും. എനിക്കാകട്ടെ അദ്ദേഹം നിലനില്ക്കുന്നില്ല എന്നറിയുന്നത് സഹിക്കാനുമാവില്ല. അനുഭവങ്ങളിലൂടെ, സ്വയം കണ്ടെത്തുന്നതു വരെ ഞാൻ കാത്തിരിക്കാം. ഞാൻ ശരിയാണെങ്കിൽ, ഞാൻ കടന്നുചെല്ലുമ്പോൾ സ്നേഹത്തിലും വൻ വിജയ ഭാവത്തിലും അദ്ദേഹത്തോട് പറയുന്ന ആദ്യവാക്കുകൾ:

'ഇതാ ഞാൻ, ഇപ്പോൾ നമ്മളറിയും.'

അതുവരെ ഞാൻ തുടർന്നത്, ഞങ്ങൾ പണ്ടെങ്ങനെയായിരുന്നോ അതുപോലെ, അദ്ദേഹം സംശയിക്കുന്നു. ഞാൻ വിശ്വസിക്കുന്നു. അതെ, ഞാൻ വിശ്വസിക്കുന്നു, എങ്ങനെ അറിയണമെന്ന് ഞാനിതുവരെയും കണ്ടു പിടിച്ചിട്ടില്ലെന്ന്.വിധി, മഹത്തുക്കൾ യുഗങ്ങളിലൂടെ നമ്മോടു പറഞ്ഞു;ഇന്ന് ശാസ്ത്രജ്ഞർ സാധ്യത പറയുന്നു. കാരണം, അസാധ്യമെന്ന് നമ്മൾ പറഞ്ഞിരുന്ന പലതും ഇപ്പോൾ സാധ്യമാണെന്ന് മഹത്തുക്കളും ശാസ്ത്രജ്ഞരും പറയുന്നു.

*** *** ***

പ്രഭാതകിരണങ്ങൾ ഒരു വിമാനത്തിനുള്ളിലേക്ക് അരിച്ചിറങ്ങുന്നത് കാണാൻ അതിമനോഹരമാണ്. ഞങ്ങൾ സൂര്യോദയത്തിലേക്ക് പറക്കുകയായിരുന്നു. വെളിച്ചത്തിന്റെ ഉറവിടത്തിലേക്ക്, തിളങ്ങുന്നതും രാജകീയ പ്രൗഢിയുള്ളതും ഭൂമിയുടെ വളഞ്ഞ അറ്റത്തിനു മുകളിൽ ഉദിച്ചുയരുന്നു. ആളുകൾ ഉണർന്ന്, പരിഭ്രമിച്ച്, കണ്ണിമയ്ക്കാതെ, ജനാലകളിൽകൂടി നോക്കിനിന്നു. അന്തരീക്ഷത്തിൽ കാപ്പിയുടെ മണം പര

ന്നു. ഒരു തിളക്കമാർന്ന ആതിഥേയ, അവധാനതയോടെ, പഴസത്തു മായി തയ്യാറായി നിൽക്കുന്നു. എന്റെ അടുത്തുനിന്നും ഒരു യാത്രക്കാ രൻ എഴുന്നേറ്റ് ഇടനാഴിയിലൂടെ അലസമായി നടന്നു. രാത്രി മുഴുവൻ ഈയൊരു യാത്രക്കാരന്റെ സാന്നിദ്ധ്യം ഞാൻ അറിഞ്ഞിരുന്നതേയില്ല; ഇപ്പോഴാണ് ഞാനതറിഞ്ഞത്. ഉടനെ അല്ലെങ്കിൽ അല്പം വൈകിയോ ഞങ്ങൾ തമ്മിൽ സംസാരിക്കും, പക്ഷെ ഞാൻ ഇരുട്ടിൽ സുരക്ഷിത യായിരുന്നു. ഇപ്പോൾ ദിവസം ആരംഭിച്ചിരിക്കുന്നു. എന്റെ പുതിയതും, ഏകാന്തവുമായ ജീവിതത്തിലെ ആദ്യദിനം. എത്രയാളുകൾ എന്നെ വലയം ചെയ്തിരുന്നെന്നോ, എന്നിൽ ഉണ്ടായിരുന്നെന്നോ എന്നതൊന്നും ഒരുവിഷയമേ അല്ല, ഇപ്പോൾ സ്ഥിരമായ ഏകാന്തതയാണ്. ഇതിന്റെ അർത്ഥമെന്തായിരിക്കും? അതു കണ്ടുപിടിക്കാൻ അവശേഷിച്ചിരിക്കു ന്നു. ഒറ്റയടിക്ക് എല്ലാമറിയുന്നതിന് ഞാൻ വാശിപിടിക്കരുത്. ഒരാൾ മറ്റുള്ളവരോട് ക്ഷമ കാണിക്കണമെങ്കിൽ, അയാൾക്ക് സ്വയം ക്ഷമാശീ ലമുണ്ടായിരിക്കണമെന്ന് ഞാൻ മുമ്പേ മനസ്സിലാക്കിയിരുന്നു.

ഞാൻ ഈ പാഠം ഒറ്റയടിക്ക് മനസ്സിലാക്കിയതല്ല. ഞാൻ ഇടയ്ക്കിടെ എന്നോടു തന്നെ അക്ഷമ കാട്ടാറുണ്ടായിരുന്നു. എല്ലാവരേക്കാളും അധികമായി എന്നോടുതന്നെ. ആ പഠനം ദിവസേനയുള്ള ഒരു പഠന മായിരുന്നു. ഒരാൾക്ക് ബിഥോവന്റെ സംഗീതം മനഃപാഠമാക്കി ഒരു തവണ അവതരിപ്പിക്കുന്നതിന് പതിനാലു മണിക്കൂർ പൂർണ്ണമായി പ്രവർത്തിക്കാനാവും. എന്നാലും ഈ പഠനം സ്ഥായിയല്ല. ആ സംഗീതം പൂർണ്ണമായി ഉൾക്കൊള്ളണമെങ്കിൽ, മനഃപാഠമാകണമെ ങ്കിൽ അത് ആത്മീയമായി സ്വാംശീകരിക്കണം- അതായത്, അത് സ്ഥിരമായ പരിശീലനത്തിലൂടെ, അയാളുടേതായി ഒരുപാടുകാലം നില നിൽക്കണം. ഏകാന്തതയെക്കുറിച്ച് മനസ്സിലാക്കണമെങ്കിൽ അതിന്റെ ഉപയോഗത്തെക്കുറിച്ച് അറിയണമെങ്കിൽ അതിന്റെ അർത്ഥമറിയണമെ ങ്കിൽ അതെല്ലാം നിത്യജീവിതത്തിലൂടെയും അനുഭവങ്ങളിലൂടെയും മാത്രമേ ആർജ്ജിക്കാനാവൂ. ഉദാഹരണത്തിന്, അദ്ദേഹത്തിന് എന്നോ ടൊപ്പം നാടകശാലയിലേക്ക് കൂടെ വരാനാകാതായപ്പോൾ വളരെ പണി പ്പെട്ടാണ് ഞാൻ തനിയെ പോയിരുന്നത്. അദ്ദേഹവും നാടകങ്ങൾ വളരെയധികം ഇഷ്ടപ്പെട്ടിരുന്നു. ഞങ്ങളുടെ ഏറ്റവും സന്തോഷപ്രദ മായ മണിക്കൂറുകളാണവിടെ ചെലവഴിച്ചിരുന്നത്. ഗിൽബർട്ട് ആൻഡ് ബുള്ളിവൻ എന്ന സംഗീതനാടകം കണ്ടുകൊണ്ട് ഒരുമിച്ച് ചിരിക്കാൻ കഴിഞ്ഞ വൈകുന്നേരങ്ങൾ- അതെ, അദ്ദേഹത്തിന് ഗിൽബർട്ട് ആൻഡ് ബുള്ളിവനിലെ നൃത്തസംഗിതം പഠിക്കുവാനും പാടാനും ഒരേ

സമയം സാധിച്ചിരുന്നു. ഞങ്ങളുടെ മക്കൾക്കും ആ പാട്ടുകളറിയാമായിരുന്നു. ആസ്വദിക്കാനായി എനിക്കതു പഠിക്കേണ്ടിയിരുന്നു. കാരണം എനിക്കവ അന്യമായിരുന്നു. എന്നാൽ ഞങ്ങൾ വിശാലവീക്ഷണമുള്ളവരാകയാൽ നാടകങ്ങൾ ആസ്വദിച്ചിരുന്നു; അവ ഏതു തന്നെയായാലും. എന്നാൽ കുലീനവും പൗരാണികവുമായ ആ കലയെ സംശയലേശമന്യേ ഇകഴ്ത്തി വിലകുറഞ്ഞവയാക്കുമ്പോൾ ഞങ്ങൾ ധാർമികരോഷം കൊള്ളാറുമുണ്ട്. എനിക്ക് സ്വന്തമായി കാര്യങ്ങൾ ചെയ്യാനുള്ളപ്പോൾ, ഞാൻ തനിയെ നാടകം കാണാൻ പോകാതിരുന്നാൽ അദ്ദേഹത്തിന് എന്നോട് അനിഷ്ടം തോന്നിയിട്ടുണ്ടാകാം. വെറുപ്പല്ലെങ്കിലും അപ്രസക്തമാണെങ്കിലും, എന്റെ മനസ്സിലേക്ക്, ഇത്തരത്തിലുള്ള ആകസ്മിക കാഴ്ചകളുടെ ഒരു മിന്നായമുണ്ടായി. ഞാനവയെ മാറ്റിവച്ചു. ഞാനിന്നിവിടെ എത്തിയിരിക്കുന്നത്, ദിനംപ്രതി പണ്ടു മുതൽക്കേ ഇങ്ങനെ ജീവിക്കാൻ പഠിച്ചതുകൊണ്ടാണ്. ഭൂമിയിൽനിന്നും ആയിരക്കണക്കിനടി ഉയരത്തിൽ, അതിവേഗത്തിൽ നീങ്ങുന്ന ഈ വെള്ളിപ്പേടകത്തിൽ, ഞാൻ മുമ്പെങ്ങും കണ്ടിട്ടില്ലാത്ത ആളുകളാൽ ചുറ്റപ്പെട്ട്, ഒരുപക്ഷെ ഇനി ഒരിക്കലും വീണ്ടും തമ്മിൽ കാണാത്തവരോടൊപ്പം.

നമ്മൾ കുളിച്ച് വസ്ത്രം മാറുമ്പോഴും തിന്നുമ്പോഴും കുടിക്കുമ്പോഴുമെല്ലാം ജൈവികമായ, ഉപരിപ്ലവമായ ഒരു ആശ്വാസം ഉടനുണ്ടാകും. കണ്ണാടിയിൽ എന്റെ മുഖം കണ്ടപ്പോൾ ഇനിയൊരിക്കലും ഞാനെങ്ങനെയിരിക്കുന്നുവെന്ന് ശ്രദ്ധിക്കുകയില്ലെന്ന് ഞാൻ വിചാരിച്ചു. കാരണം ഇനിയൊരിക്കലും അദ്ദേഹത്തിന്റെ അംഗീകാരമോ പുകഴ്ത്തലോ ഞാൻ കേൾക്കുകയില്ലല്ലോ. തീർച്ചയായും അദ്ദേഹം നൽകിയ മാർക്കിന്റെ സത്യസന്ധതയിൽ അത്രകണ്ട് അദ്ദേഹത്തെ വിശ്വസിക്കേണ്ടതില്ല എന്നെനിക്കറിയാം. അദ്ദേഹം മഹാമനസ്കനായതുകൊണ്ട് അദ്ദേഹം എന്നെകണ്ടതുപോലെ മറ്റാർക്കും എന്നെക്കാണാനാവുകയില്ലെന്നതിനാലും ഒരു നിമിഷത്തേക്കെങ്കിലും അദ്ദേഹം ഞാനെങ്ങനെയാണെന്ന് പറഞ്ഞതുപോലെയല്ല എന്ന് ഒരിക്കലും ഒരു നിമിഷംപോലും ഞാൻ വിശ്വസിച്ചിരുന്നില്ല. എന്നിരുന്നാലും ഒരിക്കലും സത്യമല്ല എന്നറിയാമായിരുന്നിട്ടും ഒരു സ്ത്രീയെന്ന നിലയിൽ ഞാനത് കേൾക്കാൻ ഇഷ്ടപ്പെട്ടു, അദ്ദേഹത്തിന്റെ വിശ്വാസമതാണെങ്കിൽ അതിലെന്തു കാര്യം?

ഞാൻ വർഷങ്ങളായി നോക്കാൻ നിർബന്ധിതമായ അതേമുഖം തന്നെയാണോ ഇത്? ഞാൻ മറ്റൊരാളാണ്, അതുകൊണ്ട് ഇതു മറ്റാരുടേതോ ആണ്. എന്നിരുന്നാലും സാധാരണപോലെ ഞാനത്

കഴുകിത്തുടച്ചു, എന്റെ നീണ്ട മുടി എന്നത്തേയും പോലെ ചീകിയൊതുക്കി. എന്റെ മുടി! നീണ്ടതും കൂടിപ്പിരിഞ്ഞതും. ഞാൻ ചെറിയ കുട്ടിയായിരുന്നപ്പോൾ എനിക്കതൊരു ശാപമായിരുന്നു. അന്ന് അതിന് തേനിന്റെ ഇളംമഞ്ഞനിറമായിരുന്നു. അമ്മ അതു മുറിക്കുമായിരുന്നില്ല. ഞാൻ കരയുമ്പോൾ മുഖസ്തുതി കൊണ്ട് മയക്കി, പുകഴ്ത്തി, ചീകിയൊതുക്കി ഒരു റിബ്ബൺകൊണ്ട് കെട്ടിത്തരുമായിരുന്നു. ഞാൻ ചെറുതായിരുക്കുമ്പോൾ, അവർ ചുരുളുകളാക്കി പിന്നി, നീളത്തിൽ മെടഞ്ഞിടുമായിരുന്നു. വളർന്ന് വലുതായാൽ ഇതെല്ലാം ഒരു ദിവസം മുറിച്ചുകളയണമെന്ന് ഞാനാഗ്രഹിച്ചു. അതു ഞാൻ വലുതായ ഉടനെ ചെയ്യുകയും ചെയ്തു. പിന്നീട് അദ്ദേഹത്തിന്റെ ആഗ്രഹപ്രകാരം അതു വളർത്തുകയും ചെയ്തു. അദ്ദേഹം ഇനിയതു കാണില്ലെന്നതുകൊണ്ട് എനിക്കതു വീണ്ടും മുറിക്കാം. അതേ നിമിഷത്തിൽ, അതിന്റെ സ്വർണ്ണനിറം മാറി വെള്ളി നിറമായെങ്കിലും ഒരിക്കലും ഞാനത് മുറിക്കുകയില്ലെന്ന് അറിഞ്ഞു. തീരെ അശ്രദ്ധമായാണെങ്കിലും എന്റെ കൈകൾ അവയുടെ സാധാരണ പ്രവൃത്തികൾതുടർന്നു. എന്തായാലും കണ്ണാടിയിൽ നോക്കിയപ്പോൾ എനിക്കു വിശ്വസിക്കാനായില്ല; ഞാൻ പഴയതുപോലെ തന്നെയിരിക്കുന്നു.

ഞാൻ ഇരിപ്പിടത്തിലേക്ക് മടങ്ങിയപ്പോൾ, പരിചാരിക എനിക്കു പ്രഭാതഭക്ഷണം നൽകി. കാപ്പിയുടേയും പന്നിയിറച്ചി പൊരിച്ചതിന്റെയും മണം എനിക്കനുഭവപ്പെട്ടു. മനസ്സിന് താല്പര്യം തീരെയില്ലാത്തിനാൽ, ഇതിലൊന്നും ഒരു ഉത്സാഹവും ഉണ്ടായിരുന്നില്ല. ശരീരം സാധാരണപോലെ പ്രവർത്തിച്ചു. ഓ ക്രൂരമായ ശരീരം! ഇപ്പോൾ വിമാനത്തിലുണ്ടായിരുന്നവരെല്ലാം ഉണർന്നിരുന്നു. എനിക്കാരേയും അറിയുമായിരുന്നില്ല. ആർക്കും എന്നെയുമറിയില്ല. അതിൽ ഞാൻ ആശ്വസിച്ചു. പരിചാരിക, പകുതി കഴിച്ചു തീർത്ത ഭക്ഷണപാത്രങ്ങൾ എടുത്തുകൊണ്ടുപോയി. ഞാൻ ഒരു ജപ്പാനീസ് നോവൽ വായിക്കാൻ ശ്രമിച്ചു. പക്ഷെ മാറ്റിവച്ചു. എനിക്ക് ഒരു പ്രണയകഥയോ അതുമല്ലെങ്കിൽ മനുഷ്യരുടെ കഥയോ വേണ്ടിയിരുന്നില്ല. എന്റെ വസ്ത്രങ്ങൾ വെച്ചിരുന്ന പെട്ടിയിൽ നിന്നും ഒരു ചെറിയ പുസ്തകം, 'Science and Human Values' എന്ന ജെ. ബ്രോണോവ്സ്കിയുടെ പുസ്തകം കയ്യിലെടുത്തു. ഈ പുസ്തകം രാവിലെ മുഴുവൻ വായിച്ചു. എന്റെ വ്യക്തി ജീവിതത്തിൽ നിന്നും മാറി, എന്റെ മനസ്സ് സൂക്ഷ്മമായി പ്രവർത്തിച്ചു.

നമ്മുടെ ജോലി, കലയിലായാലും ശാസ്ത്രത്തിലായാലും ദൈനംദിനമുള്ള സാമൂഹ്യ പ്രവർത്തനത്തിലായാലും നമ്മുടെ അനുഭവങ്ങളെ

കണ്ടെത്തുന്ന വ്യത്യസ്തമായ ഒരു രൂപം മാത്രമാണ്. കണ്ടെത്തൽ ഏപ്പോഴും ഒന്നുതന്നെ. അതുകൊണ്ടാണ്, ശാസ്ത്രകാരന്മാരുടെ കണ്ടുപിടുത്തങ്ങളേക്കാൾ, അവരുടെ സമൂഹം, അടിത്തട്ടിൽ കൂടുതൽ പ്രധാനമാവുന്നത്. ശാസ്ത്രത്തിന് ഇവിടെ പഠിപ്പിക്കുവാനുള്ളത് സാങ്കേതികരീതികളല്ല, മറിച്ച് അതിന്റെ സത്തയാണ്. തടഞ്ഞുനിർത്താൻ കഴിയാത്ത കണ്ടുപിടുത്തങ്ങളുടെ ആവശ്യം... അതാണ് ശാസ്ത്രത്തിന്റെ പാഠം. ആശയമാണ് നിയമങ്ങളേക്കാൾ ഗംഭീരം. വിധി പ്രസ്താവിക്കുന്ന പ്രവൃത്തിയാണ്, വിധിയേക്കാൾ നിർണ്ണായകമെന്നത് ഒരു പുസ്തകത്തിൽ കവിതയെക്കുറിച്ച് ഞാൻ എഴുതി. ഞാൻ പറഞ്ഞു.

'കവിത സ്വയം നമ്മെ ന്യായത്തിലേക്കോ അന്യായത്തിലേക്കോ നയിക്കുന്നില്ല. അത് നമ്മെ ചിന്തകളിലേക്ക് നയിക്കുന്നു. ആ ചിന്തകളുടെ വെളിച്ചത്തിൽ ന്യായവും അന്യായവും ഭയാനകമായ മൂർച്ചയുള്ള രൂപരേഖയ്ക്കുള്ളിൽ കാണപ്പെടുന്നു.'

കവിതയ്ക്കുള്ള സത്യം തന്നെയാണ് മറ്റു ഭാവാത്മചിന്തകൾക്കുള്ള സത്യവും. ഞാനന്ന് ഒരു മൂല്യത്തെക്കുറിച്ച് പറഞ്ഞത്, എല്ലാ മാനുഷിക മൂല്യങ്ങളെക്കുറിച്ചും സത്യമാണ്. ഏതു മൂല്യങ്ങൾകൊണ്ട് നമ്മൾ നിലനിൽക്കണമോ അവ ന്യായമായതോ അന്യായമായതോ ആയ പെരുമാറ്റത്തിന്റെ നിയമങ്ങളല്ല. മറിച്ച്, ആരുടെ വെളിച്ചത്തിൽ ന്യായവും അന്യായവും നല്ലതും ചീത്തയും മാർഗവും ലക്ഷ്യവും മൂർച്ചയായ രൂപരേഖയ്ക്കുള്ളിൽ കാട്ടിത്തരുന്ന അഗാധതയിലുള്ള ദീപാലങ്കാരങ്ങളാണ്.

ഇവിടെ പുസ്തകം അവസാനിച്ചു. ഞാനതടച്ചു. മനസ്സിനോട് സംസാരിച്ച, ചിന്തിക്കുന്ന മനസ്സിനു നന്ദിപറഞ്ഞു. എന്റെ ജ്ഞാനികളായ രക്ഷിതാക്കളോട് ഞാൻ എത്രമാത്രം കടപ്പെട്ടിരിക്കുന്നു. എന്റെ ആദ്യകാലങ്ങളിൽ, അവരുടെ തന്നെ ഉദാഹരണങ്ങളിലൂടെ, മനസ്സിന്റെ ഉപയോഗത്തിലൂടെ മോചനവും ധൈര്യവും ശക്തിയും എങ്ങനെ കണ്ടെത്താമെന്ന് പഠിപ്പിച്ചതിന്. മനുഷ്യന്റെ വ്യക്തിപരമായ വ്യഥകളെന്തുമാവട്ടെ, ഉപയോഗിക്കുവാൻ പരിശീലിച്ച മനസ്സ്, ഉപയോഗത്തിലൂടെ, അന്വേഷണം തുടരുന്നു. എന്റെ തലച്ചോറിൽ ഞാൻ നടപ്പിലാക്കേണ്ടവ വഹിക്കുന്നു. എനിക്കു പിൻവലിയുകയോ നില്ക്കുകയോ വളർച്ച അവസാനിപ്പിക്കുകയോ ചെയ്യേണ്ടതില്ല, ചെയ്യുകയുമില്ല. കാരണം, ഞാൻ എന്റെ വഴിയിൽ തനിയെ നടക്കുന്നു.

അപരിചിതമായ ഒരു ശാന്തത, ഊഷ്മളവും ജീവസ്സുറ്റതും എന്നിലൂടെ പടർന്നു. ഞാൻ ഇരിപ്പിടത്തിൽ ചാരിയിരുന്നു കണ്ണുകളടച്ചു. ഞാൻ

സ്വയം എന്നോടുതന്നെ പുഞ്ചിരിക്കുന്നത് ഓർത്തു. പക്ഷെ അതെന്തിനെന്നെനിക്കറിയില്ല. ചിന്തകളിലൂടെയും നിശ്ശബ്ദതയിലൂടെയും വാക്കുകൾക്കു പകരം. ഞാനും അദ്ദേഹവും തമ്മിൽ ആശയവിനിമയം നടത്തുന്നതുപോലെ.

*** *** ***

ദിവസം കടന്നുപോയ്ക്കൊണ്ടിരുന്നു. ഞാനിതുവരെ ആരോടും സംസാരിച്ചിട്ടില്ല. പിന്നീട് മദ്ധ്യാഹ്നത്തിന്റെ പകുതിയിൽ, എന്റെ ഇരിപ്പിടത്തിന്റെ അടുത്തിരുന്നയാൾ എന്നെ അദ്ദേഹത്തിനു മനസ്സിലായെന്നുപറഞ്ഞു. ഞാൻ സമ്മതിക്കുവാൻ കൂട്ടാക്കിയില്ല. സുഖകരമായി നുണ പറയുവാൻ എനിക്കറിയില്ലായിരുന്നു. ഇപ്പോഴതിനു ശ്രമിക്കുന്നതും ശരിയാവില്ല. ഞാനയാളോട് നന്ദി പറഞ്ഞു. അതെ, ഞാൻ തന്നെയെന്ന് പറഞ്ഞു. സാധാരണ രീതിയിൽ, മാന്യമായി സംസാരിക്കേണ്ടതായി വന്നു. പക്ഷെ ഞാൻ ഇവിടെ എന്തിനെന്ന കാര്യം പറയാതെ, എനിക്ക് കുറച്ച്കൂടി ഏകാന്തതയാകാമല്ലോ എന്നു കരുതി. ഞാൻ അയാളെക്കുറിച്ച് ചോദിച്ചു. അയാളുടെ പേര് ഞാൻ ഓർക്കുന്നില്ല. ആ യാത്രയിലെ ഒരു കാര്യം പ്രത്യേകമായി ഓർമിച്ചെടുക്കാൻ സാധ്യമല്ലെങ്കിലും വീണ്ടും കാണുമ്പോൾ അയാളെ തിരിച്ചറിയുമെന്നു തോന്നി. അയാൾക്ക് നല്ല ഉയരമുണ്ടായിരുന്നു. കാരണം, സംസാരിക്കുമ്പോൾ എനിക്കു മുകളിലേക്കു നോക്കേണ്ടിയിരുന്നു. അയാൾക്ക് മെലിഞ്ഞ, ഒരു പടിഞ്ഞാറൻ മുഖമായിരുന്നു. ഞാൻ ഓർക്കുന്ന ഒരു കാര്യം 'വെൽസ് ഫാർഗോബാങ്കി'ന് വേണ്ടിയാണ് അയാൾ യാത്ര ചെയ്തിരുന്നതെന്നാണ്. അക്കാര്യം നേരിയ ഒരു ചരിത്ര കൗതുകമുണർത്തി. വെൽസ് ഫാർഗോ എന്നത് അമേരിക്കൻ ചരിത്രത്തിലെ ഒരു കാൽപനികമായ പേരാണ്. പക്ഷെ ബാങ്കിങ്ങിനെപ്പറ്റി, ദൈനംദിനാവശ്യങ്ങളെക്കുറിച്ചല്ലാതെ എനിക്കൊന്നുമറിയുമായിരുന്നില്ല.

എന്റെ അറിവില്ലായ്മയിലുള്ള താല്പര്യത്തോടെ, മടുക്കുന്ന വ്യക്തതയോടെ, യാത്രക്കാരൻ അയാളുടെ ദൗത്യവും മറ്റും വിശദീകരിച്ചു. എനിക്ക് ഈ ആധുനിക കാലത്ത്, അന്താരാഷ്ട്ര ബാങ്കിംഗിന്റെ പ്രാധാന്യമെന്തെന്ന് മനസ്സിലാക്കാൻ പറ്റി. എനിക്ക് നന്നായറിയുന്ന സിങ്കപ്പൂരിലും ഹോംങ്കോംഗിലും മറ്റു നഗരങ്ങളിലുമെല്ലാം അയാൾ പോയിട്ടുണ്ട്. പക്ഷെ അയാൾ എനിക്കറിയില്ലെന്ന മട്ടിലാണ് എല്ലാ കാര്യങ്ങളും പറഞ്ഞത്. അറിയാത്ത സ്ഥലങ്ങളും മനുഷ്യർ കൗശലമുപയോഗിച്ച്, നാണയക്കൈമാറ്റം ചെയ്യുന്നതും, മൂലധനം വർദ്ധിക്കുമ്പോൾ അധികാരം സ്ഥാപിക്കുന്നതുമെല്ലാം ഞാൻ താല്പര്യത്തോടെ ശ്രദ്ധിച്ചു.

ആദ്യം ഉദാസീനമായി, പിന്നെ ഉപരിപ്ലവമായി, പിന്നെ യഥാർത്ഥത്തിൽ, 'തടുക്കുവാനാവാത്ത അന്വേഷണത്വരയോടെ' ഞാൻ ശരിക്കും എന്നെ ത്തന്നെ മറന്നു പോയിരുന്നു. ഹോംണോലുലുവിൽ ഞങ്ങൾ എത്തി ച്ചേർന്നു എന്ന റേഡിയോ സന്ദേശം തലക്കു മുകളിൽ കേട്ടപ്പോൾ അത്ഭു തപ്പെട്ടുപോയി. അപ്പോഴേക്കും രാത്രി ആയിരുന്നു. സമയത്തിന്റെ ചെറിയ അകലത്തിൽ ഞങ്ങൾ ഒരു ദിവസം മുഴുവൻ പറന്നിരിക്കുന്നു. ഒരിക്കൽ കൂടി ഞങ്ങളുടെ രാജ്യത്ത് പ്രവേശിച്ചിരിക്കുന്നു.

സാധാരണയായി, വിമാനമിറങ്ങുമ്പോഴുള്ള തിക്കും തിരക്കും കസ്റ്റംസ് പരിശോധനക്കായി നിരയിൽനിൽക്കലും എല്ലാം നടന്നു വെങ്കിലും ഞാനതൊന്നും ഓർക്കുന്നില്ല. എനിക്കുണ്ടായ ഒരനുഭവം മാത്രമേ ഓർമയുള്ളൂ. തനിച്ചാണെന്നുള്ള അഗാധമായ അറിവോടെ, ഞാൻ കാത്തുനില്ക്കുമ്പോൾ ഒരു കസ്റ്റംസ് ഉദ്യോഗസ്ഥൻ അടുത്തു വന്ന് ഒരു വശത്തേക്ക് മാറി നില്ക്കുവാനാവശ്യപ്പെട്ടു. ഞാനങ്ങനെ ചെയ്തു. കൗണ്ടറിലേക്ക് താണു ചരിഞ്ഞു പതിയെ എന്നോടു പറഞ്ഞു.

'താങ്കളെ പിടിച്ചു നിർത്താനല്ല. എനിക്ക് സ്വകാര്യമായി ചില കാര്യ ങ്ങൾ പറയുവാനുണ്ട്.'

ഞാനാകെ അത്ഭുതപ്പെട്ടു, ഞാനയാളെ ഇതിനുമുമ്പ് കണ്ടിട്ടില്ല. ഒരു വലിയ പൊണ്ണത്തടിയൻ, ദയാവായ്പുള്ള വട്ടമുഖം, തികച്ചും അമേരിക്കക്കാരൻ.

'നോക്കൂ..' പതിയെ അയാൾ പറഞ്ഞു 'എനിക്ക് ഒരു മാന സികവളർച്ചയില്ലാത്ത മകളുണ്ട്.'

ആഹ്, അയാൾ എന്തിനാണ് ഒരു വശത്തേക്കെന്നെ മാറ്റിയതെന്ന്. എനിക്കിത് പരിചിതമാണ്, ആളുകൾ ഒരു വശത്തേക്ക് വിളിച്ച് ഇങ്ങനെ പറയുന്നത്. ലോകത്തെല്ലായിടത്തും എനിക്കിതേ അനുഭവം ഉണ്ടാ യിട്ടുണ്ട്.

'എനിക്ക് പറയാനുണ്ട്... എനിക്കൊരു കുട്ടിയുണ്ട്.'

'അവളെപ്പറ്റി പറയൂ,' ഞാൻ പറഞ്ഞു.

അയാൾ സംസാരിച്ചപ്പോൾ ഞാൻ ശ്രദ്ധിച്ചു. ഞാൻ പരിചയമുള്ള വാക്കുകൾ മാത്രമാണ് കേട്ടത്. എന്റെ ഉള്ളിൽ അത്ഭുതമുണ്ടായി. എന്തു കൊണ്ടാണ് ഈ ഒരു നിമിഷത്തിൽ, ഞാൻ നിരാശയായി, എനിക്ക് വീണ്ടും ജീവിക്കണമെന്ന അവസ്ഥയിലാകണമെന്ന് ആഗ്രഹിച്ചപ്പോൾ, ഈ മനുഷ്യൻ ഇവിടെയെത്തി, എന്നെ ജീവിതത്തിലേക്ക് തിരിച്ചു വിളി ക്കുന്നത്? എന്റെ ജീവിതത്തിൽ കൂടുതൽ ഭാഗവും ചെലവഴിച്ചിട്ടുള്ളത്

മാനസികവെല്ലുവിളി നേരിടുന്ന കുട്ടികളുടെ രക്ഷിതാക്കൾക്കൊപ്പവും, അവരുടെ കുട്ടികൾക്കും വേണ്ടിയാണ്. ഇതെന്റെ വിധിയായിരുന്നു. എന്നാൽ കഴിഞ്ഞ മണിക്കൂറുകളിൽ, അതിരാവിലെ എന്റെ മകളുടെ ഫോൺ സന്ദേശം ടോക്യോവിലുള്ള എന്റെയടുത്തെത്തിയശേഷം, ഞാൻ ഒരിക്കൽപോലും എന്റെ ഈ ജീവിതത്തെക്കുറിച്ച് ഓർമിച്ചിട്ടേയില്ല. ഇവിടെ ഇപ്പോൾ അതു വീണ്ടും എന്നെ അവകാശപ്പെടുന്നു.

'നോക്കൂ..' അയാൾ പറയുകയാണ്, 'അതിങ്ങനെയാണ്. ഞാനും ഭാര്യയും തമ്മിൽ ഒരു തർക്കം. അവൾ പറയുന്നു; അമേരിക്കക്കാർ എപ്പോഴും അവരുടെ മാനസിക വളർച്ചകുറഞ്ഞ കുട്ടികളെ ഏതെങ്കിലും സ്ഥാപനങ്ങളിലാക്കുന്നു. കാരണം അവർക്ക് അവിടെ സുഖമാണ്. അവൾ പറയുന്നത്, ഞങ്ങളും അങ്ങനെ ചെയ്യണമെന്നാണ്. കാരണം, ഇപ്പോൾ ഹവായ് ഒരു രാജ്യമായിരിക്കുന്നു. ഞാൻ പറയുന്നു, നമ്മുടെ കുട്ടി ഒരു പ്രശ്നം അല്ലെന്ന് – അവൾ സൗമ്യയും ശാന്തയുമാണ്. അവൾ ഒരു സ്ഥാനപത്തിലെത്തുമ്പോൾ ഏകാന്തതയിലായിപ്പോകും.'

'താങ്കളുടെ ഭാര്യ സന്തോഷിക്കുമോ, അവളവിടെയായാൽ?' ഞാൻ ചോദിച്ചു.

'ഇല്ല, അതു പറയുമ്പോൾ അവൾ കരയും. പക്ഷെ, അവൾ പറയും മോളുടെ നന്മക്ക് അതു നല്ലതാണെന്ന്.'

'നിങ്ങൾക്ക് അവളെ അവിടെയാത്തണമോ?'

'എനിക്ക്...? എന്നാൽ എന്റെ ഹൃദയം തകരും'. ഞാൻ ശ്രദ്ധിച്ചുകേട്ടു. 'നിങ്ങൾ രണ്ടുപേരും മരിക്കുകയാണെങ്കിൽ എന്തു സംഭവിക്കും? ആരു നിങ്ങളുടെ മകളെ സംരക്ഷിക്കും?'

'ധാരാളംപേർ! എന്റെ ഭാര്യ ഹവായ്ക്കാരിയാണ്. അവളുടേത് വലിയ ഒരു ഹവായിയൻ കുടുംബമാണ്. അവരെല്ലാവരും ഞങ്ങളുടെ മകളുടെ ചുമതല ഏറ്റെടുക്കും. സത്യം പറഞ്ഞാൽ, ഞങ്ങൾ സ്ഥാപനത്തെക്കുറിച്ച് പറയുമ്പോൾതന്നെ അവർക്കെല്ലാം ദേഷ്യം വരും. എന്റെ ഭാര്യമാത്രമാണ്...'

'അങ്ങയുടെ ഭാര്യയോടു പറയൂ, അവരുടെ വാദം തെറ്റാണെന്ന്. ബാക്കിയെല്ലാവരും ശരിയാണ്.' ഞാൻ പറഞ്ഞു. 'താങ്കളുടെ മകൾ ഭാഗ്യവതിയാണ്. അവളെ നോക്കാൻ ഒരു കുടംബമുണ്ട്. എനിക്കുറപ്പാണ്, താങ്കളുടെ സാഹചര്യത്തിലുള്ള അമേരിക്കൻ രക്ഷിതാക്കൾ നിങ്ങളെപ്പോലെ ഭാഗ്യമുള്ളവരാവണമെന്നും ഞാനാഗ്രഹിക്കുന്നു. നിങ്ങൾക്കും നിങ്ങളുടെ ഭാര്യക്കും അങ്ങനെയൊരു കുടുംബമുള്ളതിലും.

അയാളുടെ ആത്മാർത്ഥമായ മുഖം തെളിഞ്ഞു. 'നന്ദി' അയാൾ പറ

ഞ്ഞു. അയാൾ എന്നെ സാമഗ്രികൾ ലഭിക്കുന്നസ്ഥലത്തേക്കു കൊണ്ടു പോയി. എന്തെങ്കിലും പ്രസ്താവിക്കാനുണ്ടോ ? 'ഒന്നുമില്ല' ഞാൻ പറ ഞ്ഞു. സത്യമാണ് എനിക്ക് ഒന്നുമില്ല.

'ശരി' അയാൾ പറഞ്ഞു. ചോക്കുകൊണ്ട് എന്റെബാഗുകളിൽ അട യാളങ്ങളിട്ട്, എന്നോട് പുഞ്ചിരിച്ചു. 'ഒരിക്കലും', അയാൾ പറഞ്ഞു 'ഒരി ക്കലും താങ്കളെ മറക്കുകയില്ല. ഇതെന്റെ ഒരു ഭാഗ്യദിനമാണ്. എന്റെ ഭാര്യയോട് ഞാൻ പറയുന്നതുവരെ കാത്തിരിക്കൂ. അവൾ എന്നെ വിശ്വ സിക്കില്ല. ഇതു അത്ഭുതമായിരിക്കുന്നു.'

എനിക്കും അതൊരത്ഭുതമായിരുന്നു.

പിന്നെ, പരീക്ഷണമെന്നപോലെ, ഞാൻ വീണ്ടും തനിച്ചായി. അദ്ദേ ഹത്തിന് അസുഖം വരുന്നതിനുമുമ്പ് ഞാൻ ഒരിക്കലും തനിച്ച് യാത്ര ചെയ്തിട്ടില്ല. യാത്രയെന്നു പറയുന്നത് ഞങ്ങളെ സംബന്ധിച്ചിട ത്തോളം ആനന്ദകരമായ ഒരു സംഭവമായിരുന്നു.അദ്ദേഹം സന്തുഷ്ട നായ ഒരു സഹയാത്രികനായിരുന്നു. എവിടെയാണ് പോകേണ്ടതെ ന്നും എന്താണ് കാണാനുള്ളതെന്നും എല്ലാമദ്ദേഹത്തിനറിയാവുന്നതു കൊണ്ട് ഞാൻ ശ്രദ്ധയില്ലാതെ സന്തോഷത്തോടെ അദ്ദേഹത്തോ ടൊപ്പം പോകും. ഇപ്പോൾ, എനിക്ക് ഭോജനശാല കണ്ടുപിടിക്കേണ്ടി യിരിക്കുന്നു; വല്ലതും കഴിക്കണം. ഉച്ചഭക്ഷണ ടിക്കറ്റുകൾ തന്നിട്ടു ണ്ട്. എവിടെയാണ് ചെല്ലുക? ഞാൻ ചുറ്റിത്തിരിഞ്ഞു വിവേകശൂന്യ മായി, ആശ്രയമില്ലാതെ, ലജ്ജിച്ച്. ഒരു സ്ത്രീ എപ്പോഴും ഉത്സാഹി യായ, അറിവുള്ള ഒരാളുടെ കൂടെ നടന്നിട്ട്, പെട്ടെന്ന് തനിച്ചാവുന്നത് ഒരു പരിഭ്രാന്തി തന്നെയാണ്. ഞാൻ വഴിതെറ്റി അലഞ്ഞു. ആരോടോ ചോദിച്ച്, എതിർ ഭാഗത്തേക്ക് പോയി. ഭോജനശാലയിൽ വളരെ വൈകിയെത്തി. ഇരിപ്പിടങ്ങളും ഒഴിവില്ല. ഭക്ഷണമൊന്നും വേണ്ടെന്ന് വച്ച് തിരിഞ്ഞുനടക്കാൻ തുടങ്ങുമ്പോൾ ഒരു പ്രസന്നവദനനായ അമേ രിക്കക്കാരൻ അടുത്തേക്ക് വന്നു ചോദിച്ചു. ഇരിക്കാനുള്ളസ്ഥലം തേടു കയാണോ? അൽപമകലെ രണ്ടെണ്ണമുണ്ട്. അയാളുടെ കൂടെയിരിക്കാൻ വിരോധമില്ലെങ്കിൽ എന്ന്.

ആശ്വാസത്തോടെ ഞാൻ ആ ക്ഷണം സ്വീകരിച്ചു. അയാൾ എന്നെ ചെറിയ, പാതിമറഞ്ഞ മേശയ്ക്കരികിലേക്ക് നയിച്ചു. ഞങ്ങൾ ഇരു ന്നു. അയാൾ രാത്രി ഭക്ഷണം ആവശ്യപ്പെട്ടു. എനിക്ക് ആശ്വാസമാ യി. ഉള്ളിലുള്ള ഏകാന്തത അജയ്യവും സ്ഥിരവുമാണെന്നെനിക്കറി യാം. എനിക്കതറിയാമായിരുന്നു. പക്ഷെ, എവിടെയിരുന്നോ അദ്ദേഹം എന്റെ വിഷമാവസ്ഥ കാണുകയും അദ്ദേഹത്തിന് എന്റെ കൂടെ

ഉണ്ടാവാൻ കഴിയാത്തതു കൊണ്ടും അദ്ദേഹത്തിന്റെ സ്ഥാനത്ത് അപരിചിതരെ അയച്ചിരിക്കുന്നു. ഞാൻ ഈ അപരിചിതന്റെ പേര് ചോദിച്ചു. അദ്ദേഹം എന്നോട് പറഞ്ഞു; ഒരു ശാസ്ത്രജ്ഞനാണെന്നും വാഷിംഗ്ടണിൽനിന്ന് മറ്റ് ജപ്പാനീസ് ശാസ്ത്രജ്ഞരോടൊപ്പം പ്രവർത്തിക്കാൻ അയച്ചിരിക്കയാണെന്നും പറഞ്ഞു. വീണ്ടും എന്റെ ഒരു ഭാഗം ജീവിതം ഞാൻ വീണ്ടെടുത്തു. ശാസ്ത്രം, പ്രത്യേകിച്ച് ആണവശാസ്ത്രം എന്റെ തൊഴിലായിരുന്നതുകൊണ്ട് ഞാൻ താൽപര്യത്തോടെയും ധാരണയോടെയും ശ്രദ്ധിച്ചു കേട്ടു. തീർത്തും എന്റെ അന്തരാത്മാവിൽ നിന്നും അകന്നുകൊണ്ട്. ജപ്പാൻകാർ, അതി സമർത്ഥരായ ശാസ്ത്രജ്ഞരാണെന്നും പ്രത്യേകിച്ച് ലോകത്ത് മറ്റ് ഏത് ശാസ്ത്രജ്ഞൻമാരേക്കാളും അയണമണ്ഡലത്തെക്കുറിച്ച് അറിവുള്ളവരാണെന്നും അയാൾ പറഞ്ഞു. അയണമണ്ഡലം, അന്തരീക്ഷത്തിലെ ആ ഉയർന്നതലം, ക്ലൈഡ് ഓർ പറയുന്നതു പോലെ, 'വികിരണങ്ങൾ ഒരു മന്ത്രവാദിനിയുടെ പാനീയംപോലെ, അല്പസമയം മാത്രം നിലനിൽപ്പുള്ള തൻമാത്രകളും വൈദ്യുതാധാനമുള്ള കണങ്ങളും പരമാണുപ്രധാനമായ വസ്തുക്കളും വൈദ്യുതി ചാർജ്ജുകൾ ഉൽപാദിപ്പിക്കുന്നു (Between Earth and Space, page 21). ഇതാണ് വൈദ്യുതിയുടെ ജന്മസ്ഥലം. വൈദ്യുതകൊടുങ്കാറ്റുകളുടെ പ്രഭാവകേന്ദ്രം. ഇതിനെതിരായി ഭൂമിയിൽ സംഭരിച്ചിട്ടുള്ള ഊർജം ഒരു അനശ്വരയുഗ്മഗാനം, ഹിംസയുടെ രൂപത്തിൽ ഒരുക്കുന്നു. വീണ്ടും എന്റെ മനസ്സ് അടക്കുവാനാവാത്ത ജിജ്ഞാസകൊണ്ട് ഇളകി മറിഞ്ഞു. ഞാനോർത്തു; അദ്ദേഹം ഇപ്പോൾ എവിടെയാണെങ്കിലും എന്നെ ഓർമ്മിപ്പിക്കുന്നുണ്ടാവും നമ്മൾ പങ്കിട്ട ഇത്തരം താല്പര്യങ്ങളുമായി ജീവിതം മുന്നോട്ടു പോകുമെന്ന്. ഒരു മണിക്കൂർ കഴിഞ്ഞപ്പോൾ വിമാനത്തിൽ കയറുവാനുള്ളനിർദ്ദേശം വന്നു. എങ്ങിനെയോ ആ ദിവസം കടന്നുപോയി. മൂന്നുതവണ ഓരോരുത്തരെയായി എന്റെ അടുത്തേക്ക് അയച്ചുകൊണ്ട് സംസാരിക്കുവാനും സഹായിക്കുവാനും ജീവിതത്തെക്കുറിച്ച് ഓർമപ്പെടുത്തുവാനും.

ഒരിക്കൽകൂടി രാത്രി വന്നു. എനിക്കീ രാത്രിയെ എന്തു വിളിക്കണമെന്നറിയില്ല. പേരില്ലാത്ത രാത്രി. കാരണം, കാലം അതിന്റെ പേരിനേക്കാൾ ദൈർഘ്യത്തിൽ സ്വയം വലിച്ചു നീട്ടിയത്കൊണ്ട്. ഞാൻ ഇരുപത്തിനാലുമണിക്കൂർ ജീവിച്ചിരിക്കുന്നു. ഞായറാഴ്ച രാത്രിയുടേയും തിങ്കളാഴ്ച പ്രഭാതത്തിന്റെയും അകലത്തിനുമപ്പുറം. ഞാൻ എന്റെഭാവി ജീവിതത്തിന്റെ ആദ്യ ചുവടു വെച്ചിരിക്കുന്നു. ഈ രാത്രി ഞാൻ ഉറങ്ങി, ഇടവിട്ടിടവിട്ട് ഭയമേതുമില്ലാതെ ഈ രാത്രി ഞാൻ ഉറങ്ങി. അദ്ദേ

ഹത്തിന്റെ സ്ഥാനം മറ്റാർക്കും ഏറ്റെടുക്കാനാവില്ല അദ്ദേഹം അതു പ്രതീക്ഷിക്കില്ല എനിക്കും പ്രതീക്ഷിക്കാനാവില്ല. പക്ഷെ എനിക്കാവശ്യമായി വരുമ്പോൾ അപരിചിതർ വരും. എനിക്ക് അവരിൽനിന്നും പഠിക്കാൻ കഴിയും. അത് കഴിഞ്ഞാൽ അവരെ പോകാൻ അനുവദിക്കണം. കാരണം, അപ്പോഴേക്കും മറ്റൊരാൾ വരും. അത് എല്ലാ ജീവന്റേയും സാർവത്രികമായ ചലനം ആണ്. എണ്ണിയാലൊടുങ്ങാത്ത നിരവധി വ്യത്യസ്ത കണികകൾ കൊണ്ട് നിർമിക്കപ്പെട്ട ഊർജ്ജത്തിന്റെ അലകൾ നമ്മുടെ ഭൂമിയിൽ അടിക്കുന്നതുപോലെ എന്താണ് മനുഷ്യർ? വെറും കണികകൾ. നമ്മൾ വരുന്നു പോകുന്നു. അതും നിരന്തരമായ ചലനങ്ങളുടേയും സത്തയുടേയും തിരകളായി. എന്റെ ജീവിതം ഇപ്പോൾ പൂർണ്ണതയുടെ ഒരുഭാഗം മാത്രമാണ്. ഒരു വ്യത്യസ്ത കണിക, തനിച്ചും അകന്നും രക്ഷപ്പെടാനാവാത്തവണ്ണം തിരകളിലേക്ക് വലിക്കപ്പെട്ടതും മനുഷ്യവേലിയേറ്റത്തിൽ പിൻവാങ്ങിയതും.

*** *** ***

അടുത്ത പ്രഭാതം അതിന്റെ സ്വർണ്ണകിരണങ്ങൾ അമേരിക്കൻ പ്രകൃതിദൃശ്യങ്ങൾക്കു മേൽ കോരിച്ചൊരിഞ്ഞു. റേഡിയോ ശബ്ദം, നമ്മളിപ്പോൾ പെൻസിൽവാനിയയിലെ അലൻടൗൺ നഗരത്തിനു മുകളിൽ നിന്നും താഴേക്കിറങ്ങുകയാണെന്ന് അറിയിച്ചു. അലൻടൗൺ എന്റെ കളപ്പുരവീടിന് അല്പം നാഴികകൾ അകലെയാണ്. കുട്ടികൾ, ഞാനതും കടന്ന് മേഘങ്ങൾക്കിടയിലൂടെ വരികയാണെന്ന് സ്വപ്നം കാണുന്നുണ്ടാവുമോ? ഞാൻ തിരക്കിട്ട് കക്കൂസിൽ പോയി. കാപ്പികുടിച്ചു.ഞങ്ങൾ അപ്പോൾ വളരെ വേഗത്തിൽ താഴോട്ടു താഴോട്ടു വന്നു. ഞാൻ ന്യൂയോർക്കിലെ തിളങ്ങുന്ന മണിമാളികകൾ കണ്ടു.

ഇനിയിപ്പോൾ, സുഹൃത്തുക്കളെ അഭിമുഖീകരിക്കണം. കുടുംബത്തേയും. ഒരു നിമിഷത്തേക്ക് ഞാനത് ഭയപ്പെട്ടു. ഇതിനകത്ത്, ഈ അഭയകേന്ദ്രത്തിൽ, എന്റെ യാത്രയെക്കുറിച്ചും ഞാൻ എന്തിനതു നടത്തി എന്നതിനെക്കുറിച്ചും ഒന്നുമറിയാത്ത ആളുകൾക്കിടയിൽ അത് എളുപ്പമായിരുന്നു. ഞാനാരോടും അതു പറയാഞ്ഞതുകാരണം, ആരുടെയും അനുകമ്പയുടെ ആയാസം കാണേണ്ടിവന്നില്ല. ഇപ്പോൾ എന്തായാലും എന്റെ കുട്ടികളെ കാണുകയും അവരുടെ സഹായം പ്രത്യേകിച്ച് തേടുകയും ചെയ്യേണ്ട സമയമായിരിക്കുന്നു. എന്നെ ആശ്വസിപ്പിക്കുമ്പോൾ അവർക്കും അത് ആശ്വാസമേകും.

അഴകേറിയ പ്രഭാതം. ഞാൻ വ്യോമതാവളത്തിലൂടെ, മറുവശത്തെ പ്രവേശനസ്ഥലത്തേക്ക് നടക്കുമ്പോൾ സൂര്യപ്രകാശം മൂടൽമഞ്ഞിലൂടെ

ചൊരിഞ്ഞു. അവിടെ വാതിലിനകത്ത് എന്റെ പ്രിയപ്പെട്ട ഏകസഹോദരിയും എന്റെ രണ്ട് പെൺകുട്ടികളും വർഷങ്ങളായി ഞങ്ങളുടെ കാറുകൾ ഓടിച്ചുകൊണ്ടിരിക്കുന്ന വിശ്വസ്തനായ അമേരിക്കൻ-ഡച്ചുകാരനുമുണ്ടായിരുന്നു. ഞാൻ ഓരോ മുഖത്തേക്കും മാറിമാറി നോക്കിയപ്പോൾ അതുവരെ ഞാൻ ഭയപ്പെട്ടിരുന്നതെല്ലാം ഉരുകിപ്പോയി. എനിക്കാണ് തെറ്റുപറ്റിയത് - ഞാൻ സ്നേഹിക്കുന്നവരുടേയും എന്നെ അറിയുന്നവരുടേയും കൂടെയുണ്ടാവുക എന്നതുതന്നെയാണ് ഏറ്റവും നല്ലത്. ഞാൻ മൂന്നാൺമക്കളും ആറു പെൺമക്കളുംകൊണ്ട് സമ്പന്നയാണ്. ആറു പെൺമക്കളിൽ മൂത്തവളാണ് വളർച്ച മുരടിച്ചിരിക്കുന്നത്. അവളോടാണ് എനിക്ക് കൂടുതൽ അടുപ്പം. ബാക്കിയുള്ള അഞ്ചുപേർ, ഉദ്യോഗത്തിൽ സമർത്ഥയായ ഒക്യുപ്പേഷനൽ തെറാപ്പിസ്റ്റ് ആയ മകൾ മുതൽ പതിനൊന്നു വയസ്സുള്ള മിടുക്കിയായ ജപ്പാനിൽനിന്ന് എന്നോടൊപ്പം ചേർന്ന അർദ്ധ അമേരിക്കൻ പെൺകുട്ടിയുമാണ്. രണ്ടു പെൺമക്കൾ അർദ്ധ ജപ്പാൻകാരും അവരുടെ പിതാക്കൾ അമേരിക്കക്കാരായ പട്ടാളക്കാരുമാണ്. അടുത്തത് ചൊടിയുള്ള, നല്ല സംഘാടകയായവൾ പകുതി ജർമൻ ആണ്. അവളുടെ അച്ഛനും അമേരിക്കക്കാരനാണ്. നടുക്കുള്ള ചെറിയവൾക്ക്, വിവാഹം കഴിഞ്ഞ്, എല്ലാം തികഞ്ഞ മൂന്നു കുട്ടികളുണ്ട്. അവൾ എന്റെ വീടിന്റെ മറുഭാഗത്തുള്ള അരുവിയുടെ കരയിലാണ് താമസിക്കുന്നത്. അവൾക്ക് കറുത്ത മുടിയും പാടലവർണ്ണമായ വലിയ കണ്ണുകളുമാണ്. തീവ്രവികാരത്തോടുകൂടിയ മനോഭാവമാണവളുടെതെങ്കിലും, തമാശകളിൽ, എളുപ്പം അലിഞ്ഞുപോകും. ഓരോ മകനും അവനവന്റേതായ സാമർത്ഥ്യങ്ങളുണ്ട്. ഓരോ പെൺകുട്ടിക്കും അവരവരുടെ സവിശേഷമായ ആകർഷകത്വവും. ഓരോരുത്തർക്കും എന്റെ ജീവിതത്തിൽ ഒഴിച്ചുകൂടാനാവാത്ത ഒരു സ്ഥാനവും. ഇന്ന് ഏറ്റവും ഇളയ മൂന്ന് പെൺമക്കളും വീട്ടിലാണെന്നതിൽ ഞാൻ സന്തോഷിച്ചു. നടുക്കുള്ളവളും മൂത്തവളും എന്റെ സഹോദരിയോടൊപ്പം എന്നെ കാണാൻ വന്നിരിക്കുന്നു. മൂന്നുപേരും കാര്യശേഷിയും ധാരണയുമുള്ള സ്ത്രീകളാണ്.

തീർച്ചയായും ഞങ്ങൾ വളരെ അടുപ്പത്തിലാണ്. ഞങ്ങൾ സന്തോഷപ്രദമായി ഒരുമിച്ചു ജീവിക്കുന്നപ്പോഴത്തെക്കാളും അദ്ദേഹത്തിന്റെ മരണം, ഞങ്ങൾ തമ്മിലുള്ള ഓരോ കെട്ടുപാടും വേഗത്തിലാക്കി. ഞാൻ, ഞങ്ങളുടെ മൗനമായ വിവേകത്തെ കാണാതെ പോവുകയാണോ? അയാൾ എന്റെ സാധനസാമഗ്രികളെല്ലാമെടുത്ത് ഞങ്ങളെ കാറിനടുത്തേക്ക് നയിച്ചു. ഞങ്ങൾ അകത്തിരുന്ന് അയാളെ

കാത്തിരുന്നു. അൽപനിമിഷത്തിനകം ഞങ്ങളുടെ വീട്ടിലേക്കുള്ള വഴിയിലേക്ക് തിരിഞ്ഞു. ന്യൂയോർക്കിലെ വീഥികളിലൂടെ. ലിങ്കൺ ടണലിലേക്ക്. പിന്നെ 'ടേൺപൈകി'ലേക്കും. എല്ലാം പരിചിതവും സുരക്ഷിതവും. ഞാൻ വർഷങ്ങളായി, നൂറുനൂറു തവണകളായി ആദ്യകാലങ്ങളിൽ അദ്ദേഹത്തോടൊപ്പവും കഴിഞ്ഞ അഞ്ചുവർഷങ്ങളായി തനിയെയും. അദ്ദേഹത്തിന്റെ ശക്തിയുള്ള ശരീരം ഏഴു വർഷവും വിശിഷ്ടമായ തലച്ചോറ് അഞ്ചു വർഷവും ഈ ഭൂമിയിലെ ഇടം അവസാനിപ്പിക്കുവാനെടുത്തു.

തുടക്കം മുതൽക്കേ അതൊരു തമാശയായിരുന്നു. ഒരുമിച്ചുള്ള ജീവിതം എന്തുമാത്രം സന്തോഷപ്രദമായിരുന്നു! ഞങ്ങളുടെ കണ്ടുമുട്ടലിന് മുപ്പതുവർഷം മുന്നേ അദ്ദേഹം ജീവിക്കാൻ തുടങ്ങിയ ന്യൂയോർക്കിലായിരുന്നു ഞങ്ങളുടെയും തുടക്കം. ആദ്യത്തെ ശിശിരത്തിൽ ഞങ്ങൾ ഒരു കോസ്മോപോളിറ്റൻ ഹോട്ടലിലെ സ്യൂട്ടിലായിരുന്നു കഴിഞ്ഞത്. വളരെ മനോഹരമായ മുറികൾ. ലോകത്തിന്റെ നാനാഭാഗങ്ങളിൽ നിന്നുമുള്ള ആളുകൾ വന്നും പോയുമിരുന്നു. എനിക്ക് ഷാംഗ്ഹായിലും പീക്കിംഗിലും ഇത്തരം ഹോട്ടലുകളിൽ താമസിച്ച് പരിചയമുണ്ടായിരുന്നു. അടുത്ത വർഷം, ഞങ്ങളുടെ ആദ്യത്തെ രണ്ട് കുട്ടികളെ ദത്തെടുത്തപ്പോൾ, ഞങ്ങളൊരു മട്ടുപ്പാവുള്ള പാർപ്പിടത്തിലേക്കു മാറി; രക്ഷിതാക്കളായുള്ള ഞങ്ങളുടെ ജീവിതം ആരംഭിച്ചു. അദ്ദേഹത്തിന് എല്ലായ്പോഴും ഒരു വലിയ കുടുംബം ഉണ്ടാവുന്നതിലായിരുന്നു താൽപര്യം. ഞങ്ങൾ അങ്ങനെയൊന്ന് സാവകാശമായി സ്വരൂപിക്കുന്നതിൽ അത്യധികം സന്തോഷിച്ചു. രണ്ടു വർഷങ്ങൾ അതിവേഗം കടന്നുപോയി. അവ സന്തോഷവും സംതൃപ്തിയുമല്ലാതെ മറ്റൊന്നും തന്നില്ല. ഞങ്ങൾ രണ്ട് കുട്ടികളെക്കൂടി ഏറ്റെടുത്തു. അപ്പോൾ, നാട്ടിൻപുറത്തു ജീവിക്കുക എന്ന അദ്ദേഹത്തിന്റെ അടുത്ത സ്വപ്നം ഒരാവശ്യമായി വന്നു. നാലു ചെറിയ കുട്ടികളെ, ഒരു പാർപ്പിട സമുച്ചയത്തിൽ, വിജയകരമായി നിയന്ത്രിച്ചു കൊണ്ടുപോവുക എന്നത് വളരെ ഞെരുക്കമുള്ള കാര്യമാണ്. എന്റെ സ്വന്തം ബാല്യകാലം ചെലവഴിച്ചത് സൗകര്യപ്രദമായ സ്ഥലമുള്ള, ഒരു ഉഷ്ണമേഖലാ ബംഗ്ലാവിലാണ്. അതിനു ചുറ്റും പൂന്തോട്ടങ്ങളുണ്ടായിരുന്നു. മതിലുകൾക്കപ്പുറം മലകളും വയലുകളും മഹാനദിയായ യാംഗ്ടീസിന്റെ കരയിലുള്ള കിയാംഗ്സൂ പ്രവിശ്യയിലെ ചിൻക്യാംഗ് എന്ന തുറമുഖ പട്ടത്തിനു പുറത്തായിരുന്നു ആ സ്ഥലം. ഒരു നഗരം എന്ന നിലയിൽ ന്യൂയോർക്ക് എനിക്ക് ഇഷ്ടമായിരുന്നുവെങ്കിലും എനിക്ക് ഒരു കുട്ടി

സിമന്റ് കെട്ടിടങ്ങൾക്കിടയിൽ വളരുന്നത് സങ്കൽപ്പിക്കാൻ കഴിയുമായിരുന്നില്ല. ഞങ്ങൾ ഞങ്ങളുടെ കളപ്പുരവീട്ടിലേക്ക് മാറി. അദ്ദേഹം എന്നും കൊതിച്ചതുപോലെ, അദ്ദേഹത്തിനിഷ്ടപ്പെട്ട എഡിറ്റിംഗ് ജോലിയിൽ മുഴുകി. അദ്ദേഹം വ്യാപാരത്തിൽ വൈമനസ്യമുള്ള ആളായിരുന്നു. അല്പം കൂടി വഴി മാറ്റിയാൽ, അദ്ദേഹത്തിന്റെ ബുദ്ധി കൂർമത ഒന്നുകൂടി കൂട്ടിയാൽ അദ്ദേഹം ഒരു നല്ല ഗ്രന്ഥകർത്താവ് ആവുമായിരുന്നു. അങ്ങനെയെങ്കിലും അദ്ദേഹം എങ്ങനെയായിരുന്നുവോ അതുപോലെ കുറച്ചു വൈവിധ്യമുള്ളവ എഴുതിയിട്ടുണ്ടായിരുന്നു. കുട്ടികൾക്കായുള്ള ചാതുര്യമുള്ള ലഘുകവിതകൾ, ഫലിതമയവും നിഗൂഢതയും ഉള്ള ഒരു നോവൽ, മാർക്കോപോളോയെക്കുറിച്ച് ഉത്കൃഷ്ടവും സാങ്കൽപികവുമല്ലാത്തതുമായ ഒരു കൃതി എന്നിവ. അവസാനത്തേത്, കുട്ടികൾക്കായി ലളിതമാക്കിയ ലാൻഡ്മാർക്ക് പരമ്പരയിൽ റാൻഡംഹൗസ് പ്രസിദ്ധീകരിച്ചു. ബഫലോബിൽ എന്ന അദ്ദേഹത്തിനേറെ സന്ദേഹവും താല്പര്യവും ജനിപ്പിച്ച കഥാപാത്രത്തെക്കുറിച്ചുള്ള ഒരു വിമർശന പഠനവും എഴുതിയിട്ടുണ്ട്.

വർഷങ്ങൾ പിന്നിട്ടപ്പോൾ, കളപ്പുരവീട് കൂട്ടിച്ചേർക്കപ്പെട്ട ഒരു വലിയ വീടായിത്തീർന്നു. വർദ്ധിച്ചു കൊണ്ടിരിക്കുന്ന കുടുംബത്തിന് സുഖകരമായ രീതിയിൽ. അദ്ദേഹം കുട്ടികളെ ടെന്നീസും ബേസ്ബോളും ഗോൾഫും എല്ലാം പഠിപ്പിച്ചു. അവർ നേരത്തെ നീന്താനും വണ്ടിയോടിക്കാനും പഠിച്ചു. എന്റെ സ്വന്തം ജോലി കാരണം ഞാൻ തിരക്കിലായിരുന്നു. എന്നാലും എന്റെ പഠനമുറിയുടെ വലിയ ജനാല എന്നും നീന്തൽകുളത്തിനു നേരെ തുറന്നു കിടന്നിരുന്നു. ഏതെങ്കിലും ഒരു കുട്ടി അതിസാഹസികത കാട്ടുവാൻമാത്രം വളർന്നുവോ എന്ന് സഹജസ്വഭാവത്തിൽ എനിക്കു കാണുവാനായിരുന്നു. ഞങ്ങളുടെ ജീവിതം, ജോലിയുമായി സാധാരണരീതിയിൽ ചിട്ടപ്പെടുത്തിയതായിരുന്നു. കുട്ടികളും ഞങ്ങളും വളരെ അടുത്ത് ജീവിച്ചു. ഞങ്ങളുടെ സന്തോഷങ്ങൾ സംഗീതത്തിലും ആളുകളിലും കുട്ടികളിലും പുസ്തകങ്ങളിലും വനങ്ങളിലും. പർവ്വതങ്ങളിലും, കടലിലും എല്ലാമായിരുന്നു.

എനിക്കറിയില്ല, അന്ത്യം എളുപ്പത്തിൽ വരുന്നത് പെട്ടെന്നാണോ അതല്ല വർഷങ്ങളായി, സാവകാശമെടുത്താണോ? എനിക്ക് തിരഞ്ഞെടുക്കാൻ അവസരം തരികയാണെങ്കിൽ, പെട്ടെന്നുള്ള അന്ത്യവും ഞെട്ടലും എല്ലാം ആയിരിക്കും ഞാൻ പരിഗണിക്കുക. അങ്ങനെയായാൽ, കാഴ്ചയും സംസാരവും ഒടുവിൽ സ്നേഹിച്ചവരേയും പ്രിയപ്പെട്ടവരേയും തിരിച്ചറിയലുമെല്ലാം മെല്ലെമെല്ലെ, ഉത്കണ്ഠ ഉളവാക്കു

ന്നവിധത്തിൽ മാഞ്ഞു മാഞ്ഞു പോയി, ഓർമകൾ കെട്ടുപിണഞ്ഞുകിട ക്കില്ലായിരിക്കാം. എന്തായാലും മനസ്സിനെ ആശ്വസിപ്പിക്കുന്ന ഒരു കാര്യ മുണ്ട്. അദ്ദേഹം തന്റെ പതനം അറിഞ്ഞിരുന്നില്ല. എപ്പോഴദ്ദേഹം, തന്റെ പ്രാഥമികമായ ജീവഭാവങ്ങളിലേക്ക് ചുരുക്കപ്പെട്ടുവോ അദ്ദേഹത്തിന്റെ കലർപ്പില്ലാത്ത പ്രകൃതം നിലനിന്നു. ഞാൻ പറഞ്ഞതുപോലെ, അതെ പ്പോഴും എങ്ങനെയായിരുന്നോ അതുപോലെ. ഒരു നിസ്വാർത്ഥമായ മാധുര്യം.

മാറ്റം, മെല്ലെ മെല്ലെ വന്നു. അദ്ദേഹത്തിന്റെ കണ്ണുകൾ മങ്ങി. ഒരി ക്കലും വായിക്കാൻ കഴിയാത്ത അവസ്ഥയിൽ, ഞങ്ങൾ, പുസ്തക ങ്ങളുടെ റെക്കോർഡുകൾ വരുത്തിച്ചു. ഇവിടെ, ലൈബ്രറി ഓഫ് ബുക്ക്സ് ഫോർ ദ ബ്ലൈൻഡിനോടുള്ള എന്റെ സ്ഥായിയായ കട പ്പാട് ഞാൻ രേഖപ്പെടുത്തുന്നു. അവർ തുടർച്ചയായി ഒരു നീണ്ടനിര റെക്കോർഡുകൾ, സൗജന്യമായി വീട്ടിലെത്തിച്ചുതന്നു. അദ്ദേഹ ത്തിന്റെ തലച്ചോറിനെ, ഞങ്ങൾ ഭയപ്പെട്ടതിനുമപ്പുറം സജീവമായും പ്രചോദിതവുമായി നിലനിർത്തി. പക്ഷെ ഇതും അവസാനിച്ചു. ആ ദിനം വന്നു. വാക്കുകൾക്ക് അവയുടെ അർത്ഥം ഇല്ലാതായി. സംഗീതം കേൾക്കാതായപ്പോൾ, വെറുതെ നിലനിൽക്കാൻ അദ്ദേഹം ആഗ്രഹി ച്ചപ്പോൾ, ഇതറിഞ്ഞിരുന്നെങ്കിൽ അദ്ദേഹം സഹിക്കുമായിരുന്നു. ഞാൻ, ആ ദയാവായ്പാർന്ന വൈഭവത്തെ, അതെവിടെയായിരുന്നാലും നന്ദി യോടെ സ്മരിക്കുന്നു; അദ്ദേഹം ഒരിക്കലും അറിഞ്ഞിരുന്നില്ല എന്ന തിൽ. ശരീരം ജീവിച്ചുകൊണ്ടിരുന്നു; മനസ്സിന്റെ ആകുലതയോ ആത്മാ വിന്റെയും വികാരത്തിന്റെയും എല്ലാ ആയാസങ്ങളിൽ നിന്നും വിരമി ച്ച്, അതിന്റേതായ ഒരു പ്രത്യേക ഈട് ഏറ്റെടുത്തുകൊണ്ട്.

'ഇത് ഒരുപാട് കാലം ഇങ്ങനെ തുടരും', ഞങ്ങളുടെ കുടുംബഡോ ക്ടർ വീണ്ടും പറഞ്ഞു. 'നിങ്ങൾ, ചെയ്തുകൊണ്ടിരിക്കുന്ന ജോലികൾ തുടരുക. നിങ്ങൾ ജീവിക്കണം, യാത്ര ചെയ്യണം, ആർക്കും സഹായി ക്കാനാവാത്ത ഇത് നിങ്ങൾ സ്വയം ഉൾക്കൊള്ളരുത്.' അതുതന്നെ യായിരുന്നു ഞങ്ങൾക്ക് സംഭവിച്ചു കൊണ്ടിരിക്കുന്നതിനെ സഹിക്കു വാനുള്ള ഒരേയൊരു മാർഗം. എനിക്കാവുന്നതുപോലെ, സാധാരണ പോലെ ജീവിക്കുവാൻ ഞാൻ ശ്രമിച്ചു.

*** *** ***

അന്ത്യം സംഭവിച്ചത് തീരെ അവിചാരിതമായിരുന്നു. ഞങ്ങൾ വീട്ടിലേക്ക് പച്ചച്ച നാട്ടിൻപുറത്തുകൂടെ, വസന്തത്തിന്റെ അന്ത്യത്തിൽ? ഓടിച്ചുപോകുമ്പോൾ എന്റെ കറുത്ത മുടിയുള്ള മകൾ പറയുന്നത്

ഞാൻ കേട്ടുകൊണ്ടിരുന്നു. രണ്ടുദിവസം മുമ്പുവരെ അദ്ദേഹത്തിന്റെ എല്ലാ കാര്യങ്ങളും ഒരുപോലെയായിരുന്നു. അവൾ, പ്രഭാത ഭക്ഷണ ത്തിനുശേഷം, അവളുടെ മൂന്നു മക്കളുമായി, സാധാരണയായുള്ള സന്ദ ർശനത്തിന് അരുവിക്കിക്കരെ വന്നതാണ്. അവൾ അദ്ദേഹം ഉണർന്നി രിക്കുന്നതായും ദിവസത്തിനു തയ്യാറായിരിക്കുന്നതായും കണ്ടു. കുട്ടി കൾ കിടക്കയിൽ കയറി, ഉമ്മകൾ നൽകി, അദ്ദേഹത്തിന്റെ കവിളുകളി ൽ തട്ടി. അദ്ദേഹം, അവരുടെ ജീവിതത്തിന് പുർണ്ണമായ സുര ക്ഷിതത്വത്തിന്റെ ഒരംശം നല്കിയിരുന്നു എന്നെനിക്ക് തോന്നുന്നു. അവർ ജനിച്ചതുതൊട്ടേ അദ്ദേഹം കിടപ്പു തന്നെയായതിനാൽ അദ്ദേ ഹത്തെക്കുറിച്ച് മറ്റൊരുതരത്തിലുള്ള ഓർമ്മകളൊന്നും അവർക്കുണ്ടാ വില്ല. അവർ തിരിച്ചുപോയി. അൽപസമയം കഴിഞ്ഞ് അവൾ വീണ്ടും തിരിച്ചുവന്നപ്പോഴേക്കും അദ്ദേഹം പോയിരുന്നു. പറഞ്ഞുകേട്ടപ്പോൾ എനിക്കു സഹിക്കാവുന്നത്രയും ലളിതമായിരുന്നു ആ കഥ. വളരെ ക്കാലമായി താൻ ജീവിക്കുന്നു എന്ന് അദ്ദേഹത്തിന്നറിയില്ലായിരുന്നു. എപ്പോൾ മരിച്ചെന്നും അദ്ദേഹത്തിന്നറിയില്ല.

'ആർക്കെങ്കിലും, എന്തെങ്കിലും ചെയ്യുവാനുണ്ടായിരുന്നില്ല', എന്റെ മകൾ എന്നോട് പറഞ്ഞു.

'എനിക്കറിയാം', ഞാൻ പറഞ്ഞു. 'എനിക്ക് വളരെക്കാലമായതറി യാം.' എനിക്കപ്പോൾ ഒന്നും അനുഭവപ്പെടുന്നുണ്ടായിരുന്നില്ല, അന്തി മത്വം മാത്രം. അളക്കാനാവാത്ത ആലസ്യം മനസ്സിനും ശരീരത്തിനും. ഇപ്പോൾ ഞാനറിഞ്ഞു; അറിയാനുള്ളതെല്ലാം. രണ്ടു ദിവസത്തെ ശരി യല്ലാത്ത ഉറക്കവും ആകാവുന്നത്ര ഞാൻ തനിച്ചായിരുന്നതുകൊണ്ടുള്ള പിരിമുറുക്കവും എനിക്കറിവുള്ളതിലും ആയാസകരമാണെന്ന്. അപരി ചിതരുടെ ഇടയിലായിരുന്നിട്ടുകൂടി ഞാൻ മാറി. ഞാൻ മൗനമായി ഇരു ന്നു. എന്റെ കൈകൾ, മകൾ ഊഷ്മളമായി അമർത്തിപ്പിടിച്ചു. അവ സാനം, കാർ പരിചിതമായ നടവഴിയിലേക്ക് ഓടിക്കയറി. വീട്ടിലും ഓഫീ സുകളിലും പറമ്പിലും എന്നെ സഹായിച്ചിരുന്ന നല്ലവരായ ആളുകൾ കാത്തുനിൽപ്പുണ്ടായിരുന്നു. അവിടെ കണ്ടുമുട്ടലും അവരുടെ കണ്ണീരും അനുതാപം സ്വീകരിക്കലുമൊക്കെ നടന്നു. പിന്നീട് എന്റെ മുറിയിലേക്ക് സ്വതന്ത്രമായി പോകുകയും ചെയ്തു. ഞങ്ങളുടെ എല്ലാ മക്കളും എല്ലാ യിടത്തുനിന്നും വന്നുചേർന്നിട്ടുണ്ടായിരുന്നു. വേണ്ടതെല്ലാം അവർ ചെയ്തിരിക്കുന്നു. ഒരുപാടു കാലം ആശുപത്രി ആയിരുന്ന അദ്ദേഹ ത്തിന്റെ മുറി, അതിഥിമുറിയായിരിക്കുന്നു. ആശുപത്രിയിലെ കട്ടിൽ പോയി പുതിയ പരവതാനികൾ വിരിച്ചു. ജനാലകളിൽ വെളുത്ത

കർട്ടനുകൾ തൂങ്ങുന്നു. എന്റെ മുറി റോസാപ്പൂക്കൾ കൊണ്ട് പരിശുദ്ധവും പ്രസാദാത്മകത്വം നിറഞ്ഞതുമായിരുന്നു. ഞാൻ എല്ലാം കണ്ടു;ഒന്നും അറിഞ്ഞില്ല. ഞാൻ ഉറക്കത്തിൽ നടക്കുകയായിരുന്നു. ആരെങ്കിലും വർത്തമാനം പറയുന്നതു നിർത്തിയാലുടനെ ആ നിമിഷം ഞാൻ ഉറങ്ങി. ഉച്ചഭക്ഷണത്തിനുശേഷം, ഞാൻ കഴിച്ചെന്നു കരുതുന്നു, പക്ഷെ, എനിക്കോർക്കാനാവുന്നില്ല; ഞാൻ സ്വീകരണമുറിയിലെ ഉയരംകുറഞ്ഞ കട്ടിലിൽ കിടക്കുകയാണ്. ഒരിക്കലും ക്ഷീണിക്കാത്ത ഞാൻ കുട്ടികളുടെ ആലോചനകൾക്കിടയിൽ ഉറങ്ങി. അത്, ഞാൻ ഇതുവരെ ഉറങ്ങിയ, എനിക്കറിയാവുന്ന ഉറക്കമേ ആയിരുന്നില്ല. ഞാൻ അബോധാവസ്ഥയിലാണ്ടു.

*** *** ***

മൂന്നു വിശേഷ സംഭവങ്ങളെ കേന്ദ്രീകരിച്ചാണ് അടുത്ത രണ്ടു ദിവസങ്ങൾ കടന്നുപോയത്. അദ്ദേഹത്തോട് അവസാന യാത്ര പറച്ചിലിന് ഞങ്ങൾ എല്ലാവരുംപോയി. തീർച്ചയായും അദ്ദേഹത്തിന്റെ ശരീരം മാത്രമെ ഞങ്ങൾ കണ്ടുള്ളൂ. അദ്ദേഹം ഉണ്ടായിരുന്നില്ല. പക്ഷെ, ശരീരം അമൂല്യമാണ്. നാം നമ്മുടെ സ്നേഹമറിയിക്കുന്നത് ശരീരത്തിലൂടെയാണ്. ശരീരത്തോടൊപ്പം നമ്മൾ ജീവിക്കുന്നു. ഞാൻ ചെറിയ കുട്ടിയായിരുന്ന ഒരു ദിവസം, എനിക്ക് ഏഴുവയസ്സു കഴിഞ്ഞിട്ടുണ്ടാവില്ല, ചൈനയിലെ ഒരു നഗരത്തിൽ, വയറിളക്കം ബാധിച്ച് അവശയായിരിക്കഴിയുന്ന ഒരു ദിവസം, ഞാൻ എന്റെ അമ്മയുടെ കാര്യം ഓർത്തു. എന്റെ സഹോദരൻ ഇതേ രോഗത്താൽ മരിച്ചിരിക്കുന്നു. അമ്മ ഏങ്ങലടിച്ചു കരയുന്നു. ഒരു സുഹൃത്ത് സദുദ്ദേശ്യത്തിൽ, ധാരണയില്ലാതെ അമ്മയെ ശകാരിച്ചു.

'ഇതവന്റെ ശരീരം മാത്രമാണ്.' അവർ അമ്മയോട് പറഞ്ഞു. 'അവന്റെ ആത്മാവ് സ്വർഗത്തിൽ നമ്മുടെ ദൈവത്തോടൊപ്പമാണ്.'

എന്റെ അമ്മ ദേഷ്യത്തിൽ, ഏങ്ങലടിച്ചുകൊണ്ട് പറഞ്ഞു. 'പക്ഷെ അവന്റെ ശരീരം വിലമതിക്കാനാവാത്തതാണ്.' അവർ കരഞ്ഞു. 'ഞാനാണതിനെ പ്രസവിച്ചത്. ഞാനതിനെ പരിചരിച്ചു. ഞാനതിനെ സ്നേഹിച്ചു. അവന്റെ ആത്മാവ് എവിടെയാണെങ്കിലും അതെന്റെ വരുതിയിലില്ല, അവരെല്ലാം ചേർന്ന് അവന്റെ ശരീരം കൊണ്ടുപോവുകയാണ്, എനിക്കാകെയുള്ളത് അതു മാത്രമാണ്.'

അദ്ദേഹത്തിന്റെ പ്രിയപെട്ട ശരീരത്തിനരികിൽ നിൽക്കുമ്പോൾ ഈ വാക്കുകൾ എന്നിലേക്ക് തിരിച്ചുവന്നു. കണ്ണുകളടച്ച്, കൈകൾ വശങ്ങ

ളിൽ അയച്ച് വെച്ച്, ഒരു ചെറിയ കട്ടിലിൽ അദ്ദേഹം കിടക്കുകയാണ്. അദ്ദേഹം, തന്റെ കമ്പിളിത്തുണികൊണ്ടുള്ള ഉടുപ്പ് ധരിച്ചിരിക്കുന്നു. അദ്ദേഹത്തിനിഷ്ടപ്പെട്ട നീലയിൽ ചാരനിറം കലർന്നത്. ഞാൻ, കഴിഞ്ഞ ക്രിസ്തുമസ്സിന് നൽകിയ കടുംനീല ടൈയും. അല്പാല്പം നരച്ച അദ്ദേഹത്തിന്റെ മനോഹരമായ മുടി, അദ്ദേഹം എന്നും ചെയ്യുന്നതുപോലെ നെറ്റിത്തടത്തിൽ നിന്നും പിറകോട്ട് ചീകിയൊതുക്കിയിരിക്കുന്നു. അദ്ദേഹത്തിന്റെ മുഖം വീണ്ടും ചെറുപ്പമായിരുക്കുന്നു, ചുളിവുകൾ മാഞ്ഞിരിക്കുന്നു. ചുണ്ടുകൾ നിശ്ചലമായി. ഞാനദ്ദേഹത്തിന്റെ കവിളുകളിൽ ഉമ്മവച്ചു. ഊഷ്മളവും എളുപ്പം പ്രതികരിച്ചിരുന്നതുമായ അദ്ദേഹത്തിന്റെ കൈകളിൽ ഞാൻ തൊട്ടു. ജഡം തണുത്തിരുന്നു.

മക്കൾ ആലോചിച്ചുറച്ചതു പ്രകാരം, പിറ്റേദിവസം വളരെ ലളിതമായ രീതിയിലുള്ള ശുശ്രൂഷകൾ. വായനാമുറിയിലെ ഗൃഹോപകരണങ്ങൾ എല്ലാം ഒരരികിലേക്ക് അവർ മാറ്റിയിരുന്നു. പ്രഭാതത്തിന്റെ പകുതിയിൽ, മുറ്റത്തേക്ക് സൂര്യൻ രശ്മികൾ പൊഴിക്കുന്നു. ചെറിയ ജലധാര, ഇറ്റലിയിൽനിന്നും കൊണ്ടുവന്ന കല്ലിൽ നിർമ്മിച്ച കൊച്ചുകുട്ടി, കുളത്തിൽ കളിക്കുന്നു. ഞാൻ എന്റെ കിടപ്പുമുറിയുടെ ജനാലക്കരികിൽ നിന്നു. ആളുകൾ അദ്ദേഹത്തെ അവസാനമായി വീട്ടിലേക്കു കൊണ്ടുവരുന്നു. ഞാൻ താഴേക്കിറങ്ങി വന്നപ്പോൾ, ഞങ്ങളുടെ വീട്ടിലുണ്ടായിരുന്ന ആളുകൾ, കൃഷിത്തോട്ടത്തിലെ ആളുകൾ, മക്കളും അവരുടെ കുടുംബവും അദ്ദേഹത്തെ പരിചരിച്ച ആയമാർ എല്ലാവരും എന്നെ കാത്തുനിൽക്കുന്നുണ്ടായിരുന്നു. ആളുകൾ അദ്ദേഹത്തിന്റെ ശവമഞ്ചം ചിമ്മിനിക്കു മുന്നിലായി ഒരുക്കിയിരിക്കുന്നു. അതിന്റെ മൂടി അടച്ചിരുന്നു. ഞങ്ങളുടെ കുടുംബ വികാരി, ചില പുസ്തകങ്ങളിലെ അദ്ദേഹത്തിന് ഉചിതമായി തോന്നിയ ഭാഗങ്ങൾ ഉച്ചത്തിൽ വായിച്ചു. പിന്നീട് അദ്ദേഹം സൗഹൃദത്തെക്കുറിച്ച് അല്പം സംസാരിച്ചു. അദ്ദേഹം പറഞ്ഞതൊന്നും ഞാനോർക്കുന്നില്ല. ഞാൻ, ഞങ്ങൾ രണ്ട്പേരും ആ മുറിയിൽ ചിലവഴിച്ച ഒരുപാടു മണിക്കൂറുകളെക്കുറിച്ച് ഓർത്ത് ഇരുന്നു. അതാദ്യം മക്കളുടെ കളിമുറിയായിരുന്നു. പിന്നീട് അവർ വളർന്ന് വലുതായപ്പോൾ ബാസ്കറ്റ്ബോളും റോളർ-സ്കെയിറ്റിംഗുമൊക്കെ ആവശ്യമായപ്പോൾ, ഞങ്ങളുടെ ധാന്യപ്പുര അവരുടെ കളിസ്ഥലമാക്കി. ഈ മുറി നിറയെ പുസ്തക ഷെൽഫുകളുടെ നിരയുള്ള കുടുംബ വായനശാലയാക്കി മാറ്റി. ചിമ്മിനിയുടെ മുകളിലായി, ജോൺ നാൽസ്വർത്തിയുടെ ഒരു കഥയെ അധികരിച്ച് വരച്ച ഒരു വർണ്ണചിത്രം തൂക്കിയിരുന്നു. ഈ കഥ, അദ്ദേഹം കോളിയെഴ്സ് മാസികയുടെ പാത്രാധിപരായി

രുന്നപ്പോൾ അതിൽ പ്രസിദ്ധീകരിച്ചിരുന്നു. ആ മനോഹരചിത്രം എണ്ണച്ചായങ്ങളിൽ വരച്ചതും സ്മരണകളുണർത്തുന്നതും കാവ്യാത്മകവുമായിരുന്നു. കഥ, അമേരിക്കയിൽ ആദ്യമായി പ്രസിദ്ധീകരിച്ചതും. ഞാൻ വിശ്വസിക്കുന്നു, ഗാൽസ് വർത്തി എഴുതിയതെന്ന്. അത്, ഒരു ചെറുപ്പക്കാരിയായ കന്യാസ്ത്രീ മഠത്തിൽ പുതുതായി ചേർന്ന ഒരു നവവിദ്യാർത്ഥിനിയുടെ പഠനകാലത്തിലെ അവസാന രാത്രിയെക്കുറിച്ചുള്ളതായിരുന്നു. അവൾ അന്നുരാത്രി ഒരു തീരുമാനമെടുക്കേണ്ടതുണ്ടായിരുന്നു. ഒരു കന്യാസ്ത്രീ ആകണമോ അതോ ജീവിതത്തിലേക്കു തിരിച്ചുവന്ന് അവളുടെ കാമുകനടുത്തേക്ക് പോകണമോ എന്ന്. സാന്ദർഭികമായി ഒരു സുന്ദരിയായ നൃത്തക്കാരി, അന്ന് തങ്ങുവാൻ ആ മഠത്തിൽ അഭയം തേടുകയും വൈകുന്നേരത്തെ ഭക്ഷണശേഷം, കന്യാസ്ത്രീകൾക്കായി നൃത്തം ചെയ്യുകയും ചെയ്യുന്നു. അവളുടെ നീണ്ട ചുവന്ന ഉടുപ്പ്, അവൾക്കു നേരെ പൊങ്ങുന്നതായാണ് ചിത്രകാരൻ അവളുടെ നൃത്തം ചിത്രീകരിച്ചിരിക്കുന്നത്. മുൻനിരയിലെ ചെറുപ്പക്കാരിയായ പുതിയ വിദ്യാർത്ഥിനി ഹർഷപുളകിതയായി ഇരുന്നു. കഥ തുടരവെ, അന്നു രാത്രി അവൾ ഓടിപ്പോവുകയും അവളുടെ കാമുകനോടൊപ്പം ചേരുകയും ഭാര്യയും അമ്മയുമായ ഒരു സ്ത്രീയായി ജീവിക്കുകയും ചെയ്യുന്നു. ആ ചിത്രം ഓക്കുമരം കൊണ്ടുണ്ടാക്കിയ അടുപ്പ് തിണ്ണയ്ക്ക് മുകളിൽ എല്ലായ്പോഴും തൂക്കിയിട്ടിരുന്നു. ഇപ്പോഴും അതവിടെ തൂങ്ങുന്നു.

പുസ്തകങ്ങളുടെ കാര്യത്തിൽ, അവയെ ശരിയാംവണ്ണം തരംതിരിച്ചു വെക്കുന്നതിൽ അദ്ദേഹം അതീവ ശ്രദ്ധ പുലർത്തിയിരുന്നു. നോവൽ, സാമൂഹ്യശാസ്ത്രം, ജീവചരിത്രങ്ങൾ, പുതിയപുസ്തകങ്ങൾ, അങ്ങനെ, എല്ലാം അവയ്ക്കവയ്ക്കുള്ള അറകളിൽ. അദ്ദേഹം പുസ്തകങ്ങളെ അത്രകണ്ട് സ്നേഹിച്ചിരുന്നു. സംസ്കാരസമ്പന്നതയുടെ, ലോകവീക്ഷണമുള്ള മനുഷ്യൻ. ഏഷ്യയെക്കുറിച്ച് എനിക്ക് നന്നായും ആഴത്തിലും അറിയാമായിരുന്നെങ്കിലും എനിക്കറിയാത്ത പല കാര്യങ്ങളും അദ്ദേഹം എനിക്ക് പറഞ്ഞ്തരുമായിരുന്നു. ഒരിക്കൽ, ഞങ്ങൾ ഇന്ത്യയും തെക്കുകിഴക്കൻ ഏഷ്യയും ചൈനയും ജപ്പാനും സന്ദർശിച്ചപ്പോൾ, ഞങ്ങൾക്കവിടങ്ങളിൽ കാണേണ്ടുന്ന പ്രധാന വ്യക്തികളെക്കുറിച്ചും ഞങ്ങൾ സന്ദർശിച്ച ഓരോ സ്ഥലത്തിന്റെ ചരിത്രവും അദ്ദേഹം പറഞ്ഞുതന്നു. അദ്ദേഹം വീട്ടിലായാലും വിദേശത്തായാലും മനം കവരുന്ന, രസികനായ ഒരു സഹയാത്രികനാണ്. എല്ലാത്തിനുമുപരി, പുരുഷനാണ് സ്ത്രീയേക്കാൾ കേമൻ എന്ന രീതി

യിൽ പെരുമാറിയിട്ടുമില്ല.

അദ്ദേഹത്തെ അവർ അവിടെനിന്നും എടുത്തപ്പോൾ, ഞാൻ മുകളിൽ എന്റെ മുറിയിലേക്ക് വീണ്ടും പോയി. കാരണം ഇത് ഏതോ വിധത്തിൽ മോശപ്പെട്ട നിമിഷമായിരുന്നു. ഇപ്പോഴുമതെ. അദ്ദേഹം ഞങ്ങളുടെ വീടും കുടുംബവും എന്നന്നേക്കുമായി വിട്ടുപോവുകയാണ്. എന്നിട്ട് നീണ്ട ഒരുയാത്രയ്ക്കുശേഷം, അദ്ദേഹത്തിന്റെ രക്ഷിതാക്കളെ അടക്കം ചെയ്ത ന്യൂയോർക്കിലുള്ള സെമിത്തേരിയിൽ എത്തിച്ചിരിക്കുന്നു. അതെ, എല്ലാവരും നല്ലവരായിരുന്നു. ഈ അവസാനയാത്രയിൽ അദ്ദേഹത്തെ പരിചരിക്കുകയെന്ന അവരുടെ ദൗത്യങ്ങൾ എല്ലാം ഓർമിക്കപ്പെടേണ്ടതും സമാധാനപൂർവവുമായിരുന്നു. ഞങ്ങളുടെ യാത്രയുടെ അവസാനമായപ്പോൾ പോലീസുകാർ ഞങ്ങളെ വാഹനങ്ങൾക്കിടയിലൂടെ, എത്തേണ്ടിടത്തേക്ക് നയിച്ചു.

ഓർക്കുവാൻ, ഞാനല്പം നിർത്തട്ടെ. എന്താണ് എനിക്ക് ഓർക്കാനുള്ളത്? ഇന്ന്–വേദനാജനകമായ ആ യാത്രക്കിടയിൽ ഓരോ നിമിഷവും കഠിനദുഃഖത്തിന്റെയും, ഓരോ അസ്ഥിയും വേദനിച്ചു; എനിക്കിഷ്ടമായിരുന്നില്ലെങ്കിലും, പിറകുവാതിലിലൂടെ കറുത്തകാറുകളുടെ നീണ്ടഘോഷയാത്ര കാണുവാനിടയായി. പക്ഷെ ഏറ്റവും അവസാനത്തിൽ വേറെ രണ്ടുകാറുകളുണ്ടായിരുന്നു. അവ രണ്ടും വിലകൂടിയ, കടും ചുവപ്പു നിറത്തിലുള്ള കാറുകളായിരുന്നു. ഞാനവ വേഗം തിരിച്ചറിഞ്ഞു. ഒന്ന്, എന്റെ രണ്ടാമത്തെ മകന്റെയും മറ്റേത് എന്റെ ചെറുപ്പക്കാരനായ മരുമകന്റെയുമായിരുന്നു. അവർ അഭിമാനത്തോടെ അവ എന്നെക്കാണിക്കാൻ, ഞാൻ ജപ്പാനിലേക്ക് പോകുന്നതിന് മുമ്പ്, കൊണ്ടുവന്നപ്പോൾ ഞെട്ടിപ്പോയി. വീരാരാധനയോടെ ഞാനവരെ പുകഴ്ത്തിയിരുന്നു. ഇപ്പോൾ അവ ഇതാ ഇവിടെ, പ്രഭാതസൂര്യനിൽ ജീവസ്സുറ്റ് തിളങ്ങുന്നു. എനിക്കറിയാം, എന്റെ ഹൃദയം കണ്ണീരിലും ചിരിയിലും വീണ്ടും അലിഞ്ഞു ചേർന്നിരിക്കുന്നു. എത്ര ലജ്ജാകരം, എത്ര പരിതാപകരം. ആ രണ്ടു തിളങ്ങുന്ന ചുവപ്പു കാറുകൾ, അദ്ദേഹത്തിന് ആദരവർപ്പിച്ചുകൊണ്ട്, ഈ സന്ദർഭത്തിൽ അദ്ദേഹത്തിന് അതുകാണുവാൻ കഴിയുന്നില്ലല്ലോ? അദ്ദേഹം എങ്ങനെ ചിരിച്ചിട്ടുണ്ടാവും?

എന്തുകൊണ്ട് ഞാൻ 'ഉണ്ടാവും' എന്നു പറയുന്നു? അതെ അത് സാധ്യമാണ്, താങ്കൾ എവിടെ നിന്നോ ചിരിക്കുന്നുണ്ട്. ഞാൻ എന്റെ നിലപാടിൽ ഉറച്ചു നിൽക്കുന്നു. ആകുവോളം –

ശാന്തമായ ആ ഇടത്തിൽ എത്തിച്ചേർന്നപ്പോൾ ഞങ്ങൾക്കായി

എല്ലാം ഒരുക്കിയിരിക്കുന്നു. പക്ഷികൾ പാടുകയും പൂക്കൾ വിടർന്ന് നില്ക്കുന്നുമുണ്ടായിരുന്നു. അദ്ദേഹത്തിന്റെ ശരീരം ഭൂമിക്കു തിരിച്ചു നല്കുന്നതിനായി ചെയ്യേണ്ടിയിരുന്നു അവസാന ശുശ്രൂഷകൾക്ക് അധികസമയം വേണ്ടി വന്നില്ല. ഞങ്ങളുടെ വികാരി ഞങ്ങളോടൊപ്പം വന്നിരുന്നു. അദ്ദേഹം സമാധാനത്തെക്കുറിച്ചും അംഗീകാരത്തെക്കുറിച്ചും അൽപം ചില വാക്കുകൾ അവസാനമായി പറഞ്ഞു. എന്റെ ആൺമക്കളും വളർത്തു മകനുംഎന്റെ അരികിലായി നിന്നു. ശക്തരായ ചെറുപ്പക്കാർ. വളർത്തുമകൻ അവന്റെ അച്ഛന്റെ സ്ഥാപനം തുടർന്നു നടത്തേണ്ടവൻ. എന്റെ പെൺമക്കൾ എന്റെ പിറകിലായി, കാറിനരികിലേക്ക് നടന്നു, ഞങ്ങൾ ഓടിച്ചു പോയി... പക്ഷെ, ഓ, അവസാനത്തെ ആ നിശ്ശബ്ദ നിമിഷം, അദ്ദേഹത്തെ അവിടെ തനിച്ചാക്കി; ഇപ്പോൾ ശൂന്യമായിരിക്കുന്നു. വീട്ടിൽ തിരിച്ചെത്തുമ്പോൾ ഇതിനെക്കുറിച്ചൊന്നും എനിക്കു പറയാനാവില്ല. ഇതേ ചുറ്റുപാടിലുള്ള ഏതെങ്കിലും സ്ത്രീകൾ, ഈ താളുകൾ വായിക്കുകയാണെങ്കിൽ, ഇത്തരം നിമിഷങ്ങളിൽ നിന്ന്, അവ വരുമ്പോൾ, ഒരിക്കലും രക്ഷപ്പെടാനാവില്ല എന്നു മാത്രമേ എനിക്കു പറയാനാകൂ. അവ ജീവിക്കേണ്ടിയിരിക്കുന്നു. ഒരിക്കൽ മാത്രമല്ല, ഓർമയിൽ പലകുറി. ഞാൻ പറഞ്ഞു കേട്ടിട്ടുണ്ട് അവ എളുപ്പത്തിൽ വളരുമെന്ന്. എനിക്കങ്ങനെ തോന്നുന്നില്ല. ഞാൻ എന്റെ വീട്ടിലേക്കു മടങ്ങുന്നത് ഒരു അഭയകേന്ദ്രത്തിലേക്കെന്നപോലെയാണ്; എപ്പോൾ ഞാൻ അവിടെ നിന്നും പോകുമ്പോഴും. പക്ഷെ, ഇപ്പോഴതു പഴയതു പോലെയല്ല. അതൊരിക്കലും പഴയതുപോലെയാവില്ല. എനിക്കിപ്പോഴതറിയാം. യാഥാർത്ഥ്യങ്ങളിൽ നിന്ന് രക്ഷ പ്രാപിക്കാനാവാത്തിനാൽ അംഗീകരിക്കുക മാത്രമേ നിവൃത്തിയുള്ളൂ. അംഗീകരിക്കൽ ഒറ്റയടിക്ക് വരുന്നതല്ല, ഏറ്റവും അവസാനം വരുന്നതാണ്. ഓ ഒരിക്കലും ഒറ്റയടിക്കല്ല.

ഞാൻ കരുതുന്നു, വെർമോണ്ടിലേക്കു ഞാൻ പോകേണ്ടിയിരുന്നതല്ലെന്ന്. പക്ഷെ, വേനൽക്കാലത്ത്, പെൻസിൽവാനിയയിൽ ചൂട് അധികരിക്കുമ്പോൾ, ഞങ്ങൾ എല്ലായ്പ്പോഴും പോകും. അത്രയ്ക്ക് ചൂടാണ് അവിടെ. ആരോ പറഞ്ഞിട്ടുണ്ട്, 'ഈ സംസ്ഥാനം ഉഷ്ണമേഖലയുടെ ഏറ്റവും അകലെയുള്ള നേരിയ അറ്റമാണ്' എന്ന്. ഞങ്ങളുടെ കാടുകളും വയലുകളും ഇടതൂർന്ന് വളർന്ന് വനങ്ങൾ പോലെയാകുമെങ്കിലും രാത്രികാലങ്ങളിൽ അത്യധികം ചൂടാണ്. ചിലപ്പോൾ അദ്ദേഹത്തിന്റെ ദീർഘമായ അസാന്നിദ്ധ്യത്തിൽ നിന്നും രക്ഷപ്പെടാമല്ലോ എന്നു ഞാൻ കരുതും. അതെത്ര അസാധ്യമാണെന്നു മനസ്സിലാ

ക്കുവാൻ എനിക്ക് കുറെ സമയം വേണ്ടിവന്നു. ലോകത്തിൽ എവിടെ ഞാൻ ചെല്ലുമ്പോഴും എപ്രകാരമായാലും, കുറച്ചാഴ്ചകൾക്കുശേഷം, എന്റെ ഇളയ മൂന്ന് പെൺമക്കളേയും കൂട്ടി ഞാൻ വെർമോൺടിലേക്കു പോയി. വർഷങ്ങൾക്കു മുമ്പ് ജലദോഷപ്പനി വരുത്തുന്ന പൂമ്പൊടിക്കും എനിക്കും ഒരുമിച്ചു കഴിയാൻ ആകില്ലെന്നുറപ്പിച്ചപ്പോൾ, ഞങ്ങൾക്കായി മൂന്ന് മുറികളുള്ള ഒരു വീട് ഞാൻ പണിതു. രണ്ടു കിടപ്പുമുറിയും വലിയ സ്വീകരണമുറിയെ പാചകകൗണ്ടർ അടങ്ങിയ ഊൺമുറിയായും ഉപയോഗിക്കാവുന്ന മറ്റൊന്നും. ഇവിടെ ഞാനും അദ്ദേഹവും നല്ല വേനലുകൾ ചെലവഴിച്ചു. കുട്ടികൾക്ക്, വാഹനങ്ങളിടുന്ന വണ്ടിപ്പുരയുടെ മുകളിൽ അവരവർക്കായി മുറികളുണ്ടായിരുന്നു. എന്റേതും അദ്ദേഹത്തിന്റേതുമായ ഈ വിട്ടിലേക്കാണ് ഞാനിപ്പോൾ തനിച്ച് വന്നിരിക്കുന്നത്. പെൺകുട്ടികൾ വണ്ടിപ്പുരക്ക് മുകളിലുള്ള മുറികളിലേക്കു പോയി. ഞാൻ എഴുതാനും പിയാനോ വായിക്കുവാനും മണിക്കൂറുകളോളം ഉയർന്ന മട്ടുപ്പാവിലിരുന്ന് സ്ട്രാറ്റോൺ പർവതം നോക്കിയിരിക്കുവാനും ചെലവഴിച്ചു. എന്തുകൊണ്ടാണോ, ഇവിടെയെന്തും എളുപ്പമാണെന്ന് ഞാൻ ഭാവനയിൽ കണ്ടതെന്ന് എനിക്കറിയില്ല. ഒരു കാര്യം, എനിക്കെഴുതാനേ കഴിഞ്ഞില്ല. ഓർമകളിലും ചോദ്യങ്ങളിലും ഒക്കെയായി എന്റെ മനസ്സ് ചിന്തയിലാണ്ടു. മറ്റുള്ളവരുടെ ജീവിതം നിർമ്മിക്കുന്നതുകൊണ്ട് മാത്രം തിരക്കേറണമെന്നില്ല. എല്ലാവരിൽനിന്നും അകന്ന്, ഞാൻ മരിച്ചുപോയതുപോലെ. ഇല്ല, അതു നടക്കില്ല. വെർമോണ്ട് ഒരു പറ്റിയ സ്ഥലമല്ല. എഴുത്തിന് പകരം എനിക്ക് മറ്റൊരുജോലി കൂടിയേതീരു. എനിക്ക് ചെയ്യുവാനെന്തെങ്കിലും ജോലി, മറ്റുള്ളവർക്കൊപ്പമുള്ള ജോലി, ദിവസവും നേരത്തെ ഉണർന്ന്, നിയോഗിക്കപ്പെട്ട സ്ഥലത്തേക്ക് പോയി, അവിടെ ഞാൻ ജോലിചെയ്യാൻ, അതിനു നിർബന്ധിക്കുന്ന തരത്തിൽ.

ഈ ഒരു ശിക്ഷാവിധി എന്നിലുദിച്ചപ്പോൾ, ഞാൻ ഉറച്ച ഒരു തീരുമാനമെടുത്തു. ഞാൻ ജപ്പാനിലേക്ക് തിരിച്ചുപോയി, എന്റെ ചലച്ചിത്രവുമായി ബന്ധപ്പെട്ട ജോലി പുനരാരംഭിക്കണം. എന്റെ സഹപ്രവർത്തകരെല്ലാം തിരക്കിലായിരുന്നു. ഞങ്ങളുടെ ചിത്രത്തിന് അനുയോജ്യമെന്നവർ കരുതിയ മുക്കുവ ഗ്രാമവും ഉയർന്ന് നിൽക്കുന്ന കൃഷിയിടവും ആളൊഴിഞ്ഞ കടൽത്തീരവും മീൻപിടുത്തക്കാരന്റെ വീടും മാന്യവ്യക്തിയുടെ വീടും എന്നീ ലൊക്കേഷനുകൾ അവർ കണ്ടെത്തി. അഗ്നിപർവതം ഞങ്ങൾ കണ്ടെത്തിയിരുന്നു. ഞാൻ തിരിച്ചെത്തുന്നതിനായി അവർ കാത്തിരിക്കുകയായിരുന്നു. എപ്പോഴാണ് ഞാൻ ചെല്ലുക? ഞാൻ പറഞ്ഞു, ഉടൻ തന്നെ. ആഗസ്ത് അവസാനിക്കാറായിരുന്നു. പെൺകു

ട്ടികൾ സ്കൂളിലേക്ക് ഉടനെ തിരിച്ചുപോകും. അവർക്കവരുടെ മൂത്ത സഹോദരിയോടൊപ്പം കഴിയാം. കുടുംബത്തിൽ തന്നെ തങ്ങുവാൻ കുടുംബകാരണങ്ങളൊന്നും എനിക്കുണ്ടായിരുന്നില്ല. ഞാൻ ജോലി ചെയ്യണമെന്ന ചിന്തയെ സ്വാഗതം ചെയ്തു, ജപ്പാനെയും.

*** *** ***

രണ്ട്

സ്വാഗതാർഹവും തികച്ചും ശാന്തമായി വിളിച്ചു പറയാത്ത അനുതാപവും കലർന്ന ഒരു അന്തരീക്ഷത്തിലേക്കാണ് ഞാൻ വീണ്ടും ടോക്യോക്കടുത്ത് വിമാനമിറങ്ങിയത്. ആഴത്തിലുള്ള വികാരങ്ങളാവുമ്പോൾ, ഏറ്റവും കുറച്ചു സംസാരിക്കുക എന്നതാണ് ജപ്പാൻകാരുടെ രീതി. ഞങ്ങൾ അമേരിക്കക്കാരാവട്ടെ സംസാരിക്കുകയും എഴുത്തുകളും അനുശോചന കാർഡുകൾ അയക്കുകയും വേണമെന്ന് കരുതുന്നവരാണ്. ഞാൻ വീട്ടിൽനിന്നു പുറപ്പെടും മുമ്പ്, എന്റെ ഓഫീസിലേക്ക് നൂറുകണക്കിന് കത്തുകളാണ് ഒഴുകിയെത്തിയത്. ഞാനവയെല്ലാം വായിക്കുകയും ചെയ്തു. കാരണം, ലോകത്തിലെ വ്യത്യസ്ത സ്ഥലങ്ങളിൽ, ഏതളവിലാണ് അദ്ദേഹത്തെ കണ്ടിരുന്നത് എന്നറിയുന്നത് ഒരു നല്ലകാര്യം തന്നെയായിരുന്നു. കൂടാതെ ജനങ്ങൾ, കൂട്ടുകാരും അപരിചിതരും തെരുവിലും നാട്ടിൻപുറത്തെ വഴികളിലും എന്നെ തടഞ്ഞു നിർത്തുമായിരുന്നു. 'അയ്യോ, വലിയ സങ്കടമായിപ്പോയി, കേട്ടപ്പോൾ...' എന്നു പറയുവാൻ.

ടോക്യോവിൽ ഒന്നും പറഞ്ഞിരുന്നില്ല, എന്നിരുന്നാലും എല്ലാം അറിയിച്ചിരുന്നു. കരുതൽ ലളിതമായിരുന്നെങ്കിലും സമ്പൂർണ്ണമായിരുന്നു. ഹോട്ടലിലെ എന്റെ മുറി പൂക്കൾകൊണ്ടും ഫലങ്ങൾ നിറച്ച കൂടകൾകൊണ്ടും തിളങ്ങിയിരുന്നു. ചെറിയ പരിചാരികമാർ എല്ലായിടത്തും സഹായത്തിനൊരുങ്ങി നിന്നിരുന്നു. ഞാൻ മനസ്സിലാക്കി; സ്നേഹം പോലും വാക്കുകളിൽ പ്രകടിപ്പിക്കേണ്ടതല്ലെന്ന്. ജപ്പാനിൽ 'ഞാൻ നിന്നെ സ്നേഹിക്കുന്നു' എന്നിങ്ങനെയുള്ള വാക്കുകൾ പോലുമില്ല.

'എങ്ങനെയാണ് താങ്കൾ, താങ്കളുടെ ഭർത്താവിനോട്, ഞാൻ അങ്ങയെ സ്നേഹിക്കുന്നു' എന്നു പറയുക? എന്റെ ജപ്പാൻകാരിയായ സുഹൃത്തിനോട് ഒരിക്കൽ ഞാൻ ചോദിച്ചു.

അവർ ഒന്നു ഞെട്ടിയതായി തോന്നി. 'സ്നേഹത്തോളം ആഴമുള്ള ഒരു വികാരം, ഭർത്താവും ഭാര്യയും തമ്മിലുള്ളത്, ഒരിക്കലും വാക്കുകളിലൊതുക്കാനാവില്ല. അത് മനോഭാവത്തിലും പ്രവൃത്തിയിലും പ്രക

ടിപ്പിക്കുകയാണ് വേണ്ടത്'.

സ്നേഹത്തെ സൂചിപ്പിക്കുന്ന നമ്മുടെ 'ഓമന', 'പ്രിയതമ', 'സ്നേഹപാത്രം' (sweetheart, darlilng, dear and all the rest) എന്നിവയ്ക്കും മറ്റുള്ളവയ്ക്കും ജപ്പാൻ ഭാഷയിൽ സമാന പദങ്ങളില്ല. ഇപ്പോൾ, ജപ്പാനിലെ ചില ചെറുപ്പക്കാർ ഇംഗ്ലീഷ് പദങ്ങൾ ഉപയോഗിക്കാൻ തുടങ്ങിയിട്ടുണ്ട്. ആരും അത്ര കാര്യമായല്ല ഉപയോഗിക്കുന്നത്. ഒരുപക്ഷെ ആരും ഇത്തരം വാക്കുകൾ കാര്യമായി ഒരിക്കലും ഉപയോഗിക്കില്ല. അമേരിക്കൻ സംവിധായകർ ഇത്തരം വാക്കുകൾ ശ്രദ്ധയില്ലാതെയും സാധാരണമായും സ്നേഹമുള്ളവരോടും ഇല്ലാത്തവരോടും തോന്നിയവിധം ഉപയോഗിക്കുന്നത് ഞാൻ കേൾക്കാറുണ്ട്. ഹോളിവുഡിലും ബ്രോഡ്‌വേയിലും ചെയ്യുന്നതുപോലെ. ഞാനെല്ലായ്പ്പോഴും ഇത് എതിർക്കാറുണ്ട്. ഒരു എഴുത്തുകാരന് എല്ലാവാക്കുകളും പ്രാധാന്യമുള്ളതാണ്, മൂല്യമുള്ളതാണ്. അത് ഒരു വാക്കാവട്ടെ ചേർന്ന് നിൽക്കുന്ന വാക്കുകളാവട്ടെ. ഓരോന്നും അതിന് അനുയോജ്യമായ സ്ഥാനത്തു മാത്രമേ ഉപയോഗിക്കാവൂ; രത്നങ്ങൾ പോലെ. പൗരാണികമായ ആംഗ്ലോ-സ്കാസൺ മണ്ണിലുറച്ചു പോയതു കൊണ്ട് ഇംഗ്ലീഷിൽ 'സ്നേഹ'ത്തിന് പ്രത്യേക മൂല്യമുള്ള ധാരാളം പദങ്ങളുണ്ട്. 'സ്നേഹ'ത്തിന്റെ അർത്ഥവത്തായ പദങ്ങളുപയോഗിച്ച്, ഒരാൾ അയാളുടെ കാര്യദർശിയേയോ ഒരു നടിയേയോ ഒരുപക്ഷെ പേര് മറന്നുപോയ ഒരു പെൺകുട്ടിയേയോ വിളിക്കുന്നതു കേൾക്കുമ്പോൾ-സത്യത്തിൽ എനിക്കു ദേഷ്യം വരാറുണ്ട്! അത് മനുഷ്യ ഹൃദയത്തിന്റെ അഗാധതയിലുള്ള യഥാർത്ഥ വികാരത്തെ അശുദ്ധമാക്കലാണ്. പുരുഷനും സ്ത്രീയും തമ്മിലുള്ള യഥാർത്ഥ സ്നേഹം ധ്വനിപ്പിക്കുന്നതിനു തുല്യമായതോ സദൃശമായതോ ആയ ഒരു മൂല്യവും സമ്പത്തും ഈ ജീവിതത്തിൽ മറ്റൊന്നുമില്ല, എനിക്ക്. ഈ സ്നേഹത്തെ പ്രകടിപ്പിക്കുവാൻ നമ്മൾ നൂറ്റാണ്ടുകളായി ഉപയോഗിക്കുന്ന പദങ്ങളെ ഒരിക്കലും കളങ്കപ്പെടുത്തരുത്; കാരണം അവ നമുക്കെല്ലാവർക്കും അവകാശപ്പെട്ടതാണ്. അശ്രദ്ധമായ ദുരുപയോഗം കൊണ്ട് എങ്ങനെ നമുക്ക് യഥാർത്ഥ സ്നേഹം പ്രകടിപ്പിക്കുവാൻ കഴിയും? ഒരിക്കലും തിരികെ വെക്കാൻ കഴിയാത്ത വിധം നമ്മുടേതെന്തോ കവർച്ച ചെയ്യപ്പെട്ടിരിക്കുന്നു. താൻ സ്നേഹിക്കുന്ന പുരുഷൻ, അവന്റെ ഓമന, അവന്റെ പ്രിയതമ, അവന്റെ സ്നേഹപാത്രം എന്നെല്ലാമവളെ വിളിക്കുന്നതുകേട്ട ഏതൊരു സ്ത്രീയും, ഈ വാക്കുകൾ നശിപ്പിക്കപ്പെടുമ്പോൾ തീർച്ചയായും അത്യധികം ദേഷ്യ

പ്പെടും.

'താങ്കളെങ്ങനെ ഈ വാക്കുകൾ ദുരുപയോഗം ചെയ്യുന്നു?' ഞാൻ ഒരു അമേരിക്കക്കാരനോട് ചോദിച്ചു. അയാളതു മനസ്സിലാവാതെ ചിരിച്ചു. 'ഇതു കേൾക്കുമ്പോൾ പെൺകുട്ടികൾക്ക് സന്തോഷമാവും'. അയാൾ ലളിതമായി പറഞ്ഞു. 'നിങ്ങൾക്കറിയാവുന്നതുപോലെ, നോക്കൂ, അത് സാധാരണ സൗഹൃദം.'

ജപ്പാനീസ് പെൺകുട്ടികൾ അത് 'നല്ല'തായി കരുതാറില്ല. അവർ അത് സൗഹൃദമായും എടുക്കാറില്ല. അങ്ങനെ എടുത്ത കുറച്ചുപേർക്ക് കുഴപ്പമാവുകയും ചെയ്തു. അവർ, സ്നേഹവാക്കുകൾ സ്നേഹം തന്നെയെന്ന് കരുതി, അത് ഗൗരവമായെടുക്കുകയും പിന്നീട് അവരെ അലട്ടുന്നതായും മാറി. അമേരിക്കക്കാരിൽ നിന്നും സ്നേഹം വേണ്ടെന്നു വച്ചവർക്ക് അനന്തരം നേട്ടമുണ്ടാവുകയും അത്തരം അമേരിക്കക്കാരനെ അനുചിതമായ കാമവികാരം പ്രകടിപ്പിക്കുന്നവനായും അവരെ അപമാനിക്കുന്നതാണെന്നും കരുതി. അവരെ രഞ്ജിപ്പിലെത്തിക്കുന്നതിന് വിശദീകരണങ്ങൾ തേടേണ്ടതായി വന്നു. അവർ പരാതി ഉന്നയിക്കുമ്പോൾ, അയാളുടെ മുന്നിൽ, വളരെ വിനീതമായും പിറകിൽ അതീവ പുച്ഛത്തോടെയും നില്ക്കും!

'ഞാനയാളുടെ പേരിൽ അന്യായം കൊടുക്കും; ഇനിയും അങ്ങിനെ പറഞ്ഞാൽ' ഒരു യുവതിയായ നടി ഉച്ചത്തിൽ പറഞ്ഞു. അവളുടെ കറുത്ത കണ്ണുകൾ അമർഷത്താൽ തിളങ്ങി... അവൾ അതു ചെയ്യുകയും ചെയ്തു. അതെ ഞങ്ങൾക്ക് പ്രശ്നങ്ങളും ഉണ്ടായി.

ഞങ്ങളുടെ ചിത്രീകരണ ഇടങ്ങളെല്ലാം ഉറപ്പിച്ചു. ഞാൻ പടങ്ങളിലല്ലാതെ, നേരിട്ടവ കണ്ടിരുന്നില്ല. അടുത്ത ദൗത്യം അഭിനേതാക്കളെ കണ്ടെത്തലായിരുന്നു. 'കൂറ്റൻ തിരമാല' എന്ന കഥ ആകെക്കൂടി ജപ്പാനീസ് ആയിരുന്നതിനാൽ, അഭിനേതാക്കളും ജപ്പാൻകാരായിരിക്കണം. അപ്പോഴേക്കും ഞങ്ങൾ ഒരുപറ്റം ജപ്പാനീസ് സഹായികളെയും ക്യാമറക്കാരനെയും ഒരുക്കിയിരുന്നു. ആദ്യമായാണ് ഒരു അമേരിക്കൻ ചലച്ചിത്രകമ്പനി, ജപ്പാനിൽ വെച്ച്, ജപ്പാനിലെ ഏറ്റവും വലുതും പലകാര്യങ്ങളാൽ ഏറ്റവും നല്ലതും ആയ ചലച്ചിത്ര കമ്പനിയുമായി ചേർന്ന് ഒരുചലച്ചിത്രം നിർമിക്കുന്നത്; ജപ്പാനീസ് സഹായികളേയും ക്യാമറക്കാരനെയും വെച്ച്. അതൊരു പരീക്ഷണമായിരുന്നു. തീർച്ചയായും രസകരമായതും. എന്റെ പുസ്തകങ്ങളെ അധികരിച്ച് നിർമിച്ച ചലച്ചിത്രങ്ങൾ മുമ്പുണ്ടായിട്ടുണ്ട്, ഞാൻ കണ്ടിട്ടുമുണ്ട്. എന്നാൽ ഇതുപോലൊരെണ്ണം, എന്നോടൊപ്പം ഉള്ളത് മുമ്പ് നിർമിച്ചിട്ടില്ല. സംവിധാന

ത്തിലോ മറ്റേതെങ്കിലും പ്രവൃത്തിപരമായ കാര്യങ്ങളിലോ കൈകടത്തുവാൻ ഞാൻ ഇച്ഛിച്ചിരുന്നില്ല. കാരണം എനിക്കെന്റെ അറിവില്ലായ്മയുടെ മേഖലകളെക്കുറിച്ച് അറിയാമായിരുന്നു. പക്ഷെ എനിക്കിഷ്ടപ്പെട്ട എവിടെയും ഉണ്ടായിരിക്കുവാനും ഞാൻ ഇഷ്ടപ്പെടുമ്പോൾ സംസാരിക്കുവാനുമുള്ള പ്രത്യേകാവകാശം എനിക്കുണ്ടായിരിക്കണമെന്ന് ഉറപ്പിച്ചു. മൊത്തത്തിൽ, എന്റെ സഹപ്രവർത്തകർക്ക്, എന്റെ നിശബ്ദയായിരിക്കുവാനുള്ള കഴിവിൽ, വിശ്വാസമുണ്ടായിരിക്കുമെന്ന് വിശ്വസിച്ചു. ഞാൻ ധാരാളമായോ എപ്പോഴുമോ സംസാരിക്കകയില്ല. യഥാർത്ഥത്തിൽ പ്രകൃത്യാ ഞാനൊരു ശാന്തയായ സ്ത്രീയാണ്. അന്യായമാണെന്ന് ഞാൻ കരുതുന്ന കാര്യങ്ങളാൽ ഞെരിക്കപ്പെടുമ്പോൾ, ഞാൻ രൂക്ഷമായ രീതിയിൽ വികാരവിചാരങ്ങൾ പ്രകടിപ്പിക്കുന്ന ഒരാളായി മാറുമെന്ന് പറഞ്ഞു കേട്ടിട്ടുണ്ട്.

തീർച്ചയായും അഭിനേതാക്കളെ തിരഞ്ഞെടുക്കാനിരിക്കുന്നത്, ഞാൻ വളരെയധികം ആസ്വദിച്ചു. ഞങ്ങൾക്കായി, ഞങ്ങളുടെ ജപ്പാൻകാരായ സഹനിർമാതാക്കളുടെ ഉടമസ്ഥതയിലുള്ള മനോഹരമായ കെട്ടിടങ്ങളിൽ ഓഫീസിനുള്ള സ്ഥലം അനുവദിച്ചിരുന്നു. എല്ലാദിവസവും ഞാനിവിടെ നേരത്തെ എത്തുകയും വൈകുവോളം സമയം ചിലവഴിക്കുകയും ചെയ്തു. ചുമതലപ്പെട്ട ആളുകൾ, നടന്മാർ, നടിമാർ, മുതിർന്നവർ, കുട്ടികൾ എന്നിവർക്കായി നൽകുന്ന ശ്രവണ നിർദ്ദേശങ്ങൾ നോക്കുകയും ശ്രദ്ധിക്കുകയും വിലയിരുത്തുകയും തിരസ്ക്കരിക്കുകയും സ്വീകരിക്കുകയും ഒക്കെ ചെയ്തിരുന്നു. ഞങ്ങളുടെ പ്രഥമ പരിഗണന കഥയുടെ ആരംഭത്തിലേക്കു വേണ്ടുന്ന രണ്ടു ആൺകുട്ടികളെയും രണ്ടു പെൺകുട്ടികളെയും കണ്ടെത്തുക എന്നതായിരുന്നു. അതിനാൽ അമ്മമാരുടെ ഒപ്പം കുട്ടികൾ ഞങ്ങളുടെ അടുത്തേക്ക് വന്നു.

ഞാൻ, അഭിനയിക്കുന്ന ധാരാളം കുട്ടികളെ കണ്ടിട്ടുണ്ട്. അവരിൽ പലർക്കും ദുഃഖമുള്ള കുട്ടികളാകാൻ കഴിയും. ഇവിടെയുള്ള അഭിനേതാക്കളായ കുട്ടികൾ എത്രയായാലും, ദുഃഖിതരായിരുന്നില്ല. ആരോഗ്യവാന്മാരും സന്തുഷ്ടരായ മറ്റു ജപ്പാൻകാരായ കുട്ടികളെപ്പോലെ അവരും കൂടുതൽ സ്നേഹിക്കപ്പെടുന്നവരുടെ ഒരു പൊതുസ്വഭാവം പ്രകടിപ്പിക്കുകയും ചെയ്തു. അവരോ, അവരുടെ അമ്മമാരോ ആശങ്കപ്പെടുന്നതായി കണ്ടില്ല. ഈ ഒരു വ്യത്യാസം ഒരുപക്ഷെ, ജപ്പാനീസ് ജീവിതത്തിൽ, നമുക്കിടയിലുള്ളത് പോലെ, കിടമത്സരം തീരെയില്ല എന്നതായിരിക്കാം ഇതിനുള്ള ഒരേ ഒരു കാരണമായി സങ്കൽപ്പിക്കാൻ

എനിക്കുതോന്നിയത്. എപ്പോഴും മികച്ചതായിരിക്കാനുള്ള ഇച്ഛയ്ക്ക് മനുഷ്യവികാരങ്ങളെ കണക്കിലെടുക്കുന്നത് കഴിഞ്ഞ്, രണ്ടാം സ്ഥാനമേയുള്ളൂവെന്നും.

അവർ ഒന്നിനു പിറകെ ഒന്നായി അകത്തേക്ക് വന്നു. കൂടെ അച്ചടക്കത്തോടെ, ഓരോ അഭിനേതാവിന്റെ അമ്മയും. ഓരോരുത്തരും സൗമ്യമായി വണങ്ങി. ജപ്പാൻകാർ വികസിപ്പിച്ചെടുത്ത അവരുടെ പിറകിലുള്ള പ്രത്യേക വിജാഗരിയുടെ പ്രവർത്തനം പോലെ. ഈ വണങ്ങൽ തികച്ചും സമാനതകളില്ലാത്തതാണ്. ചൈനക്കാർ അഭിവാദ്യം ചെയ്യുമ്പോഴും, പിരിയുമ്പോഴും തല മേലോട്ടും കീഴോട്ടും ചലിപ്പിച്ചും കൊറിയക്കാർ അഭിമാനപൂർവമുള്ള ചായ്‌വും. ജപ്പാൻകാർ താഴ്ന്ന് പ്രണമിക്കുന്നു; അഭിമാനത്തോടെ.

അവസാനിക്കാത്ത ആ ജാഥയിൽ, ഒരു ആൺകുട്ടി മാത്രം വൈമനസ്യമുള്ളവനും, കലഹപ്രിയനുമായി കാണപ്പെട്ടു. അവൻ ഒരു ദിവസം അതിരാവിലെ അകത്തേക്ക് വന്നു. കൂടെ അവന്റെ അമ്മയും, അമ്മായിയും. ഒരേയൊരു കുട്ടി, രണ്ടു സ്ത്രീകളുടെ അകമ്പടിവേണ്ടിവന്നവൻ. അതെന്തുകൊണ്ടാണെന്ന് പെട്ടെന്ന് വെളിവായി. അവൻ നല്ല സുന്ദരനായിരുന്നു. പക്ഷെ മുഖം വീർപ്പിച്ചിരുന്നു. ആദ്യമൊന്നും അവൻ സംസാരിച്ചതേയില്ല. അവന്റെ അമ്മയും അമ്മായിയും അവന്റെ പെരുമാറ്റത്തിൽ, വിനയത്തോടെ ക്ലേശവും ക്ഷമാപണവും അറിയിച്ചു. അവൻ നീന്തലിൽ ഒന്നാമനാണെന്ന് വ്യഗ്രതയോടെ ഞങ്ങളെ അറിയിച്ചു. ആ ഒരു ഭാഗത്ത് ഒരു നല്ല നീന്തൽക്കാരനെ ആവശ്യമായതിനാൽ, അതു നന്നായി. ഞങ്ങൾ ആ കുട്ടിയെ അഭിനന്ദിച്ചുവെങ്കിലും അവൻ മുഖം വീർപ്പിച്ചു തന്നെ നിന്നു. ഞങ്ങൾ അവനെ ഇരിക്കാൻ ക്ഷണിച്ചപ്പോൾ അവൻ ഇരുന്നു. പക്ഷെ മുഖം വീർത്തു തന്നെ. അവൻ, അവന്റെ ബന്ധുസ്ത്രീകളുടെ, ഒരു പാടുതവണയായുള്ള ചെവിയിൽ മന്ത്രിച്ചുള്ള അപേക്ഷകൾക്കു ശേഷം അൽപം അയവു വരുത്തി. ഞങ്ങളുടെ ചോദ്യങ്ങൾക്ക് ചുരുക്കത്തിൽ-വളരെ ചുരുക്കത്തിൽ- എല്ലാ സമയവും ചുമരിലേക്കു തന്നെ നോക്കി ഉത്തരം പറഞ്ഞു. നേരിട്ടുള്ള ചോദ്യങ്ങൾക്ക് അതെ എന്നുത്തരം. അവൻ ജപ്പാനീസ് സ്കൂളിലാണ്. അതെ അവൻ, ഇംഗ്ലീഷ് സംസാരിക്കും, ചിലപ്പോൾ. അവൻ മൂന്നരവർഷം ഈജിപ്തിലെ കെയ്റോവിലായിരുന്നു. അവിടെ അവൻ ഇംഗ്ലീഷ് സ്കൂളിൽ പോയിരുന്നു. പക്ഷെ അവൻ ഇംഗ്ലീഷ് സംസാരിക്കുവാൻ ഇഷ്ടപ്പെട്ടിരുന്നില്ല... അവന് ഇംഗ്ലീഷ് സ്കൂളുകളെക്കാൾ ഇഷ്ടം ജപ്പാനീസ് സ്കൂളാണ്... അവൻ കെയ്റോയെക്കുറിച്ച് ഓർക്കാൻ ഇഷ്ടപ്പെ

ട്ടിരുന്നില്ല. അതെ അതൊരു നഗരമാണ്.. അത്ര തന്നെ. അവന് ദേഷ്യഭാവം കൂടിക്കൂടി വന്നു. ഞങ്ങൾക്കെന്തോ പന്തികേട് തോന്നി. അവസാനത്തെ ചോദ്യം ചോദിച്ചു.

'ഈ ചലച്ചിത്രത്തിൽ നിനക്ക് ഉൾപെടണമെന്നുണ്ടോ?' അവൻ തല ഉയർത്തി, ആദ്യമായി അവന്റെ മുഖം തിളങ്ങി. അവൻ ഉച്ചത്തിൽ പറഞ്ഞു.

'ഇല്ല'

ഞങ്ങൾ മറ്റൊരു തറക്കുന്ന ചോദ്യം ചോദിച്ചു. 'നിനക്ക് ഒരു നടൻ ആവണമെന്നുണ്ടോ?'

അവൻ ഒരു നിയോൺ ബൾബുപോലെ തിളങ്ങി.

'ഇല്ല'

ഞങ്ങളെല്ലാവരും പൊട്ടിച്ചിരിച്ചുപോയി. അവൻ ഞങ്ങളെ പ്രതീക്ഷയോടെ നോക്കി.

'അഭിമുഖം കഴിഞ്ഞു.' ഞങ്ങളവനോട് പറഞ്ഞു. 'നീ വിവേകമുള്ള ഒരു കുട്ടിയാണ്. നിനക്കറിയാം, നിനക്കെന്താണ് വേണ്ടതെന്ന്.'

അവൻ ചവുട്ടിത്തേച്ച് പുറത്തേക്ക് പോയി. പുഞ്ചിരിക്കാതെ, ഒരു ഗർവിഷ്ഠനായി. അവന്റെ സ്ത്രീകളായ ബന്ധുക്കൾ അവനു പിറകെ കുതിച്ചു, വേദനയോടെ, എതിർപ്പില്ലാതെ. ഒരു കാര്യം തീർച്ചയാണ്; അവൻ ഒരു കുടുംബ വിജയം കൈവരിച്ചിരിക്കുന്നു, അവന് ഇത്തരം വിജയങ്ങൾ പരിചിതമാണ്.

ദിവസങ്ങൾ കടന്നുപോയി. അഭിനേതാക്കൾ ചുരുങ്ങി, സാധ്യതയില്ലാത്തവരും സാധ്യതയുള്ളവരും എന്ന രീതിയിലേക്ക് അവസാനത്തെ വിഭാഗം ചെറിയ ഒരു കൂട്ടം. ജപ്പാനിൽ എല്ലാ പ്രായത്തിലുമുള്ള ആണും പെണ്ണുമായ ഒരുപാട് നല്ല അഭിനേതാക്കളുണ്ട്. പക്ഷെ ഞങ്ങൾ നോക്കുന്നത് ഇംഗ്ലീഷ് സംസാരിക്കുന്ന ഗംഭീര നടൻമാരെയാണ്. കാരണം, സംഭാഷണങ്ങൾ ഇംഗ്ലീഷിലായിരിക്കണം. ആദ്യമൊക്കെ ഞങ്ങൾ അയഥാർത്ഥമായി പ്രതീക്ഷിച്ചു, അവരുടെ ഇംഗ്ലീഷ് കുറ്റമറ്റതായിരിക്കണമെന്ന്. പിന്നീട്, അവരുടെ ഇംഗ്ലീഷ് നന്നായി മനസ്സിലാകണമെന്നും അതുകൊണ്ട് അത് ജപ്പാനീസ് ഭാഷയുടെ ഒരു മിഥ്യാബോധം നൽകുമെന്നും.

ഏതു തരത്തിലുള്ള മിഥ്യാബോധം എന്നതിന്, എന്റെ ചൈനീസ് ജീവിതത്തിൽ നിന്നുള്ള സ്വന്തം അനുഭവമുണ്ട്. ഉൾഭാഗത്തുള്ള ഒരു പ്രവിശ്യയിലെ ഒരു വഴിയമ്പലത്തിൽ ഞാൻ വിശ്രമത്തിനായി നിർത്തിയതായിരുന്നു. പ്രായംചെന്ന ഒരു സ്ത്രീ എന്റെ കോപ്പയിൽ ചായ പക

രുവാൻ വന്നു. ഞാനവരോട് ചൈനീസ് ഭാഷയിൽ നന്ദി പറഞ്ഞു, എങ്ങനെയിരിക്കുന്നുവെന്ന് ചോദിച്ചു. അവർ എന്നെ ഭയത്തോടെ തുറിച്ചു നോക്കി ചായപ്പാത്രം താഴെവീണു. 'ദൈവങ്ങളെ എന്നെ രക്ഷിക്കൂ'. അവർ കിതച്ചു. 'എനിക്കെന്തു സംഭവിച്ചു? എനിക്ക് ഇംഗ്ലീഷ് മനസ്സിലാകും!'

ഇതുപോലെ ചിലത് കൈവരിക്കണമെന്ന് ഞങ്ങൾ പ്രതീക്ഷിച്ചു. പക്ഷെ ചില സമയങ്ങളിൽ, പ്രതീക്ഷിക്കാൻ നമ്മളിത്ര മണ്ടന്മാരായിപ്പോയല്ലോ എന്നത്ഭുതപ്പെടുന്ന സമയങ്ങൾ ഉണ്ടായേക്കാം. ജപ്പാൻകാർ, ഇംഗ്ലീഷ് സംസാരിക്കുമ്പോഴുണ്ടാകുന്ന വിവിധ തരം ഉച്ചാരണ ഭേദങ്ങൾ അമ്പരപ്പിക്കുന്നവയാണ്. 'എൽ' എന്ന ഖര ശബ്ദം ജപ്പാനീസ് കാതുകൾക്കും നാക്കിനും അന്യമായതാണെന്ന് തോന്നുന്നു.

ദിവസങ്ങൾ ഇങ്ങനെ വ്യത്യസ്തങ്ങളായ ജോലികൾ കൊണ്ട് വൈകുംവരെ നീണ്ടു. ഒരു വിഷമം ഉണ്ടായത്, എല്ലാ പകലുകളിലും അവയുടെ അവസാനത്തിൽ എപ്പോഴും രാത്രി എന്നതാണ്.

*** *** ***

വൈകുന്നേരം ആകുമ്പോൾ, എന്റെ ജീവിതത്തിലാദ്യമായി ഞാൻ സങ്കടപ്പെട്ടു. മറ്റെല്ലാവരും അവരുടെ ഭർത്താക്കന്മാരുടേയോ, ഭാര്യമാരുടേയോ അടുത്തേക്ക് പോയി. ഞാൻ തനിച്ച് എന്റെ ഹോട്ടൽ മുറിയിലേക്കും. ജനാലയിലൂടെ പുറത്തേക്കു നോക്കിയാൽ പുതിയ ടോക്യോവിന്റെ മേൽക്കൂരകൾ കാണാം. ഞാൻ മുമ്പ് പറഞ്ഞതുപോലെ, തീരെ ഭംഗിയില്ലാതെ. കാരണം മനോഹാരിത നിർമിക്കുവാനുള്ള സമയമുണ്ടായിരുന്നില്ല. യുദ്ധശേഷം നഗരം തിടുക്കപ്പെട്ട് നിർമിക്കേണ്ടി വന്നു. കഷ്ടം, ബോംബുവർഷത്തിൽ പൂർണ്ണമായും അത് നിരപ്പാക്കപ്പെട്ടിരുന്നു. ജപ്പാൻ മാതൃകയിൽ, ഒരു ഭംഗിയുള്ള നവീന നഗരം നിർമിക്കപ്പെട്ടിരുന്നുവെങ്കിൽ നന്നായേനേ. വിശാലമായ വീഥികളും ചോലവൃക്ഷങ്ങൾ നിറഞ്ഞ പാതകളുമൊക്കെയായി. അതൊന്നും നടന്നില്ല. യുദ്ധം അത്രയ്ക്കും നിഷ്ഠൂരവും. ജനങ്ങൾ നിരാശരായി, ജീവിതം വീണ്ടും ആരംഭിക്കുവാനുള്ള വെമ്പലിലായിരുന്നു. സർക്കാർ പൂർണ്ണമായും പാപ്പരായിരുന്നു. വീടുകൾ താറുമാറായി. ഇന്നിപ്പോൾ, അക്കങ്ങൾ കൊണ്ടോ. വീഥിയുടെ പേര് കൊണ്ടോ ഒരു വീടും കണ്ടുപിടിക്കാൻ കഴിയാതായി. ഒരാൾക്ക് സ്വയം അപരിചിതരുമായി വിശ്വസിച്ചേൽപിക്കേണ്ടി വരുന്നു.

വൈകുന്നേരങ്ങൾ തനിച്ചു ഹോട്ടലുകളിൽ കഴിച്ചുകൂട്ടുക എന്നത് തികച്ചും സാധ്യമല്ല. പ്രത്യേകിച്ചും എനിക്ക്. എനിക്ക് ഒരുപാടു സുഹൃ

ത്തുക്കളുണ്ടായിരുന്നു. ക്ഷണങ്ങളും ധാരാളമായി ഉണ്ടായിരുന്നു. എനിക്ക് സ്വീകരിക്കാൻ കഴിയുന്നതിലധികം. പക്ഷെ ഇതൊന്നും എന്റെ ആവശ്യങ്ങൾക്കുതകുന്നവ ആയിരുന്നില്ല. ഒരാൾ എല്ലായ്പോഴും ഒരു മുഖഭാവം അല്ലെങ്കിൽ, ഒരു സന്തുലിതമായ ഭാവം നിലനിർത്തേണ്ടതുണ്ട്. പകൽ ജോലിചെയ്യുമ്പോഴും മനസ്സ് എന്തിലെങ്കിലും മുഴുകിയിരിക്കുമ്പോഴും ഇതു സാധ്യമാവാറുണ്ട്. പക്ഷെ മറ്റുള്ളവരോട് തനിച്ച് പ്രതികരിക്കേണ്ടി വരുന്ന സന്ദർഭങ്ങളിൽഇതു വ്യത്യസ്തമാണ്. നിരാശയും ഏകാന്തതയും അനുഭവപ്പെടുമ്പോൾ, രാത്രിയിൽ നാടകശാലകളും ചലച്ചിത്രശാലകളും ഉള്ളതിനാൽ, ഏതെങ്കിലുമൊന്നിൽ ഞാൻ കയറും. സംഭാഷണങ്ങൾ എനിക്ക് മനസ്സിലായില്ലെങ്കിലും കഥയുടെ ഒഴുക്ക് മനസ്സിലാക്കാൻ എളുപ്പമായതിനാൽ, ഉപരിപ്ലവമായെങ്കിലും ചെറുതായി സന്തോഷിക്കാൻ എനിക്ക് കഴിഞ്ഞിരുന്നു. ശാലകളെല്ലാം എപ്പോഴും നിറഞ്ഞുകവിഞ്ഞിരിക്കും. കാണികൾ, സരസമായ ഒരു രംഗം വരുമ്പോൾ ഉച്ചത്തിൽ പ്രത്യേക തരത്തിൽ ചിരിക്കുകയും അല്ലാത്ത സമയങ്ങളിൽ കടുത്ത ഗൗരവവും പുലർത്തിയിരുന്നു.

അങ്ങനെയുള്ള ഒരു വൈകുന്നേരത്ത്, ഞാൻ അലഞ്ഞു നടക്കുന്നതു പോലെ എന്റെ അതേ പ്രായം വരുന്ന ഒരു അമേരിക്കൻ വനിത അലഞ്ഞു നടക്കുന്നത് ഞാൻ കണ്ടു. ഞങ്ങൾ രണ്ടുപേരും നിന്നു. ഞെട്ടി, അത്ഭുതത്തോടെ നോക്കി. ഞാൻ സംസാരിച്ചു. അവർ ലോസ് ഏഞ്ചൽസിൽ നിന്നുമാണ്. അവരുടെ ഭർത്താവ് ഫോർമോസയിലേക്ക് പോയിരിക്കുന്നു. അവർക്ക് അങ്ങോട്ട് പോകാൻ താല്പര്യമില്ലാത്തതിനാൽ പോയില്ല. അവരുടെ മകൾ ഒരു യുവഅമേരിക്കക്കാരനോടൊപ്പം അത്താഴവിരുന്നിന് പോയിരിക്കുന്നു. അവരാകട്ടെ, വളരെക്കാലമായി ഉള്ളിലൊതുക്കിയിരുന്ന ഒരാഗ്രഹം, ടോക്യോയിലൂടെ തനിച്ചു അലഞ്ഞു നടക്കണമെന്നുള്ളതുകൊണ്ട് ഇറങ്ങിയതാണ്. ഭയം അല്ലെങ്കിലും, ഒന്നും നിശ്ചയമില്ലാതെയിരിക്കയാണ് അവർക്ക് എന്ന് തോന്നി. ഒരുമിച്ച് ഒരു പടം കാണാമെന്ന് ഞാൻ നിർദ്ദേശിച്ചതു പ്രകാരം അങ്ങനെ ചെയ്തു. ഞങ്ങൾ ഇരുവരും സന്തോഷിച്ചു. ഈ കൂടിക്കാഴ്ച, ഒരു നല്ല സൗഹൃദമായി വളർന്നു. പിന്നീട് അവരുടെ കുടുംബവുമൊത്ത് ഒരുദിവസം അത്താഴം കഴിച്ചു. കുറെനാൾ കഴിഞ്ഞ് ലോസ് ഏഞ്ചൽസിൽ വെച്ചും. ഈ സംഭവത്തിന്റെ സൂചന, ഒരു ജപ്പാനീസ് ജനക്കൂട്ടത്തിൽ, ഒരു അമേരിക്കൻ വനിത ഏങ്ങിനെയായിരിക്കണമെന്ന് എനിക്ക് മനസ്സിലായില്ലെന്നതാണ്. അവരെ കണ്ടപ്പോൾ തീർച്ചയായും ഞാനും മറന്നു; ആയിരക്കണക്കിന് ജപ്പാൻകാരുടെയിട

യിൽ ഞാനെങ്ങനെയായിരുന്നെന്ന്.

ജപ്പാനീസ് ജനക്കൂട്ടത്തിൽ, തനിയെയാകുമ്പോൾ യഥാർത്ഥത്തിൽ എനിക്ക് ഊഷ്മളമായ ഒരു ആശ്വാസം അനുഭവപ്പെട്ടിരുന്നു. എന്റെ ബാല്യകാലത്ത്, ചൈനീസ് ആയയോടൊപ്പം ഉണ്ടായിരുന്ന അന്തരീക്ഷത്തിന്റെ മായാത്ത ഓർമകൾ കൊണ്ടാവാം. അവരോടൊപ്പം ഞാൻ ചൈനീസ് നാടകശാലയിലോ, ഗ്രാമത്തിനു പുറത്തെ മെതിക്കളത്തിലെ നിലത്തൊ അമ്പലമുറ്റത്തൊ ഇരുന്ന് നാടകങ്ങൾ കാണാറുണ്ടായിരുന്നു. അഭിനയിക്കുന്നവരെക്കുറിച്ച് വലിയ അറിവൊന്നുമില്ല. അതിന് ഷാംഗ്ഹായിലോ പീക്കിംഗിലോ ഒക്കെ പോകണം. ലെയ് ലാൻ-ഫാംഗിനെപ്പോലെയോ ബട്ടർഫ്ളൈ വുവിനെപ്പോലെയോ ഉള്ളവരുടെ കൂടെ അഭിനയം പഠിക്കണം. ഒരു കുട്ടിയെന്നനിലയിൽ എനിക്കതിനുള്ള അവകാശമില്ല. പക്ഷെ ഞാൻ അത്ഭുത നാടകങ്ങളും ദൈർഘ്യമേറിയ ചരിത്ര നാടകങ്ങളുമൊക്കെ കണ്ടു. ഇത്തരം നാടകങ്ങളിലൂടെയാണ് ചൈനയിലെ സാധാരണക്കാർ മതത്തെക്കുറിച്ചും തത്വശാസ്ത്രത്തെക്കുറിച്ചും, അവരുടെ സ്വന്തം ജനങ്ങളുടെ ചരിത്രത്തെക്കുറിച്ചുമൊക്കെ പഠിച്ചത്. കാണികൾക്കിടയിലെ ഒരു പതിവു സന്ദർശകയായി അവരെന്നെ അംഗീകരിച്ചു. ഞാൻ എന്നെത്തന്നെമറന്നു. അഴകാർന്ന മുടിയുള്ള ഒരു അമേരിക്കൻ പെൺകുട്ടി, ഏഷ്യൻ ആൾക്കൂട്ടത്തിൽ- സ്നേഹമുള്ള ആൾക്കൂട്ടം. അന്നത്തെ നാളുകളിൽ, എന്നെ അവർ ഒരിക്കലും കോളനി മനോഭാവത്തിന്റെ പാപങ്ങളുടെ ഉത്തരവാദിയായി കരുതിയില്ല. എല്ലാ വെള്ളക്കാരെയും അങ്ങിനെ എല്ലാ ഏഷ്യക്കാരും കണ്ടിരുന്നുവെങ്കിലും. ഞാൻ എല്ലായ്പോഴും സന്തോഷവാൻമാരുടെയും നർമപ്രിയരുടെയും കൂടെയാകുവാൻ ശ്രദ്ധിച്ചു. ടോക്യോയിലും ഞാൻ അത്തരം ആളുകളെ കണ്ടെത്തി; അവർ മറ്റൊരു ദേശക്കാരും രാജ്യക്കാരുമാണെങ്കിലും അവർ എന്നെ സ്വീകരിച്ചു. കാരണം, അമേരിക്കക്കാരെ അവർ ലോക പ്രകൃതി ദൃശ്യത്തിന്റെ ഒരു ഭാഗമായി കാണുവാൻ തുടങ്ങിയിരിക്കുന്നു. ഞങ്ങളുടെ നൻമകളും തിൻമകളുമെന്തെന്ന് ഒരുപാട്കാലത്തെ അധിനിവേശത്തിൽ നിന്നും അറിഞ്ഞിട്ടുണ്ട്. ഞങ്ങൾക്കവരെ നന്മ കൊണ്ടോ തിന്മ കൊണ്ടോ ഇതിലും കൂടുതൽ അത്ഭുതപ്പെടുത്താനാവില്ല.

ടോക്യോയ്ക്കും അതിന്റെ ഇരുണ്ട വശങ്ങളുണ്ട്. ന്യൂയോർക്കിലും ഫിലാഡെൽഫിയായിലുമെന്നതുപോലെ തനിച്ചു നടക്കാൻ ഞാനിഷ്ടപ്പെടാത്ത തെരുവുകൾ ഇവിടെയുമുണ്ട്. നടക്കുന്നതു മാത്രമല്ല, കാറിന്റെ വാതിലുകൾ അടച്ചു ഭദ്രമാക്കാതെ ഓടിക്കുന്നതും ചില ഭാഗ

ങ്ങളിൽ അപകടകരമാണ്. നഗരങ്ങൾ, നഗരങ്ങൾ തന്നെ; അവിടങ്ങളിലെ തെരുവുതെമ്മാടികളും.

അന്നാളുകൾ, ടോക്യോവിൽ വിദ്യാർത്ഥിപ്രക്ഷോഭങ്ങളുടെതു കൂടിയായിരുന്നു. അവയെക്കുറിച്ച്, ഞങ്ങൾ വടക്കേ അമേരിക്കകാർക്കു ഒരുപാടു തെറ്റിദ്ധാരണകളുണ്ടായിരുന്നു. എനിക്കൊന്നു മാത്രമേ പറയാൻ കഴിയൂ; ഞാനവിടെയുള്ളപ്പോൾ കണ്ടത് അചഞ്ചലമായ, ദൃഢനിശ്ചയമുള്ള, കാര്യവിവരമുള്ള ചെറുപ്പക്കാരെയും ചെറുപ്പക്കാരികളെയുമാണ്. അവർ അമേരിക്കക്കെതിരായിരുന്നില്ല. അവർ, അവരുടെ ഭരണഘടനയെ ഇഷ്ടപ്പെടുന്ന ജപ്പാൻകാരായിരുന്നു. ആ ഭരണഘടനയ്ക്കു പിന്നിൽ പ്രവർത്തിച്ചതാകട്ടെ അമേരിക്കക്കാരും - ഒരു അമേരിക്കക്കാരനെങ്കിലും. ഇനിയൊരിക്കലും യുദ്ധത്തിലേർപ്പെടുകയില്ല എന്ന ഒരു രാഷ്ട്രമെന്ന നിലയിലുള്ള ജപ്പാന്റെ ഉറപ്പാണ് അവർക്കതിൽ ഏറ്റവും ഇഷ്ടപ്പെട്ട ഭാഗം. ഇപ്പോൾ, ജപ്പാൻകാരോട് അമേരിക്ക ആവശ്യപ്പെടുന്നത് യുദ്ധം ഉണ്ടാവുകയാണെങ്കിൽ പടിഞ്ഞാറിനൊപ്പം പക്ഷം പിടിക്കണമെന്നാണ്. അവരാണെങ്കിൽ ഏഷ്യയോട് ആഭിമുഖ്യമുള്ളവരും ഭാവിയിൽ, സാമാന്യബുദ്ധിയിൽ, ഒരു നിഷ്പക്ഷ ജനതയും. അവരുടെ മണ്ണിലുള്ള അമേരിക്കൻ താവളങ്ങൾ ജപ്പാൻകാർക്ക് സ്വയം അമേരിക്കക്കാർ പക്ഷപാതികളാണെന്ന് തോന്നിപ്പിച്ചു. ഇത് അസഹ്യമായ, കുഴപ്പത്തിലേക്കു നയിക്കുന്ന, ഒരു സാഹചര്യമായി മാറി. ജപ്പാൻകാർ സുസംഘടിതരായ ജനങ്ങളാണ്. അവർ ഒരു വ്യത്യസ്ത തലത്തിലുള്ളവരാണ്. അവർക്കുള്ള നന്മകളെ, മോശപ്പെട്ടവയായി അവർ തെറ്റിദ്ധരിക്കില്ല. തത്ക്കാലം അവർ എന്തു നിലപാടെടുക്കുന്നുവോ അതുതന്നെ, ആ നിലപാടിൽ മാറ്റമില്ല. അതുകൊണ്ട് യുവാക്കൾ അവരുടെ പ്രക്ഷോഭം തുടർന്നു. പക്ഷെ അവർ ആരേയും വെറുത്തില്ല. അവരുടെ സംഭ്രമത്തിൽ അവർ നരഹത്യ ചെയ്യുവാൻ പോലും കഴിവുള്ളവരായിരുന്നു; അത് വെറുപ്പ് കൊണ്ടല്ല, അവർക്കിടയിലുള്ള കലങ്ങിമറിഞ്ഞ അവസ്ഥ ശരിയാക്കുവാനായിരുന്നു.

വിദ്യാർത്ഥികൾ എല്ലായ്പോഴും എന്റെ ജീവിതത്തിന്റെ പരിഭ്രമിപ്പിക്കുന്ന, ആവേശമുണർത്തുന്ന, താൽപര്യമുണർത്തുന്ന ഭാഗമായിരുന്നു. വടക്കെ അമേരിക്കയിലെ താരതമ്യേന സൗമ്യരായ, കലാലയവികൃതികളൊഴികെ, മറ്റൊരു തരത്തിലുള്ള കലാപങ്ങളോ വികാരവിക്ഷോഭങ്ങളോ പ്രകടിപ്പിക്കാത്ത വിദ്യാർത്ഥികളെയല്ല ഞാൻ ഉദ്ദേശിച്ചത്. എനിക്ക് ഇന്ത്യ, ജപ്പാൻ, കൊറിയ, ചൈന എന്നിവിടങ്ങളിലെ വിദ്യാർത്ഥികളെ പരിചയമുണ്ട്. ചൈനയിലെ പുതിയകാലം - അതെന്തായാലും, നമുക്ക് സംഭ്രമിപ്പിക്കുന്ന, ദ്രുതഗതിയിലുള്ള മാറ്റങ്ങളോടുകൂടിയ കാലങ്ങൾ

ഉണ്ടായിട്ടുണ്ട് - എന്നും പ്രഖ്യാപിക്കപ്പെട്ടത് വിപ്ലവങ്ങളിലൂടെയാണ്. ജനങ്ങൾ, ചെറുപ്പക്കാരായ ഈ യുവാക്കളെയും യുവതികളെയും അവർ അറിവുള്ളവരായതു കൊണ്ടല്ല, എന്തായിരുന്നാലും അറിവ് അന്വേഷിക്കുന്നവരായിരുന്നു എന്നതുകൊണ്ടാണ്, ബഹുമാനിച്ചിരിക്കുന്നത്. അതുകൊണ്ട് തന്നെ, അവർ എഴുത്തും വായനയും അറിഞ്ഞു കൂടാത്ത സാധാരണ ജനങ്ങളേക്കാൾ കൂടുതൽ കാര്യവിവരമുള്ളവരാണെന്നും വിശേഷാവകാശമുള്ളവരാണെന്നും കരുതുകയും ചെയ്യും. ഏഷ്യൻ ജനതയുടെ വിശ്വാസം, പുസ്തകങ്ങൾ മനുഷ്യജ്ഞാനത്തിന്റെ നിധികൾ ആണെന്നാണ്. വിദ്യാർത്ഥികൾക്ക് മാത്രമാണ് പുസ്തകങ്ങൾ ലഭ്യമാവുന്നതെന്നതിനാൽ, ഏഷ്യയിലെ ഒരു വിദ്യാർത്ഥി വഹിച്ചിരുന്നതും ഇപ്പോഴും വഹിക്കുന്നതുമായ സ്ഥാനം അവന്റെ പ്രായത്തിന്റേയോ വർഗത്തിന്റേയോ നിലവാരത്തിൽ നിന്നുംഎത്രയോ ഉയരത്തിലുള്ള അന്തസ്സാണ്. അവർ എല്ലാം ത്യജിക്കുവാൻ തയ്യാറായ ഒരു കൂട്ടരും, പ്രക്ഷോഭങ്ങൾക്കിടയിൽ അവരുടെ ജീവൻ പോലും ത്യജിക്കുന്നതിനും മടിയില്ലാത്തവരുമാണ്. ജപ്പാനിലെ ദേശീയ ഭരണത്തിനു കീഴിൽ, ഞാൻ കണ്ടിട്ടുണ്ട്, പലരും കമ്മ്യൂണിസ്റ്റ് എന്ന സംശയത്തിന്റെ പേരിൽ കൊലപ്പെട്ടിട്ടുണ്ട്. സംശയമില്ല; അവരിൽ ചിലരൊക്കെ കമ്മ്യൂണിസ്റ്റുകളായിരുന്നു. പക്ഷെ കൂടുതൽപേരും ആത്മാർപ്പണം ചെയ്ത ദേശസ്നേഹികളായിരുന്നു. അവിടത്തെ ജനങ്ങൾ ജീവിച്ചിരുന്നസ്ഥിതി മെച്ചപ്പെടുത്തുവാൻവേണ്ടി അത്യധികം ആഗ്രഹിച്ചിരുന്നവർ. അവരാണ് എണ്ണപ്പെടാത്ത, പേരില്ലാത്ത, രക്തസാക്ഷികൾ. പക്ഷെ അവരെ ഒരിക്കലും വില കുറച്ചു കാണേണ്ടവരല്ല. ഒരു ഏഷ്യൻ രാജ്യത്ത് എന്താണ് സംഭവിക്കുക എന്നറിയണമെങ്കിൽ, അവിടുത്തെ വിദ്യാർത്ഥികളെ നിരീക്ഷിച്ചാൽ മതി.

*** *** ***

ചിത്രത്തിനുവേണ്ടി, ഇതെല്ലാം നടക്കുമ്പോഴും, ഒരു വേലിയേറ്റം ഞങ്ങൾക്കു വേണ്ടിയിരുന്നു. മറ്റെല്ലാം നമുക്ക് സംഘടിപ്പിക്കുവാൻ കഴിയുമെങ്കിലും വേലിയേറ്റത്തെ നമ്മുടെ ഇഷ്ടത്തിന് വിളിച്ചു വരുത്താൻ ആവില്ലല്ലോ. ഒരിക്കൽ, ഞാൻ ജപ്പാനിലെ ക്യൂഷു ദ്വീപിൽ ഒരു വർഷം ചെലവഴിച്ചപ്പോൾ, തീരത്തിന്റെ തെക്കൻ മുനമ്പിലുള്ള ഒരു ചെറിയ, സുന്ദരമായ മുക്കുവഗ്രാമം പരിചയപ്പെട്ടിരുന്നു. കല്ലു കൊണ്ട് കെട്ടിയ കടൽഭിത്തിക്കു പിറകിലായി ഒരു ഡസനോ, അതിലധികമോ കൽവീടുകൾ വാരിക്കൂട്ടിയതുപോലെ അവിടെയുണ്ടായിരുന്നു. അവ വാതിലുകളും ജനാലകളും ഇല്ലാത്തവയും കടലിന്നഭിമുഖ

വുമായിരുന്നു. അവിടെയുള്ള മീൻപിടുത്തക്കാർ കടലിനെ സ്നേഹിച്ചിരുന്നില്ല എന്നല്ല. അവർ തീർച്ചയായും തലമുറകളായി ആ കടൽതീരത്ത് താമസിക്കുന്നവരും അതുകൊണ്ട് ജീവിക്കുന്നവരും തന്നെ. വൻതിരമാലകളുടെ രൗദ്രത, തലമുറകൾക്കെല്ലാം പരിചിതമായിരുന്നു. കടലിനടിയിലെ ഭൂമി കുലുക്കമാണതിന് കാരണം എന്നും അവർക്കറിയാം. അഗ്നിപർവ്വതവും കടലും മരണത്തിനായി ഒരുമിച്ചു പ്രവർത്തിക്കുന്നു. ഒരു തെളിഞ്ഞ സെപ്തംബർ ദിവസം, ഞാൻ നേരിൽ അത് കണ്ടതുമാണ്. മുന്നറിയിപ്പുകൾ ഉണ്ടായിരുന്നു. ആഴമുള്ള കിണറിലെ വെള്ളം കുറെ ദിവസം ചെളി മയമായി. ആളുകൾ എന്നോട് പറഞ്ഞു. തീരത്തു കുഴിച്ച ആ കിണർ, കടലിൽനിന്ന് കുറച്ചകലെയും കിഴുക്കാംതൂക്കായ ഒരു പാറയുടെ അടിഭാഗത്തും ആയിരുന്നു. പക്ഷെ വെള്ളത്തിന് നല്ല മധുരമായിരുന്നു. ആ കിണറിൽനിന്നാണ് ഗ്രാമത്തിലെ ഒരു മൈൽ ചുറ്റളവിലുള്ള മുഴുവൻ സ്ത്രീകളും നടന്നുവന്ന്, നിത്യേനയുള്ള ആവശ്യത്തിന് ശുദ്ധജലം കൊണ്ടുപോയിരുന്നത്. നൂറ്റാണ്ടുകളായി ഇതു തുടരുന്നു. ഇതു വല്ലാത്ത കഷ്ടപ്പാടാണല്ലോ എന്നു ഞാൻ പറഞ്ഞപ്പോൾ പുരുഷന്മാരെല്ലാം വിശ്വാസംവരാതെ പുഞ്ചിരിച്ചു. പറയണമല്ലോ! സ്ത്രീകളും.

തീർച്ചയായും, ഭൂമികുലുക്കമാണ് ആദ്യം ഉണ്ടാകുന്നത്. ചിലിയിലെ ഒരു ഭൂകമ്പം, കടലും കടന്ന് ഒരു വേലിയേറ്റത്തെ വടക്കുപടിഞ്ഞാറൻ ജപ്പാനിലേക്ക് ബദ്ധപ്പെട്ട് പറഞ്ഞയച്ചു. സാധാരണമായി ഭൂകമ്പം ഉണ്ടാകുന്നത് ജപ്പാനിലോ അതിനടുത്ത കടലിലോ ആണ്. ഭൂമികുലുക്കം - എനിക്ക് ആ വാക്ക് സ്വയമേവ പറയുവാൻ തന്നെ കഴിയില്ല. ഇവിടെ പെൻസിൽവാനിയയിലെ എന്റെ ഉറച്ച കൃഷിസ്ഥലത്തെ വീട്ടിലിരുന്ന്. ഒരു മനുഷ്യൻ നിൽക്കുന്ന, അവന്റെ കടലിന്നടിയിലെ ഭൂമി കുലുങ്ങുമ്പോഴുണ്ടാകുന്ന, ആഴം കാണാത്ത ഹൃദയത്തിന്റെയും ശരീരത്തിന്റെയും അസ്വാസ്ഥ്യവും ജൈവികമായ നടുക്കവും പറയാതെ പറ്റില്ല തന്നെ. ഈ ഭൂമി തന്നെ അലിഞ്ഞ് അന്തരീക്ഷത്തിൽ കലരുന്നതു പോലെയാണത്. നമ്മുടെ വീടായിട്ടുള്ള ഈ ഭൂമി ഉള്ളതാണ് ഏക സുരക്ഷിതത്വം; നാം പറ്റിച്ചേർന്നു നിൽക്കുന്ന ഈ ഭൂഗോളം. മഹാ വിപത്തുക്കൾ നമുക്ക് പിണയുന്നു. ഇടിയും മിന്നലും ആകാശത്തിൽ ഗർജിക്കുകയും മിന്നുകയും ചെയ്യുന്നു. പുറമെ വിശാലതയിൽനിന്ന് കാറ്റു വരുന്നു. മഴ ശക്തിപ്രവാഹമായി മേഘങ്ങളിൽ നിന്ന് പതിക്കുന്നു. കൊടുങ്കാറ്റിൽ കടൽപോലും ഉയരുന്നു. പക്ഷെ, എല്ലാത്തിനും താഴെ, ഈ ഭൂമി, അല്ലെങ്കിൽ സ്പർശം നമുക്കുണ്ട്. നമ്മളും

കടലിന്റെ സന്തതികളായിരുന്നേക്കാം, പക്ഷെ ഇപ്പോൾ ഭൂമിയിലെ ജീവികളും. നമ്മുടെ ഭൂമി നമ്മെ ചതിക്കുമ്പോൾ, നമുക്ക് നമ്മുടെ കാലിൽ നിൽക്കാൻ കഴിയാതാവുമ്പോൾ, ഭൂമി പിളർന്ന് നമ്മുടെ വീടുകളേയും ആളുകളേയും വിഴുങ്ങുമ്പോൾ, തീർച്ചയായും നാം നഷ്ടപ്പെടുന്നു... ഒരിക്കൽ ജപ്പാനിൽ ഒരു ശക്തമായ ഭൂമികുലുക്കത്തിൽ, ഭൂമി പിളർന്ന്, ഓടിക്കൊണ്ടിരിക്കുകയായിരുന്ന ഒരു കുഞ്ഞ് ആ പിളർപ്പിലേക്ക് വീണു. ആ കുട്ടിയുടെ അമ്മ, അവനെ പിന്തുടർന്ന് അതിലേക്ക് എടുത്തുചാടി. അപ്പോൾ ഭൂമി സ്വയം ആ പിളർപ്പടച്ചു. അവളുടെ കറുത്തു നീണ്ട മുടി മാത്രം കടൽപായൽപോലെ, വിറക്കുന്ന പ്രതലത്തിൽ അവശേഷിപ്പിച്ചു.

ഞാൻ ടോക്യോയിൽ തിരിച്ചെത്തിയതിന്റെ രണ്ടാം ദിവസം, ഹോട്ടൽ മുറിയിലെ എന്റെ മേശക്കടുത്തിരുന്ന് ഞാൻ എഴുതിക്കൊണ്ടിരിക്കുകയായിരുന്നു. പാതിരാത്രി കഴിഞ്ഞിരുന്നു. അപ്പോൾ ആ അതിഭയാനകമായ ഭൂമികുലുക്കം എനിക്കനുഭവപ്പെട്ടു. ഒരിക്കൽക്കൂടി ആ അസ്വാസ്ഥ്യം എനിക്കനുഭവപ്പെട്ടു. ആ കുലുക്കം, ഭൂകമ്പമല്ലാതെ മറ്റൊന്നുമല്ല. ആ നിമിഷത്തിൽ, എന്റെ കൈകൾക്കു നിയന്ത്രണമില്ലാതായി. മേശ നന്നായി കുലുങ്ങി. മിക്കയാളുകളും അതിനിടയിൽ ഉറങ്ങുകയായിരുന്നു. കാലത്ത് ദിനപത്രങ്ങളിൽ ശക്തമായ ഭൂമികുലുക്കത്തിന്റെ, ആ വാർത്തയുണ്ടായിരുന്നു. അത്തരത്തിലുള്ള ഭൂകമ്പങ്ങൾ ജപ്പാനിൽ സർവസാധാരണമാണ്. ഒരു വർഷം നൂറല്ല, ആയിരങ്ങൾ. ശരാശരി ദിവസത്തിൽ, നാലെണ്ണമെങ്കിലും. ഓരോ തവണയും അത്, ധൈര്യശാലികളായ ഒരു ജനതയ്ക്ക് തങ്ങൾ അപകടകാരിയായ ഒരു ദ്വീപിലാണ് ജീവിക്കുന്നതെന്ന മുന്നറിയിപ്പ് നൽകുന്നതുപോലെ. അവർക്ക് മേലുള്ള ഈ ശാശ്വത പ്രയാസത്തിന്റെ സ്വാധീനം അവരിൽ പ്രകടവുമാണ്. അവർക്ക് അങ്ങേയറ്റം വ്യത്യസ്തമായ സ്വഭാവവിശേഷങ്ങൾ കാണാം - അതിശയോക്തി കലർന്ന ഒരുതരം ആഹ്ലാദം; ഗഹനമായതും ചിലപ്പോൾ സ്ഥായിയായ ശോക പ്രവണതയും. പുറത്തേയ്ക്ക്, അനുസരണയുള്ള, സുചിന്തിതമായ പുഞ്ചിരിയും ശാന്തതയും ആഗന്തുകത്വവും. പക്ഷെ, ഞാൻ പറയട്ടെ, ഒരാളൊഴിയാതെ അവർക്കുള്ളിൽ ഒരു ഇരുണ്ട ദുഃഖം അടിസ്ഥാനപ്പെടുത്തിയിരിക്കുന്നു. ഓരോ കുട്ടിയിലും മുതിർന്നവരിലും മലകളുടെയും കടലിന്റെയും കനിവാർന്ന ജീവിതത്തിന്റെയും സൗന്ദര്യമുണ്ടായിട്ടും പ്രകൃതിദുരന്തങ്ങൾ അവർക്കൊപ്പം എപ്പോഴുമുണ്ടെന്ന് ഒരു അറിവ് ഉണ്ട്. ഈ സാർവ്വലൗകികമായ അറിവ് ഇവരിൽ ഉളവാക്കുന്നത് എല്ലാത്തിനോടും പരിഗണനയും മൃദുലമായ ഉദാരതയും ആണ്. ശരിക്കും പറഞ്ഞാൽ, ഈ ലോകം ഏതു നിമിഷവും അവസാനിച്ചേ

ക്കും.അതുകൊണ്ട് നമുക്ക് പരസ്പരം ദയയുള്ളവരായിരിക്കാം എന്ന്. ജൻമസിദ്ധമായ ഈ ദയാവായ്പ് മറന്നുപോകണമെങ്കിൽ, യുദ്ധസന്ദർഭങ്ങളിലൊക്കെ അങ്ങനെ സംഭവിക്കാറുണ്ട്. അതായത് മനുഷ്യനെ ക്രൂരനാകുവാൻ പഠിപ്പിക്കുമ്പോൾ, അവൻ, നമ്മൾ ഭാവനയിൽ കാണുന്നതിനേക്കാളും ക്രൂരനായിരിക്കും.... പക്ഷെ ഞാൻ പറഞ്ഞുവന്നത്, ഭൂകമ്പങ്ങളെക്കുറിച്ചും വേലിയേറ്റങ്ങളെക്കുറിച്ചുമാണ്.

ഞങ്ങൾക്ക് ഒരു വേലിയേറ്റം അപ്പോൾ വേണ്ടിയിരുന്നു. ഭൂകമ്പം നമുക്ക് ക്യാമറകൊണ്ട് പുനർനിർമിക്കാൻ കഴിയും. പക്ഷെ വേലിയേറ്റം അതിനുമകലെയാണ്. പക്ഷെ ഇക്കാര്യത്തിൽ ഞങ്ങൾ ഇവിടെയായതിനാൽ വളരെയധികം ഭാഗ്യവാന്മാരാണ്. ജപ്പാനിലെ ഞങ്ങളുടെ സഹനിർമാതാക്കൾക്ക്, ഏറ്റവും നവീനമായ, പ്രത്യേകോദ്ദേശ്യ പ്രതീതി ജനിപ്പിക്കാൻ കഴിയുന്ന നിർമാണ നിലയം ഉണ്ടായിരുന്നു. ഇത് ലോകത്തിലെ തന്നെ ഏറ്റവും മഹത്തരമായതാണെന്നും ആരോ പറഞ്ഞു. സിനിമയെക്കുറിച്ചുള്ള സംസാരത്തിൽ, പ്രത്യേകോദ്ദേശ്യ പ്രതീതി എന്താണെന്ന് എനിക്കറിയുമായിരുന്നില്ല. പക്ഷെ അത്, പ്രകൃതിയിലെ ഒരു ദൃശ്യത്തെ ലഘുരൂപത്തിൽ പുനർനിർമിക്കുകയാണെന്ന് ഞാൻ കണ്ടുപിടിച്ചു. ജപ്പാൻകാർ ഇത്തരം ജോലികളിൽ അത്യധിക നൈപുണ്യം ഉള്ളവരാണെന്നും, ചൃുബുരായ ആണ് ഇവരിൽ പ്രമുഖനെന്നും അറിഞ്ഞു. ഭാഗ്യത്തിന്,ചൃുബുരായ ഞങ്ങളുടെ സഹനിർമാതാക്കളിൽ ഒരാളായിരുന്നു. പ്രത്യേകാനുമതിയോടെ, അദ്ദേഹത്തെ അവരുടെ ഓഫിസിൽ ചെന്ന് ഞങ്ങൾ കണ്ടു.

ആദ്യ നോട്ടത്തിൽതന്നെ അദ്ദേഹം ഒരു കലാകാരനാണെന്ന് ബോധ്യമായി. അദ്ദേഹം അയഞ്ഞുതൂങ്ങുന്ന പാന്റും, അതുപോലെ അയഞ്ഞു തൂങ്ങുന്ന ഒരു കുപ്പായവും ഒരു ജപ്പാനീസ് കോട്ടും ധരിച്ച് പണിവേഷത്തിലായിരുന്നു. സ്വതഃസിദ്ധമായ, മനംകവരുന്ന മര്യാദയോടെ അദ്ദേഹം ഞങ്ങളെ അഭിവാദ്യം ചെയ്തു. ശരി, ഞങ്ങൾക്ക് ഒരു വേലിയേറ്റം വേണ്ടതുണ്ടെന്ന് അദ്ദേഹത്തിനറിയാമായിരുന്നെന്നു ഞങ്ങളോട് പറഞ്ഞു. അദ്ദേഹം അതിനായി വരച്ച രേഖാചിത്രങ്ങൾ ഞങ്ങളെ കാണിച്ചു. അവ അത്ഭുതപ്പെടുത്തുന്ന രീതിയിൽ ജലച്ചായത്തിൽ വരച്ച ചിത്രങ്ങളായിരുന്നു. ഉയർന്ന ചക്രവാളും, തള്ളിക്കയറിവരുന്ന തിരമാലകൾ, ഉയർന്നു തകരുന്ന ശിഖരം. ഒരു വേലിയേറ്റം, ആദ്യം തിരയുടെ രൂപത്തിലല്ല വരുന്നത്. പകരം ചക്രവാളം കടൽമാലകളെ, ആകാശത്തേക്ക്, ഒരു നനുത്ത രേഖയായി ഉയർത്തുന്നു. അത് കരയിലേക്കോടുന്നു. രണ്ടടിയോ ഇരുന്നൂറടിയോ ഉള്ള ജലത്തിന്റെ മതിൽ. ശക്തമായ

ഒരു വലിച്ചെടുക്കലിൽ, കടലിനെ തിരമാലയിലേക്കു ചേർത്തുവെക്കുന്നു. ചെങ്കുത്തായ പാറക്കെട്ടിനു മുകളിൽ നിന്നു നോക്കുമ്പോൾ തീരത്തിനപ്പുറമുള്ള കടൽ ശൂന്യമായി കിടക്കുന്നതു കാണാം. ഭീമാകാരമായ തിര അതിന്റെ അടിത്തട്ടിൽ നിന്നു തന്നെ ചുരുളായി, തീരത്തേയും ആളുകളെയും വീടുകളെയുമെല്ലാം കീഴടക്കുന്നു.

അദ്ദേഹം ചായം ചെയ്ത ചിത്രങ്ങൾ അനുക്രമമായി വിവരിക്കുമ്പോൾ, ഞാൻ ച്യുബ്ബൂരായയുടെ മുഖത്തേക്ക് നോക്കി. അഴകുള്ള ആ ജപ്പാനീസ് മുഖം ചായംകൊണ്ട് വരയ്ക്കാൻ കഴിഞ്ഞെങ്കിൽ എന്നു ഞാനാശിച്ചു; വാക്കുകൾ കൊണ്ടെങ്കിലും. അഴക് എന്ന് വളരെ ആഴമുള്ള അർത്ഥത്തിലാണ് ഞാൻ പറയുന്നത്. ഉപരിപ്ലവമായി മനോഹരം എന്ന അർത്ഥത്തിലല്ല. അത് മനോരഥങ്ങളും ഏകാഗ്രതയും അണിഞ്ഞതാണ്. അത് തീരെ ചാപല്യം കുറഞ്ഞതും പ്രതിഭയുമായ ഒരു കൊച്ചുകുഞ്ഞിന്റേതു പോലെ മൃദുലമായതും ആ മുഖം വിവേകവും സൗമ്യതയുമുള്ളതായിരുന്നു. എന്നാൽ, ഉന്മേഷമുള്ളതും ഉറച്ചതും രസികത്തവും ഉള്ളതുമായിരുന്നു. ഒരു കലാകാരൻ, തന്റെ കലയുടെ പൂർത്തീകരണത്തിലുള്ള സംതൃപ്തികൊണ്ട് സംശുദ്ധമായ മുഖം. ഞങ്ങൾ ശാന്തമായി സംസാരിച്ചു. അദ്ദേഹത്തിന്റെ പദ്ധതികൾ വിശദീകരിക്കുന്നതു ഞാൻ ശ്രദ്ധിച്ചു. അദ്ദേഹം മുക്കുവഗ്രാമത്തിൽ, അദ്ദേഹത്തിന്റെ ക്യാമറക്കാരനുമായി വന്ന് എല്ലാം ചിത്രീകരിക്കുമെന്ന് പറഞ്ഞു. പിന്നീട് നിർമാണശാലയിൽ വന്ന് എല്ലാ സജ്ജീകരണങ്ങളും തയ്യാറാക്കി, രംഗങ്ങളെല്ലാം പുനഃസൃഷ്ടിച്ച് ചലച്ചിത്രത്തിന് അനുരൂപമാക്കി മാറ്റും. ഇത് പിന്നീടാണ് ചെയ്യുക. മറ്റു ജോലികളുടെ പുരോഗതിക്കൊപ്പം. അതിനിടയിൽ, എന്റെ കയ്യിൽ ആണ് എഴുത്തുകാരന്റെ സ്വകീയമായ ഉള്ളടക്കം ഉള്ളത്. ഇതുനോക്കിയാണ് ചെയ്യേണ്ട കാര്യങ്ങൾ അറിയേണ്ടതും മറ്റൊരു മാധ്യമത്തിലേക്ക് സത്യസന്ധമായി പരിഭാഷ ചെയ്യപ്പെടേണ്ടതും.

ബാക്കിയുള്ളവരുടെ പ്രവർത്തനത്തെ അടിസ്ഥാനപ്പെടുത്തിയല്ല രംഗശാലയിൽ പ്രവർത്തിക്കുന്നവരെ വിലയിരുത്തേണ്ടതെന്ന് അനുഭവത്തിൽനിന്നും ഞാൻ പഠിച്ചു. അവർ വേറെ തന്നെ ഒരു കൂട്ടമാണ്. മനോവൃത്തി, വർഗം, വിഭാഗം, പൗരത്വം എന്നിവ ഏതായാലും. ഒരു ജാപ്പനീസ് അഭിനേതാവ്, സ്ത്രീയായാലും പുരുഷനായാലും ഒരമേരിക്കൻ അഭിനേതാവിനെപ്പോലെയാണ്, മറ്റേതൊരു രാജ്യത്തെയും അഭിനേതാവിനെപ്പോലെയാണ്, കാരണം അവർ അഭിനേതാക്കളാണ്. ഒരാളൊഴിയാതെ പ്രായം, നിറം, മതം, പൗരത്വം, കൃത്യമായ അച്ചടക്കം

നിഷ്കർഷിക്കുന്ന കാര്യം എല്ലാമെടുത്താലും സംവിധായകർ ഒരുപോലെ യാണ്. ഞാനീ പൊതുവായ നിരീക്ഷണം നടത്തുന്നത്, ഞങ്ങളുടെ പടം നിർമിക്കുന്നതിലുള്ള ആദ്യത്തെ യഥാർത്ഥ പ്രശ്നത്തെ കണക്കിലെടു ത്തു കൊണ്ടാണ്. എല്ലാ കാര്യങ്ങളും വളരെ സന്തോഷകരമായ രീതി യിൽ പോകുന്നു. പ്രയാസമില്ലാതെയും,. എങ്കിലും, ഒരു ഉത്സാഹഭരിത യായ ദോഷൈകദൃക്കെന്ന നിലയിൽ ചക്രവാളത്തിലെ കൊടുങ്കാറ്റ്, ചര ടിൽ ഒരു കെട്ടു വീണത്, യന്ത്രസംവിധാനത്തിൽ ഒരു തടസ്സം എല്ലാം ഞാൻ പ്രതീക്ഷിക്കേണ്ടതായിരുന്നു.

വരാനിരിക്കുന്ന കൊടുങ്കാറ്റിന് മുന്നോടിയായി, താപം പ്രദാനം ചെയ്യാനായി, അന്തരീക്ഷമാകെ നിശ്ചലമായ രീതിയിൽ, ഒരു ചൂടൻ വേനൽക്കാല പ്രഭാതത്തിൽ അത് സംഭവിച്ചു. പ്രൊഡക്ഷൻമാനേജർ, എന്റെ അരികിലേക്ക് അത്യധികം ഭവ്യതയോടെ വന്നു. സാധാരണ മെന്നപോലെ അമേരിക്കൻ നിർമാതാവും, ഞാനും അയാളുടെ ഓഫീ സിൽ ഇരിക്കുകയായിരുന്നു. തന്റെ സുരക്ഷിതത്വത്തിനായി അയാൾ പതിവിലധികം ഭവ്യത കാണിച്ചു. അയാൾക്കെന്തോ കാര്യമുണ്ടെന്ന് ഞാൻ മനസ്സിലാക്കണമായിരുന്നു. അവർ സുന്ദരികളായ പെൺകുട്ടി കളോട് ഞങ്ങൾക്ക് ചായ നൽകുവാൻ പറഞ്ഞു. ടോക്യോയിൽ നല്ല കാപ്പി ലഭിക്കുന്ന ഒരേയൊരിടം ഇതാകയാൽ, കാപ്പി മതിയെന്ന് അമേ രിക്കക്കാരൻ പറഞ്ഞപ്പോൾ മറ്റൊരുകൂട്ടം, സുന്ദരിമാരോട് കാപ്പി കൊണ്ടുവരാൻ ഒച്ചവച്ചു. ഞങ്ങളെല്ലാവരും ഉയരം കുറഞ്ഞ വട്ട മേശക്കു ചുറ്റുമായി ഇരുന്നപ്പോൾ അയാൾ അയാളുടെ തടിച്ചുകൊ ഴുത്ത കഴുത്തിലേയും മുഖത്തേയും വിയർപ്പു തുടച്ചുകൊണ്ട്, വളരെ സാധാരണമായി പറഞ്ഞു. അയാളുടെ സ്ഥാപനത്തിന്റെ പ്രശസ്തി, ഞങ്ങളുടെ പടത്തെ ആശ്രയിച്ചിരിക്കുന്നതു കൊണ്ട്, ജപ്പാൻകാരനായ ഒരു സഹായിയെ, അമേരിക്കൻ സംവിധായകനോടൊപ്പം പ്രവർത്തി ക്കാൻ നൽകാമെന്ന്.

ജീവിതത്തിലെ ഒരു കാര്യവും യഥാർത്ഥത്തിൽ സാധരണമല്ലെന്നെ നിക്കറിയാം. അമേരിക്കൻ സംവിധായന്റെ കണ്ണിൽ പെട്ടെന്നൊരു ജാഗ്രത മിന്നിയപ്പോൾ, ഞാൻ സാധാരണ മട്ടിൽ മറുപടി പറഞ്ഞു. തീർച്ചയായും ഞങ്ങൾ അത്തരം സഹായങ്ങൾ സ്വാഗതം ചെയ്യുന്നു വെന്ന്. എനിക്ക് ചിത്രം അതിന്റെ എല്ലാ വിശദാംശങ്ങളിലും സത്യസ ന്ധമായിരിക്കണം. എന്റെ രാജ്യത്തു മാത്രമെ ഇങ്ങിനെ പ്രതീക്ഷിക്കൂ. പ്രൊഡക്ഷൻ മാനേജർ കൂടുതൽ സാധാരണമായി, ഒരു സംവിധായ കന്റെ പേര് പറഞ്ഞു. ഞാൻ അത് തിരിച്ചറിഞ്ഞു. ഔദ്യോഗികമായി

വിരമിച്ച, എന്നാലിപ്പോഴും ഊർജ്ജ്വസ്വലനായ, ജപ്പാനിലെ ഒരു പ്രമുഖ സംവിധായകന്റെ പേരായിരുന്നു അത്.

'ഞാനദ്ദേഹത്തെ കാണുവാനാഗ്രഹിക്കുന്നു', അമേരിക്കൻ സംവിധായകൻ സാധാരണമട്ടിൽ പറഞ്ഞു. എല്ലാ കാര്യങ്ങളും അത്യധികം നിർബാധമായും, നയചാതുരി കലർന്നതായും തോന്നി. പ്രൊഡക്ഷൻ മാനേജർ സന്തോഷത്താൽ ദീർഘനിശ്വാസത്തോടെ, ചായക്കും കാപ്പിക്കും പുറമെ ഇഞ്ചികൊണ്ടുള്ള പാനീയംകൂടി വരുത്തിച്ചു. അയാൾ ഒരു വലിയ മനുഷ്യൻ ആയിരുന്നു. ഒത്ത ഉയരവും തടിയും. അയാൾ എളുപ്പം ക്ഷോഭിക്കുന്നയാളുമായിരുന്നു. തലേദിവസം എന്നെ സ്വകാര്യമായി വിളിച്ച്, അമേരിക്കൻ സംവിധായകനും താനും ഒത്തു പോകില്ല എന്ന് അയാൾ എനിക്ക് മുന്നറിയിപ്പ് തന്നിരുന്നു. അവരുടെ സ്വഭാവരീതികൾ ഒരിക്കലും യോജിച്ചു പോവുകയില്ല. ഇതെന്താണർത്ഥമാക്കുന്നതെന്ന് ഞാൻ ആരാഞ്ഞു. ജപ്പാനീസ് വാക്കുകളിൽ എനിക്ക് വിശദീകരണം ലഭിച്ചു. അമേരിക്കക്കാരൻ ചുറുചുറുക്കും നിശ്ചയദാർഢ്യമുള്ളവനുമാണ്. ജപ്പാൻകാരനും അങ്ങനെ തന്നെ. അമേരിക്കക്കാരൻ, അയാൾക്ക് ശരിയാണെന്ന് തോന്നുന്ന കാര്യത്തിൽ, ഒരു കാരണവശാലും വഴങ്ങിക്കൊടുക്കില്ല; ജപ്പാൻകാരനും. ഒരു മയവുമില്ലാതെ പറഞ്ഞാൽ, ആരും ഒരിക്കലും വഴങ്ങിക്കൊടുത്തില്ല. ഞാൻ ഇക്കാര്യത്തിൽ വളരെയധികം മനോവിഷമം അനുഭവിച്ചിരുന്നു. ജപ്പാനീസ് സഹ സംവിധായകന്റെ സാന്നിദ്ധ്യം, ഇവർ ഇരുവർക്കുമിടയിലുള്ള ഒരു സമ്മർദ്ദ-നിരോധം പോലെ പ്രവർത്തിക്കുമല്ലോ എന്നെനിക്കു തോന്നി.

ഞാൻ ഈ സാധ്യത ഏതായാലും അമേരിക്കൻ സംവിധായകനോട് വൈകുന്നേരമായപ്പോൾ സൂചിപ്പിച്ചു. അപ്പോൾ, അയാൾ, ഒരു സമ്മർദ്ദ-നിരോധത്തിന്റെ ആവശ്യമില്ലെന്ന് ചുരുക്കിപ്പറഞ്ഞു. ശരിക്കും അയാൾക്ക് ആ ജപ്പാനീസ് പ്രൊഡക്ഷൻ മാനേജരെ ഇഷ്ടമായിരുന്നു. കാരണം, അയാൾ ഏതൊരമേരിക്കക്കാരനെയും പോലെ തുറന്ന മനസ്സുകാരനായിരുന്നു. അതുകൊണ്ട് അയാളുമായി ഒത്തുപോകാൻ കഴിയും. ഞാൻ നേരിയ ഒരു മാറ്റം അമേരിക്കൻ സംവിധായകന്റെ ശബ്ദത്തിൽ കേട്ടു. അതിനാൽ തുടർന്നുള്ള ചർച്ചകൾ മാറ്റിവച്ചു. സമയം പലതിനേയും സംരക്ഷിക്കുമെന്ന്, ഞാൻ എന്നെത്തന്നെ ഓർമിപ്പിച്ചു. ഏഷ്യ എന്നെ അതു പഠിപ്പിച്ചിരുന്നു.

മറ്റുകാര്യങ്ങൾ നടന്നുകൊണ്ടിരിക്കുന്നതിനിടയിലും, അഭിനേതാക്കളുടെ തിരഞ്ഞെടുപ്പ് തുടർന്നുകൊണ്ടേയിരുന്നു. ടോക്യോവിലായാലും

ബ്രോഡ്‌വേയിലായാലും വ്യത്യാസമില്ലാത്ത പ്രക്രിയ. ഞങ്ങൾ, ഓഫീസിലെ നീണ്ട മേശക്കു പിറകിൽ, ക്ഷണം സ്വീകരിച്ച് ഇരിക്കും. ഓരോരുത്തരായി നടന്മാരും നടിമാരും അവരുടെ ഊഴമനുസരിച്ച് പ്രത്യക്ഷപ്പെടും. ഞങ്ങളുടെ മുന്നിൽ അവരുടെ ഫോട്ടാകൾ ഉണ്ടാകും. അവരുടെ ആകർഷകത നന്നായി പഠിച്ചിരിക്കും. അതിനിടയിൽ ചോദ്യങ്ങൾ ചോദിക്കും.

ഇംഗ്ലീഷ് ആയിരുന്നു പ്രശ്നം. ഒരുപാടു സുന്ദരന്മാരായ ചെറുപ്പക്കാരും, ധാരാളം സുന്ദരിപെൺകുട്ടികളും പ്രായമായ ചില കഥാപാത്രങ്ങളും അവരുടെ സ്ത്രീപകർപ്പുകളും. ചോദ്യങ്ങൾ എല്ലായ്പോഴും ഒരുപോലിരുന്നു.

'നിങ്ങളുടെ പേര്?'

'എത്ര ചിത്രങ്ങളിൽ അഭിനയിച്ചിട്ടുണ്ട്?'

'ഏതാണ്, നിങ്ങൾക്കേറ്റവും ഇഷ്ടപ്പെട്ട ഭാഗം?'

ചോദ്യങ്ങളുടെ ബാഹുല്യങ്ങൾക്കിടയിലെവിടെയോ സാധാരണമായി വളരെ പെട്ടെന്ന്, ഇംഗ്ലീഷ് വളരെ ദുർബലമാണ് എന്ന് വ്യക്തമാകുമായിരുന്നു; യഥാർത്ഥത്തിൽ നിർജീവമാണെന്ന്. ശരിയായരീതിയിൽ പറഞ്ഞിരുന്ന ഒരേയൊരു ഇംഗ്ലീഷ് വാചകം ഒന്നുതന്നെയായിരുന്നു, 'എനിക്ക് ഇംഗ്ലീഷ് സംസാരിക്കാനറിയില്ല' എവിടെവച്ചാണ് ഇംഗ്ലീഷ് പഠിച്ചത് ?' ഞങ്ങൾ അന്വേഷിച്ചു.

'സ്കൂളിൽ- അതെ'

'സ്കൂളിൽ എത്രവർഷം ?'

'ആറു വർഷം'

ഒരു തല കുലുക്കൽ. ഞങ്ങൾ, ഈ ആറു വർഷം എന്ന് ആവർത്തിച്ചു കേൾക്കുമ്പോൾ പുഞ്ചിരിച്ചില്ല. തീരെ ഇംഗ്ലീഷ് പഠിക്കാത്ത ഒരു ചെറുപ്പക്കാരൻ പറഞ്ഞു, 'പത്തു വർഷം.'

ഞങ്ങൾ ഇംഗ്ലീഷ് വാക്കുകൾ ആവർത്തിക്കുവാൻ ശ്രമിച്ചു. ചെറിയ ചെറിയ സംഭാഷണങ്ങളും. നല്ല ശ്രദ്ധയുണ്ടെങ്കിൽ ഇംഗ്ലീഷ് സംഭാഷണങ്ങൾ പഠിച്ചെടുക്കുവാൻ കഴിയുമല്ലോ. ചില സന്ദർഭങ്ങളിൽ നന്നായി കേൾക്കും. എപ്പോഴും അങ്ങനെ ആയില്ല.

'അടുത്ത തവണ ചിത്രം നിർമിക്കുമ്പോൾ', ഞാൻ എന്നോടുതന്നെ സ്വകാര്യമായി ഉപദേശിച്ചു, 'നമുക്ക് ഇംഗ്ലീഷ് സംസാരിക്കുന്ന രാജ്യങ്ങളിൽ മാത്രം ഉറച്ചു നിൽക്കാം.'

അവസാനം ശുദ്ധമായ ഇംഗ്ലീഷ് സംസാരിക്കുന്ന ഒരു നടൻ വന്നുവെങ്കിലും, സംസാരിക്കുമെന്നതുകൊണ്ടു മാത്രം അയാളെ സ്വീകരിക്കു

വാൻ ഞങ്ങൾ തയ്യാറായില്ല. മറ്റു പലതും ആവശ്യമുണ്ടായിരുന്നു. ദിവസങ്ങൾ കടന്നുപോയി; വലിയ പ്രതീക്ഷയില്ലാതെ. എന്നാൽ, തീരെ പ്രതീക്ഷയില്ലാതെയുമില്ല. ഇതിനിടയിൽ സഹ സംവിധായകന്റെ കാര്യം പൂർണ്ണമായും ഒഴിവാക്കിയിരുന്നില്ല. പ്രൊഡക്ഷൻ മാനേജർ ഒരു ദിവസം രാവിലെ ഞങ്ങളോട് ജപ്പാനീസ് സംവിധായകനെ എന്തായാലും കാണണമെന്ന് പറഞ്ഞു. ദിവസങ്ങൾ കഴിയുംതോറും എനിക്ക് പ്രൊഡക്ഷൻ മാനേജരോട് മതിപ്പ് തോന്നാൻ തുടങ്ങി. അയാളുടെ കാര്യശേഷിയും ചിരകാലമായുള്ള നൈരാശ്യവും. അയാൾ ആഴ്ചതോറും സിനിമാഭ്രാന്തന്മാരായ ജപ്പാൻകാർക്കു വേണ്ടി ഓരോ ചിത്രങ്ങൾ നിർമിക്കണം. അതു ശരിക്കും അതെ, ആണ്, അസഹനീയമായ, ഭാരമേറിയ പദ്ധതിയാണ്. പക്ഷെ ടെലിവിഷനുകൾ മെച്ചപ്പെട്ടു യഥാർത്ഥ കിടമത്സരങ്ങൾ ആരംഭിക്കുന്നതു വരെ ഇതൊന്നും കുറയാൻ പോകുന്നില്ല. അതുകൊണ്ട് ചലച്ചിത്ര നിർമാണകമ്പനികൾ നല്ല സിനിമകൾ എടുക്കണം; പക്ഷെ വളരെ കൂടുതൽ എണ്ണം അല്ല. അതിനിടയിൽ അയാൾക്കു നിർത്താൻ പറ്റില്ല. അയാൾ സംവിധായകനും, മറ്റെല്ലാവരുമായി സമ്മേളനങ്ങൾ നടത്തി. ഇതെല്ലാമാണെങ്കിലും ഇടക്കിടെ പ്രത്യക്ഷപ്പെട്ടും അപ്രത്യക്ഷമായും അയാൾ ഞങ്ങളുടെ എല്ലാ കാര്യങ്ങളിലും ഇടപെട്ടു കൊണ്ടിരുന്നു. എല്ലായ്പോഴും നീളൻകയ്യൻ കുപ്പായവും ശീതീകരിച്ച മുറികളിലായാലും വിയർപ്പിൽതിളങ്ങുന്ന മുഖവും ആയി. അയാൾക്ക് ഏറെ സുന്ദരമായ ഒരു മുഖമാണ്. ജപ്പാന്റെ പരമ്പരാഗത പരിവേഷമുള്ള, പണ്ടുള്ളത്ര ഇല്ലെങ്കിലും, സംശയമില്ല, ചെറുപ്പത്തിൽ അയാൾ സുന്ദരൻ ആയിരുന്നു.- വീഞ്ഞോ മറ്റെന്തെങ്കിലുമോ അടുത്തു കൂടെപ്പോയാൽ അപ്പോൾ അറിയാൻ കഴിയും. കവിളുകൾ താഴോട്ടു തൂങ്ങി, നല്ല കണ്ണുകൾക്കു താഴെ സഞ്ചികൾപോലെ. അയാൾ ചിരിക്കുമ്പോൾ കണ്ണുകൾ എളുപ്പം തിളങ്ങും. എന്നിരുന്നാലും അയാളുടെ ചിരി, സിംഹം ഗർജിക്കുന്നതു പോലെയാണ്. അയാൾ എല്ലാ ഔപചാരിതകളും ആകാവുമ്പോഴൊക്കെ മാറ്റിവയ്ക്കും. തുറന്നു സംസാരിക്കാൻ ഞങ്ങളോടപേക്ഷിക്കും. അയാൾ ജപ്പാനീസ് ഭാഷയിൽ സംസാരിക്കുമ്പോൾ, അയാളുടെ അതിസുന്ദരിയായ പരിഭാഷക അതു ലളിതമാക്കി, ശക്തിയൊട്ടും ചോരാതെ അവതരിപ്പിക്കും. അവൾ വളരെ സമർത്ഥയായിരുന്നു. പക്ഷെ, ഇപ്പോഴും എനിക്കയാളെ ശരിക്കും അറിയില്ല. അതു പിന്നീടാണ് നടന്നത്.

അന്നൊരു ദിവസം ഉച്ചയ്ക്ക്, ഞങ്ങൾ മറ്റൊരു ഓഫീസിലേക്ക് പോയി. അവിടെ ഞങ്ങളോട് പറഞ്ഞിരുന്ന ജാപ്പനീസ് സംവിധായകനെ കാണുകയായിരുന്നു ലക്ഷ്യം. ഞങ്ങൾ കാത്തിരുന്നു. അഞ്ചുനിമിഷമോ

മറ്റോ കഴിഞ്ഞപ്പോൾ അയാൾ വന്നു. വ്യക്തമല്ലാത്ത നോട്ടവുമായി. ഒരു ജപ്പാനീസ് സ്റ്റോകോവ്സ്കിയെപ്പോലെ, വലുപ്പമുണ്ടായിരുന്നു. പ്രായത്തിനൊത്ത സുഭഗത ഉണ്ടായിരുന്നു. വെളുത്ത മുടികൾ പിറകിലേക്ക് ചീകിയൊതുക്കി, ഒരഭിമാനിയെപ്പോലെ. അയാൾ ചെറുതായൊന്നു കുനിഞ്ഞു. അമേരിക്കൻ സംവിധായകന്റെ മുഖത്ത് ഒരു തണുപ്പൻ പ്രതികരണം പടരുന്നത് ഞാൻകണ്ടു. രണ്ടു നടന്മാർ ഞങ്ങൾക്ക് മുന്നിൽ ഒരു ദൃശ്യം സൃഷ്ടിക്കാനൊരുങ്ങുകയായിരുന്നു. ജപ്പാനീസ് സംവിധായകൻ ഇരുന്നു. അയാൾക്ക് ഇംഗ്ലീഷ് മനസ്സിലാകും. പക്ഷെ, പ്രൊഡക്ഷൻ മാനേജരെപ്പോലെ തന്നെ, അയാൾ അത് സംസാരിക്കില്ല. അമേരിക്കൻ സംവിധായകൻ, രണ്ടു നടന്മാരും ചിത്രത്തിലെ 'തോരു'വും 'യുക്കി'യോയും, 'കൂറ്റൻ തിരമാല'യിലെ പ്രധാനകഥാപാത്രങ്ങൾ- ചെയ്യുന്ന ഒരു ഭാഗം അഭിനയിക്കണമെന്നാണ് നിർദ്ദേശിച്ചിരിക്കുന്നെതന്ന് വിശദീകരിച്ചു. ജപ്പാനീസ് സംവിധായകൻ, ഒരു പേന കൈക്കലാക്കി ആ രംഗം എങ്ങിനെയായിരിക്കണമെന്ന് അയാൾ ചിന്തിച്ച കാര്യങ്ങൾ എഴുതാൻ തുടങ്ങി. ഞങ്ങളുടെ ദ്വിഭാഷിയെക്കൊണ്ട് ഇതു തടയിക്കുവാൻ അമേരിക്കൻ സംവിധായകൻ ശ്രമിച്ചു. കാരണം,അയാൾ ആ രംഗം എഴുതി ഉറപ്പിച്ചതാവുന്നതിനു പകരം ചലനാത്മകമായി നടക്കണമെന്നാണാഗ്രഹിച്ചത്. ജപ്പാനീസ് സംവിധായകൻ, ദ്വിഭാഷിയെ ആജ്ഞാശക്തിയോടെ കൈവീശി, നിശബ്ദയാക്കി. അമേരിക്കക്കാരന്റെ കണ്ണുകൾ തിളങ്ങി. അയാൾ വീണ്ടും ദ്വിഭാഷിക്ക് നിർദേശം നൽകി.

'ഈ മാന്യനോട് പറയൂ, എനിക്ക് ഈ രംഗം എഴുതേണ്ട ആവശ്യം ഇല്ല. ഞാൻ ഈ നടന്മാർ മെച്ചപ്പെടണമെന്നാണാഗ്രഹിക്കുന്നത്.'

ദ്വീഭാഷി, ജപ്പാനീസ് സംവിധായകന്റെ പ്രശസ്തിയും, ഗർവ്വും എല്ലാം കണക്കിലെടുത്ത്, ഭയഭക്തിയോടെ ഒരു ശ്രമം കൂടി നടത്തി. വീണ്ടും, ആജ്ഞാശക്തിയോടെ കൈകൾ വീശിയുള്ള വിലക്ക്! അമേരിക്കക്കാരൻ രംഗം കൈയിലെടുത്തു. ജപ്പാനീസ് സംവിധായകൻ ചരിഞ്ഞ്, അയാളുടെ നിർദ്ദേശങ്ങൾ അടങ്ങിയ ഒരു കടലാസ്, കൊടുക്കുവാൻ തുനിഞ്ഞപ്പോൾ, അമേരിക്കക്കാരൻ അതു മാറ്റി, ഉറച്ച ഇംഗ്ലീഷിൽ പറഞ്ഞു. 'എനിക്ക്, എഴുതി കൊടുക്കുന്ന നിർദ്ദേശങ്ങൾ വേണ്ട?'

നടന്മാരുടെ ഇടയിൽ, ഭയഭക്തിയോടു കൂടിയ നിശ്ശബ്ദതയുടെ ഒരു നിമിഷം. അവർ ആരെ അനുസരിക്കണം? അമേരിക്കക്കാരനെത്തന്നെ;അവർ അവസാനം തീരുമാനിച്ചു. ജപ്പാൻകാരൻ തിരിച്ച് ഇരുന്നു; വിസ്മയഭാവത്തോടെ. എനിക്കറിയാം, എന്താണ് സംഭവിക്കാൻ പോകുന്നതെന്ന്. പക്ഷെ, അതു സംഭവിക്കുന്നത് ഞങ്ങൾ ഹോട്ടൽ മുറിയിലെ

ത്തിയ ശേഷമാണെന്നും കൂടി. അമേരിക്കക്കാരൻ എല്ലാവരോടും കുറ്റമറ്റ മാന്യത പുലർത്തി. പക്ഷെ ആ രംഗം അവസാനിച്ചപ്പോൾ, അല്ല ആ പിരിമുറുക്കമുള്ള അന്തരീക്ഷത്തിൽ നടന്നത്കൊണ്ട്, ഞങ്ങൾ എഴുന്നേറ്റ്, ജപ്പാനീസ് സംവിധായകനേയും മറ്റെല്ലാവരേയും വണങ്ങി, വിടവാങ്ങി. കാറിൽ ദ്വിഭാഷി ഉണ്ടായിരുന്നത് കൊണ്ട്, ഒന്നും പറഞ്ഞതേയില്ല. ഞങ്ങൾ കാറിൽനിന്നും പുറത്തിറങ്ങി, ഹോട്ടലിന്റെ വാതിലനടുത്തെത്തിയ ഉടൻ, അമേരിക്കക്കാരൻ പല്ല് ഞെരിച്ചുകൊണ്ട് എന്നോട് പറഞ്ഞു, 'എല്ലാം തകർന്നടിയുന്നതിന് മുമ്പ് എനിക്ക് നിങ്ങളോട് സംസാരിക്കണം.'

രക്ഷപ്പെടാനാവാത്തതു കൊണ്ട്, തലകുനിച്ച് അയാളോട് ഞാൻ പറഞ്ഞു: 'വളരെ നന്നായി. നമുക്കിപ്പോൾ തന്നെയാവാം, എന്റെ മുറിയിൽ വച്ച്. ഞാൻ താങ്കളെ പതിനഞ്ചുമിനിട്ടിനുള്ളിൽ പ്രതീക്ഷിക്കുന്നു.'

എനിക്ക്, സ്വയം തയ്യാറെടുപ്പിനായി അൽപനിമിഷങ്ങൾ വേണ്ടിയിരുന്നു. എളുപ്പം ദേഷ്യം പിടിക്കുന്ന ഒരാളുമായി നടത്തുന്ന കൂടിക്കാഴ്ച എന്ന അഗ്നിപരീക്ഷണത്തിനു മുമ്പ്. 'പ്രൈമാഡോണ'യുടെ നിർവചനം എന്താണ്? നിഘണ്ടുവിൽ ഇതിന്റെ അർത്ഥം 'സ്വയം കേന്ദ്രീകൃതനായ ഒരുവ്യക്തി'- പക്ഷെ 'അഹംഭാവി'യോ 'മത്സരബുദ്ധി'യുള്ള ആളോ ആവണമെന്നില്ല. എന്നാൽ പൂർണ്ണമായും 'അഹംബുദ്ധി'യുമല്ല. പക്ഷെ തീർച്ചയായും അയാളുടെ 'ആരായിനിൽക്കുന്നു' എന്ന മർമ്മം അവനവൻ തന്നെയാണ്. പൊതുവായി പറഞ്ഞാൽ, സംവിധായകന്മാർ രണ്ടു തരമുണ്ട്. നടന്റെ സംവിധായകനും സംവിധായകന്റെ സംവിധായകനും. നടന്റെ സംവിധായകൻ എപ്പോഴും നടന്മാരുടെ പ്രേമഭാജനം ആയിരിക്കും. അയാൾ അവരെ അനുനയിപ്പിക്കുകയും വശീകരിക്കുകയും, അവരോടു യോജിക്കുകയും ചെയ്യും. അതോടൊപ്പം അവരെ വൈകാരികമായി പുകഴ്ത്തും. അയാൾ ഉദ്ദേശിക്കുന്നതുപോലെ അവർ ഏറ്റവും നന്നായി ചെയ്യുന്നതു വരെയും ബന്ധിച്ചു നിർത്തും. അയാൾ ഇതിനെ 'അവരുടെ പ്രാവീണ്യം വികസിപ്പിക്കുക' എന്നുപറയുന്നു. പെട്ടെന്നായാലും വൈകിയായാലും അയാളും അവരെ നശിപ്പിക്കുന്നു. അവർക്കിടയിൽ അയാൾ ഉണ്ടാക്കിയെടുക്കുന്ന വൈകാരിക ബന്ധത്തിൽ നിന്നും അവനെ പ്രത്യേകിച്ചും മുക്തനാക്കുന്നില്ലെങ്കിൽ നാടകം തുടങ്ങുമ്പോഴോ, സിനിമ നിർമിച്ചു കഴിയുമ്പോഴേക്കോ, എത്രയും പെട്ടെന്ന് മുക്തനാകുവാൻ സംവിധായകൻ പ്രതീക്ഷിക്കുന്നു. കാരണം,വികാരം അതിന്റെ ലക്ഷ്യം നിറവേറ്റിയിരിക്കുന്നു. അവൻ മുക്തനാക്കപ്പെട്ടില്ലെങ്കിൽ അവൻ രോഷാകുലനാവുന്നു. ചില

അഭിനേതാക്കൾ, വിവരദോഷികൾ- കൃത്യമായി പറഞ്ഞാൽ നടിമാർ. - ആ ബന്ധം തുടർന്നു പോകുവാൻ ആഗ്രഹിക്കുന്നു. ബന്ധം വിഛേദിക്കപ്പെട്ടാൽ, അവർ അൽപസമയത്തേക്കെങ്കിലും നശിപ്പിക്കപ്പെടുന്നു. അതെ, അവർ വൈകാരികമായി അത്രയ്ക്കു ആശ്രിതത്വമുള്ളവരായി മാറുന്നു. എന്നിട്ട് അയാളെക്കുറിച്ച് വാതോരാതെ, സ്നേഹത്തോടെ പറയും.'ഒരു നടന്റെ സംവിധായകൻ' എന്ന്. നേരെമറിച്ച് സംവിധായകന്റെയും സംവിധായകൻ, വൈകാരികതയുടെ ഉപയോഗം ഒരു നടനെ വികസിപ്പിക്കുവാനുള്ള ഉപാധി എന്നതുപേക്ഷിക്കുന്നു. അതു നടനായാലും നടിയായാലും. അവനെന്തു വേണമെന്ന് അവനറിയാം. വികസിപ്പിക്കുക എന്നതുമായി ഒരു ബന്ധവും അവനില്ല. യഥാർത്ഥത്തിൽ എന്താണു ചെയ്യേണ്ടതെന്ന് അവൻ അഭിനേതാവിനോട് പറയുന്നു. അതു കലയുടെയും കഥയുടെയും അനുസരണമായി; അപ്പോൾ അഭിനേതാവ് അതിനനുസരിച്ച് പ്രകടിപ്പിക്കുക. എനിക്കറിയാവുന്നിടത്തോളം ജപ്പാനിലെ സംവിധായകൻ, ആരും ഒഴിയാതെ, അവസാനം പറഞ്ഞ വിഭാഗത്തിൽ പെടുന്നു.

എന്റെ അവലോകനത്തിന്റെ ഈ ഘട്ടത്തിൽ അമേരിക്കൻ സംവിധായകൻ എന്റെ വാതിലിൽ മുട്ടി. എന്തു പറയട്ടെ, ശുഭസൂചകമായ മൗനത്തോടെ അദ്ദേഹം അകത്തേക്ക് പ്രവേശിച്ചു. അയാൾ ഇരുന്ന്, സാധാരണ പോലെ, എന്റെ ഭാഗത്തു നിന്നുമുണ്ടായ ചില ചെറിയ തെറ്റുകൾ ചൂണ്ടിക്കാട്ടി - വലുതോ, ചെറുതോ പ്രശ്നമല്ല- കാരണം, ഇപ്പോൾ എല്ലാ തെറ്റുകളും വലുതാണ്, എല്ലാം എന്റേതും.

'എന്തിന്'? അയാൾ അന്വേഷിച്ചു. ഭയാനകമായ വ്യതിരിക്തതയോടെ, അയാളുടെ കണ്ണുകൾ ചാട്ടുളിപോലെ എന്റെ മുഖത്തേക്ക് പതിച്ചു. 'നിങ്ങൾക്ക് ആ ജപ്പാൻകാരനെ, പഴയ ഒരു സുഹൃത്തെന്നപോലെ അഭിവാദ്യം ചെയ്യേണ്ടതുണ്ടായിരുന്നോ. എന്തിനാണയാളോട് നിങ്ങൾ നന്ദിപറഞ്ഞത്? എന്തിനാണ് അയാളുടെ സഹായം നല്ലതാണെന്ന് പറഞ്ഞത് ?'

ഞാൻ ഭവ്യതയോടെ എന്തോ ചിലത് ജപിച്ചു, ജപ്പാൻ മാതൃകയിൽ ഉപചാരംപോലെ അങ്ങനെ, പക്ഷെ ഒഴിച്ചു കൂടാനാവാത്തതിനെ ഒന്നുകൊണ്ടും തടയാൻ പറ്റില്ല. അയാൾ പതറിയതേയില്ല.

'ഞാൻ നിങ്ങളോടു പറയാം', അയാൾ പറഞ്ഞു. അയാൾ ഏങ്ങനെ പറയുമെന്നെനിക്കറിയാം, 'ഈ ജപ്പാനീസ് സംവിധായകനെ ഇപ്പോൾ മാറ്റിയില്ലെങ്കിൽ, ഞാൻ ന്യൂയോർക്കിലോട്ടു തിരിച്ചു പോകും'.

ഞാൻ സ്തബ്ധയായി. പ്രൊഡക്ഷൻ മാനേജർ ക്ഷണിച്ചുകൊണ്ടു

വന്ന ശേഷം, ജപ്പാനീസ് സംവിധായകനെ മാറ്റുകയോ? ഫ്യൂജികൊടുമുടി, ജപ്പാന്റെ ദൃശ്യത്തിൽ നിന്നും മാറ്റുക എന്നു പറയുന്നതിനു തുല്യമാണത് !

അമേരിക്കക്കാരൻ നിർവികാരമായ ധ്വനിയിൽ പറഞ്ഞു. 'ഒരേയൊരു സംവിധായകൻ മാത്രമെ ഇവിടെയുണ്ടാകൂ. അതു ഞാനാണ് - അല്ലെങ്കിൽ ഞാൻ അല്ല.'

ആകാശമിടിഞ്ഞു വീണിരിക്കുന്നു. ഞാൻ ചതഞ്ഞിരിക്കുന്നു. ഞാൻ ഭയന്ന പ്രതിസന്ധി ഇതാ വന്നെത്തിയിരിക്കുന്നു. കാലം അത് ലഘുവായ ഒരു അക്രമമേ ആക്കൂ എന്ന്, ഞാൻ വിവേകരഹിതമായി, ശുഭാപ്തിവിശ്വാസം പുലർത്തി. ഇപ്പോൾ ഞാൻ നിരാശയുടെ പടുകുഴിയിലായി. ഞാൻ ഒരിക്കലും ഒരു നല്ല യോദ്ധാവായിരുന്നില്ല. ഒരു യുദ്ധം നേരിടുമ്പോൾ ഞാൻ ആ പഴയ ചൈനീസ് പഴഞ്ചൊല്ല് പിന്തുടരുവാൻ ശ്രമിക്കും; 'രക്ഷപ്പെടാനുള്ള മുപ്പത്തിയാറു വഴികളിൽ, ഏറ്റവും നല്ലത്, ഓടിപ്പോവുക എന്നതാണ്'. ഇപ്പോഴത്തെ കുഴപ്പം ഓടിപ്പോകാൻ ഒരു സ്ഥലവുമില്ല എന്നതാണ്. അതുകൊണ്ട് എനിക്ക് ഓടുവാനാവില്ല.

ഞാൻ എന്റെ കസേരയിൽ നിന്നെഴുന്നേറ്റു. പകൽ തീരാറായി. ആറു മണിയാകാൻ പോകുന്നു. ഒരു ജപ്പാനീസ് ഇലച്ചായയുടെ പാത്രം വരുത്തണമെന്ന് വിചാരിച്ചിരുന്നു. കാരണം എനിക്കതിനോട് ആസക്തിയുണ്ട്, അതൊരല്പം കുടിച്ചുകൊണ്ട് അത്താഴത്തിന്റെ സമയമാകുന്നതുവരെ ജപ്പാനീസ് നോവലും വായിക്കാനുണ്ട്. ഇപ്പോൾ രണ്ടിനും സാധ്യത തീരെയില്ല. അതുകൊണ്ട് തന്നെ ഏറ്റവും മോശവും ഭയപ്പെടുത്തുന്നതുമായ ആശ്രയമെന്തെന്ന് ഞാൻ ചിന്തിച്ചു, മറ്റൊന്നും ചിന്തിക്കാനുണ്ടായിരുന്നില്ല. ഞാൻ പറഞ്ഞു.

'നമുക്കിപ്പോൾ തന്നെ പ്രൊഡക്ഷൻ മാനേജരുടെ ഓഫീസിലേക്ക് പോയി അയാളോട് പറയാം.

അമേരിക്കൻ സംവിധായകൻ, എന്റെ ധൈര്യത്തെ പ്രകീർത്തിക്കുമെന്ന് ഞാൻ പ്രതീക്ഷിച്ചു. ശരിക്കു പറഞ്ഞാൽ, അതു മൃഗശാലയിലേക്ക് പോയി, ഏറ്റവും വലിയ, ഭീകരനായ സിംഹത്തിന്റെ വാലുപിടിച്ചു തിരിക്കുന്നതിന് തുല്യമാണെന്നു പറയാം. അയാൾ അഭിനന്ദനത്തിന്റെ ഒരു സൂചനയും നല്കിയില്ല. അയാൾ എഴുന്നേറ്റു. ഞങ്ങൾ പോയി. ധൈര്യമില്ലാതെ; ദ്വിഭാഷി വിളറി, ഞങ്ങളുടെ പിറകെയും. ഞങ്ങളുടെ ദൗത്യയാത്രയ്ക്കുള്ള കൂട്ടാളിയായി.

'ജപ്പാനീസ് സംവിധായകൻ,' അവൾ കിതച്ചു, 'ഒരു വലിയ ആളാണ്

അതുപോലെ തന്നെ പ്രൊഡക്ഷൻ മാനേജരും'.

ഇപ്പോൾ വിളറിയത് ഞാനാണ്. തല്കാലത്തേക്കെങ്കിലും ഈ അമേരിക്കൻ സംവിധായകനെ ഞാൻ വെറുക്കുവാൻ തുടങ്ങി. എന്തിനാണ് ഞാൻ ഇങ്ങനെയൊരു ചിത്രം ജപ്പാനിൽ വെച്ചെടുക്കുവാൻ തീരുമാനിച്ചത് ? പക്ഷെ ഇപ്പോൾ ഞാനിവിടെയാണ്. ഞങ്ങൾ ഓഫീസ് കെട്ടിടത്തിലെത്തി. ഞങ്ങൾ ലിഫ്റ്റിൽ മുകളിലോട്ടു പോയി. പ്രൊഡക്ഷൻ മാനേജരുടെ ഓഫീസിനു മുന്നിലെത്തിയതായി അറിയിച്ചു. അദ്ദേഹം പോകുന്നതിനു മുമ്പെ കാണണം; ഞങ്ങൾ പറഞ്ഞു. സുന്ദരിയായ പെൺകുട്ടി ഞങ്ങളെക്കണ്ട് അത്ഭുതപ്പെടുകയും അയാൾ തിരക്കിലാണെന്ന സൂചന നൽകുകയുമൊക്കെ ചെയ്തു. പക്ഷെ ഞങ്ങൾ കാത്തിരിക്കാമെന്നു പറഞ്ഞു. ഞങ്ങളെ അകത്തേക്ക് വിളിപ്പിച്ചു, ഞങ്ങളിരുന്നു. ഓരോ ടെലിഫോണിലും മാറി മാറി അലറിക്കൊണ്ട് വിവേകശൂന്യമായി അയാൾ ഞങ്ങളെ അവഗണിച്ചു. ഞാനൊരു കാര്യം ശ്രദ്ധിച്ചു. പച്ച നിറമുള്ള മുറിയിൽ, വൈഡൂര്യനീലിമയുള്ള ടെലഫോണുകൾ. മറ്റൊരു ടെലിഫോണിൽ സംസാരിക്കുകയായിരുന്ന ഒരു പെൺകുട്ടിയുടെ ഉടുപ്പിന്റെ പുറകിലുള്ള കുടുക്കുകൾ ഞാൻ എണ്ണിനോക്കി. അവൾ അയാളുടെ അലർച്ച, മാന്യമായി പതുക്കെ പറയുകയായിരുന്നു. പച്ചിലച്ചായ കൊണ്ടുവന്നെങ്കിലും തൊണ്ടയിൽ പിടിക്കുമെന്നതിനാൽ ഞാൻ കഴിക്കാൻ മടിച്ചു. ഒരുപാട് അഞ്ചു നിമിഷങ്ങൾ, പത്തു നിമിഷങ്ങൾ, മണിക്കൂറുകൾ പിന്നിട്ടപ്പേൾ പ്രൊഡക്ഷൻ മാനേജർ പതുക്കെ അയാളുടെ ഭാരം, വൃത്താകൃതിയിലായിട്ടിരുന്ന കസേരകളിലൊന്നിൽ ഇറക്കിവെച്ചു. ദ്വിഭാഷിയോട് എന്തോ മുരണ്ടു. അയാൾ, അയാളുടെതായ രീതിയിൽ, ഇവർ എന്തു കുന്തത്തിനാണിവിടെ വന്നതെന്നാണ് ചോദിച്ചതെന്ന് എനിക്ക് കൃത്യമായി മനസ്സിലായി.

ഞാൻ സ്വയം അത്ഭുതപ്പെട്ടു. ഞാനിവിടെ ഉണ്ടായിരുന്നില്ലെങ്കിലെന്ന് ആഗ്രഹിച്ചു. പക്ഷെ അമേരിക്കക്കാരന്റെ ദേഷ്യം പിടിച്ച ഭാവം തന്നെ ചോദ്യങ്ങളും, ഉത്തരങ്ങളും നശിപ്പിക്കാൻ വളരെയധികം മതിയാകുമെന്ന് ഉറപ്പാണ്. ഞാൻ ആത്മഹത്യ ചെയ്യുകയാണെന്ന് അറിഞ്ഞുകൊണ്ട് തന്നെ തുടങ്ങി. ഞാൻ പറയുന്ന ഓരോ ഇംഗ്ലീഷ് വാക്കും നന്നായി മനസ്സിലായിട്ടും ഇല്ലെന്ന മട്ട് അഭിനയിക്കുന്ന പ്രൊഡക്ഷൻ മാനേജറോട് ഞങ്ങളെ സഹായിക്കണമെന്ന അയാളുടെ വലിയ ആഗ്രഹത്തോട് ഞങ്ങൾ കടപ്പെട്ടിരിക്കുന്നു എന്ന ആമുഖത്തോടെ. പക്ഷെ, ഇപ്പോഴത്തെ സാഹചര്യത്തിൽ, സംവിധായകർ, സംവിധായകരായതുകൊണ്ട്, യുവാക്കളും, മുതിർന്നവരും – ഞാൻ വളച്ചു തിരിച്ചു.അവസാ

നമുണ്ടായ സംഭവം ഒഴിവാക്കാനായി, അവസാന നിമിഷം ആ ജപ്പാനീസ് സംവിധായകനെ ഞങ്ങൾക്കു വേണ്ടെന്ന് ഞാൻ മയമില്ലാതെ പറയണം. എനിക്കു തീർച്ചയായുമറിയാം, ആദ്യമായി ജപ്പാനിൽ വച്ച് ചിത്രമെടുക്കുന്ന അമേരിക്കൻ സംവിധായൻ എങ്ങനെ ഏറ്റവും ആദരണീയനായ മുതിർന്ന ഒരു സംവിധായകനോട് നിങ്ങളെ വേണ്ട എന്നു പറയുന്നത് എത്ര അമ്പരപ്പുളവാക്കുന്നതാണെന്ന് പ്രൊഡക്ഷൻ മാനേജർക്ക് കൃത്യമായി മനസ്സിലായിട്ടുണ്ടെന്ന്. അമേരിക്കക്കാരനെ സംബന്ധിച്ച് അതു ചിന്തിക്കാൻപോലും പറ്റാത്തതാണ്. നടൻമാരെ സംബന്ധിച്ചാണെങ്കിൽ ആരെ അനുസരിക്കണമെന്നത് - അങ്ങനെയങ്ങനെ..

ദ്വിഭാഷി എന്റെ പതറുന്ന ശ്രമങ്ങളിൽ വിഷമിച്ചു. എനിക്കപ്പോഴുമറിയാം പ്രൊഡക്ഷൻ മാനേജർക്ക് ഞാൻ പറയാൻ ശ്രമിക്കുന്നതെന്താണെന്ന് കൃത്യമായി മനസ്സിലായെന്ന്. അയാൾ പതർച്ചയും പരിഭാഷയും മറികടന്നു. അയാൾ സുന്ദരമായ വലിയ കൈകൾകൊണ്ട് അയാളുടെ തടിച്ച കാൽമുട്ടുകളിലടിച്ചു. അയാൾ ഇംഗ്ലീഷിൽ ഞങ്ങളോട് അലറി ! 'അമേരിക്കൻ സംവിധായകൻ ശക്തനായിരിക്കണം! അമേരിക്കൻ സംവിധായകൻ എല്ലാവരോടും പറയണം,' നിങ്ങൾ എന്നെയാണ് ശ്രദ്ധിക്കേണ്ടത്' എന്ന്.

സോദാഹരണം വിവരിക്കുന്നതിനായി അയാൾ വീപ്പ പോലെയുള്ള തന്റെ മാറിടത്തിൽ അടിച്ചുകൊണ്ട്, അമേരിക്കൻ സംവിധായകൻ എങ്ങനെ പെരുമാറണമെന്ന് കാണിച്ചു. എങ്കിലും അമേരിക്കക്കാരൻ അനങ്ങിയില്ല. അയാൾ ഭീതിതമായ ഒരു ശാന്തതയോടെ പറഞ്ഞു. 'ഇതുപോലെ പെരുമാറാൻ എന്റെ നാട്ടിലാണെങ്കിൽ എനിക്കും കഴിയും. പക്ഷെ ജപ്പാനിൽ ഞാനങ്ങനെ പെരുമാറില്ല. ജപ്പാനീസ് സംവിധായകനെ മാറ്റണമെന്ന് ഞാനാവശ്യപ്പെടുന്നു.'

രണ്ടുപുരുഷന്മാരും തമ്മിൽ തുറിച്ചുനോക്കി. നോക്കുകയായിരുന്നില്ല ശരിക്കും! ഞാൻ എന്റെബാഗ് തുറന്ന് അതിൽസൂക്ഷിച്ചിരുന്ന ചൈനീസ് വിശറി പുറത്തെടുത്തു. ഇത്തരം അത്യാവശ്യഘട്ടങ്ങളിൽ ഉപയോഗിക്കാനാണത്. മുറിക്കകത്ത് നല്ല തണുപ്പുണ്ടായിരുന്നെങ്കിലും എനിക്ക് വിശറി ഉപയോഗിക്കേണ്ടതായി വന്നു. പണ്ടു നടന്നതും സുഖകരവുമായ എന്തെങ്കിലും ഓർത്തെടുക്കാൻ ഞാൻ ശ്രമിച്ചു. ഉദാഹരണത്തിന് എന്റെ സ്വീകരണമുറിയിലിരുന്നു ജനാലയിലൂടെ വെർമോൺടിലെ മലകൾ കാണുന്നതുപോലെ.

ദീർഘനിശ്വാസത്തിന്റെ ഭാഗമായി ഉച്ചത്തിൽ ശ്വാസം വിടുന്നത് എനിക്ക് കേൾക്കാനായി. അതു പ്രൊഡക്ഷൻ മാനേജർ ആയിരുന്നു.

അയാൾ എഴുന്നേറ്റ്, മുറിയിലൂടെ ഞെളിഞ്ഞ് നടന്നു; ഇടക്കിടെ കൈകൾ കൊണ്ട് തലയിൽ ഉരച്ചു കൊണ്ട്. അയാൾ ഇംഗ്ലീഷിൽ പിറുപിറുത്തു. 'ഇങ്ങിനെയെന്തെങ്കിലും സംഭവിക്കുമെന്ന് ഞാൻ കരുതിയില്ല— അതെ, നാശം.'

അയാൾ ഇരുന്ന് എന്തോ ആലോചിച്ചു. എനിക്കും എന്റെ ജപ്പാൻകാരനെ നന്നായറിയാം; അയാൾ വളരെ അസന്തുഷ്ടനാണ്. ആരുടെയെങ്കിലും മുഖം നഷ്ടപ്പെട്ടേ പറ്റൂ, പക്ഷെ അത് പ്രായമായ, പ്രസിദ്ധനായ ജപ്പാനീസ് സംവിധായകന്റേതായിക്കൂടാ. അതു ഞങ്ങളുടെതുമായിക്കൂടാ. വിദേശികളെന്ന നിലയിൽ ഞങ്ങൾക്കും മുഖം നഷ്ടപ്പെടാനുള്ളതെത്രയെന്ന് ഞങ്ങൾക്കുമറിയില്ല. അയാൾ തലയുയർത്തി, എന്റെ നേരെ നിന്ദാപൂർവമായ ഒരുനോട്ടമയച്ചു. നിങ്ങൾക്കു നന്നായറിയാമെന്നും എന്നെ നിങ്ങൾക്കൊഴിവാക്കാമായിരുന്നു എന്നും അയാളുടെ നോട്ടം പറഞ്ഞു.

'ഞാൻ ഖേദിക്കുന്നു,' എന്റെ വിശറി മറച്ചു പിടിച്ചു ഞാൻ പറഞ്ഞു. 'ഞാൻ വളരെയധികം ഖേദിക്കുന്നു'. 'എനിക്കെന്തു ചെയ്യാൻ കഴിയും."ഞാൻ താങ്കളോട് പറയാതെ, നമ്മൾ ചിത്രീകരണസ്ഥലത്ത് പോയിരുന്നെങ്കിൽ, കുഴപ്പം ഇതിലും വഷളായേനെ.'

'ആഹ് സൊഡെസ്കാ (അതു ശരിയാണ്)! അയാൾ ദീർഘനിശ്വാസം ചെയ്തു. 'സത്യം - അതൊഴിവാക്കുന്നതാണ് നല്ലത്.'

അയാൾ പൂർവസ്ഥിതിയിൽ ജപ്പാനീസ് ഭാഷയിൽ പറഞ്ഞു. അയാൾക്ക് ഇനി ഇംഗ്ലീഷിൽ സംസാരിക്കാൻ പറ്റില്ല. 'അവരോടു പറയൂ', അയാൾ ദ്വിഭാഷിയോട് പറഞ്ഞു. 'അവരോടു പറയൂ ഞാനത് നോക്കിക്കൊള്ളാമെന്ന്. നാളെ ഞാൻ അവരെ കാണാം. എനിക്ക് തിരക്കുണ്ട്, എങ്കിലും ഞാനവരെ കാണാം.'അയാൾ എത്രയും പെട്ടെന്ന് പുറം തിരിഞ്ഞു. ഞങ്ങൾ ഹോട്ടലിലേക്ക് തിരിച്ചുപോയി.

'ചുരുങ്ങിയത്, അത് നടന്നു,'ഞാൻ അമേരിക്കക്കാരനോട് പറഞ്ഞു. അയാൾ ഉത്സാഹം കാട്ടിയില്ല. 'നമ്മൾ അതിന്റെ അന്ത്യം എന്താകുമെന്ന് കണ്ടിട്ടില്ല', അയാൾ വഴങ്ങാതെ പറഞ്ഞു.

പിറ്റേന്ന്, അയാൾ പറഞ്ഞത് ശരിയാണെന്ന് തെളിഞ്ഞു. ഞങ്ങൾ സ്റ്റൂഡിയോകളിലേക്ക് തിരിച്ചുപോയി. അഭിനേതാക്കളുടെ തിരഞ്ഞെടുപ്പ് തുടർന്നു. എല്ലാകാര്യങ്ങളും തലേദിവസത്തേതു പോലെ തന്നെയായിരുന്നു, ഒന്നൊഴികെ. ഞങ്ങൾ എല്ലാ കാര്യങ്ങൾക്കും ആശ്രയിച്ചിരുന്ന പ്രൊഡക്ഷൻ മാനേജരെ മാത്രം കണ്ടില്ല. സുന്ദരികളായ നടിമാർ വന്നു. അവർ ആറു വർഷം ഇംഗ്ലീഷ് പഠിച്ചിട്ടുണ്ടെന്ന് പറഞ്ഞു. അവർക്ക്

ഇംഗ്ലീഷ് സംസാരിക്കാനാവില്ലെന്ന് പ്രഖ്യാപിച്ച് ഞങ്ങളെ പിരിഞ്ഞുപോയി. യാതൊരു വ്യത്യാസവുമില്ലാതെ സുന്ദരന്മാരായ ചെറുപ്പക്കാരും ഉള്ളിൽ വന്നു. ഞങ്ങൾ അത്യധികം സന്തോഷിച്ചത്, സ്ഫുടമായി ഇംഗ്ലീഷ് സംസാരിക്കുന്ന ഒരു പ്രായമായ നടൻ, ടോറുവിന്റെ അച്ഛന്റെ ഭാഗം അഭിനയിക്കാനായി എത്തിയപ്പോഴാണ്. എന്നാൽ ഈ സമയങ്ങളിലൊന്നും പ്രൊഡക്ഷൻ മാനേജരെ കണ്ടില്ല. ഞങ്ങളിതിനെക്കുറിച്ച് അന്വേഷിച്ചപ്പോൾ, ഒരു സുന്ദരിപെൺകുട്ടി പോയി അന്വേഷിച്ച് തിരിച്ചു വന്നു, പട്ടണത്തിലെ ഓഫീസിൽ വെച്ച് രണ്ട് മണിക്ക് അദ്ദേഹത്തെ കാണാമെന്ന് പറഞ്ഞു. അദ്ദേഹം വളരെ തിരക്കിലാണെന്നും പറഞ്ഞു. ഞങ്ങൾക്ക് വളരെ രുചികരമായ ഇറച്ചി സാൻഡ്‌വിച്ച് ലഭിച്ചു - ഇന്നലെ മാട്ടിറച്ചിയും ഇന്ന് മസാല ചേർത്ത പന്നിയിറച്ചിയും. ഞാൻ ഒരു കാര്യം എടുത്തുപറയട്ടെ, ഇവിടുത്തെ മാട്ടിറച്ചി, ബിയർ കഴിക്കുന്ന കോബോ പശുക്കളിൽ നിന്നുമെടുക്കുന്നതാണ്. വളരെ അർപ്പിത മനസ്കരായ പശുനോട്ടക്കാർ എല്ലാ ദിവസവും കൈകൾ കൊണ്ട് തിരുമ്മി ഉഴിഞ്ഞ് കൊണ്ടിരിക്കുന്നതിനാൽ, അത് വളരെ മൃദുലമാണ്. ഞാൻ എവിടെയെങ്കിലും രുചിച്ചതിൽ വെച്ചേറ്റവും രുചികരമായത്.

ഞങ്ങൾ കൃത്യം രണ്ട്മണിക്ക് തന്നെ നഗരത്തിലെ ഓഫീസുകളിലെത്തി. ചക്രവാളത്തിൽ, ഒരു പ്രൊഡക്ഷൻ മാനേജരും ഇന്നോ, മറ്റൊരു ദിവസമോ പ്രത്യക്ഷപ്പെട്ടതേയില്ല. അമേരിക്കൻ സംവിധായകൻ കുപിതനായി. ഞാൻ കീഴടങ്ങിയ പരുവത്തിലും. സുന്ദരിപ്പെൺകുട്ടികൾ അങ്ങോട്ടുമിങ്ങോട്ടും കുതിച്ചു. അദ്ദേഹം നാളെ അഞ്ചുമണിക്ക് നമ്മളെ കാണും. അടുത്തദിവസം അല്ലെങ്കിൽ അടുത്ത ദിവസങ്ങളിൽ. ഇത് ഞങ്ങളുടെ അഭിനേതാക്കളെ നിശ്ചയിക്കുന്ന കാര്യത്തിലും വിളംബം വരുത്തി. അതു ഞങ്ങൾക്ക് താങ്ങാവുന്നതായിരുന്നില്ല. ഞങ്ങൾ ഹോട്ടലിൽ തിരിച്ചെത്തി, ഈ വിവരം എന്റെ പ്രത്യേക സുഹൃത്തിനെ ടെലിഫോണിൽ വിളിച്ച് പരാതിയായി ധരിപ്പിച്ചു. പ്രൊഡക്ഷൻ മാനേജർ ഞങ്ങളെ ഉപേക്ഷിച്ചെങ്കിൽ ഭക്ഷണം, കിടപ്പ് എന്നിവയെക്കുറിച്ച് ആലോചിക്കുന്നത് തന്നെ ഉപയോഗമില്ലാത്തതാവും. വളരെ നീണ്ട ഒരു കാത്തിരിപ്പായിരുന്നു അത്. അവർ ഞങ്ങളെ വിളിച്ചു. ഇത്തവണ അമേരിക്കക്കാരൻ ആഘാതം ഏറ്റെടുത്തു. അയാൾ അയാളുടെ നിലപാട് വിശദീകരിച്ചു. ഒരു മാറ്റവുമില്ല. മാറ്റുകയുമില്ല. അയാൾ, അവരുടെ മറുപടി ശ്രദ്ധിച്ചു കേട്ടു. രണ്ടു ദിവസത്തിനിടയിൽ അയാളുടെ മുഖം ആദ്യമായൊന്നു തെളിഞ്ഞു. ജപ്പാനീസ് സംവിധായകന്റെ പ്രശ്നം പരിഹരിക്കപ്പെട്ടു എന്നെനിക്കു മനസ്സിലായി. അദ്ദേഹത്തോട് രാജി വെക്കുവാൻ

പറഞ്ഞു. എല്ലാം ശരിയാകും, എന്റെ സുഹൃത്ത് പറഞ്ഞു.

പക്ഷെ, വൈകി ഞാൻ തനിച്ചിരുന്ന് അത്താഴം കഴിച്ചുകൊണ്ടിരുന്നപ്പോൾ, എനിക്ക് തീരെ രുചി തോന്നാത്തതായി അനുഭവപ്പെട്ടു. എന്റെ മുന്നിൽ വച്ചിരിക്കുന്നതാകട്ടെ ഞണ്ടു കൊണ്ടുണ്ടാക്കിയ രുചികരമായ സാലഡും. ഭയപ്പെടുത്തുന്ന ഒരറിവ് എന്നെ മഥിച്ചുകൊണ്ടിരുന്നു. ഭൂതകാലത്തിന്റെ ഒരുപ്രതിധ്വനി, എന്റെ ഏഷ്യൻ ഭൂതകാലം. ഓരോ വിജയത്തിനും അതിന്റെ വിലയുണ്ട്. അതെന്തായിരിക്കുമെന്നെനിക്കറിയില്ല. എനിക്കിപ്പോഴുമറിയില്ല. ഒരുകടം തിരിച്ചുകൊടുക്കാതെ ഇരിപ്പുണ്ട്. എനിക്ക് പ്രതീക്ഷിക്കാനേ പറ്റൂ. പ്രൊഡക്ഷൻ മാനേജർ അത് ചെയ്യില്ല–എന്ത് ? അതിന് എല്ലാ സാധ്യതയുമുണ്ട്. എനിക്കൊരിക്കലും അറിയില്ല,. ആ ദിവസത്തെ സംഭവശകലം അവസാനിച്ചു.

*** *** ***

എല്ലായ്പോഴും ഓരോ ദിവസത്തിന്റെയും അന്ത്യത്തിൽ, എല്ലാ ദിവസങ്ങളിലും ആരുടെയും അടുത്തേക്കല്ലാതെ ആതിരിച്ചുവരവ് വരും. പ്രശ്നങ്ങൾക്കു പിറകെ, പരിഹരിച്ചും അല്ലാതെയും ഒരു പാടാളുകളുടെ വരവും പോക്കും സംശയങ്ങളും ഉത്കണ്ഠകളും കണ്ടുപിടിക്കുമ്പോഴുള്ള ആവേശം, പങ്കുവെച്ചുള്ള ചിരികൾ, ജോലിയിൽ വളർന്നുവരുന്ന വിശ്വാസം എല്ലാമായി ഓരോ ദിവസത്തിനും ഓരോ അവസാനം. ഞാൻ എന്റെ ഹോട്ടൽ മുറികളിലേക്ക് പോകും തുറക്കും വീണ്ടുമടക്കും. പുത്തൻപുഷ്പങ്ങളും മുറികളിൽ നല്ല തണുപ്പും. മേശപ്പുറത്ത് നിറയെ എഴുത്തുകൾ– ആരിൽ നിന്നും എഴുത്തില്ല. ഒരു കത്ത് ഞാൻ ആഗ്രഹിച്ചത്, ഒരിക്കലും എഴുതാനാവാത്തത്, കാരണം അദ്ദേഹം പോയി. ഞാൻ മറ്റുള്ളവയൊന്നും തുറന്നതേയില്ല. ഇനിയെന്റെ ജപ്പാൻകാരി കാര്യദർശി വന്നതിനുശേഷം, അതിനനുസരിച്ച് അവൾക്ക് ജോലി ചെയ്യാൻ എന്നെ നിർബന്ധിച്ച് ചെയ്യിക്കട്ടെ. ഒരു പാടു ക്ഷണങ്ങൾ ഉണ്ടായിരുന്നെങ്കിലും എനിക്കവ സ്വീകരിക്കുന്നതിൽ ഒരു താല്പര്യവും തോന്നിയില്ല. ചിലത് എനിക്ക് സ്വീകരിക്കേണ്ടതുണ്ട്. മാനസികവളർച്ചയില്ലാത്ത കുട്ടികളുടെ സങ്കടവും ആധിയും പിടിച്ച രക്ഷിതാക്കളുടെതും, കുറച്ചെണ്ണം, മുൻകാലങ്ങളിൽ ഉപകാരം ചെയ്തിരുന്ന ചിലരുടെതും. ക്രമേണ, ഞാൻ അത്താഴം മുറിയിൽ വരുത്തിച്ച്, തനിയെ കഴിക്കുന്നത് ശീലമാക്കി. അങ്ങനെയാവുമ്പോൾ അപരിചിതരോട്, അടുത്ത് വന്ന് ചോദ്യങ്ങൾ ചോദിക്കുകയും പുകഴ്ത്തുകയും ചെയ്യുന്നവരോട് പുഞ്ചിരിക്കാൻ നിർബന്ധിക്കപ്പെടുകയില്ലല്ലോ. രാത്രിയാവുമ്പോൾ, പൊടുന്നനെ ജീവിതത്തിന് അർത്ഥമില്ലാതാകും.

എന്നാലും ഞാൻ എന്നോട് കലഹിച്ചിരുന്നില്ല. എന്റെ അനുഭവങ്ങളിൽനിന്ന് ദുഃഖങ്ങളെ തന്നിലേക്ക് ഉൾക്കൊള്ളുവാൻ സമയം എടുക്കുമെന്ന് എനിക്കറിയാം. ആ സമരസപ്പെടൽ നടന്നുകഴിഞ്ഞാൽ വീണ്ടും വളർച്ച തുടങ്ങുകയും പുതിയ ജീവിതം ആരംഭിക്കുകയും ചെയ്യും. അതു വളരെ പെട്ടെന്നായിരുന്നു. ഹോട്ടൽ മുറികളിൽ തനിച്ചിരിക്കുന്നത് സാധ്യമല്ലാതായി. അദ്ദേഹം ഒപ്പമുണ്ടായിരുന്നെങ്കിൽ, എന്റെ ദിനങ്ങളുടെ ഏറ്റവും നല്ല ഭാഗമായിരുന്നേനെ. അതായിരുന്നു എല്ലായ്പോഴും ഏറ്റവും നല്ലഭാഗം. ഞങ്ങൾക്കു രണ്ടുപേർക്കും ഒരു ജോലി ഉണ്ടായിരുന്നതു കൊണ്ട് ജീവിതത്തിൽ ഭൂരിഭാഗം സമയവും പകൽ നേരങ്ങളിൽ വേർപെട്ട് കഴിയേണ്ടിവന്നിരുന്നു. പക്ഷെ എന്തൊരു പ്രതീക്ഷയോടെയാണ് ഞങ്ങൾ വൈകുന്നേരങ്ങളെ നോക്കിയിരുന്നത്. എത്രനേരം ഞങ്ങൾ ഒരുമിച്ചു ചെലവഴിച്ചു! എവിടെയൊക്കെ പോകാനുണ്ടോ അവിടെയൊക്കെ ഞങ്ങൾ പോയി. ഞാൻ അദ്ദേഹത്തിന്റെ ആവശ്യങ്ങളോട് യോജിച്ചു, അദ്ദേഹം എന്റേതിനോടും. സന്ദർഭങ്ങളുടെ പ്രാധാന്യത്തിനനുസരിച്ച് ഞങ്ങൾ പ്രത്യേകാവസരങ്ങളിൽ ഒരുമിച്ചു ചേർന്നു. ഞങ്ങളുടെ ഇരുപത്തിയഞ്ചു വർഷത്തെ വിവാഹ ജീവിതത്തിൽ, ഞങ്ങൾ ഒരു രാത്രിയിലും പിരിഞ്ഞിരുന്നിട്ടില്ല. അദ്ദേഹത്തിന് പൂർണ്ണമായും വീട്ടിലിരുന്ന് ജോലി ചെയ്ത് ജീവിക്കേണ്ടി വരുന്നതു വരെയ്ക്കും. രാത്രി മുഴുവൻ മാറിനിൽക്കേണ്ടി വരുന്ന ക്ഷണങ്ങൾ പലതും ഞാൻ നിരസിച്ചിരുന്നു. അദ്ദേഹം ഞാൻ അവിടെ ഉണ്ടോ ഇല്ലയോ എന്നതു അറിയുന്നതു നിലക്കുന്നത് വരേയ്ക്കും. അദ്ദേഹം അറിയുന്നത് നിലച്ചപ്പോൾ, എല്ലാം മാറിപ്പോയി; ഓർമകളൊഴികെ.

അറിയാതിരുന്ന ആ കാലത്തെ ഞാൻ എഴുതിത്തള്ളിയിരിക്കുന്നു. ഞാനദ്ദേഹത്തെക്കുറിച്ചോർക്കുമ്പോൾ, ഉജ്ജ്വലമായ സജീവമായ, വാക്കിലും പ്രവൃത്തിയിലും എണ്ണിയാലൊടുങ്ങാത്ത വ്യത്യസ്തതകളുള്ള, മേൽക്കോയ്മയുള്ള, ചിലകാര്യങ്ങളിൽ അജയ്യമായ മുൻവിധിയുള്ള, ഞങ്ങൾ തമ്മിൽ വിയോജിപ്പുണ്ടാവുമ്പോൾ എടുത്തുചാട്ടം എന്നു ഞാൻ വിശേഷിപ്പിക്കാറുള്ള, സ്വയം മാറാൻ ഒരു ഉദ്യേശ്യവുമില്ലാത്ത, എന്റെ ഒറ്റപ്പെടുത്തലുകളെ പുഞ്ചിരിച്ചുകൊണ്ട് സ്വീകരിച്ച് അത്ഭുതപ്പെടുന്ന, എനിക്കറിയാവുന്ന ഒരാളായി ഓർക്കുന്നു. പക്ഷെ അദ്ദേഹത്തിനറിയാം, അദ്ദേഹം മാറണമെന്ന് ഞാനാഗ്രഹിക്കുന്നില്ല എന്ന്. അദ്ദേഹം എന്തെല്ലാമായിരുന്നുവോ അതായിരുന്നു അദ്ദേഹം. എനിക്കതിഷ്ടമായിരുന്നു. ഉദാഹരണത്തിന്, ഒരാണി അടിച്ചു കയറ്റണമെങ്കിൽ അദ്ദേഹം പെരുവിരൽ അടിച്ചു പരത്തും. അതുകൊണ്ട് ബുദ്ധി

പൂർവ്വം അദ്ദേഹം ആണിയടിച്ചു കയറ്റുവാൻ നില്ക്കില്ല. എനിക്കെത്ര തിരക്കുണ്ടെങ്കിലും അദ്ദേഹം വീട്ടുകാര്യങ്ങളിൽ ഇടപെട്ടിരുന്നില്ല. അദ്ദേഹത്തിന് ഇഷ്ടമില്ലാത്ത ഒരു സാധനവും അദ്ദേഹം കഴിക്കില്ല. അത് അദ്ദേഹത്തിന്റെ ശരീരത്തിന് ഗുണം ചെയ്യുന്നതായാലും. എന്നാൽ, അളവിലും ഗുണത്തിലും ഭക്ഷണ കാര്യത്തിൽ അദ്ദേഹത്തിന്റേതായ നിഷ്ക്കർഷയുണ്ടായിരുന്നു. അദ്ദേഹം സംസാരിക്കുമ്പോൾ, ഞങ്ങളാരും തടസ്സപ്പെടുത്തില്ല. അദ്ദേഹം അച്ഛനായിരുന്നു, ഭർത്താവായിരുന്നു. എന്നാലും ഞങ്ങളുടെ വലിയകുടുംബത്തിലെ അച്ചടക്കം നില നിർത്തുന്നതിൽ ഒരുപങ്കും വഹിക്കുവാൻ കൂട്ടാക്കിയില്ല. ഞാൻ സ്വയമേവ, കർശനമായ അച്ചടക്കം പാലിക്കുന്ന ഒരാളല്ല. കുസൃതിത്തരങ്ങൾ കാണുമ്പോൾ ചിരിക്കും. ചിലപ്പോൾ ദേഷ്യം വരും. അച്ചടക്കത്തിൽ ആഹ്ലാദമോ ദേഷ്യമോ അതിന് യോജിച്ച സാഹചര്യങ്ങളുമല്ല. ഞങ്ങളുടെ ഒമ്പതു കുട്ടികളുടെയും അധ്യാപകർ ഏകകണ്ഠമായി ഒരു അഭിപ്രായ പ്രകടനം നടത്താറുണ്ട്, പ്രത്യേകിച്ചും എന്നോട്. കാരണം, അധ്യാപക -രക്ഷാകർതൃ യോഗത്തിൽ അദ്ദേഹം പങ്കെടുക്കില്ല. ഞാൻ തനിയെ പോകണം. വിലയിരുത്തൽ ഇത്രയും ലളിതമാണ്. 'നിങ്ങളുടെ കുട്ടികൾ വഷളാകും.'

ഞാൻ നിസ്സഹായയായി സമ്മതിക്കും. അതങ്ങനെയല്ലാതെ മറ്റെന്താവാനാണ്. അവരുടെ അമ്മ വളരെ എളുപ്പം ചിരിക്കുന്നവളാണ്. എളുപ്പത്തിൽ ദേഷ്യം പിടിക്കുകയുമില്ല. എന്നിരുന്നാലും വല്ലപ്പോഴും ദേഷ്യം പിടിച്ചാൽ, ഒരു പ്രത്യേക സ്വഭാവത്തിൽ, കുട്ടി അത്ഭുതത്തോടെ നോക്കുകയും അവർ അതല്ല ഉദ്ദേശിക്കുന്നതെന്നു തോന്നുകയും ചെയ്യും. അദ്ദേഹമാവട്ടെ, അങ്ങേയറ്റത്തെ അച്ചടക്കത്തോടെ ശാഠ്യം പിടിക്കുന്ന കുട്ടിയെ വിസമ്മത ഭാവത്തോടെ സൗമ്യമായി നോക്കുന്നതിൽ ഒതുക്കുന്നു. എന്നിട്ടും തിരിഞ്ഞു എന്നോട് സാധാരണ മട്ടിൽ ഒരു അഭിപ്രായം പറയും. അതു കേൾക്കുമ്പോൾ മിക്കപ്പോഴും എനിക്ക് ചെറിയൊരു ഞെട്ടലുണ്ടാകും. ഞാനതിന് പിഴക്കാതെ ദുർബലമായ ഒരു പ്രതികരണവും നടത്തും.

'നീ ഇതുപോലെയുള്ള കാര്യങ്ങൾ തുടരാൻ അനുവദിക്കുമോ?' അദ്ദേഹം ചോദിക്കും.

'നിങ്ങൾ അനുവദിക്കുമോ?'ഞാൻ ചോദിക്കും.

കുറച്ചു നേരം നിശ്ശബ്ദത. അങ്ങനെ നിശ്ശബ്ദതയിൽ ഒറ്റപ്പെടുന്ന കുട്ടി, ശാഠ്യം കുറഞ്ഞ് സ്വതന്ത്രമായി നീങ്ങുന്നു. ഇപ്പോൾ ഇതേ കുട്ടികളെ നോക്കുമ്പോൾ, എനിക്കൊന്നു മാത്രമേ പറയാൻ കഴിയൂ; എനി

ക്കറിയാവുന്നിടത്തോളം അവരെല്ലാം നല്ലവരായി മാറിയിരിക്കുന്നു. അതായത് അവരിലാർക്കും കൃത്യവിലോപം വരികയോ അല്ലെങ്കിൽ ജയിലിലാക്കപ്പെടുകയോ ചെയ്തിട്ടില്ല. തീർച്ചയായും ജയിലിലാകാൻ ഇനിയും സമയമുണ്ടെങ്കിലും അവരാരും അതിലേക്ക് വരുമെന്ന് ഞാനൊരിക്കലും വിശ്വസിക്കുന്നില്ല.

അച്ചടക്കം ആഗ്രഹിക്കുന്ന ഒരാൾ എന്നനിലയ്ക്ക് ഞാൻ അദ്ദേഹത്തോട് നന്നായി പെരുമാറിയിട്ടുണ്ടോ? ചിലപ്പോൾ ഉണ്ടാവില്ല. ഏതൊരു കുട്ടിയോടും അദ്ദേഹം പൊറുക്കാത്ത ഒരേയൊരു കുറ്റമേയുള്ളൂ. അത് എന്നെ ബഹുമാനിക്കാത്ത തരത്തിലുള്ള ഒരു പ്രവൃത്തിയോ വാക്കോ ആണെന്ന് അദ്ദേഹം കരുതുന്നു. ഏതെങ്കിലും ഒരു കുട്ടി അങ്ങനെ പെരുമാറിയാൽ, അദ്ദേഹം തൽക്ഷണം പ്രതികരിക്കും, ഇടിവെട്ടുംപോലെ ഗർജിക്കും.

'നിനക്കറിയില്ലേ, നിന്റെ അമ്മയാണ് ഈ ലോകത്തിലെ മഹത്വമുള്ള വ്യക്തിയെന്ന്?

ഈ പ്രസ്താവത്തിലെ യുക്തിരാഹിത്യം ആ സമയത്തെ വിഷമത്തിൽ ഒരുതരം അമ്പരപ്പിലാക്കാറുണ്ട്. കുട്ടികൾക്കും അതറിയാം. അവരും എന്നോടൊപ്പം വിഷമിക്കും. പ്രത്യേകിച്ചും അവരൊരിക്കലും ബഹുമാനക്കുറവ് ഉദ്ദേശിച്ചിട്ടു പോലുമുണ്ടാകില്ല. ഞാൻ ഏപ്പോഴും തുറന്ന സംവാദങ്ങൾ ഇഷ്ടപപ്പെട്ടിരുന്നു. ആവേശപൂർവമായ വിയോജിപ്പുകളും. അദ്ദേഹത്തിന്റെ പൊട്ടിത്തെറി, ആശയ വിനിമയത്തെ കൊല്ലുമായിരുന്നു. ഊൺമേശക്കു മുന്നിലാണെങ്കിൽ, വിശപ്പെല്ലാം തോറ്റ്, ഞങ്ങൾ നിശ്ശബ്ദരായിരിക്കും. അദ്ദേഹം ഈ നിശ്ശബ്ദത കൊണ്ട് എന്താണ് ഉദ്ദേശിക്കുന്നത് എന്നെനിക്കറിയില്ല. കാരണം എന്നോടുള്ള ബഹുമാനത്തിന് എതിർപ്പോ ആ വിഷയത്തിൻമേൽ ചർച്ചയോ അദ്ദേഹം അനുവദിച്ചിരുന്നില്ല. എന്നിൽ നിന്നു പോലും, എന്നെത്തന്നെ!

എന്നെ സംബന്ധിച്ചാണെങ്കിൽ, ഞാൻ അദ്ദേഹത്തെ അനുസരിച്ചിരുന്നു, അക്ഷരാർത്ഥത്തിലുള്ളതിനേക്കാൾ കൂടുതൽ. ഇതു രണ്ടു കാരണങ്ങൾ കൊണ്ടാണ്. ഞങ്ങൾ കണ്ടുമുട്ടുന്നതു വരെ എന്റെ ജീവിതം ചെലവഴിച്ചത് ചൈനയിലാണ്. എന്നെ പഠിപ്പിച്ചിട്ടുള്ളത് സ്ത്രീകൾ പുരുഷന്മാരെ ആകാവുന്നത്ര അനുസരിക്കണം എന്നാണ്. രണ്ടാമത്, എന്റെ രാജ്യത്തെക്കുറിച്ച്, ലജ്ജാകരമെന്ന് പറയട്ടെ, ഞാൻ അജ്ഞയാണ്. ഞാൻ എന്റെ രക്ഷിതാക്കൾക്ക് വൈകിയുണ്ടായ കുട്ടിയാണ്. അവരുടെ ജീവിതത്തിലേക്ക് ഞാൻ കടന്നുവരുന്നതിനും

എത്രയോ ദശകങ്ങൾക്കുമുന്നെ, അവർ ചൈനയിൽ ജീവിക്കാൻ തുടങ്ങിയിരുന്നു. അവർ വീട്ടിൽ നിന്നുപോകുമ്പോൾ ചെറുപ്പമായിരുന്നു. അച്ഛന് ഇരുപത്തിയെട്ടും അമ്മയ്ക്ക് ഇരുപത്തിമൂന്നുവയസ്സും. രണ്ടു പേരും ആദർശ വാദികളും ബുദ്ധിജീവികളും. അവർ പക്വമതികളായി വളർന്നത്. ചൈനീസ് സംസ്കാരത്തിലൂടേയും സമൂഹത്തിലൂടെയുമാണ്.മറിച്ച്, അവരുടേതിൽ നിന്നല്ല. ഒടുവിൽ ഞാൻ എന്റെ രാജ്യത്തു ജീവിക്കുവാൻ വന്നപ്പോൾ, ഞാനും അദ്ദേഹവും വിവാഹിതരായപ്പോൾ, അദ്ദേഹം പറഞ്ഞിരുന്നു മറ്റെല്ലാ നേരമ്പോക്കുകൾക്കിടയിൽ, എന്നെ കല്യാണം കഴിച്ചതുതന്നെ ഒരു തമാശയാണെന്ന്. കാരണം, ഞാൻ അത്രയ്ക്കും വിവരമില്ലാത്തവളായതിനാൽ, അദ്ദേഹത്തിന് പഴഞ്ചനായ എല്ലാ അമേരിക്കൻ തമാശകളും പറയാം. അവ എനിക്കു പുതിയവ ആയിരിക്കുമെന്ന്. അതു സത്യമാണ് താനും. പക്ഷെ, അവയെല്ലാം പറയാൻ അദ്ദേഹം ജീവിച്ചിരിക്കണമായിരുന്നു. കാരണം, അദ്ദേഹം ഒരിക്കലും അവസാനത്തേക്കെത്തിയിരുന്നില്ല. ഏതുനിമിഷവും അദ്ദേഹം എന്തെങ്കിലും പറഞ്ഞ് എന്നെ ആരോഗ്യകരമായ ചിരിയിലെത്തിച്ചിരുന്നു.

കുടുംബത്തെക്കുറിച്ച്, ഒരു കാര്യത്തിൽ അദ്ദേഹത്തിന്റെ തീരുമാനം തെറ്റായിരുന്നു. എനിക്കിപ്പോഴറിയാം, ഞാൻ അദ്ദേഹത്തോട് അനുസരണക്കേട് കാട്ടിയിരുന്നുവെങ്കിൽ, പ്രായോഗിക കാരണങ്ങളാൽ അതു ശരിയാകുമായിരുന്നു. അക്കാര്യത്തിൽ, തത്വത്തിൽ അദ്ദേഹമായിരുന്നു ശരി. അതിതാണ് : അദ്ദേഹം കുട്ടികളുടെ ഗൃഹപാഠങ്ങളിൽ വിശ്വസിച്ചിരുന്നില്ല. അദ്ദേഹം വിശ്വസിച്ചത് ശരിയുമാണ്. ഒരു ദിവസത്തിലെ ഏറ്റവും നല്ല മണിക്കൂറുകൾ ലഭിക്കുന്നത് വിദ്യാലയങ്ങളിലാണ്. പാഠ്യപദ്ധതിയിലെ അനാവശ്യമായ കാര്യങ്ങളും സമയവും ഒഴിവാക്കിയാൽ, നല്ല ആസൂത്രണമുണ്ടെങ്കിൽ, എല്ലാകാര്യങ്ങളും വിദ്യാലയ സമയത്തുതന്നെ ചെയ്തുതീർക്കാൻ കഴിയും. കുട്ടിക്ക് പകൽസമയത്തെ വിദ്യാലയ പ്രവൃത്തികൾ ചെയ്യാനുള്ളതുകൊണ്ട്, വൈകുന്നേരത്തെ കുടുംബജീവിതം അലങ്കോലപ്പെടരുത് എന്നദ്ദേഹം വിശ്വസിച്ചു. സ്വതവേയുള്ളതു പോലെ, അദ്ദേഹം അംഗീകരിക്കാത്തത് അദ്ദേഹം കണക്കിലെടുത്തില്ല. അമേരിക്കൻ സമ്പ്രദായത്തിൽ വിദ്യാഭ്യാസം നേടാത്തതിനാൽ, അദ്ദേഹത്തോട് യോജിക്കുകയല്ലാതെ, എനിക്ക് മറ്റൊരു നിവൃത്തിയുമുണ്ടായിരുന്നില്ല. തത്ഫലമായി, ഞങ്ങളെല്ലാവരും വൈകുന്നേരങ്ങൾ നന്നായി ആഘോഷിച്ചു. പാട്ടും കളികളും ഉച്ചത്തിൽ വായനയുമൊക്കെയായി. ഫലം കഷ്ടം! കുട്ടികളുടെ വിവര

പത്രികകളിൽ കണ്ടു. ഒരുപൊതു മനോഭാവത്തിൽ ഞാൻ കുറ്റ സമ്മതം നടത്തട്ടെ, വിദ്യാലയത്തെ നേരമ്പോക്കായി കണ്ട്, പ്രവൃത്തിക്കുപകരം,ഞാൻ ആവർത്തിക്കട്ടെ, അദ്ദേഹത്തെ അനുസരിക്കരുതായിരുന്നു. ഞാൻ കുട്ടികളെയെല്ലാം കൂട്ടി രാത്രിയിൽ വലിയ മേശയ്ക്കു ചുറ്റുമിരുന്ന് അവരുടെ ഗൃഹപാഠങ്ങൾ അവരെല്ലാവരും ചെയ്തുതീർക്കുന്നുണ്ടെന്ന് ശ്രദ്ധിക്കണമായിരുന്നു. അവർ അവരുടെ ഉത്തരവാദിത്തങ്ങൾ തനിയെ ചെയ്യാൻ പ്രാപ്തരാവുന്നതുവരെയെങ്കിലും. . . അങ്ങിനെയെങ്കിൽ, അദ്ദേഹത്തിന്റെ കഥ എന്താകുമായിരുന്നു ? തനിച്ചുള്ള വൈകുന്നേരങ്ങൾ, സന്തോഷപ്രദമായ വൈകുന്നേരങ്ങളുടെ ഓർമകളൊന്നുമില്ലാതെ, പക്ഷെ, ഞങ്ങൾ ഞങ്ങളുടെ ഇഷ്ടത്തിന് ജീവിച്ചു എന്നതിൽ ഞാൻ സന്തുഷ്ടയാണ്.

*** *** ***

ഇത്തരത്തിലുള്ള പാതി സന്തോഷവും പാതി കണ്ണീരും നിറഞ്ഞ പഴയകാല ഓർമകളിൽ ഞാൻ പെട്ടെന്ന് വീണുപോകാറുണ്ട്. അപ്പോഴൊക്കെ എന്നെ സ്വയം കൈപിടിച്ചുയർത്തേണ്ടതുണ്ട്. അത്താഴം കഴിയുമ്പോൾ, ചെറിയ ജപ്പാനീസ് പരിചാരിക വന്ന്, എപ്പോഴും സേവന സന്നദ്ധയായി, പകുതി കഴിച്ച തളികകളും മേശയും മാറ്റി വയ്ക്കും. ഞാൻ ടോക്യോവിന്റെ തെരുവുകളിലൂടെ അലയും. ഞാൻ പലപ്പോഴും ജിൻസാ ചന്തയിലും അങ്ങായിടിലും നേരംപോക്ക് സ്ഥലങ്ങളിലും പോകും. അവിടെ വരുന്ന ആളുകളുടെ വൈവിധ്യം, വർണ്ണശബളമായ കാഴ്ചകൾ എല്ലാം കാണാൻ.മേൽക്കൂരകളുടെ മുകളിൽ കെട്ടിയിരിക്കുന്ന കൊടികൾ, ബലൂണുകൾ, കടലാസു പുഷ്പങ്ങൾ എന്നിവ വിവിധ വർണങ്ങളിൽ തെരുവുകളിൽ പൊങ്ങിക്കളിച്ചു. തെരുവിലേക്കു തുറന്നു വെച്ചിട്ടുള്ള കടകളിൽ അവരുടെ ചരക്കുകൾപ്രദർശനത്തിനായി നിരത്തിവെച്ചിരിക്കുന്നു. സമ്പന്നതയുടെ പ്രതീകമായ അമേരിക്കൻ കാറുകൾ, അതിർത്തികളിൽ നിർത്തിയിട്ട്, ഓടിക്കുന്ന ആളുകൾ തിളങ്ങുന്ന ലോഹം തുടച്ചു മിനുക്കി ഉടമസ്ഥരെ കാത്തു നിൽക്കുന്നു. അവരുടെ ഉടമകൾ കളിപ്പാട്ടങ്ങൾ, പട്ട്, ആഭരണങ്ങൾ ഇവയൊക്കെ തേടി നടക്കുന്നു. സൈക്കിളുകൾ ഭ്രാന്തമായി കുതിച്ചു വരുന്നു, ആൾത്തിരക്കിലൂടെ സ്ത്രീകൾ മര മെതിയടികളിൽ, കടപട ശബ്ദമുണ്ടാക്കി നടക്കുന്നു: അവരുടെ മക്കളെ പുറകിൽ തോൾവാറിട്ടു കെട്ടിക്കൊണ്ട്.

എല്ലാറ്റിലും വച്ച് ശ്രദ്ധേയമായത്, യുവാക്കളും യുവതികളും കയ്യും കയ്യും പിടിച്ച് വിസ്മയമായ സന്തോഷത്തോടു കൂടി ചുറ്റിത്തിരിയുന്നതാണ്. നേരംപോക്കിന് കടകളിൽ കയറിയിറങ്ങിയും അല്ലെങ്കിൽ

വെറുതെ കറങ്ങിയും. ആധുനിക ജപ്പാനിൽ ഈ കയ്യും കയ്യും പരിപാടി ശീലമായി വരുന്നതേയുള്ളൂ. ഇതു തികച്ചും പുതിയ കാര്യമാണ്. പഴയ ജപ്പാനിൽ കമിതാക്കൾ രഹസ്യമായാണ് കണ്ടിരുന്നത്. അവരിൽ പലരും അവരുടെ പ്രതീക്ഷയറ്റ പ്രണയത്തിന്റെ ആഴം, അഗ്നിപർവ്വതങ്ങളിൽ കയറി, ജ്വലിക്കുന്ന ജ്വാലാഗിരിമുഖങ്ങളിൽ എടുത്തുചാടി അടയാളപ്പെടുത്തുകയായിരുന്നു. ഇന്നിപ്പോൾ അവർ കയ്യും കയ്യും പിടിച്ച് ജിൻസയിലോ, വിനോദയാത്രക്കായി പ്രധാനകേന്ദ്രങ്ങളിലോ പോകുന്നു. പണ്ട് ഒരുമിച്ച് ആത്മഹത്യ ചെയ്തിരുന്ന സ്ഥലങ്ങളിലും! മാതാപിതാക്കളുടെ മനം മാറ്റമാണോ അതോ സ്വന്തം അവകാശങ്ങളെക്കുറിച്ച് പഠിച്ച യുവാക്കൾ അവരുടെ അവകാശങ്ങൾ ആവശ്യപ്പെടുന്നതോ ? തീർച്ചയായും, രക്ഷിതാക്കളിൽ ചില മാറ്റങ്ങളുണ്ട്. പഴയ ജപ്പാനിൽ നാലു പ്രധാന ദുരന്തങ്ങളാണുള്ളത്, ഒരു പഴയ ജപ്പാനീസ് ചൊല്ല് വിശ്വസിക്കുകയാണെങ്കിൽ, ‘ഭൂകമ്പങ്ങൾ, അഗ്നി, വെള്ളപ്പൊക്കം പിന്നെ അച്ഛൻമാരും.’ ഭൂമികുലുക്കങ്ങളും അഗ്നിപർവതങ്ങളും വെള്ളപ്പൊക്കവുമെല്ലാം ഇപ്പോഴും ഭയപ്പെടേണ്ടവ തന്നെ; പക്ഷെ അച്ഛൻമാരോ?

തീർച്ചയായും അച്ഛൻമാരിൽ വലിയ മാറ്റം വന്നിട്ടുണ്ട്. എന്നാൽ ഏറ്റവും വലിയമാറ്റം അമ്മമാർക്കാണ്. പഴയ ജപ്പാനിലെ ഒരമ്മയും അവരുടെ മകളെ, ഒരു ചെറുപ്പക്കാരന്റെ കൈയ്യും പിടിച്ച് ജിൻസയിലോ മറ്റെവിടെയെങ്കിലുമോ നടക്കാൻ അനുവദിക്കുന്നത് സ്വപ്നം കണ്ടിട്ടുണ്ടാവില്ല. പക്ഷെ ജപ്പാനിലെ സ്ത്രീകൾക്കിടയിലുള്ള സാവകാശമായ ഈ മാറ്റത്തെ, ഞാൻ, അൽപാൽപം എന്നു മാത്രമേ കരുതുന്നുള്ളൂ. അത് തടുക്കാൻ കഴിയാത്തതും തീവ്രമായതുമാണ്.

ജിൻസയെ സംബന്ധിച്ച വ്യാപാരം വിസ്മയിപ്പിക്കുന്നതും പകിട്ടുള്ളതും ശബ്ദമുഖരിതവും ചിലപ്പോൾ മനോഹരവും ആണ്. എന്റെ ശ്രദ്ധ തിരിച്ചത് പക്ഷെ ആളുകളാണ്. അവരിലാണ് എന്റെ ശ്രദ്ധ, എവിടെ ചുറ്റിക്കറങ്ങുമ്പോഴും. അവർക്കു നന്ദി, ഞാൻ എന്നിൽ നിന്നും രക്ഷപ്പെടുന്നു. പാതി രാത്രിയായി; ആൾക്കൂട്ടം പിരിഞ്ഞു - ജപ്പാൻകാർ നേരത്തെ കിടക്കും, മദ്യശാലകളിലെ മാന്യൻമാർ ഒഴികെ ഞാൻ എന്റെ ഹോട്ടൽ മുറിയിലേക്ക് തിരിച്ചുപോയി. അകത്തു കടന്ന് വാതിലുകളടച്ച് ഉറങ്ങാൻ കിടന്നു.

*** *** ***

ആ പകലുകളിലെയും, രാവുകളിലെയും അപരിചിതമായതും, അസ്ഥിരവുമായ ജീവിതത്തിനിടയിൽ, ഒരു വൈകുന്നേരം ഞാൻ കാബുകി നാടകശാലയിൽ ചെന്നു. പ്രധാന നടന്റെ ക്ഷണപ്രകാരമാ

യിരുന്നു അത്. ന്യൂയോർക്കിലെ വിജയകരമായ ഇടപാടുകൾക്കു ശേഷം, നാടകസംഘം തിരിച്ചെത്തിയതേ ഉണ്ടായിരുന്നുള്ളൂ. പക്ഷെ അവിടെ അവരെ കാണുവാൻ ഞാൻ പോയിരുന്നില്ല. ഏതോ തരത്തിൽ, കാബുകി എന്തോ ആ ആധുനിക നഗരത്തിൽ പൊരുത്തപ്പെടാത്ത ഒന്നായി എനിക്കു തോന്നി. ഒരിക്കലല്ല പലപ്പോഴും. ഒരുപക്ഷെ ഇനിയും ഞാൻ ടോക്യോയിൽ വരുമെങ്കിലും. ന്യൂയോർക്കിൽ അവർ അവതരിപ്പിച്ച 'വെളുത്ത പാമ്പ്' എന്ന അതേ നാടകമായിരുന്നു അന്ന് വൈകുന്നേരത്തേതും. 'വെളുത്ത പാമ്പ്' സ്വന്തം കാര്യം സാധിക്കുന്നതിന്നു വേണ്ടി ഒരു സ്ത്രീ സ്വീകരിക്കുന്ന രൂപമാണ്. എനിക്ക് ഈ കഥ നന്നായറിയാം. കാരണം അതൊരു പുരാതന ചൈനീസ് കഥയാണ്.

തെളിഞ്ഞരാത്രി. ടോക്യോയിലെ വീഥികൾ അസാധാരണമായ വിധത്തിൽ ആളുകളെക്കൊണ്ട് നിറഞ്ഞിരുന്നു. ഞാൻ ഒരുകാറിൽ നാടകശാലയുടെ കവാടത്തിലെത്തി. വർണ്ണചിത്രങ്ങളും പരസ്യങ്ങളും തൂക്കിയിട്ടിരിക്കുന്ന വിശാലമായ ഒരുസ്ഥലം. ആളുകളെക്കൊണ്ട് നിറഞ്ഞിരിക്കുന്നു. എന്നെയും കാത്ത് ആരോ നില്ക്കുന്നു. ഞങ്ങൾ തമ്മിൽ കണ്ട്, ഫോട്ടോ എടുത്തു കഴിഞ്ഞാൽ മാത്രമേ നാടകം ആരംഭിക്കുകയുള്ളുവെന്ന് പ്രധാന നടൻ പ്രഖ്യാപനം നടത്തിയിരുന്നു. എന്നെ അണിയറയിലേക്ക് ആരോ കൂട്ടിക്കൊണ്ടുപോയി. അതാ അവിടെ ഒരു സ്ത്രീയുടെ വേഷത്തിൽ അയാൾ നിൽക്കുന്നു; 'വെളുത്ത പാമ്പ്.' അത് കുറവുകളേതുമില്ലാത്ത ഒരു വേഷച്ചമയൽ ആയിരുന്നു. കുടിലവും ആകർഷകവുമായത്. അയാൾ ധരിച്ചിരുന്നത് ഇറുകിയ ഒരുവെളുത്ത കിമോണ ആയിരുന്നു. നിറത്തിന്റെ ഒരംശവുമില്ലാതെ. ശിരോവസ്ത്രവും വെളുവെളുപ്പായിരുന്നു. ഉള്ളിലെ അരുക്, കടും ചെമപ്പ് കൊണ്ട് വരച്ചിരുന്നു. കണ്ണുകൾ, ഒരു പാമ്പിന്റേതായിരുന്നു. കറുത്തതും തിളങ്ങുന്നതും. അവയുടെ നോട്ടം അവിടെയുമിവിടെയും തറച്ചു. എന്നെക്കണ്ടപ്പോൾ, അയാൾ കൈകൾ നീട്ടി. ഞാൻ അവ ഗ്രഹിച്ചപ്പോൾ തണുപ്പും മിനുസവുമനുഭവപ്പെട്ടു. ഒരു പാമ്പിന്റേതുപോലെ. ഞാനതു വിടുവിക്കാനാഗ്രഹിച്ചുവെങ്കിലും അയാൾ മുറുകെപ്പിടിച്ചു. കയ്യും കയ്യും പിടിച്ച് ഞങ്ങളുടെ ചിത്രമെടുത്തു. അയാൾ അൽപനിമിഷം സംസാരിച്ചു. അയാളുടെ മുറുകിയ വെളുത്ത ചുണ്ടുകൾ കൂടുതൽ ചലിപ്പിക്കാതെ. അപ്പോൾ മണി അടിച്ചു. അയാൾക്ക് അരങ്ങിലേക്കു പോകുവാൻ സമയമായി.

ഞാൻ നാടകശാലയിലെ എന്റെ ഇരിപ്പിടത്തിലേക്കു പോയി. കുറെ മണിക്കൂറുകൾ കലർപ്പില്ലാത്ത സന്തോഷത്തിൽ ചെലവഴിച്ചു. ഞാൻ ഇന്നുവരെക്കും കണ്ടതിൽവച്ച് ഏറ്റവും വലിയ ഒരു അരങ്ങായിരുന്നു

അത്. ദൃശ്യം മേന്മയേറിയതായിരുന്നു. നിറങ്ങൾക്കും തിളക്കങ്ങൾക്കും മദ്ധ്യേ, വെളുത്ത പാമ്പ് ആത്മസംയമനത്തോടെ വളഞ്ഞു പുളഞ്ഞു നീങ്ങി. ഒരേ സമയം ഭയപ്പെടുത്തുന്നതും പ്രതീകാത്മകവുമായി. ഇത്രയും ശക്തമായും മനോഹരമായും ഈ കഥ ഞാനിതുവരെ അവതരിപ്പിച്ചു കണ്ടിട്ടില്ല. എന്റെ അഭിപ്രായത്തിൽ, ഭാവനാശക്തിയിൽ കാബുകിയെ വെല്ലുന്ന ഒരുകലയും ഈ ലോകത്തിലില്ല. ഈ തോന്നൽ ഒരുപക്ഷെ ഭാഗികമായി ഉണ്ടാവുന്നത് എന്റെ ചെറുപ്പകാലത്തിന്റെ ഭാഗമായിരുന്ന കഥകളിലൂടെ ഞാൻ വീണ്ടും ജീവിക്കുന്നതു കൊണ്ടാവാം. എന്തായാലും ജപ്പാനീസ് കാണികൾ മൊത്തം മുഴുകിയിരിക്കയാണ്; ഒരു പക്ഷെ ഈ നാടകശാലയിൽ മാത്രമേ അതുണ്ടാകൂ. നാടകം അവസാനിച്ചപ്പോൾ ഞങ്ങൾ ഒരു നിശബ്ദ സ്വപ്നത്തിൽ മുഴുകി പുറത്തേക്ക് നടന്നു.

വലുപ്പമേറിയ അരങ്ങ്, എണ്ണമറ്റ അഭിനേതാക്കൾ, ഗാംഭീര്യമുള്ള വേഷങ്ങൾ അസാധാരണമായ ദീപാലങ്കാരങ്ങൾ എല്ലാം ബ്രോഡ്‌വേയിലെ തകർന്ന, ഇടുങ്ങിയ അരങ്ങുകളുടെ നേരെ വിപരീതമായവയെന്ന് എനിക്ക് ഒരിക്കൽ കൂടി ബോധ്യമായി. ഒരു നാടകം അരങ്ങേറുന്നതിനുള്ള ചെലവ് കണ്ടെത്തുവാനായി അവിടെയുള്ള അരങ്ങുകൾ ഓരോവർഷവും ഞെരുക്കി, ചുരുക്കിക്കൊണ്ടിരിക്കുകയാണ്. ഒരു വലിയ കലയുടെ കഴുത്ത്, ഒരുകൂട്ടം ശില്പികളുടേയും യന്ത്ര വിദഗ്ദന്മാരുടേയും സംഘടനകൾ ഞെരുക്കുകയാണ്. എഴുത്തുകാരും സംവിധായകരും നടൻമാരും അവരുടെ വരുമാനത്തിന്റെ ഒരംശം നല്കാമെന്നേറ്റിട്ടും സംഘടനാ തൊഴിലാളികൾ അതിന് സന്നദ്ധരാവുന്നില്ല. എന്റെ ജപ്പാനീസ് സുഹൃത്തുക്കളോടൊപ്പം ചായ കഴിച്ചുകൊണ്ട്, നാടകശാലയിൽ വൈകുന്നേരത്തെ നാടകത്തെകുറിച്ച് സംസാരിച്ച് സമയം പാഴാക്കി. അവർ ന്യൂയോർക്ക് സന്ദർശിച്ചിട്ടുള്ളവരാണ്. ജപ്പാനിലെ നാടകശാലകളിൽ അതുപോലെ ഒരു ദുരന്തമുണ്ടാവില്ലെന്ന്. 'ഞങ്ങൾ കലയെ ഏറ്റവും നന്നായി സ്നേഹിക്കുന്നു.' അവർ പറഞ്ഞു. 'ഞങ്ങൾ കലയുടെ ആത്മീയവും വൈകാരികവുമായ നേട്ടങ്ങളെ തിരിച്ചറിയുന്നു. ഞങ്ങളുടെ തൊഴിലാളികൾ പോലും ഇത് തിരിച്ചറിയുന്നു. അതുകൊണ്ട് തന്നെ അത്യാർത്തി മൂലം അവരാരും ഞങ്ങളുടെ ജീവിതത്തിന്റെ പ്രധാനഭാഗമായതിനെ ഒരിക്കലും നശിപ്പിക്കില്ല.'

പാതിരാത്രി വളരെ വൈകിയാണ് ഞാൻ ഹോട്ടൽമുറിയിലെത്തിയത്. കിടക്കുവാൻ തുടങ്ങുമ്പോൾ, ഞാൻ ജനാലയുടെ അരികിലേക്കു

പോയി; എവിടെയായിരുന്നാലും ഇതെന്റെ സ്വഭാവമാണ്. ലോകത്തെവിടെയായാലും. ഉറങ്ങുന്നതിന് മുമ്പ് ഞാൻ ശാന്തമായ നഗരത്തിലേക്കു നോക്കി. ജീർണിച്ച ഒരു ചന്ദ്രൻ ആകാശത്തിൽ വക്രിച്ചു കിടന്നിരുന്നു. അതിന്റെ മങ്ങിയ വെളിച്ചം മേൽക്കൂരകളിൽ തിളങ്ങി. അതേ നിമിഷത്തിൽ എനിക്ക് ഭൂകമ്പത്തിന്റ ആഴത്തിൽനിന്നുള്ള വിറയൽ അനുഭവപ്പെട്ടു. അത് ഒരു കമ്പനമായിത്തുടങ്ങി. വലിയ ചലനമായി മാറി. ഒരു ചിത്രം താഴെവീണു, പുസ്തകങ്ങൾ എഴുത്തുമേശമേൽ നിന്നും വഴുതിവീണു. പൂക്കൾ നിറച്ച ചട്ടി താഴെവീണു ചിതറി. ഞാൻ ജനൽപാളികലിൽ മുറുകെപിടിച്ചു. എന്റെ ഹൃദയം വാരിയെല്ലുകൾക്കെതിരെ ഇടിക്കുന്നതു ഞാൻ കേട്ടു. 'ഇത് അപകടകരമാകുമോ? ഇല്ല... ഭൂമി പിന്നെയും വളർന്നു കൊണ്ടിരുന്നു. ചന്ദ്രൻ മാത്രം അവിടെ തൂങ്ങി നിന്നു, മാറ്റമില്ലാതെ, ഉറച്ച്. ഞാൻ അല്പ നിമിഷങ്ങൾ കൂടി കാത്തിരുന്നു. പുസ്തകങ്ങളെടുത്ത് അടുക്കിവച്ചു. പൂപ്പാത്രത്തിൽ വെള്ളമൊഴിച്ചു; പൂവുകൾക്കായി.

ഞാൻ ഉറങ്ങാൻ വളരെ സമയമെടുത്തു. എന്റെ താത്കാലിക ലോകത്തിന്റെ വേരുകളെ ഭൂകമ്പം ഏതോ വിധേന പിടിച്ചു കുലുക്കിയിരിക്കുന്നു. എന്നിൽ തന്നെ വേരുകൾ ആവശ്യമാണെന്ന കാര്യം ഞാൻ തിരിച്ചറിഞ്ഞു. അത്, ചൈനയിലെ എന്റെ ബാല്യകാലത്തിന്റെ പരിണിതഫലം കൊണ്ടായിരിക്കാമെന്ന് ഞാൻ ഊഹിക്കുന്നു. എനിക്കാ രാജ്യം ഇഷ്ടമായിരുന്നു. ഞാൻ എപ്പോഴും തീർച്ചയായും ഇഷ്ടപ്പെടും. എന്നിരുന്നാലും, അതേസമയം ഞങ്ങൾ ജീവിച്ചിരുന്ന കാലത്തുണ്ടായിരുന്ന കലാപത്തെക്കുറിച്ച് ബോധവതിയാണ്. പടിഞ്ഞാറൻ ജനതയോടു നൂറ്റാണ്ടുകളായി നില നിൽക്കുന്ന അമർഷവും അതൃപ്തിയും ആളിക്കത്തി പ്രതിസന്ധികൾ സൃഷ്ടിക്കപ്പെടുമെന്നും വ്യക്തിപരമായി നിഷ്കളങ്കരായിരുന്നാലും ഞങ്ങളുടെ ജീവനുകൾ നഷ്ടപ്പെടുമെന്നുമുള്ള കാര്യം. ഞങ്ങൾ അതിനടുത്തെത്തിയിരുന്നു. തീർച്ചയായും ഒന്നിലധികം പ്രാവശ്യം. എവിടെയും ദൃശ്യമാവുന്ന ഈ അനിശ്ചിതത്വം, എന്റെ ബാല്യകാലജീവിത സ്മരണകൾ, ഒരു കൊടുങ്കാറ്റിലകപ്പെട്ട ഇലപോലെ, എനിക്ക് യാതൊരുതരം നിയന്ത്രണവുമില്ലാത്തത്, എന്നെ എപ്പോഴും പിന്തുടരുന്നു. അദ്ദേഹം വരുന്നതുവരെയെങ്കിലും പിന്തുടർന്നിരുന്നു. ഇപ്പോൾ അദ്ദേഹം പോയിരിക്കുന്നു. പഴയ അപകടത്തെക്കുറിച്ചുള്ള ശുദ്ധമായ ബോധം വീണ്ടും തിരിച്ചെത്തിയിരിക്കുന്നു.

അദ്ദേഹത്തിന് അത്തരത്തിലുള്ള കറുത്ത നിഴലുകളൊന്നുമില്ല. ദൃഢ

ചിത്തതയോടെയുള്ള പ്രസാദാത്മകത, സ്വാഭാവികമായ ആനന്ദം, അദ്ദേഹം ദുരന്തത്തെ ഒരിക്കലും പ്രതീക്ഷിക്കുകയോ, സംശയിക്കുകയോ ചെയ്തില്ല. വസ്തുത കൊണ്ട് നിർബന്ധിക്കപ്പെടുമ്പോൾ, അദ്ദേഹം വിചിത്രമായ സ്വഭാവത്തോടെ, അതെപ്പോൾ നേരിടണമെന്ന് തീരുമാനിക്കും. ഈ രീതി ലളിതമാണെങ്കിലും സംശയരഹിതമായതാണ്. എല്ലാ ഇരുണ്ട സാധ്യതകളെയും അണി നിരത്തി, അദ്ദേഹത്തിന്റെ സന്തുഷ്ടമായ, ഉറച്ച കയ്യക്ഷരത്തിൽ എഴുതിവെച്ചിരുന്നു. എന്നിട്ട്, എഴുത്തുമേശമേൽ നിന്നു അദ്ദേഹത്തിന്റെ അച്ഛന്റെ സ്വർണ്ണവാച്ചിൽ നോക്കി, ദിവസവും മണിക്കൂറും നോക്കി, പ്രശ്നത്തെ പൂർണ്ണമായി നേരിടുന്നതെപ്പോഴെന്ന് നിശ്ചയിക്കുമായിരുന്നു. അതെപ്പോഴും സാധ്യമാവുന്നത് ഏറ്റവും അവസാനത്തെ നിമിഷത്തിലായിരുന്നു. അതു വരുന്നതുവരെ, അദ്ദേഹം സാധാരണ പോലെ മനം കവരുന്ന വ്യക്തിത്വം ആയിരിക്കും. എല്ലായ്പോഴും അദ്ദേഹം പരിഹാരം കണ്ടിരുന്നു; ഒന്നുമല്ലെങ്കിൽ മോചനം. അത് അവസാനത്തേതാണെങ്കിൽ, ചൈനക്കാരുടെ മുപ്പത്തിയാറു മാർഗ്ഗങ്ങളെ ആയിരുന്നില്ല. അദ്ദേഹം ഒരിക്കലും ഓടിപ്പോയില്ല.

അദ്ദേഹത്തിന്റെ പ്രതിഭയെ എനിക്ക് വളരെയധികം ആശ്രയിക്കേണ്ടി വന്നിട്ടുണ്ട്. അസംഭവ്യമായതിനെ കൈകാര്യം ചെയ്യുന്നതിൽ, പരിഹരിക്കാനാവാത്തത് പരിഹരിക്കാൻ, അസാധ്യമായവ നേടിയെടുക്കാൻ ഒക്കെ. എല്ലാം സുഹൃത്തുക്കളുടെ സഹായമില്ലാതെ. അദ്ദേഹത്തിന് എണ്ണിയാലൊടുങ്ങാത്ത സുഹൃത്തുക്കളുണ്ടായിരുന്നു. വലിയവരും, ലോകത്തിലെ തന്നെ സമ്പന്നൻമാരിൽ ചിലരും, മറ്റു ചിലർ തീരെ ദരിദ്രരും. അദ്ദേഹത്തിന്റെ ജീവിതത്തിലുണ്ടായ രണ്ടു സാമ്പത്തിക പ്രതിസന്ധികളും തനിച്ച് നേരിട്ട് വിജയം വരിച്ചു. പാവപ്പെട്ടവരാകട്ടെ, ലജ്ജകൂടാതെ അദ്ദേഹത്തോട് പണം കടംവാങ്ങി. ഞാൻ ധാർമിക രോഷം കൊള്ളുമ്പോൾ, സമ്പന്നനും ദരിദ്രനും ഒരേ പോലെ വിതരണം ചെയ്ത നിലയിൽ, അദ്ദേഹം പുഞ്ചിരിയോടു കൂടിയ ഒരു അനവധാനത പാലിച്ചു.

'അവരൊന്നും ഒരുപദ്രവമല്ല', അദ്ദേഹം പറയുമായിരുന്നു. ഞാൻ ഭൂമികുലുക്കത്തെ വെറുത്തു; അതുപോലെ ഭയങ്ങളെ വീണ്ടും ഉയർത്തി. പഴയ ഭയങ്ങൾ എന്നെ അദ്ദേഹത്തിന്റെ കാര്യങ്ങൾ ഓർമിപ്പിച്ചു. അദ്ദേഹത്തിന്റെ ഇളക്കാനാവാത്ത നല്ല ചിത്തവൃത്തി, പ്രസന്നമായ വിഷാദാത്മകത്വം, അക്ഷമയുടെ മിന്നായങ്ങൾ, വാത്സല്യത്തോടുകൂടിയ, മനുഷ്യരാശിയോടുള്ള ദോഷദർശന സ്വഭാവം, എല്ലാത്തിനുമു

പരി, ജീവതത്തെ ഏങ്ങനെ കണ്ടുവോ, അതുപോലെ ജീവിതത്തെ സന്തോഷത്തോടെ സ്വീകരിക്കുന്ന സ്വഭാവം, ഇവയൊന്നും ഇപ്പോൾ ഇല്ലാതായിരിക്കുന്നു. പഴയ അനിശ്ചിതത്വം മാത്രമേ വീണ്ടും എന്നോടൊപ്പമുള്ളൂ; എന്നന്നേക്കും.

*** *** ***

കാബുകിയുമായി താരതമ്യം ചെയ്താൽ, അത്യാധുനിക നാടകശാല, എനിക്കും കണക്കിലെടുക്കാനാവുന്നതിനേക്കാളും നടുക്കമുളവാക്കുന്നതാണ്. അതിങ്ങനെയാണ് സംഭവിച്ചത്. ഒരുദിവസം ഞങ്ങൾ പ്രൊഡക്ഷൻ മാനേജരുടെ അടുത്ത്, താത്കാലികമായി തിരഞ്ഞെടുത്ത അഭിനേതാക്കളുടെ നാമാവലിയുമായി പോയതായിരുന്നു. ഒരു സുന്ദരി പെൺകുട്ടിയുടെ പിറകെ അയാളുടെ ഓഫീസിലേക്കു കടന്നു. അയാൾ കാലത്തു തന്നെ ജോലിയിൽ മുഴുകി, അന്തസ്സിലിരിക്കുന്നു. രസികനായ, സദാ സജീവമായിരിക്കുന്ന ആൾ അപ്പാടെ അപ്രത്യക്ഷനായിരിക്കുന്നു. അയാൾ എത്രമാത്രം തിരക്കുള്ളവനാണെന്നും എത്ര വലിയവനാണെന്നും കാണിക്കുവാൻ വേണ്ടത്ര സമയം അയാൾ വൈകിപ്പിച്ചു. അയാൾക്ക് തിരക്കുണ്ടെന്നും വലിയ ആളാണെന്നും ഞങ്ങൾക്ക് അറിയാമായിരുന്നു. ഞങ്ങൾ കാത്തിരിപ്പ് തുടർന്നു. ചായ വന്നുവെങ്കിലും പ്രൊഡക്ഷൻ മാനേജർ അപ്പോഴും തിരക്കിൽതന്നെ. അവസാനം അയാൾ വന്നപ്പോൾ, പട്ടിക ഞങ്ങൾ കയ്യിൽ കൊടുത്തു. അയാൾ പെട്ടെന്നു തന്നെ സംശയമുള്ള രണ്ട്പേരുകൾ ചൂണ്ടിക്കാണിച്ചു. അയാൾക്ക് അന്നു കാലത്ത് ഇംഗ്ലീഷ് സംസാരിക്കുവാനേ സാധ്യമല്ലെന്ന് തോന്നി. സുന്ദരിപ്പെണ്ണ് പരിഭാഷപ്പെടുത്തി; അയാൾ പറഞ്ഞു, അയാൾ വെറുതെ സൂചിപ്പിച്ചതാണ്, പക്ഷെ നിർദ്ദേശിക്കുകയല്ല. കയ്പേറിയ ഒരു നോട്ടം അമേരിക്കക്കാരനു നേരെ – ഞങ്ങൾ തിരഞ്ഞെടുത്ത രണ്ടു പ്രമുഖനടന്മാർക്കു പകരം കുറച്ചു കൂടി നല്ല ആളുകളെ പരിഗണിക്കണം. ഞങ്ങൾ ഉടനടി സമ്മതിച്ചു. എന്നാൽ ഞങ്ങൾ ഏറ്റവും അത്യാവശ്യമുള്ള ആളെ അദ്ദേഹത്തിന്റെ സ്ഥാപനത്തിൽ നിന്നും വിട്ടുകിട്ടിയിട്ടില്ലെന്ന് അയാളെ ഓർമിപ്പിച്ചു. ഇതു കേട്ടപ്പോൾ അയാൾ എഴുന്നേറ്റ്, തല തടവി, ഉച്ചത്തിൽ പുലമ്പി ഉടൻ തന്നെ മൂന്ന് ടെലിഫോണുകളിലും പല തവണ സംസാരിച്ചു. ഇല്ല, ഇല്ല, ഇല്ല ഇതല്ലാതെ മറ്റൊന്നും മൂന്നു ദിശകളിൽനിന്നും കിട്ടിയിട്ടില്ല. അയാൾ നാലാമത്തെ ടെലിഫോണിനടുത്ത് മറ്റൊരു സുന്ദരി പെൺകുട്ടിയെ വിളിച്ചിരുത്തി, അയാളുടെ എഴുത്തുമേശയ്ക്കു പിറകിലിരുന്നു. രണ്ടു കൈകൾ കൊണ്ടു മുടിവളച്ചുകൊണ്ട് മുരണ്ടു. കൂട്ടിപ്പിടിച്ച മുഷ്ടികൾ കൊണ്ട് സ്വയം തലയ്ക്കിടിച്ചു. പിന്നെ ഞങ്ങളുടെ

നേർക്കു തിരിഞ്ഞ്; മന്ദഹസിച്ചുകൊണ്ട്. അയാൾക്ക് എന്തോ ആശയം കിട്ടി. ജപ്പാനീസ് റോക്ക് ആന്റ് റോൾ പാട്ടുകാരുടെ അവസാനവട്ട പരിശീലനം ആ നിമിഷം അയാളുടെ നൃത്തശാലയിൽ നടക്കുകയായിരുന്നു. അയാൾ ഞങ്ങളുടെ കൂടെ അവിടേക്കു വരും. അവിടെയുള്ളവരുടെകൂട്ടത്തിൽ നിന്നും ഏറ്റവും നല്ല ചെറുപ്പക്കാരെ ഞങ്ങൾക്ക് തിരഞ്ഞെടുക്കാം. ഞങ്ങൾ തിരഞ്ഞെടുക്കുന്ന ഏതാളുകളോടും ഞങ്ങളുടെ നടൻമാരാകാൻ അയാൾ ആജ്ഞാപിക്കും. അവർ അയാളെ അനുസരിക്കും. 'ഞാൻ വലിയ നിർമാതാവാണ്.' അയാൾ ഉച്ചത്തിൽ ഇപ്പോൾ ഇംഗ്ലീഷിൽ പറഞ്ഞു.

ഞങ്ങൾ പൂർണ്ണ സന്നദ്ധതയോടെ സമ്മതിച്ചു. അയാൾ മുന്നോട്ടു കുതിച്ചു. ഭീമാകാരനെങ്കിലും സൗമ്യനായി. ഞങ്ങൾ പിൻതുടർന്നു, കാറിൽ കയറി,. നാടകശാലയിലെത്തി. അതൊരു വലിയ സ്ഥലമായിരുന്നു. വളരെ വലിയ നാടകശാലയിലെ വേർതിരിച്ച ഇടത്തിലെ ഇരിപ്പിടത്തിലേക്ക് അവസാനത്തെ ഒരേയൊരു ഇരിപ്പിടം പ്രൊഡക്ഷൻ മാനേജർക്കായി ഏർപ്പാടാക്കിയത്, ചുരുക്കിപ്പറഞ്ഞാൽ അവിടത്തെ കാര്യങ്ങൾ കണ്ടപ്പോൾ ഞാൻ ഞെട്ടിപ്പോയി. ജപ്പാനിലെ മുഴുവൻ കൗമാരപ്രായക്കാരും അവിടെ ഒത്തുകൂടിയിരിക്കുന്നു; അല്ലെങ്കിൽ അങ്ങനെ തോന്നിച്ചു. തീർച്ചയായും ആയിരക്കണക്കിന് കൗമാരക്കാർ.

ഞാൻ ഇരുന്നു. അരങ്ങിലേക്കും, കാണികളിലേക്കും ഒരുപോലെ മിഴിച്ചുനോക്കി. ഇത് എനിക്ക് പരിചയമില്ലാത്ത ഒരു ജപ്പാൻ ആയിരുന്നു. റോക്ക് ആന്റ് റോൾ നൃത്തം ചെയ്യുന്ന പെൺകുട്ടികൾ. പാടുന്ന ആൺകുട്ടികൾ. അമേരിക്കൻ പാട്ടുകളും, പടിഞ്ഞാറൻ ഗാനങ്ങളും ഇംഗ്ലീഷിൽ പാടുന്നു. വളരെ കുറച്ച് മാത്രം ജപ്പാനീസ് ഗാനങ്ങൾ. പെൺകുട്ടികൾ, എന്റെ നാട്ടിൽ ചെയ്യുന്നതുപോലെ അലറിച്ചിരിക്കുന്നു, അവ ബാലിശമായിത്തോന്നി. എന്തു ബാധയാണ് ഈ ചെറുപ്പക്കാരെ അവേശിച്ചിരിക്കുന്നത്. ഒരു നാട്ടിൽ നിന്നും പടർന്ന് മറ്റൊരു നാട്ടിലേക്ക്? ആയിരങ്ങൾക്ക് മേലെ ആയിരങ്ങൾ, ചെറുപ്പക്കാരായ ജപ്പാനീസ് - ഓ വളരെ ചെറുപ്പം - കലാകാരന്മാരെല്ലാം അവരുടെ കൗമാരത്തിൽ, അല്ലെങ്കിൽ കഷ്ടിച്ച് കടന്നവർ. വളരെ ചെറുപ്പക്കാരികളായ പെൺകുട്ടികൾ പാവാടയും ബ്ലൗസും ധരിച്ച്, കാണികളുടെ ഇടയിൽ നിന്നും ഓടിവന്ന്, അവരുടെ മനസ്സിനിണങ്ങിയെ പുരുഷന് കടലാസ് പുഷ്പങ്ങൾ കൊണ്ടുള്ള മാലകൾ അണിയിക്കുന്നു. അല്ലെങ്കിൽ കടലാസ് കൊടികൾ നൽകുന്നു. ഒരു പെൺകുട്ടി പാടി; പതിനെട്ടു വയസ്സുള്ള ഒരു പെൺകുട്ടി, അസാമാന്യമായ ശബ്ദത്തിൽ.

‘ഇതിനെക്കുറിച്ച് രക്ഷിതാക്കൾ എന്തുവിചാരിക്കും?’ ഞാൻ പ്രൊഡ ക്ഷൻ മാനേജറോട് ചോദിച്ചു. ‘ഇതവരെ വെറുപ്പിക്കുന്നു’, അയാൾ പറ ഞ്ഞു, ‘പക്ഷെ അവരെന്തു ചെയ്യും?’ തീർച്ചയായും അവരെന്തു ചെയ്യും, ഇവിടെയും എവിടെയും!

എന്തായാലും ഞങ്ങളുടെ ജോലി നടന്മാരെ കണ്ടെത്തുകയാണ്. അവസാനത്തെ കൊട്ടിക്കലാശ മത്സരം കഴിഞ്ഞപ്പോൾ, ഞങ്ങൾ താഴെ ഒരുചെറിയ, ചൂടുള്ള മുറിയിലേക്കു പോയി. അവിടെവെച്ച്, സാധ്യത യുള്ള മൂന്നോ നാലോ യുവാക്കളുമായി അഭിമുഖം നടത്തി. ഇവരുടെ പ്രകടനം ചെറിയ ദൂരദർശിനി വെച്ച്, അരങ്ങിൽ ഞങ്ങൾ കണ്ടിരു ന്നു. ഞങ്ങൾക്ക് പ്രതീക്ഷയുണ്ടായിരുന്നു. അവർ ഇംഗ്ലീഷിൽ നന്നായി പാടുന്നുണ്ടായിരുന്നു. അതുകൊണ്ട് അവർ ഇംഗ്ലീഷ് സംസാരിക്കു മെന്ന് ഞങ്ങൾ ചിന്തിച്ചു. എന്നാൽ അതായിരുന്നില്ല സ്ഥിതി. അവർ സംസാരിച്ച ഒരേയൊരു ഇംഗ്ലീഷ് വാചകം ‘എനിക്ക് ഇംഗ്ലീഷ് സംസാരി ക്കാനറിയില്ല‘എന്നാണ്. അവരും സ്കൂളിൽ ആറുവർഷം ഇംഗ്ലീഷ് പഠിച്ചവരാണ്. പിന്നെ ഞങ്ങൾ തികച്ചും വ്യത്യസ്തനായ, കുലീനമു ഖമുള്ള, ജപ്പാനിലെ എസ്കി ഫിഷർ എന്നറിയപ്പെട്ട കുട്ടിയെ കണ്ടു. അവൻ സുന്ദരമായ ഇംഗ്ലീഷ് സംസാരിച്ചു. അതിനുള്ള വിശദീകര ണം, അവന്റെ അമ്മ പാതി ഇംഗ്ലീഷ്കാരിയായിരുന്നു എന്നതാണ്. അവൻ വീട്ടിൽ വച്ചും പഠിച്ചു. അവനോട്, പിറ്റേന്നുകാലത്ത് ശബ്ദപ രീക്ഷണത്തിനെത്താൻ ആവശ്യപ്പെട്ടു.

ഇതെല്ലാം തുടരവെ, പ്രൊഡക്ഷൻ മാനേജരിൽ വലിയ ഒരു മാറ്റം ഞാൻ നിരീക്ഷിച്ചു. അയാൾ മയപ്പെട്ട് വരുന്നു. ആറു വർഷ ഇംഗ്ലീഷ് പഠനം കൊണ്ട് ഞങ്ങൾക്കുള്ള പ്രശ്നം അയാൾ കാണുകയും, അയാൾക്കതിൽ പ്രയാസം തോന്നുകയും ചെയ്തു. അയാളുമൊരു മിച്ചുള്ള അത്താഴത്തിന് ക്ഷണിക്കുകയും എല്ലായ്പോഴും അയാൾ പോകുന്നസ്ഥലത്ത് ഞങ്ങൾക്ക് പോകണമോ അതോ കുറച്ചുകൂടി വിശാലമായ സ്ഥലത്ത് പോകണമോ എന്നും മറ്റുമുള്ള കാര്യങ്ങൾ ചോദിച്ചു. വളരെയധികം അത്ഭുതത്തോടുകൂടി ഞങ്ങൾ അയാളുടെ ക്ഷണം സ്വീകരിച്ചു. നന്ദിയോടെ, അയാൾ പോയിരുന്നിടത്ത് പോക ണമെന്ന് പറഞ്ഞു. കടൽപോലെ പരന്നുകിടക്കുന്ന യുവജനങ്ങൾക്കി ടയിലൂടെ ഉന്തിത്തള്ളി മുന്നോട്ടു കടന്നു. അവർ അവരുടെ ഇഷ്ടഗാ നങ്ങൾ വരുന്നതും കാത്ത് വാതിൽക്കൽ നിൽക്കുകയാണ്. ഞങ്ങൾ പുറത്തെത്തി കാറിൽകയറി ഒരു ഭക്ഷണശാലക്കു മുന്നിൽ ചെന്നുനിന്നു. ഇതു പോലൊരെണ്ണം ഞാൻ മുമ്പ് കണ്ടിട്ടേയില്ല. തീർച്ചയായും അതു

സന്ദർശകർക്കോ സ്ത്രീകൾക്കോ ഉള്ളതായിരുന്നില്ല. എന്തായാലും, എനിക്കു ഭയമൊന്നും തോന്നിയില്ല. പ്രൊഡക്ഷൻ മാനേജർ മറ്റെല്ലായി ടത്തുമെന്നപോലെ പ്രത്യക്ഷമായി ഭരിക്കുന്നുണ്ടായിരുന്നു. അത് വളരെ ആകർഷണീയമായ ഒരു സ്ഥലമായിരുന്നു. നല്ലവെടിപ്പുള്ള ചെറിയ സ്ഥലം, ജപ്പാൻകാർക്കു മാത്രമേ വൃത്തി അറിയൂ എന്നപോലെ. ആറിഞ്ചു കനമുള്ള മരപ്പലകകളിൽ തീർത്ത പരുക്കൻ മേശകളും സാധനങ്ങൾ നിരത്തുന്ന മേശകളും ഉരച്ചു മിനുക്കി, എല്ലാം മഞ്ഞിന്റെ വെള്ള നിറമാക്കിയിരിക്കുന്നു. പ്രൊഡക്ഷൻ മാനേജർ അയാൾ പറയു ന്നതെല്ലാം അനുസരിക്കുന്ന വിധത്തിൽ നിർദ്ദേശങ്ങൾ നൽകി. രണ്ടു പലക മേശകൾ നീളത്തിൽ ചേർത്തുവച്ച് ഞങ്ങൾക്കുള്ള ഇരിപ്പിടങ്ങ ൾ സജ്ജമാക്കി. എന്റേത് അയാൾക്കഭിമുഖമായതിനാൽ, ഈ അനന്യ സാധാരണനായ മനുഷ്യനെ നിരീക്ഷിക്കുവാനുള്ള പൂർണ്ണാവസരം ലഭി ച്ചു.

അപ്പോഴേക്കും പുതിയ ഒരാൾ വന്നു. അയാൾ, ഞങ്ങളിതു വരെയ്ക്കും കാണാത്ത ഒരാളാണെന്ന് പ്രഖ്യാപിച്ച്, അയാളെക്കുറിച്ചും അയാളുടെ ജീവിതത്തെക്കുറിച്ചും പറയാൻ തുടങ്ങി. അയാൾ വിവാഹം കഴിച്ചിരുന്നില്ല. ടോക്യോയിലെ ഏറ്റവും ഒറ്റപ്പെട്ട മനുഷ്യ നാണയാളെന്ന ഉറപ്പിൽ പറഞ്ഞു. അയാൾക്ക് അമ്പതു വയസ്സായി. ജീവിക്കുന്നത് അയാൾ ഏറ്റവും കൂടുതൽ ആരാധിക്കുന്ന അമ്മയോ ടൊപ്പമാണ്. പക്ഷെ അയാൾക്ക് അത്ര പ്രായം തോന്നിച്ചില്ല. ഏറി യാൽ ഒരു മുപ്പത്തൊമ്പത് തോന്നും. അയാളുടെ ദയനീയ ജീവിത ത്തെക്കുറിച്ചയാൾ തുടർന്നു. ഓരോ ആഴ്ചയിലും നിർബന്ധമായും നിർമിക്കേണ്ട ചിത്രത്തിനുവേണ്ടി, ദിവസേന ഒരു കൂടിക്കാഴ്ചയിൽ നിന്നും മറ്റൊന്നിലേക്കുള്ള ഓട്ടം. വളരെ വൈകി ഉറങ്ങിയാലും അതി രാവിലെ ഉണരും. പ്രഭാതത്തിലെ ശീതത്തിൽ വിറച്ചാണ് അയാൾ വായിക്കുന്നത്.

'എന്താണ് താങ്കൾ വായിക്കുന്നത്?' താല്പര്യത്തോടെ ഞാൻ ചോദിച്ചു. ഒരു പക്ഷെ കവിതയോ, സെൻ ബുദ്ധിസമോ ആയിരിക്കും അയാൾ വായിക്കുന്നത്. പല്ല് കടിച്ചു പിടിച്ച് അയാൾ പറഞ്ഞു. 'ഞാൻ വായിക്കുന്നത് തിരക്കഥ മാത്രം - നൂറ് - നൂറ്- നൂറ് - എല്ലാ ദിവസവും ഒഴുകിയെത്തുന്നത് - എല്ലായ്പോഴും ഞാൻ മനം മടുത്തുപോകും. അതുകൊണ്ട് എല്ലാ ദിവസവും രാത്രി ഇവിടെ വന്നു കുടിക്കുന്നു.'

കൂടുതലായി കുടിക്കുന്തോറും അയാൾ നന്നായി ഇംഗ്ലീഷ് സംസാരിക്കുന്നു. അത് അത്ര തികഞ്ഞതല്ലെങ്കിലും വ്യക്തമായിരുന്നു

– സ്ഫോടനാത്മകവും. അയാൾ വളരെ വ്യത്യസ്തമായ രണ്ടു ഭാഷകളിലുള്ള ആത്മഭാഷണം ഞങ്ങളോടൊപ്പമുള്ള ജപ്പാൻകാരോട് നടത്തി. അയാൾ തമാശകൾ പറഞ്ഞു. എനിക്കു കുടിക്കാൻ താല്പര്യമില്ലെന്നു കണ്ടപ്പോൾ, ഒരു വീഞ്ഞു കൂജയിൽ വെള്ളം കൊണ്ടുവരാൻ ആവശ്യപ്പെട്ടു. അയാൾ, താൻ അന്യായമായ കുടിയാണ് എന്ന് ഉച്ചത്തിൽ പ്രഖ്യാപിച്ചു. അയാളുടെ തമാശയിൽ, അയാൾ തന്നെ ഒച്ചവച്ച് ചിരിച്ചു. പെട്ടെന്ന് അയാൾ അമേരിക്കൻ സംവിധായകനെ ഉപദേശിച്ചു. അയാൾ പറഞ്ഞു; ഒരു സംവിധായകൻ ഒരിക്കലും പൂർണ്ണനായ കലാകാരനാവാൻ പറ്റില്ല, ഒരിക്കലും പൂർണ്ണനല്ല. പൂർണ്ണനല്ല. അയാളുടെ മനസ്സിൽ ദുഷ്ടചിന്തകളുണ്ടാവും. പുറമെ നൻമയും അകമെ തിൻമയും. തിൻമ, അല്ലെങ്കിൽ ആളുകൾ അയാളെ ഭയക്കില്ല. അമേരിക്കക്കാരൻ മറുപടി പറയാതെ, പുഞ്ചിരിച്ചു. പെട്ടെന്ന് പ്രൊഡക്ഷൻ മാനേജർ കൈകൾ കൂട്ടിപ്പിടിച്ച് തലക്കടിച്ചു. അയാൾക്ക് പുതിയ ആശയം ലഭിച്ചിരിക്കുന്നു; മഹത്തായ ആശയം! 'കുടിക്കുമ്പോൾ എനിക്ക് ആശയങ്ങളുടെ ഉറവ പൊട്ടും';അയാൾ ഹർഷോന്മാദത്തോടെ പറഞ്ഞു.

അയാളുടെ സങ്കല്പം, എന്റെ സുഹൃത്തിന്റെ മരുമകനെക്കുറിച്ചുള്ളതായിരുന്നു. നല്ല ഭാവിയുള്ള ചെറപ്പക്കാരനായ നടൻ. അയാളുടെ ഭാര്യക്ക് ഇംഗ്ലീഷിൽ നല്ല പ്രാഗല്ഭ്യം ഉണ്ടായിരുന്നു. അത് എല്ലാവർക്കും ഉപകാരമാവുകയും ചെയ്യും. നമ്മുടെ താരങ്ങളായി അവരെ ഉൾപ്പെടുത്തിയാൽ, എല്ലാ പ്രശ്നങ്ങളും തീർന്ന് ഹൃദയങ്ങളെ സാന്ത്വനപ്പെടുത്താം. ജപ്പാനീസ് സംവിധായകനോട് ഞങ്ങളുടെ പടത്തിൽ ജോലി ചെയ്യേണ്ടെന്ന് പറയേണ്ടി വന്നപ്പോൾ അയാൾക്ക് കഠിനമായ വിഷമമുണ്ടായി എന്ന് അയാൾ ഞങ്ങളെ ഓർമിപ്പിച്ചു. ദുഃഖകരമായ ആ തെറ്റിന്ന് അയാൾക്ക് പരിപൂർണ്ണ ഉത്തരവാദിത്തം സ്വയം ഏറ്റെടുക്കേണ്ടി വന്നു. ഇതയാളെ വേദനിപ്പിച്ചു. അയാൾക്ക്, ഞങ്ങൾക്ക് മാപ്പു നൽകാൻ അയാൾക്കു കഴിയും. പക്ഷെ...

ഞങ്ങൾ, ഉടനെ, തീർച്ചയായും ആ രണ്ടു ചെറുപ്പക്കാരെയും കാണാൻ സമ്മതമാണെന്നും വികാരങ്ങൾക്കുപരി ചിത്രത്തിനാണ് പ്രാധാന്യമെന്നും പറഞ്ഞു. അയാൾ അപ്പോഴേക്കും ടെലിഫോൺ ചെയ്തു കഴിഞ്ഞു. എന്നാലും ജപ്പാനീസ് ഭാഷയിൽ എന്തോ പൊട്ടിത്തെറിച്ച്, ഞങ്ങൾക്കടുത്തേക്ക് വന്നു. എല്ലാവർക്കും നല്ല സന്തോഷമായി, സംതൃപ്തിയും.

'നോക്കൂ', അയാൾ ഉദ്ഘോഷിച്ചു, 'നമ്മൾക്കാഘോഷിക്കണം, മദ്യശാലയിലേക്കോ? നർത്തനശാലയിലേക്കോ?'

ഞങ്ങൾ തീരുമാനം അയാൾക്ക്വിട്ടു. 'തീർച്ചയായും മദ്യശാല' അയാൾ പ്രഖ്യാപിച്ചു. 'നർത്തനശാല പഴഞ്ചനാണ്. മദ്യശാലയിൽ ഉല്ലാസം. ഞാൻ എല്ലാ രാത്രിയും അവിടെ പോകാറുണ്ട്'.

വീണ്ടും കാറുകളിൽ കയറി, ഞങ്ങൾ തിരക്കേറിയ വീഥികളിലൂടെ കുതിച്ചു. ഓരോ അമേരിക്കൻ യാത്രക്കാരനും ജപ്പാനീസ് ഡ്രൈവർമാരെക്കുറിച്ച് വളരെ വിക്ഷോഭിച്ച വിശദാംശങ്ങളാണ് വിവരിക്കാറുള്ളത്. ഞാൻ അവയോട് കൂടുതൽ കൂട്ടിച്ചേർക്കുന്നില്ല. പക്ഷെ, അവരെക്കുറിച്ച് പറഞ്ഞതെല്ലാം സത്യമാണെന്നു മാത്രം. അവർ ആത്മാർത്ഥമായ ദയയുള്ളവരും വൈകാരികമായി യാത്രക്കാരോട് ഇണങ്ങുന്നവരും, ജീവിതത്തെക്കുറിച്ച് ഒരു ബോധവും ഇല്ലാത്തവരുമാണ്. ഒരാളുടെ ജീവൻ, അവയവങ്ങൾ, വസ്തുക്കൾ, കൂടാതെ അവരവരെക്കുറിച്ചും തീരെ ശ്രദ്ധിക്കാത്തവരാണ്.

മദ്യശാലയിൽ കടന്നുചെന്നപ്പോൾ സൗകര്യമേറിയ ഒരുപാട് ചെറിയ മുറികൾചുറ്റും ഒത്തുചേർന്ന് ഒരു മദ്യശാലയായതുപോലെ, തോന്നി, പ്രൊഡക്ഷൻ മാനേജർ അരപ്പട്ട അഴിക്കുകയും ടൈ അഴിച്ചുമാറ്റുകയും ചെയ്ത് കയറിയ ഉടനെ ഉല്ലസിക്കാനാരംഭിച്ചു. അവിടം വ്യാപാരികളെക്കൊണ്ടും അതി സുന്ദരികളെക്കൊണ്ടും നിറഞ്ഞിരിക്കുന്നു. മധ്യവയസ്സോടടുക്കുന്ന മെലിഞ്ഞ ഒരു സുന്ദരിയെ എനിക്കു പരിചയപ്പെടുത്തി പ്രൊഡക്ഷൻ മാനേജർ പറഞ്ഞത്, അവൾ ടോക്യോവിലെ ഏറ്റവുംനല്ല വനിത എന്നാണ്. അവൾ സമർത്ഥയും വിനയാന്വിതയുമായിരുന്നു. എന്റെ പേര് കേട്ടപ്പോൾ ഒരു പ്രത്യേക വികാരത്തിൽ, എന്റെ പുസ്തകങ്ങൾ മുഴുവൻ വായിച്ചിട്ടുണ്ടെന്നും ഞാൻ അവളുടെ ഒരു ആരാധനാപാത്രമാണ് എന്നും മറ്റും പറഞ്ഞു. ഉള്ളിൽ തട്ടിയെങ്കിലും ഞാൻ അല്പം അമ്പരന്നു. ഞങ്ങൾ ഇരുന്നു കഴിഞ്ഞപ്പോൾ അവിടെയുണ്ടായിരുന്ന പെൺകുട്ടികളെ എനിക്കു പരിചയപ്പെടുത്തി. വൃത്താകൃതിയിലുള്ള ഒരു ബെഞ്ചിൽ തിങ്ങിയാണിരുന്നത്. പെൺകുട്ടികൾ എന്റെയടുത്തിരുന്നു. ഇംഗ്ലീഷ് സംസാരിക്കുന്ന ഒരു പെൺകുട്ടി വഴി ഓരോരുത്തരെയായി പരിചയപ്പെട്ടു. ഞാനവരുമായി നല്ല അടുപ്പത്തിലായി. അവരിൽ മിക്കവരും വിവാഹിതരും മക്കളുള്ളവരുമാണ്. ഭർത്താക്കന്മാർക്ക് തീരെ ജോലിയില്ലാത്തതിനാലോ നല്ല ജോലിയില്ലാത്തതിനാലോ ആണ് പലരും ജോലിക്കു വരുന്നത്. കൂടാതെ എളുപ്പവുമാണ്. പക്ഷെ അവരാരും മദ്യശാലയിലെ ജോലി ആസ്വദിക്കുന്നില്ല. അവരുടെയെല്ലാം കണ്ണുകളിൽ സഹിഷ്ണുവായ ഒരു ദുഃഖം തളംകെട്ടി നിൽക്കുന്നതായി ഞാൻ കണ്ടെത്തുകയോ ഭാവനയിൽ കാണുകയോ ചെയ്തു. വളരെ വർഷ

ങ്ങൾക്കു മുമ്പ്, പാരീസിലെ ഫോളീസ് ബെർജെറിയിൽ ഞാൻ നടത്തിയ സന്ദർശനത്തെക്കുറിച്ച് എനിക്കോർമ വന്നു. ഞാൻ ഇപ്പോഴത്തെ പോലെ അന്നും മനുഷ്യ സഹജമായ ഔത്സുക്യം കാരണം, പരിപാടിക്കുശേഷം. കൂടെയുള്ളവരെ പറഞ്ഞയച്ച്, അണിയറയിൽ, വിനോദപ്രകടനം നടത്തിയ പെൺകുട്ടികളെ പരിചയപ്പെടാൻ ചെന്നു. അവരും കുട്ടികൾ ആയിരുന്നില്ല. അവരും കുടുംബപ്രശ്നമുള്ള വനിതകൾ. മിക്കവരും വിവാഹിതർ. ഭർത്താക്കൻമാർ ഉപേക്ഷിച്ചവർ.ദാരിദ്ര്യവും രോഗവുമുള്ള ഭർത്താക്കൻമാർ - പലരും ചെറുപ്പമായിരുന്നില്ല.

ഞാനന്നു ചോദിച്ചു, 'എന്തിനാണിത്തരം ജോലി?'

'രാത്രിയിൽ കുട്ടികൾ ഉറങ്ങും, സുരക്ഷിതരുമാണ്.'

'അവരെ പകൽ മുഴുവനും വിട്ടു നിൽക്കുന്നതിലും നല്ലത്.' അങ്ങനെയങ്ങനെ. പാരീസിലും ടോക്യോയിലേതുപോലെ തന്നെ. ഞങ്ങളുടെ സംസാരം, പ്രൊഡക്ഷൻ മാനേജർ വന്നപ്പോൾ മുറിഞ്ഞു. 'എന്റെ നല്ല ചങ്ങാതി', അങ്ങനെ പറഞ്ഞ് ഒരു വളരെ ചെറിയ പെൺകുട്ടിയെ അയാൾ പരിചയപ്പെടുത്തി.

അവളുടെ മുഖം ദുഃഖം കൊത്തിവച്ചതായിരുന്നു. ഞാൻ അവളെ നേരത്തെ ശ്രദ്ധിച്ചിരുന്നു. അവൾ മതി കെട്ട ഒരു വ്യവസായിയുടെ അരികിലിരുന്ന് അയാൾക്ക് മദ്യവും മസാലകളും വിളമ്പുകയായിരുന്നു. ഒരിക്കൽ എന്റെ ശപിക്കപ്പെട്ട, എല്ലാം കാണുന്ന നോവലിസ്റ്റിന്റെ കണ്ണിൽ, അയാൾ കൈകൾ കൊണ്ട് അവളെ ചേർത്തു പിടിക്കുന്നതും അവൾ ചുരുങ്ങി, കണ്ണുകളിൽ ദയനീയ നോട്ടവുമായി; ഖേദം കാരണം ഞാനതു വിശദീകരിക്കുന്നില്ല. ഇപ്പോൾ എന്റെയടുത്ത്, ഒന്നും പറയാതെ, സാന്ദ്രമായ ശാന്തതയോടെ, അവൾ എന്തോ പറയുന്നതായി എനിക്കു തോന്നി. ഇതിനെപ്പറ്റി ഞാനൊന്നും പറയില്ല.

രാത്രി സാവധാനം കടന്നുപോയി, ഞാൻ പോകാനെഴുന്നേറ്റു. പെൺകുട്ടികൾ 'മമ്മ' എന്നു വിളിക്കുന്ന വനിത, അവരെ ഒരു നിരയിൽ നിർത്തി കുനിഞ്ഞു യാത്ര പറയിച്ചു. അവർ തന്നെ എന്റെ കാറിനരികിലേക്ക് വന്നു, വാതിലിലേക്ക് ചാഞ്ഞ്, സാമാന്യം നല്ല ഇംഗ്ലീഷിൽ സംസാരിച്ചു. അവർക്ക് നല്ല വിദ്യാഭ്യാസമുണ്ട്. ഒരു ഒതുങ്ങിയ സാധാരണ സ്ത്രീയുമല്ല. അവർ എന്നെ ഊഷ്മളമായി നോക്കി നിന്നു. സ്നേഹത്തോടെ എന്റെ കൈകളിൽ അമർത്തി. ഒരു വലിയ പൂച്ചെണ്ടു നൽകി മനസ്സില്ലാമനസ്സോടെ യാത്രയാക്കി.

കാറിൽ തനിച്ചിരിക്കവെ, ജപ്പാനിലെ ഈ ജീവിത പ്രതിഭാസത്തെക്കുറിച്ച്, കുടുംബത്തിൽ നിന്നും അകന്നുള്ള പുരുഷൻമാരുടെ രാത്രി

ജീവിതത്തെക്കുറിച്ച് ആലോചിച്ചു. ഇത് കുടുംബജീവിതം തകർക്കുന്ന ഒരു ശക്തിയാണ്; ജൻമിത്തത്തിന്റെ അവശിഷ്ടം. ആധുനിക ജപ്പാനീസ് വനിതകൾ മദ്യശാലകളെയും നർത്തനശാലകളെയും വെറുക്കുന്നു. കാരണം അവരുടെ ഭർത്താക്കന്മാരെ അവ വീട്ടിൽ നിന്നകറ്റുന്നു. പഴയ കാല സ്ത്രീകൾ, പുരുഷന്മാർ ചെയ്തിരുന്ന ഏതു കാര്യവും സ്വീകരിച്ചിരുന്നത് പോലെ ഇതും സ്വീകരിച്ചിരുന്നു. പുതിയ സ്ത്രീകൾ, അവർ സ്നേഹിക്കന്ന പുരുഷന്മാരുടെ യഥാർത്ഥ കൂട്ടുകെട്ടാണാഗ്രഹിക്കുന്നത്; എന്നാലും പുരുഷന്മാർ കുടുംബങ്ങളിൽ നിന്നും അകന്നു നിൽക്കുന്നത് തുടങ്ങുന്നു. 'അതെ, ഞാൻ പഠിച്ചിരിക്കുന്നു', എന്റെ ചെറിയ ജപ്പാനീസ് കാര്യദർശി ഒരു ദിവസം തണുപ്പൻ മട്ടിൽ ശാന്തയായി പറഞ്ഞു; അയാളെ ഇനി ശകാരിക്കില്ല. കാലത്ത് രണ്ട് മണിക്ക് സന്തോഷപ്രദമായ പുഞ്ചിരിയോടെ അയാളെ എങ്ങനെ സ്വീകരിക്കാമെന്നു കൂടി ഞാൻ പഠിച്ചിരിക്കുന്നു.'

അതെ, അവർക്കതു ചെയ്യാൻ കഴിയും. കാരണം, ജപ്പാനീസ് യുവതികൾ ജപ്പാനീസ് പുരുഷൻമാരേക്കാൾ ശക്തരാണ്. ചൈനീസ് സ്ത്രീകളെപ്പോലെ അവർക്ക് ഒരു ആനുകൂല്യവും നൽകപ്പെട്ടിട്ടില്ല. അവൾ ഒരിക്കലും ആകർഷിക്കപ്പെടുകയോ പ്രഭുപദവിയിൽ സ്വർണ്ണ കവചം ധരിക്കുകയോ ചെയ്തിട്ടില്ല. അവൾ ഒരു പെണ്ണായി ജനിച്ചു. അതായത് ഒരു തരംതാണ വ്യക്തി, ഭാരം ചുമക്കുന്നവൾ, ഒരു വിനീതയായ ദാസി. നൂറ്റാണ്ടുകളായുള്ള ആ നിലനിൽപിൽ അവൾ കൂറും ബാധ്യതയും നിർബന്ധിതമായി ഏറ്റെടുത്തപ്പോൾ, ആർക്കും തടക്കുവാനാവാത്ത ഒരാന്തരികശക്തി അവൾ സമാഹരിച്ചു. അവൾ പുരുഷനെ പ്രസവിച്ചു, പരിപാലിച്ചു, ജാഗ്രതകാട്ടി, കാത്തു, പ്രതിരോധിച്ചു, ആവശ്യപ്പെടാതെ തന്നെ. ഉത്തരം നല്കാൻ ആരുമില്ലാത്തപ്പോൾ അവൾ എന്തിന് ചോദ്യം ചോദിക്കണം? അവൾ ചതിക്കപ്പെടുന്നത് ഒരാൾ മൂലം മാത്രമാണ്; മറ്റൊരു സ്ത്രീ, വിവാഹിത അല്ലാത്ത സ്ത്രീ, വീട്ടുകാര്യങ്ങളും കുട്ടിക്കളെയും കൊണ്ട് നടുവളഞ്ഞവളല്ലാത്ത സ്ത്രീ, പുരുഷനെ വിസ്മയിപ്പിക്കാൻ പഠിപ്പിക്കപ്പെടുകയും പരിശീലപ്പിക്കപ്പെടുകയും അതിനാൽ ആകർഷകമായ വേഷംകെട്ടുകയും ചെയ്യുന്നവൾ. അവൾ ചതിക്കപ്പെടുന്നത് നർത്തനശാലയിലെ നിശാനർത്തകിമാരെക്കൊണ്ടാണ് (ജെയിഷ). ഏതൊരു പുരുഷനും അവന്റെ സുഖസൗകര്യങ്ങൾക്കും വീട്ടുകാര്യങ്ങൾ ഒഴിവാക്കുന്നതിനും വേണ്ടി വിദ്യാഭ്യാസമില്ലാത്തവളും വീട്ടിലൊതുങ്ങിക്കഴിയുന്നവളുമായ ഭാര്യയെ വേണം. ബാക്കിയെല്ലാം അവൻ തിരയുകയും കണ്ടെത്തുകയും ചെയ്യുന്നത് നിശാ

നർത്തകിയിലാണ്. അവളുടെ ഒരേയൊരു ജോലി അവനെ സന്തോഷിപ്പിക്കുക, അവന്റെ കണ്ണുകളെ ആകർഷിക്കുക, അവളുടെ പാട്ടിൽ അവനെ മയക്കുക, അവളുടെ വിദ്യാഭ്യാസം കൊണ്ട് അവന്റെ മനസ്സ് കീഴടക്കുക എന്നിവയാണ്. ഒരു നല്ല നർത്തകി വളരെ മിടുക്കിയും, ബുദ്ധിശാലിയുമായിരിക്കും. അവളുടെ പ്രതിരൂപം എന്നുപറയുന്നത് ഗ്രീക്ക് കൊട്ടാരദാസി (ഹെതായ്‌ര)യാണ്. ഗ്രീക്കിലെ കുടുംബിനികൾ ഇവർക്കെതിരെ കുറ്റാരോപണം നടത്തി വിലപിക്കാറുണ്ട്.

ഞാൻ ഒരു ദിവസം സുന്ദരിയായ ഒരു ഗെയ്ഷയോട് അന്വേഷിച്ചു;'നിങ്ങളിപ്പോൾ കീഴടക്കിയ ഈ മനുഷ്യന്റെ ഭാര്യയെക്കുറിച്ച് നിങ്ങൾക്ക് ഒരു ചിന്തയുമില്ലേ?' അവൾ തോൾ വെട്ടിച്ചു. 'പുരുഷന്മാരാണ് ഈ ആവശ്യം ഉണ്ടാക്കുന്നത്, ഞങ്ങൾ വെറും വ്യാപാരച്ചരക്കുകൾ.'

ദോഷൈകദൃക്കുകളുടെ ഒരു മറുപടിയാണത്. അവളുടെ ആധുനിക പ്രതിരൂപമായ മദ്യശാലയിലെ പെണ്ണ്, എല്ലാ അർത്ഥത്തിലും ഇതിലും തരംതാഴ്ന്നിരിക്കുന്നു. നല്ല പരിശീലനം സിദ്ധിച്ച ഒരു നർത്തകി അവളുടെ വേഷവിധാനം കൊണ്ട് വ്യത്യസ്തയും സൗകുമാര്യവും ഉള്ളവളുമായിരിക്കും. പക്ഷെ, ഏതൊരു സ്ത്രീക്കും മദ്യശാലയിൽ ജോലിചെയ്യാം. അവളുടെ മുഖം പാതി ഭംഗിയുള്ളതാണെങ്കിൽ രക്ഷപ്പെട്ടു. തീരെ ഭംഗിയില്ലാത്തതായാലും, അവൾക്ക് മറ്റ് പലതും വിൽക്കാനുണ്ട്. ഒരു പുരുഷനു മേൽ അവൾക്കുള്ള സ്വാധീനം ഒരു ഗെയ്ഷക്കുള്ളത്രയുമുണ്ടാവില്ല. എല്ലാ അർത്ഥത്തിലും അവൾ ആകർഷകതയുള്ളവളോ, പരിഗണനാർഹയോ അല്ല. അവൾ ചില സമയങ്ങളിൽ എല്ലാ അവസരങ്ങളും നിഷേധിക്കപ്പെട്ട കുട്ടിയോ ഒരു വേശ്യക്ക് സമമോ ആയിരിക്കും. നർത്തകിമാർക്കും വേശ്യയാവാമെങ്കിലും അങ്ങിനെയാവാൻ നിർബന്ധിക്കപ്പെടാറില്ല. അവർ പുരുഷന്മാർക്കു മേലുള്ള അവരുടെ സ്വാധീനം മറ്റുവിധത്തിൽ അവരാഗ്രഹിക്കുംപോലെ ഉറപ്പിക്കുന്നു. ഒരു മദ്യശാലയിലെ പെണ്ണിന് ലൈംഗികത ഒഴിച്ചുള്ള വിഭവങ്ങൾ വളരെ പരിമിതമാണ്. ഈ സന്ദർഭത്തിൽ, ജപ്പാനിൽ ലൈംഗികത വളരെ അസംസ്കൃതമായിരിക്കുന്നു. പ്രകൃതിവാദം പണ്ടേയുണ്ടെങ്കിലും ലൈംഗികത അതിന്റെ യഥാർത്ഥ അർത്ഥത്തിൽ ഒരു വശീകരണ വസ്തുവായും ആയുധമായും സ്ത്രീകൾ ഉപയോഗിക്കുന്നു. പുരുഷന്മാർ ഒരു രക്ഷാമാർഗമായും,; മദ്യപാനവുമായി താരതമ്യം ചെയ്യുമ്പോൾ എന്തിൽ നിന്നുള്ള രക്ഷപ്പെടൽ? നിരാശയിൽനിന്നും വ്യക്തിപരമായ അപകർഷതയിൽനിന്നും എന്ന്

ഞാൻ വിശ്വസിക്കുന്നു. മറ്റെന്തിൽ നിന്നാണ് മനുഷ്യരിലെ ആൺവർഗം രക്ഷപ്പെടാനാഗ്രഹിക്കുന്നത്?

നർത്തകിമാരേയും മദ്യശാലയിലെ പെൺകുട്ടികളെയും മാറ്റി നിർത്തിയാൽ, എന്തായാലും മറ്റെന്തോ ജപ്പാനീസ് പെൺകുട്ടികൾക്ക് സംഭവിച്ചിട്ടുണ്ട്. ആ മറ്റെന്തോ എന്നത് അമേരിക്കക്കാരൻ പുരുഷന്മാരാണെന്ന് ഞാൻ വിഭാവനം ചെയ്യുന്നു. ധാരാളം ജപ്പാനീസ് സ്ത്രീകൾ, അമേരിക്കൻ പുരുഷന്മാരുടെ പാട്ടിലാക്കലിൽ പെട്ടിട്ടുണ്ട്. അവർ രണ്ടുപേരും-പുരുഷനും സ്ത്രീയും-വളരെക്കാലമായി തേടിയതെന്തോ കണ്ടെത്തിയതുപോലെ. സൗമ്യത ഇഷ്ടപ്പെടുന്ന, ഇതരാഭിപ്രായത്തെ ബഹുമാനിക്കുന്ന, ലൈംഗികബന്ധത്തിൽ പ്രകൃത്യാലുള്ള മനോഭാവം പ്രകടിപ്പിക്കുന്ന പുരുഷനിൽനിന്നും അവൾ പ്രതീക്ഷിക്കേണ്ട സ്നേഹം എന്ന് സ്ത്രീ വിശ്വസിക്കുന്നു. പുരുഷനാകട്ടെ തന്റെ അഭിപ്രായത്തെ മാനിക്കുന്ന, തന്നെ പരിചരിക്കുന്ന, അവന് അവളിലുള്ള ലൈംഗീകാസക്തിയാണ് മറ്റേതൊരു പുരുഷനിൽനിന്നും ലഭിക്കാവുന്ന ആത്യന്തിക സ്നേഹം എന്നും വിശ്വസിക്കുന്ന സ്ത്രീകളിൽനിന്നും പ്രതീക്ഷിക്കുന്നത്. ഞാൻ ഇപ്പോഴും ഓർക്കുന്നു; ഒരു അമേരിക്കൻ ചെറുപ്പക്കാരന്റെ പരാതി. ഒരു ജപ്പാനീസ് വനിത ആദ്യമായി അമേരിക്കയിൽ വന്നപ്പോൾ നല്ല ഭാര്യായായിരുന്നു. രണ്ടുവർഷം കഴിഞ്ഞപ്പോൾ അവൾ ഒരു അമേരിക്കക്കാരിയെക്കാൾ മെച്ചമല്ല; കാരണം, അവൾ അമേരിക്കൻ സ്ത്രീകളുടെ രീതികൾ പഠിച്ചിരിക്കുന്നു !

അതങ്ങനെയിരിക്കട്ടെ. ജപ്പാനിലെ ചെറുപ്പക്കാരായ യുവതികൾ അമേരിക്കൻ ശൈലികൾ പഠിച്ചിട്ടില്ല. അവർ സ്വതന്ത്രരാക്കപ്പെട്ടിരിക്കുന്നു, അത്രമാത്രം. അവർ എല്ലായിടത്തും സന്തോഷപൂർവമായ സ്വാതന്ത്ര്യത്തോടും അക്ഷോഭ്യമായും നീങ്ങുന്നു. ഒരേ സമയം സാഹസികതയോടെയും സ്ത്രൈണതയോടെയും ധീരമായും ലജ്ജയോടും പ്രകടമായ നിർദ്ദോഷിത്വവും യഥാർത്ഥ പരിഷ്കാരവും വശ്യമായി കൂടിച്ചേർന്നതുപോലെയും സുസ്ഥിരമല്ലെങ്കിലും അവസാനിക്കും വരെ വളരെ ആകർഷകമായ രീതിയിലും. ഒരുപക്ഷെ അവൾ അമേരിക്കയിലാണ് ജീവിക്കുന്നതെങ്കിൽ അവൾ തീർച്ചയായും കണ്ടുപിടിക്കും. ചെറുപ്പക്കാരനായ അമേരിക്കക്കാരൻ എല്ലായ്പോഴും മനം കവരുന്നവനെങ്കിലും സ്ഥിരതയുള്ളവനായിരിക്കുമെന്നും ആദ്യകാലങ്ങളിൽ അവളെ സന്തോഷിപ്പിക്കുകയും അത്ഭുതപ്പെടുത്തുകയും ചെയ്തതെല്ലാം അവന് വളർച്ചയില്ലെങ്കിൽ, നിരാശാജനകമായിത്തീരുമെന്നും അവൾ തീർച്ചയായും കണ്ടുപിടിക്കും. എനിക്കറിയുന്ന ഒരു അമേരിക്കൻ

ചെറുപ്പക്കാരൻ അവന്റെ ചെറുപ്പക്കാരിയായ ജപ്പാനീസ് വധുവിനേയും കൂട്ടി വീട്ടിൽ വന്നു; അത്യുൽസാഹത്തോടെ, എല്ലാം സമ്മതിക്കുന്ന രക്ഷിതാക്കളെ പരിചയപ്പെടുത്തി; ഒരു വർഷം കഴിഞ്ഞപ്പോൾ ഈ യുവതി വിവാഹമോചനം വേണമെന്നാവശ്യപ്പെട്ടു. കാരണം, അവൾ മറ്റൊരാളുമായി പ്രണയത്തിലായിരിക്കുന്നു. ആ മറ്റൊരു പുരുഷൻ മറ്റാരുമായിരുന്നില്ല, അവന്റെ അച്ഛൻ തന്നെ ആയിരുന്നു. അയാൾക്ക് അവളോട് പ്രണയമാണ്. അയാൾക്ക് ആരാധനയോടെ സ്നേഹിക്കുന്ന ഒരു ഭാര്യ വേണമായിരുന്നു. ജപ്പാൻകാരി ഭാര്യ ആരാധിക്കുവാൻ പരിശീലിച്ചവളായിരുന്നു. ചെറുപ്പക്കാരിക്ക് വേണ്ടത്, അവൾ പറഞ്ഞു, 'ഒരു നല്ല വിവേകം ഉള്ള പുരുഷനെയാണ്.'

ഒരുപക്ഷെ, സ്ത്രീയും, പുരുഷനും തമ്മിലുള്ള ഈ ശാശ്വത മത്സരത്തിന് നിയമങ്ങൾ ഒന്നും ഉണ്ടായിരിക്കില്ല. ജപ്പാനിലെ പുരുഷന്മാർ, ഇതുവരെ എനിക്കു കാണാൻകഴിഞ്ഞതിൽ നിന്നും ഒട്ടും മാറിയിട്ടില്ല. അവൾ യഥാർത്ഥത്തിൽ എന്താണെന്ന് അവൻ കണ്ടുപിടിക്കുമ്പോൾ അവന്റെ സ്ത്രീയെ അവൻ ഇഷ്ടപ്പെടുമായിരിക്കും, എന്നു ഞാൻ വിസ്മയപ്പെടുന്നു. ഇപ്പോൾ അവൻ അറിഞ്ഞിട്ടില്ല.

*** *** ***

അന്നുരാത്രി ഞാൻ ഹോട്ടൽ മുറിയിലേക്ക് പോയത് ഇത്തരത്തിലുള്ള ചിന്തകളുമായാണ്. നല്ല മഴയായിരുന്നു. തെരുവുകളെല്ലാം പ്രളയജലത്തിൽ മുങ്ങിപ്പോയി. തിമർത്തുപെയ്ത മഴ എന്നെ ശബ്ദത്തിന്റെ പെട്ടിയിലടച്ചു. എനിക്ക് ഇടുങ്ങിയ സ്ഥലങ്ങൾ കാണുമ്പോൾ ഭയമാകും. ഹോട്ടലിന്റെ വിശാലമായ പുതിയഭാഗത്തെ ഇടനാഴിയിലൂടെ ഞാൻനടന്നു. എന്റെ മുറികൾ അവിടെയായിരുന്നു. പഴയ കെട്ടിടടത്തോട് ഫ്രാങ്ക് ലോയ്സ് റൈറ്റ് കൂടിച്ചേർത്ത ഭാഗമാണിത്. ഇത് അദ്ദേഹത്തിന്റെ ആദ്യ ആവിഷ്കാരങ്ങളിൽ ഒന്നാണ്. അതുകൊണ്ട്തന്നെ അദ്ദേഹത്തിന്റെ പിൽക്കാല നിർമിതികളായ ന്യൂയോർക്കിലെ ജഗ്ഗൻഹെയിം മ്യൂസിയം, ദി സല്ലാസ് ലിറ്റിൽ തിയേറ്റർ എന്നിവയുമായി. ഒരുതരത്തിലുള്ള സാമ്യവും ഇല്ലാത്തതുമാണ്. അതു ജപ്പാനിലെ ഒരു നിർമിതിയുമായും സാമ്യമുള്ളതുമായിരുന്നില്ല. കൗതുകകരമായ, ചെറിയ നിറമുള്ള പലതരം കല്ലുകളുടെ ഒരു കൂമ്പാരമായിരുന്നു അത്. വക്കുകളും മൂലകളുമൊക്കെയായി അമിതാലങ്കാരങ്ങളോടെ. അതിന്റെ മഹാത്മ്യമെന്ന് പറയുന്നത്, അത് എല്ലാ ഭൂകമ്പങ്ങളെയും അതിജീവിച്ചിരുന്നു എന്നതാണ്. കാരണം, അതിന്റെ ശില്പിക്ക്, ടോക്യോതന്നെ നിർമിച്ചിരിക്കുന്നത് വിറക്കുന്ന, കടൽ പോലെയുള്ള ചെളിക്കകത്താണ് എന്നറിയാമായിരു

ന്നു. ഈ കടലിനകത്തേക്ക് അദ്ദേഹം അനേകായിരം ഓറിഗോൺ പൈൻ മരക്കുറ്റികൾ അടിച്ചു താഴ്ത്തി അടിത്തറയുണ്ടാക്കിയാണ് ഭീമാകാരമായ സൗധം പണിതത്. അത് യഥാർത്ഥത്തിൽ പൊങ്ങിക്കിടക്കുന്നതിനാൽ എന്തുമായും പൊരുത്തപ്പെടാൻ കഴിയും.

പൊങ്ങിക്കിടക്കുന്നത് പൊരുത്തപ്പെടാൻ സഹായിക്കുമോ? ഞാനീ ചോദ്യത്തെക്കുറിച്ച് ആലോചിച്ച്; പഴയ ഇരുണ്ടസന്ദർശകമുറിയിലെ ഒരുമൂല തിരയുമ്പോൾ. അങ്ങിനെയാണെങ്കിൽ ഞാൻ പൊരുത്തപ്പെടാനുണ്ട്. എനിക്കിപ്പോൾ തോന്നിയത് ഞാൻ ജീവിക്കുന്നില്ല, ഞാൻ നിലനില്ക്കുന്നു പോലുമില്ല, കാലത്തിനു മുകളിൽ പൊങ്ങിക്കിടക്കുക മാത്രമാണെന്നാണ്. കാലത്തെഴുന്നേറ്റ് ജോലിചെയ്യുക, രാത്രിയിൽ തനിയെ നടക്കുക, കുറച്ച് ഉറങ്ങി പ്രഭാതത്തിൽ ഉണരുക, കഴിഞ്ഞതിനെക്കുറിച്ചോ വരാനിരിക്കുന്നതിനെക്കുറിച്ചോ ചിന്തിക്കാതെ പുരുഷന്മാരെയും സ്ത്രീകളെയും കുറിച്ചമ്പേഷിച്ച്, ഈ ഒരു ദിവസത്തെക്കുറിച്ചു മാത്രം ചിന്തിച്ചുകൊണ്ട്; ഞാൻ അങ്ങനെയെല്ലാം വിഭാവനംചെയ്തു. എന്റെ വിവാഹം എത്ര മാത്രം വ്യത്യസ്തമായിരുന്നു എന്നതിനെക്കുറിച്ച് ഞാൻഓർത്തു. കല്യാണം കഴിക്കാൻ എളുപ്പമുള്ള ഒരു സ്ത്രീ ആയിരുന്നില്ല ഞാൻ, അല്ലെങ്കിൽ ഞാൻ അങ്ങനെ വിഭാവനം ചെയ്യുന്നു. എന്റെ അസ്തിത്വം അടി മുതൽ മുടിവരെ വിഭജിക്കപ്പെട്ടിരിക്കുന്നു. ഒരുഭാഗം സ്ത്രീയായും ഒരു ഭാഗം കലാകാരിയായും-എന്നാൽ സ്ത്രീയായി ഒന്നും ചെയ്യുവാനില്ലാതെ. ഒരു കലാകാരി എന്നനിലയിൽ ഞാൻ ക്രൂരത കാട്ടുവാൻ കഴിവുള്ളവളാണ്; കാരണം കലാകാരന്മാർ അലിവ് ഇല്ലാത്തവരാണ്, അങ്ങനെ ആയിരിക്കണം.

'താങ്കൾക്ക് സഹിക്കാനാവുമോ അത് ?' ഒരിക്കൽ അദ്ദേഹത്തോട് ഞാൻ ചോദിച്ചു. 'താങ്കൾ, അങ്ങയെ ഒരു നോവലിൽ കണ്ടെത്തിയാൽ? തീർച്ചയായും വെറും നിങ്ങളെപ്പോലെയല്ല-ഞാൻ എപ്പോഴും എന്റെ ആളുകളെ സൃഷ്ടിക്കുന്നു; പക്ഷെ, എനിക്ക് വേണ്ടതെല്ലാം ഞാൻ കവർന്നെടുക്കുന്നു - ഉദാഹരണത്തിന് താങ്കൾ എന്നോട് താങ്കളെ വിവാഹം ചെയ്യാൻ ആവശ്യപ്പെട്ടതുപോലെ, മറ്റൊരാളും അതുവരെ ചെയ്യാതിരുന്നതാണ് അതെന്ന് എനിക്കുറപ്പുണ്ട്. എനിക്ക് ചിലപ്പോൾ അതുപോലെ ചിലത് വേണ്ടിവരും; മറ്റു പുരുഷന്മാർക്കും സ്ത്രീകൾക്കുമായി.'

അദ്ദേഹം പുഞ്ചിരിച്ചു. അദ്ദേഹത്തിന്റേത് അസാധാരണമായ ഒരു പുഞ്ചിരിയാണ്. അദ്ദേഹത്തിന്റെ നീലക്കണ്ണുകളുടെ ആഴത്തിൽ നിന്നാരംഭിച്ച് - ഒരു മനുഷ്യനു മേൽ വെറുതെ കളഞ്ഞ കണ്ണുകൾ,; കാരണം,

പൂർണ്ണമായും പാടലവർണ്ണത്തിൽ നീണ്ട കറുത്ത പുരികങ്ങളോടു കൂടിയ അവയെ എനിക്ക് ഇഷ്ടമായിരുന്നു; അതു കൊണ്ടവ വ്യർത്ഥമായില്ല. 'എടുത്തോളൂ', അദ്ദേഹം പറഞ്ഞു. 'ഇതു നിന്റേതാണ് എല്ലാതരത്തിലും. എനിക്കു തരാനുള്ളതെല്ലാം എടുത്തോളൂ...'

അദ്ദേഹത്തിനുണ്ടായിരുന്ന അതിവിശിഷ്ടമായ ഗുണം, ഒരുകലാകാരിയെ അദ്ദേഹം മനസ്സിലാക്കി എന്നതാണ്. അദ്ദേഹം സ്ത്രീകളെ മനസ്സിലാക്കിയിരുന്നില്ലെന്ന് ഞാൻ സംശയിക്കുന്നു, അല്ലെങ്കിൽ മനസ്സിലാക്കാൻ ശ്രദ്ധിച്ചിരുന്നില്ലെന്നും. സ്ത്രീകളെക്കുറിച്ച് അദ്ദേഹത്തിന് പൊതുവിൽ വിലകുറഞ്ഞ അഭിപ്രായമായിരുന്നു. അദ്ദേഹം അവരെ വെറുത്തിരുന്നില്ല, പക്ഷെ ചിലപ്പോൾ വ്യക്തിപരമല്ലാത്തതും ദാക്ഷിണ്യമില്ലാത്ത ഗൗരവത്തോടെയുള്ളതുമായിരുന്നു. ഞാൻ, അദ്ദേഹം ചെയ്യുന്നത് നീതികേടാണെന്ന് പരാതിപറയുമ്പോൾ അദ്ദേഹം ക്ഷമയോടെ മറുപടി പറഞ്ഞു. 'ഞാൻ ഒരിക്കലും സ്ത്രീകളെ വിലകുറച്ച് കാണുന്നില്ല. നേരെമറിച്ച്, അവർക്ക്, അവരേക്കാളും കുറച്ചുകൂടി ആവാം എന്നാണ് വിചാരിക്കുന്നത്. അവർ അവരെ, പാചകക്കാരായോ വസ്ത്രം കഴുകുന്നവരായോ ശുശ്രൂഷകരായോ കാണുമ്പോൾ സന്തുഷ്ടരാവുന്നു. പക്ഷെ അവർക്ക് അതിനേക്കാളൊക്കെ എന്തൊക്കെയോ ആവാൻ കഴിയും; അവർ ആഗ്രഹിച്ചാൽ അല്ലെങ്കിൽ അവർ അവർക്കിഷ്ടമുള്ളത് ചെയ്യുമ്പോൾ. അവരെയാരും തടഞ്ഞു നിർത്തുന്നില്ല; അവരല്ലാതെ.'

വീട്ടുജോലിയോട് അദ്ദേഹത്തിന് ഒരു മാന്യമായ ഇംഗ്ലീഷുകാരന്റെ മനോഭാവമായിരുന്നു. കാരണം രണ്ടുഭാഗം വഴിയും അദ്ദേഹം ഇംഗ്ലീഷുകാരനായിരുന്നു. അദ്ദേഹത്തിന്റെ അമ്മ ജനിച്ചത് ഇംഗ്ലണ്ടിലായിരുന്നു. അദ്ദേഹത്തിന്റെ അഭിപ്രായ പ്രകടനത്തിൽ പരന്നുകിടക്കുന്ന അനീതിയെക്കുറിച്ച് ബോധ്യപ്പെട്ടെങ്കിലും ഒരു തർക്കം തുടർന്നു കൊണ്ടു പോകണമെന്ന് ഞാനാഗ്രഹിച്ചില്ല; മാത്രമല്ല, അദ്ദേഹം സ്ത്രീകളെ സംബന്ധിച്ച് ഒരു സദാചാരവാദിയുമായിരുന്നില്ല. അദ്ദേഹം, ജീവിതം നേരത്തെ ആരംഭിച്ചു. ഇരുപതുവയസ്സുള്ളപ്പോൾ ഹാർവാർഡിൽ നിന്നും ഓണേഴ്സ് ബിരുദമെടുത്തു. കല്യാണവും കഴിച്ചു. അദ്ദേഹത്തിന്റെ നീലക്കണ്ണുകളും കറുത്ത മുടിയും തവിട്ടു നിറവും ആകർഷിച്ചിരുന്നു. അതദ്ദേഹത്തിനുമറിയാം. അദ്ദേഹത്തിന്റെ പെരുമാറ്റം മനം കവരുന്നതും ചിലപ്പോൾ ചില സ്ത്രീകളുമായി സംസാരിക്കുമ്പോൾ മോഹിപ്പിക്കുന്നതുമായിരുന്നു. എന്നാൽ അദ്ദേഹത്തിന് തന്റേതായ നിയമാവലി ഉണ്ടായിരുന്നു. ഉദാഹരണത്തിന്, അദ്ദേഹത്തിന്റെ കീഴിൽ ജോലിചെയ്യുന്ന ഒരു സ്ത്രീയുടെ ഒന്നാം പേര്

വിളിക്കുമായിരുന്നില്ല. അല്ലെങ്കിൽ അവളെ ഉച്ചഭക്ഷണത്തിന് ക്ഷണിക്കുമായിരുന്നില്ല. അതുമല്ലെങ്കിൽ പ്രവർത്തനസമയം കഴിഞ്ഞു കൂടിക്കാഴ്ചകൾ നടത്തുകയുമില്ല. ഏതെങ്കിലും ഒരു തൊഴിലാളിയുടെ മേൽ വ്യക്തിപരമായ ഒരു ആവശ്യം ഉന്നയിക്കുന്നത് അനുചിതമാണെന്ന് അദ്ദേഹം വിശ്വസിച്ചു. അത് ഉദ്യോഗ ദാതാവിന്റെ അധികാരം ദുർവിനിയോഗം ചെയ്യൽ ആണ്. ഞാനോർക്കുന്നു; ഒരിക്കൽ അദ്ദേഹത്തിന്റെ കാര്യദർശിയായി അതി സുന്ദരിയായ ഒരു ചെറുപ്പക്കാരിയുണ്ടായിരുന്നു. അദ്ദേഹത്തിന്റെ ഒരു ആൺസുഹൃത്തോ ഇടപാടുകാരനോ അപഹസിക്കുംവിധം, അസൂയ കലർന്ന പ്രസ്താവന നടത്തിയപ്പോൾ, അദ്ദേഹം ഒരു ഇംഗ്ലീഷുകാരനു മാത്രം സാധ്യമാവുന്ന തരത്തിൽ തണുപ്പനായിരുന്നു. 'മിസ് കേർക് ഒരു കഴിവുറ്റ കാര്യദർശിയാണ്, അല്ലെങ്കിൽ ഞാനവരെ നിയമിക്കില്ല' എന്നായിരുന്നു അദ്ദേഹത്തിന്റെ മാറ്റമില്ലാത്ത മറുപടി.

അത്തരം മനോഭാവത്തിന്റെ ഫലം, തീർച്ചയായും കാര്യദർശിമാരുടെ സമ്പൂർണ്ണ സമർപ്പണമായിരുന്നു. ഇന്നും, കല്യാണം കഴിഞ്ഞ്, മുതിർന്ന കുട്ടികളുണ്ടായിട്ടും മിസ് കേർക്കും അതു പോലുള്ളവരും സ്നേഹപൂർവമുള്ള ഓർമകൾ എന്നോട് പങ്കുവെയ്ക്കും

'അദ്ദേഹം വളരെ രസികനായിരുന്നു. കൂടെ ജോലിചെയ്യുമ്പോൾ താങ്കൾക്കദ്ദേഹത്തെ വിശ്വസിക്കാം. അദ്ദേഹം താങ്കളെ ആകർഷിക്കാൻ ശ്രമിച്ചില്ല. താങ്കൾക്കെപ്പോഴും താങ്കൾ തന്നെയായിരിക്കാം.

എളിയ ശ്രദ്ധാഞ്ജലിയെങ്കിലും എത്ര അർത്ഥവത്താണ്! എന്നാലും ചിലപ്പോൾ സന്തോഷത്തോടെ എന്നെ കോപാകുലയാക്കാൻ അദ്ദേഹത്തിനാവുമായിരുന്നു. ഉദാഹരണത്തിന്, ഒരു സ്ത്രീയുടെ ശരീരത്തിൽ പുരുഷന്റെ തലച്ചോറാണ് എന്റേതെന്നും അദ്ദേഹത്തിനറിയുന്ന ഒരുസ്ത്രീയേയും പോലെയല്ല ഞാനെന്നും പറയുന്നത് അദ്ദേഹത്തിന് ഇഷ്ടമായിരുന്നു. അത് കേൾക്കേണ്ട താമസം. ഞാൻ അദ്ദേഹത്തോട് ചാടിക്കയറും. എന്തുകൊണ്ട് ഒരു സ്ത്രീക്ക് പുരുഷന്റെ ബുദ്ധി കിട്ടുന്നു ? അവൾക്ക് നല്ല ഒരു മനസ്സുള്ളതു കൊണ്ടല്ലേ എന്ന് ഞാൻ അവകാശപ്പെടും. പ്രകൃതി ഏറ്റവും നല്ല സമ്മാനം പുരുഷനു മാത്രമെ കൊടുക്കൂ ? സ്ത്രീകൾക്കു ബുദ്ധി നിഷേധിക്കുന്ന ഏതെങ്കിലും പാരമ്പര്യത്തെക്കുറിക്കുന്ന നിയമമുണ്ടോ ? അദ്ദേഹം ചിരിച്ചു, അഭയം ചോദിക്കുന്നതായി അഭിനയിച്ചു. എന്നിട്ട് ഗൗരവത്തോടെ പറഞ്ഞു: ഞാൻ പറഞ്ഞതാണ് ശരിയെന്ന്. 'ഞാൻ മാപ്പ് ചോദിക്കുന്നു.' കണ്ണുകളിലെ തിളക്കത്തോടെ അദ്ദേഹം പറഞ്ഞു. പക്ഷെ, അദ്ദേഹം

വിശ്വസിച്ചതിനെതിരായി അദ്ദേഹം മാപ്പു പറയില്ല.

അദ്ദേഹം എന്റെ മനസ്സ് ആസ്വദിച്ചിരുന്നു എന്നത് തർക്കമറ്റ വസ്തുതയാണ്. അത് എന്നെ സംബന്ധിച്ചിടത്തോളം രത്നങ്ങളേക്കാൾ വില പിടിപ്പുള്ളതും. ദുർഗ്രഹമായ വിഷയങ്ങളിൽ അഴകേറിയ സംഭാഷണങ്ങൾ അദ്ദേഹം ഇഷ്ടപ്പെട്ടു. പ്രത്യുൽപന്നമതിത്വം അദ്ദേഹം ആസ്വദിച്ചു. എഴുതുന്ന സന്ദർഭങ്ങളിൽ, ഞാൻ തനിയെയായിരിക്കുന്നതാണ് നല്ലതെന്ന യാഥാർത്ഥ്യം രത്നങ്ങളേക്കാളും ജീവിതത്തെക്കാളും എത്രയോ വലുതാണെന്ന് അദ്ദേഹം മനസ്സിലാക്കിയിരുന്നു. അദ്ദേഹം ഒരിക്കലും ഞാൻ എന്താണ് എഴുതുന്നതെന്ന് ചോദിച്ചിരുന്നില്ല. അല്ലെങ്കിൽ എന്തിനെക്കുറിച്ചുള്ള പുസ്തകമാണെന്നോ. ഒരു നോവൽഎഴുതി മുദ്രിതമാക്കി, പ്രസാധകനു സമർപ്പിക്കാൻ തായ്യാറായാൽ ഞാൻതന്നെ അത് അദ്ദേഹത്തിനടുത്തു കൊണ്ട്പോയി തികച്ചും ഔപചാരികമായി, ചൈനീസ് മാതൃകയിൽ രണ്ടു കൈകൾകൊണ്ടും അദ്ദേഹത്തിനു സമർപ്പിക്കും. അദ്ദേഹത്തിന്റെ ഓഫീസ്, എന്റേതിനടുത്തായിരുന്നെങ്കിലും രണ്ടു വാതിലുകൾ അവയ്ക്കിടയിലുണ്ടായിരുന്നു. അദ്ദേഹത്തിന്റേത് പഴയ കെട്ടിടത്തിലായിരുന്നു. ഇടുങ്ങിയ ഇടനാഴി പണ്ടത്തെ പുകപ്പുരയായിരുന്നു. അവിടെ നൂറിലധികം വർഷങ്ങൾ കൃഷിക്കാർ മൃഗങ്ങളുടെ തുടയിറച്ചിയും ഉപ്പിട്ടുണക്കിയ പന്നിയിറച്ചിയും പുകയ്ക്കിട്ടതായിരുന്നു. അവിടേക്കുള്ള രണ്ടു വാതിലുകളും എപ്പോഴും അടച്ചിടുമായിരുന്നു. ഞാൻ എഴുതുമ്പോൾ അദ്ദേഹം ഒരിക്കലും അവ തുറക്കാറില്ല. എഴുതിക്കഴിഞ്ഞ പുസ്തകവുമായി ഞാൻ അകത്തുവരുമ്പോൾ, അദ്ദേഹം എഴുന്നേറ്റ് ഗൗരവത്തോടെ അതു സ്വീകരിച്ചിരുന്നു.

'ഇതൊരു വലിയ ദിവസമാണു,' എപ്പോഴും അദ്ദേഹം പറഞ്ഞു. അതെ അതൊരു വലിയ ദിനം തന്നെ. അദ്ദേഹം മറ്റെല്ലാ ജോലികളും മാറ്റിവയ്ക്കും. എന്നോട് പറഞ്ഞിട്ടുണ്ട്, അദ്ദേഹം ഏറ്റവുംഇഷ്ടപ്പെട്ടിരുന്ന, ഞാനെഴുതിയ കൈയ്യെഴുത്തുപ്രതി വായിക്കുകയെന്ന ദൗത്യം, ഇരുന്നു ചെയ്യും. അദ്ദേഹം വളരെ ശ്രദ്ധിച്ചു തെറ്റുകൾ തിരുത്തും മിതമായി. ഒരു മുൻപദം തെറ്റായിച്ചേർക്കുകയോ കാലത്തിന്റെ കാര്യത്തിൽ സംശമുണ്ടായാലോ തിരുത്തകയെന്നതല്ലാതെ, വളരെ സങ്കീർണ്ണമായ മാറ്റങ്ങൾ വരുത്തുന്നതായി എനിക്കോർമയില്ല. ചൈനീസ് ഭാഷയിൽ എണ്ണത്തിൽ കുറഞ്ഞ മുൻ പദങ്ങളെയുള്ളൂ. ഞാനാവട്ടെ, എളുപ്പം വഴങ്ങാത്ത, കണിശതയുള്ള ചെറിയ ഇംഗ്ലീഷ് വാക്കുകൾ ഉപയോഗിക്കുന്നത് ഒരിക്കലും ശരിയായ രീതിയിൽ പഠിച്ചിട്ടില്ല. കാലത്തിന്റെ കാര്യ

ത്തിലുള്ള കുഴപ്പമെന്നത്, എന്നെ എപ്പോഴും രക്ഷിച്ചെടുക്കേണ്ട ഒരു കാര്യമാണ്. എനിക്ക് കാലത്തെക്കുറിച്ച് ഒരു ബോധ്യവുമില്ല. ഇതുകൊണ്ട്, എനിക്ക് സമയനിഷ്ഠയില്ല എന്നല്ല അർത്ഥമാക്കുന്നത്. നേരെ വിപരീതമായി, ഒരു പിഴവ് വരാതിരിക്കാൻ, ഞാൻ നേരത്തെയാകുവാൻ പഠിച്ചു. ഒരു പിഴവിനോട് ഞാൻ വളരെ കൃത്യനിഷ്ഠയുള്ളവളാണെന്ന് പറഞ്ഞ്, മറ്റുള്ളവരെ കാത്തിരുന്ന് എന്റെ സമയം നഷ്ടപ്പെടുത്തും. എന്റെ മാതാപിതാക്കൾ വ്യത്യസ്ത രീതിയിൽ തിരക്കുണ്ടായിരുന്ന ആളുകളായിരുന്നു. വ്യത്യസ്ത പദ്ധതികളുമായി ജീവിച്ച അവരുടെ ഇടയിൽ കുട്ടിയായ എനിക്ക് ഒത്തു പോകേണ്ടിയിരുന്നു. ഞാനും പദ്ധതികളുടെ അടിസ്ഥാനത്തിൽ ജീവിച്ചു; ഒരു വ്യത്യസ്തമായ തിരക്കുള്ള വ്യക്തിയായി. അദ്ദേഹവും അങ്ങനെ തന്നെ. അല്ല, ഞാനർത്ഥമാക്കുന്നത്, വർഷത്തെക്കുറിച്ചോ, മാസത്തെക്കുറിച്ചോ, ഏതു ദിവസമെന്നോ ഉള്ള ജാഗ്രത എനിക്കുണ്ടായിരുന്നില്ല. സ്ത്രീകൾ ഓർമിച്ചു വെക്കേണ്ടിയിരുന്ന പ്രധാന ദിവസങ്ങളായ പിറന്നാളുകൾ, വാർഷികങ്ങൾ ഇവ ഒന്നും എനിക്ക് ഓർമിക്കുവാനായിരുന്നില്ല. ഒരു കാര്യദർശി, എനിക്കുവേണ്ടി ഓർത്തുവച്ച്, മുൻകൂട്ടി എന്നെ താക്കീതു ചെയ്യണമായിരുന്നു. അദ്ദേഹമാകട്ടെ നേരെ മറിച്ച്, വളരെ കൃത്യമായി സമയങ്ങൾ ഓർത്തുവെക്കുന്ന, ആശ്ചര്യപ്പെടുത്തുന്ന സ്വഭാവമുണ്ടായിരുന്ന ആളുമാണ്. പ്രഭാതഭക്ഷണ വേളയിലോ പകൽ മറ്റേതെങ്കിലും സമയത്തോ അദ്ദേഹം വാച്ചിലേക്ക് നോക്കി ചോദിക്കും, 'നിനക്കോർമയുണ്ടോ, ഈ സമയത്തു, നമ്മൾ പത്തു - ഇരുപത് (തുടങ്ങിയ) വർഷങ്ങൾക്ക് മുമ്പ് എന്താണ് ചെയ്തിരുന്നതെന്ന്?'

ആദ്യമൊക്കെ, കൃത്യത പാലിക്കാനായി, ഞാനോർമിക്കുവാൻ ശ്രമിച്ചു. പിന്നീട്, ഞാൻ സ്വയം പിൻവാങ്ങി. ഞാൻ ധൈര്യസമേതം എനിക്കോർമയില്ലെന്ന് പറഞ്ഞു, അപ്പോൾ അദ്ദേഹം പറഞ്ഞു തരും.

'അതാണ് ഞാനാദ്യമായി നിന്നെചുംബിച്ച സമയം - അല്ലെങ്കിൽ, വിവാഹാഭ്യർത്ഥന നടത്തിയത് നീ പറഞ്ഞു നിങ്ങൾക്ക് ഞാനുണ്ടാവില്ല- അല്ലെങ്കിൽ യോക്കോഹാമയിൽവച്ച് നിന്നെ ഞാൻ അത്ഭുതത്തോടെ വാരിയെടുത്തു, അങ്ങനെ, അങ്ങനെ....'

പിന്തുടരൽ വളരെ നീണ്ടതായിരുന്നു, നിശ്ചയമായും. ഞങ്ങൾ ആദ്യം കണ്ടപ്പോൾ, ഞങ്ങളുടെ പ്രഥമയുവത്വം പോയിരുന്നു. സംതൃപ്തമല്ലാത്ത വിവാഹ ജീവിതം വേണ്ടെന്നു വിചാരിച്ചിരുന്നവർ; അവരവരുടെ മേഖലകളിൽ പ്രശസ്തരായവർ. ഞാൻ ന്യൂയോർക്ക്, സ്റ്റോക്ഹോം, ലണ്ടൻ, പാരീസ്, വെനീസ് എന്നിവിടങ്ങളിൽ വെച്ചെല്ലാം നിരസിച്ചു. അതിനുശേഷം ഇന്ത്യ വഴി, ചൈനയിലെ നാൻകിംഗിലുള്ള വീ

ട്ടിൽ തിരിച്ചെത്തി.

ആറുമാസത്തിനകം ഷാംഗ്ഹായിൽ വച്ചു കാണണമെന്നു പറഞ്ഞ് അദ്ദേഹം കമ്പിയടിച്ചു. വീണ്ടും 'ഇല്ല' എന്ന് പറയുന്നത്, എന്നത്തേയ്ക്കുമായി കേൾക്കാൻ. അതിനുശേഷം, എന്റെ ഷൂയ് ഹു ചാൻ അല്ലെങ്കിൽ ഓൾ മെൻ ആർ ബ്രദേഴ്സ് എന്ന വിവർത്തനം പൂർത്തിയാക്കാനുള്ള ഗവേഷണാത്തിനായി ഞാൻ തനിച്ച് പീക്കിംഗിലേക്ക് പോയി. ഒരാഴ്ചയിൽ കുറവായി ഞാനവിടെയുണ്ടായിരുന്നു. ഗോബി മരുഭൂമിയിൽ നിന്നടിച്ച ഭീകരമായ പൊടിച്ചുഴലിക്കാറ്റിന്റെ മധ്യത്തിൽ, അദ്ദേഹം അപ്രതീക്ഷിതമായി പ്രത്യക്ഷപ്പെട്ടു. ഞങ്ങൾ എന്നത്തേക്കുമായി പിരിഞ്ഞു. അദ്ദേഹം മഞ്ചൂറിയയിലേക്കു പോയി. ഞാൻ നാൻകിംഗിലെ വീട്ടിലേക്കും. എന്റെ സാധനങ്ങളെല്ലാമെടുത്ത്, ഒരു വേനൽക്കാല സന്ദർശനത്തിനായി അമേരിക്കയിലേക്ക്, എന്റെ മാനസികവളർച്ചയില്ലാത്ത മകളുടെ കാര്യങ്ങളെല്ലാം ഭംഗിയായി നടക്കുന്നുണ്ടോ എന്നറിയാൻ. എന്റെകൂടെ ഇളയമകളും കാര്യദർശിയും. എല്ലാം വച്ചൊഴിഞ്ഞ ഒരു മനസ്സായിരുന്നു അദ്ദേഹത്തെക്കുറിച്ചോർത്തപ്പോൾ. ഏറ്റവും വിവേകപൂർണ്ണമായ ഒരു തീരുമാനമാണെടുത്തതെന്ന് ഞാൻ ചിന്തിച്ചു. എന്റെ ജീവിതത്തിൽ ഒരു കലാപം ഉണ്ടാവരുതെന്ന് ഞാനാഗ്രഹിച്ചു.

ജൂലായ് മാസത്തിലെ ഒരു നല്ല പ്രഭാതത്തിൽ, ഞങ്ങൾ യോക്കോഹാമയിലെ കടൽപാലത്തിൽ നിൽക്കുകയായിരുന്നു. കരയിലേക്ക് പോകേണ്ടെന്ന് ഞാൻ തീരുമാനിച്ചിരുന്നു. കാരണം, നഗരത്തിൽ പല തവണ പോയിട്ടുണ്ട്. പകരം എനിക്ക് എന്റെ തർജമയിൽ ശ്രദ്ധിക്കാം; കാര്യദർശി, കുട്ടിയേയും കൂട്ടി ഉദ്യാനത്തിലേക്ക് പോകും. എന്റെ തനിച്ചുള്ള ജോലിയിൽ ഞാൻ മുഴുകാൻ തുടങ്ങുമ്പോഴേക്കും എനിക്ക് എല്ലാ ലോകങ്ങളിലും ഏറ്റവും നന്നായറിയുന്ന ആ ശബ്ദം ഞാൻ കേട്ടു.

'ഞാനിതാ വീണ്ടും വന്നിരിക്കുന്നു – ഞാൻ വന്നുകൊണ്ടേയിരിക്കും, നിനക്കറിയാമോ – ഈ ലോകത്തെവിടെയും നിനക്ക് എന്നിൽ നിന്നും രക്ഷപ്പെടാനാവില്ല.' അതാ അദ്ദേഹം, മെലിഞ്ഞ്, തവിട്ടുനിറത്തിൽ, സുമുഖനായി, അദ്ദേഹത്തിന്റെ പഴയ ബ്രയാർ പുകവലിക്കുഴലിൽ, പുകവലിച്ചുകൊണ്ട്... എന്നിട്ടും ഞാൻ പറഞ്ഞു 'ഇല്ല' എല്ലാദിവസവും കപ്പലിൽവച്ച്, വീണ്ടും വാൻകൂവറിൽ വച്ച്, ന്യൂയോർക്കിലെ എല്ലാ ശിശിരങ്ങളിലും. പക്ഷെ, ആ മാന്ത്രികനഗരത്തിലെ വസന്തം എന്റെ വിനാശമായിരുന്നു. ഞങ്ങൾ ജൂൺ പതിനൊന്നിനു വിവാഹിതരായി, അതിനുശേഷം സന്തോഷത്തോടെ ജീവിച്ചു. ഒരുമിച്ച്; പുരുഷനും ഭാര്യയുമാ

യി, ഔദ്യോഗികമായി വ്യത്യസ്ത ജോലികളിൽ.

അദ്ദേഹം മഹാനായ ഒരു ഗ്രന്ഥപരിശോധകനാണ്. കൂട്ടിക്കുഴക്കപ്പെട്ട ഒരു കൈയ്യെഴുത്തു പ്രതി, ഏകീകൃതമായ തികവോടുകൂടിയതായി മാറ്റുന്നത് ഞാൻ കണ്ടിട്ടുണ്ട് - പക്ഷെ അദ്ദേഹത്തിന് ഒരു നല്ല വിമർശകൻ ആകാമായിരുന്നു. ഒരു എഴുത്തുകാരൻ താൻ നിശ്ചയിച്ച തന്റെ ലക്ഷ്യം നിറവേറ്റുന്നതിൽ എത്രമാത്രം നന്നായി ശ്രമിച്ചിട്ടുണ്ടെന്ന് തീർപ്പുകൽപ്പിക്കുവാൻ അദ്ദേഹത്തിനാവും. അതേ സമയം തന്റെ അഭിപ്രായങ്ങൾകൊണ്ട് വായനക്കാരനെ ആശയക്കുഴപ്പത്തിൽ ചാടിക്കുകയുമില്ല. അദ്ദേഹം, തന്റെ വകുപ്പിൽ മാത്രം പെടുന്ന ഒരു പ്രതിഭയായിരുന്നു. താൻ എഴുത്തുകാരനാണെന്ന് സ്വയം തിരിച്ചറിഞ്ഞിട്ടില്ലാത്തവരെ വശീകരിച്ച് പുസ്തകങ്ങൾ എഴുതിപ്പിക്കുന്നതിൽ സാമർത്ഥ്യം അദ്ദേഹത്തിനുണ്ടായിരുന്നു. എടുത്തുപറയാവുന്ന ഒരുദാഹരണം, ഇക്കാര്യത്തിൽ, സിയാമിലുള്ള അമേരിക്കൻ വനിതയുടേതാണ്. അവർ ഒരു ചെറിയ കൈയ്യെഴുത്തു പ്രതിയുമായി അദ്ദേഹത്തെ സമീപിച്ചു. അദ്ദേഹമാണ് 'ഏഷ്യാ മാഗസി'ന്റെ ഉടമയും പത്രാധിപരും. 'ദി കിംഗ്സ് ഇംഗ്ലീഷ്' എന്ന ആ ലേഖനം ഞാനോർക്കുന്നു. ആ രാജാവ്, സിയാമിലെ രാജാവായിരുന്നു. രാജാവിന്റെ സ്വന്തം നാട്ടുഭാഷയിലുള്ള ഇംഗ്ലീഷിനെക്കുറിച്ച് സാമാന്യം നല്ല, ഗവേഷണാത്മകമായ, ഒരു ചെറിയ ലേഖനമായിരുന്നു അത്. ഒരേ സമയം ഭയാനകവും ആനന്ദപ്രദവും. അദ്ദേഹം ആ ചെറിയ ലേഖനത്തിൽ കുറേക്കൂടി കാര്യങ്ങൾ കണ്ടു. അദ്ദേഹം ഒരു കഥാപാത്രത്തെയും ഒരു പുരുഷനെയും കണ്ടു. ആ സ്ത്രീയോട് ഈ രാജാവിനെക്കുറിച്ച് കൂടുതൽ എഴുതുവാനാവശ്യപ്പെട്ടു. കുറച്ചു കൂടി ലേഖനങ്ങൾ ഉണ്ടായി. അവസാനം അദ്ദേഹത്തിന്റെ പ്രേരണയിലും പ്രോത്സാഹനത്തിലും അതൊരു പുസ്തക വലുപ്പത്തിലുള്ള കയ്യെഴുത്തു പ്രതിയായി. ഇതിനെ അധികരിച്ച് ഒരു പുസ്തകം രചിക്കുവാൻ ഒരുങ്ങുകയും കൂടുതലായി വേണ്ടത് നിർബന്ധിച്ച് കൂട്ടിച്ചേർക്കുകയും ചെയ്തു. ആത്യന്തികമായി, അതൊരു മോഹിപ്പിക്കുന്ന പുസ്തകമായി. അദ്ദേഹമതിന് 'അന്ന ആൻഡ് ദ കിംഗ് ഓഫ് സിയാം' എന്നു പേരിട്ടു. പിന്നീടത് ഒരു കാൽപനിക സംഗീതാവിഷ്കാരമായി. ബ്രോഡ്‌വേയിൽ, റോജേഴ്സും, ഹാമർസ്റ്റീനും ചേർന്നു 'ദി കിംഗ് ആൻഡ് ഐ' എന്ന പേരിൽ അവതരിപ്പിക്കുകയും ചെയ്തു.

വിശിഷ്ടമായ ഒരു പട്ടികയാണ്, അദ്ദേഹമാണ് ജവഹർലാൽ നെഹ്റുവിന്റെ മഹത്തായ പുസ്തകങ്ങൾ അമേരിക്കക്കാരെ പരിചയപ്പെടുത്തിയത്. അദ്ദേഹത്തിന്റെ പ്രസാധകശാല വഴി ലോകത്തിലെ മുഴുവൻ വായ

നക്കാരെയും. ചെറുപ്പക്കാരനായ സുക്കാർണോവിലെ കഴിവുകൾ കണ്ടെറിഞ്ഞ്, ആ ഭാവി വാഗ്ദാനമായ ഇന്തോനേഷ്യക്കാരന് ഏഷ്യയിലെ ഭാവി നേതാവാകാൻ കഴിയുമെന്നഉറപ്പിൽ, ആദ്യ പുസ്തകമെഴുതാൻ പ്രേരിപ്പിച്ചതും അദ്ദേഹമാണ്. അങ്ങനെ സുക്കാർണോയെ പടിഞ്ഞാറിനു പരിചയമായി. അമേരിക്കയിൽ നാസിസത്തിനെതിരെയുള്ള ആദ്യത്തെ പുസ്തകം പ്രസിദ്ധീകരിച്ചത് അദ്ദേഹമാണ്. കാലത്തിനും മുമ്പെ നടത്തിയ ഒരു പ്രവചനമായിരുന്നു അത്. യാഥാർത്ഥ്യമല്ലെങ്കിലും, അതു കുറച്ചു വായനക്കാരെ കണ്ടെത്തി. അദ്ദേഹം തന്നെയാണ് ലിൻയുതാംഗ്ന്റെ നല്ല പുസ്തകങ്ങൾ പരിശോധന നടത്തി പ്രസിദ്ധീകരിച്ച്, അദ്ദേഹത്തിന് ഒരു എഴുത്തുകാരന്റെ സ്ഥാനം നേടിക്കൊടുത്തത്. അദ്ദേഹത്തിന് വിശ്വജനീനമായി ഒരു ധാരണാശേഷിയും, വിശാലവീക്ഷണമുള്ള മനസ്സും ഉദ്ഗ്രഥീതമായ നിർണ്ണയശേഷിയും ഉണ്ടായിരുന്നു. കാണുന്നിടത്തെല്ലാം ബുദ്ധിവൈഭവത്തിലുള്ള ആത്മധൈര്യം ഉത്തേജനം നൽകുകയും ചെയ്തു.

ഒരു പ്രസാധകൻ എന്ന നിലയിൽ അഭിമാനം കൊള്ളുകയും, ഒരു കുലീനമായ പ്രവൃത്തിയായി അതിനെ കാണുകയും ചെയ്തു. പണമുണ്ടാക്കുക എന്നത് അദ്ദേഹത്തിന് പ്രേരകശക്തി ആയതേയില്ല. പ്രസാധനത്തിന് യോഗ്യമാണെന്നുകാണുന്ന ഏതൊരു പുസ്തകവും അദ്ദേഹം പ്രസിദ്ധീകരിച്ചു. അദ്ദേഹം ആവേശത്തോടുകൂടി അതു സ്വീകരിക്കുകയും അതിൽ പറഞ്ഞിരിക്കുന്ന കാര്യങ്ങളോട് അദ്ദേഹത്തിന് യോജിപ്പുണ്ടോ ഇല്ലയോ എന്ന കാര്യം നേക്കിയതുമില്ല. അദ്ദേഹത്തിന്റെ സ്വന്തം അഭിപ്രായങ്ങൾ എപ്പോഴും ഒരു സ്വതന്ത്രബുദ്ധിജീവി പക്ഷത്തോട് ഉറച്ചുനിന്നു. ശക്തമായ ഒരു റിപ്പബ്ലിക്കൻ കുടുംബത്തിലായിരുന്നിട്ടും അദ്ദേഹം ഡെമോക്രാറ്റുകൾക്കു വോട്ടുചെയ്തു. ചില സന്ദർഭങ്ങളിൽ എതിർത്തു വോട്ടു ചെയ്യുമ്പോൾ സോഷ്യലിസ്റ്റുകൾക്കും. എന്നാലും യാഥാസ്ഥിതികരുടെയും, ഇടുങ്ങിയ ചിന്താഗതിക്കാരുടേയും പുസ്തകങ്ങൾ അദ്ദേഹം പ്രസിദ്ധീകരിച്ചു. അവർക്കും മറ്റുള്ളവരെ കേൾപ്പിക്കാനുള്ള അവകാശമുണ്ടെന്നും, അവരുടെ അഭിപ്രായങ്ങൾ നന്നായി അവതരിപ്പിച്ചിട്ടുണ്ടെങ്കിൽ മറ്റുള്ളവയ്ക്കു നിൽകുന്ന അതേ പത്രാധിപ ശ്രദ്ധ അവരുടെ പുസ്തകങ്ങൾക്കും അദ്ദേഹം നൽകി. അദ്ദേഹം വികസിപ്പിച്ച എഴുത്തുകാരുടെ നിരയിൽ ഫ്രീറ്റ്സ് സ്റ്റേൺ ബർഡ് മുതൽ ജെയിംസ് ബോൺഹാം വരെയുണ്ടായിരുന്നു.

ഒരു പത്രാധിപർക്ക്, കഴിവുകൾ കണ്ടെത്തുക എന്ന ഉത്കൃഷ്ടമായ

വിശേഷാവകാശം ഉണ്ടെന്നും, അതിന്റെ നല്ല ഫലം വികസിപ്പിച്ചെടുക്കുക എന്ന ധർമവും കൂടി ഉണ്ടെന്ന് അദ്ദേഹം വിശ്വസിച്ചു. പിന്നീട്, അത് ലോകത്തിന് സമർപ്പിക്കുക എന്നതും അദ്ദേഹം എഴുത്തുകാരുടെയും പുസ്തകങ്ങളുടെയും ഒരു പൊതു സംഘാടകനും എന്നാൽ കഴിവുള്ള വ്യക്തികളുടെ ആവശ്യങ്ങളും ദൗർബല്യങ്ങളും ലജ്ജാശീലങ്ങളും വാത്സല്യപൂർവം മനസ്സിലാക്കുന്ന ഒരു വ്യക്തിയും ആയിരുന്നു. അങ്ങനെയുള്ള കഴിവുറ്റവർക്ക് അദ്ദേഹം വഴികാട്ടുകയാണെന്ന് തോന്നിപ്പിക്കാത്ത തരത്തിൽ അവരുടെ ആശയങ്ങളെ, നിപൂണമായ ചോദ്യങ്ങളിലൂടെയും സത്യസന്ധമായ പുകഴ്ത്തലുകളിലൂടെയും വിലമതിക്കലിലൂടെയും മുന്നോട്ട് നയിച്ചു. അദ്ദേഹത്തിന്റെ മരണശേഷം എനിക്കുലഭിച്ച എണ്ണമറ്റ എഴുത്തുകളിൽ മിക്കവയും എഴുത്തുകാരിൽ നിന്നായിരുന്നു. അദ്ദേഹം അവരെ സ്വയം മനസ്സിലാക്കുവാൻ സഹായിച്ചിരുന്നിരുന്നില്ലെങ്കിൽ, അവർക്ക് എഴുതുവാനാവുമായിരുന്നില്ല എന്നാണ് അവരെല്ലാം സൂചിപ്പിച്ചത്.

എന്നെക്കുറിച്ച് ഞാനെന്താണ് പറയുക ? എന്റെ ആദ്യത്തെ ചെറിയ പുസ്തകത്തിൽ എന്തോ കണ്ടെത്തിയത് അദ്ദേഹമാണ്. ആ പുസ്തകത്തിന്റെ രചയിതാവ് ഭാവിയിൽ ഒരു നല്ല പുസ്തകമെഴുതുമെന്ന സാധ്യത ആദ്യം ദർശിച്ചത് അദ്ദേഹമാണ്. അതുവരെ, മറ്റെല്ലാ പ്രസാധകരും നിരസിച്ച ഒരു താത്കാലിക ശ്രമം മാത്രമായിരുന്നു അതെങ്കിലും. അദ്ദേഹത്തിന്റെ കീഴുദ്യോഗസ്ഥന്മാർ ആ പുസ്തകത്തിന്റെ കാര്യത്തിൽ തുല്യമായി രണ്ടു തട്ടിലായപ്പോൾ, സ്ഥാപനത്തിന്റെ തലവൻ എന്ന നിലയിൽ അദ്ദേഹത്തിന്റെ അഭിപ്രായമാരാഞ്ഞ് എത്തി. അദ്ദേഹം അനുകൂലമായി സമ്മതിദാനം നടത്തിയതിനാൽ, ആ നേരിയ അവസരം കൊണ്ട് എന്റെ ജീവിതം ആരംഭിച്ചു.

ഓ, ഞാൻ, ഇത്ര ദീർഘമായി സ്വപ്നങ്ങൾ കാണരുത്. പഴയ ഇംപീരിയൽ ഹോട്ടലിലെ സ്വീകരണമുറി, ഉറക്കംപിടിച്ച ഗുമസ്തർ, ഒഴികെ, ശൂന്യമാണ്. മഴ ശമിച്ചിരിക്കുന്നു. ഒരു പുതിയചന്ദ്രൻ മേഘങ്ങൾക്കു മുകളിൽ ചാഞ്ചാടുന്നു. തണുത്തവായു ശ്വസിക്കാൻ ഞാൻ പുറത്തിറങ്ങി നടന്നു. പുതിയ ചന്ദ്രൻ? ഞാൻ മൂന്നാഴ്ചയായി ടോക്യോയിലുണ്ട്. കഴിഞ്ഞ രണ്ടുമാസമായി ഞാൻ തനിച്ചാണ്.

*** *** ***

ചിന്തകൾക്കും വികാരങ്ങൾക്കും പിന്നണിയായും, മാധ്യമം ആയും സംഗീതത്തിന് എന്റെ ജീവിതത്തിൽ വലിയ സ്ഥാനമാണുള്ളത്. ചിത്രത്തിനായി എനിക്ക് ജപ്പാനീസ് സംഗീതം ആവശ്യമുണ്ട്. അമേരിക്കൻ

ഉദ്യമങ്ങളിലായി കൃത്രിമമായി നിർമിച്ച അസംബന്ധങ്ങൾ, കിഴക്കൻ രാജ്യങ്ങളിലേക്കു കടന്നുവരുന്നതരത്തിലുള്ളതല്ല. ജപ്പാൻകാർ നിർമിച്ച ജപ്പാനീസ് മൗലികത്വമുള്ള സൃഷ്ടി. അതിനു പുറമെ, അത് ആധുനിക ജപ്പാനീസ് ആയിരിക്കണം; കാരണം, ജപ്പാൻകാരുടെ ജീവിതത്തിൽ സംഭവിച്ച മാറ്റങ്ങൾ സംഗീതത്തിലെപ്പോലെ മറ്റൊന്നിലും അത്ര തെളിഞ്ഞു കാണില്ല. സംഗീതം വായുമർദ്ദമാപിനിയും - താപമാപിനിയും - അതിനെ സംബന്ധിച്ച - എല്ലാ സംസ്കാരങ്ങളുടെയും, ജനങ്ങളുടെ മനോവൃത്തി പ്രകടമാക്കുന്ന കല, പുറം സ്വാധീനങ്ങൾക്കുനേരെയുള്ള സ്വഭാവവിശേഷവും പ്രതികരണവും ആണ്. 'കൂറ്റൻ തിരമാല'യ്ക്കു വേണ്ടി പാട്ട് എഴുതാമെന്ന് തോഷിറോ മിയാസുമി പറഞ്ഞപ്പോൾ ഞാൻ സന്തോഷിച്ചു. അദ്ദേഹത്തിന്റെ സൃഷ്ടികൾ എനിക്കറിയാം. ഞാനദ്ദേഹത്തെ ഒരിക്കലും കണ്ടിരുന്നില്ല. ഒരുദിവസം കാലത്ത് അദ്ദേഹം ഹോട്ടലിലെ സ്വീകരണമുറിയിൽ കാത്തിരുന്നത് എന്നിൽ പ്രത്യേക സന്തോഷമുളവാക്കി. അദ്ദേഹം എഴുന്നേറ്റ് സ്വയം പരിചയപ്പെടുത്തി. അതേസമയം എനിക്ക് സമ്മാനമായി, ' നിർവാണ' എന്ന അദ്ദേഹത്തിന്റെ ഗാനസമാഹാരം നൽകി.

'ഞാൻ താങ്കളുടെ ഗാനരചയിതാവാണ്', വിനയപൂർവ്വം അദ്ദേഹം പറഞ്ഞു. ഞങ്ങൾ ഇരുന്നു. ഞാൻ അദ്ദേഹത്തിന്റെ മുഖത്തേക്ക് നിർവാജ്യം നോക്കി. മനോഹരമായ മുഖം. ഉറച്ചതും കുലീനവും ശാന്തവും കാവ്യാത്മകവും കാപട്യമില്ലാത്തതും നിഷ്കളങ്കവുമായ ഒരു മുഖം. ഒരു കുട്ടിയുടെ മുഖമല്ലാത്തതുകൊണ്ട് ഞാനത് പറയുന്നില്ല. പക്ഷെ ആ മുഖഭാവം ഒരു കുട്ടിയുടെ സാരള്യം നിറഞ്ഞതായിരുന്നു. ആ യോഗ്യത ഞാൻ തിരിച്ചറിഞ്ഞു. കാരണം അത് അത്ര മാത്രം അസാധാരണമായ കഴിവുകൾ ഉള്ളവർക്കു മാത്രം കാണുന്നതാണ്. പഴയ പുസ്തകത്തിൽ പറയുന്നതുപോലെ, സർപ്പത്തിന്റെ വിവേകവും മാടപ്രാവിന്റെ സൗമ്യതയും.

'ഞാൻ ഭാഗ്യവതിയാണ്', അദ്ദേഹത്തോട് ഞാൻ പറഞ്ഞു. തോഷിറോ മിയാസുമിയെ 'ജപ്പാനിലെ ലിയണാർഡോ ബേൺസ്റ്റൈൻ' എന്നാണ് വിളിക്കുന്നത്. അദ്ദേഹത്തിന്റെ പ്രാഗല്ഭ്യത്തിന്റെ തിളക്കം ബേൺസ്റ്റൈനു സദൃശമാണ്. എന്നാൽ അദ്ദേഹം ഗാനരചനയിലാണ് കൂടുതൽ ശ്രദ്ധിക്കുന്നത്. ബേൺസ്റ്റൈനെപ്പോലെ ഗാനമേളകൾ നിയന്ത്രിക്കലല്ല. സത്യത്തിൽ അദ്ദേഹം അതു ചെയ്തിട്ടുമുണ്ട്.

'താങ്കളെക്കുറിച്ച് എന്നോട് പറയൂ', ഞാൻ പറഞ്ഞു.

ഒന്നും പറയാനില്ലാത്തതു പോലെ തോന്നി. അദ്ദേഹം ചുണ്ടുകൾ

കടിച്ച് എന്തോ ഓർക്കാൻ ശ്രമിച്ചു.

'താങ്കൾ 1929ലാണ് ജനിച്ചത്'; ഞാനദ്ദേഹത്തെ ഓർമിപ്പിച്ചു. അദ്ദേഹത്തിന്റെ ശാന്തവും മനോഹരവുമായ മുഖത്ത് നന്ദിയുടെ മിന്നലാട്ടം. 'ആ, അതെ, ഞാൻ ജനിച്ചു; ഞാൻ എന്റെ ആറാം വയസ്സിൽ ജീവിതം ആരംഭിച്ചു. ഗാനരചനയും പിയാനോ വായനയും.

'പിന്നീട്?'

അദ്ദേഹം ശ്രദ്ധിച്ചു, പിന്നെ പറഞ്ഞു. 'ഞാൻ ടോക്യോ സർവകലാശാലയിലേക്ക് പോയി'.

ഞാൻ ചോദിക്കാൻ തുടങ്ങിയതായിരുന്നു, 'അതിനിടയിൽ മറ്റൊന്നും?' പക്ഷെ വേണ്ടെന്ന് വെച്ചു. ഞാൻ കാത്തിരിക്കാം. അദ്ദേഹം താൻ കണ്ടതുപോലെ തന്റെ ലോകത്തെക്കുറിച്ചു പറയട്ടെ. പിന്നീട് ഒന്നും ഉണ്ടായില്ല; ആറിനും, ടോക്യോ സർവകലാശാലക്കുമിടയിൽ.

പുനരാലോചനക്കു ശേഷം അദ്ദേഹം പറഞ്ഞു.

'എനിക്ക് ഇരുപത്തിയൊന്നു വയസ്സായപ്പോൾ, പാരീസിലേക്ക് പോകുവാൻ ഒരു വർഷത്തെ വിദ്യാർത്ഥി വേതനം കിട്ടി. സംഗീത കോളേജിലേക്ക്. അവിടെ ടോണി ഓബെൻ എന്ന ഒരാൾ എന്നെ പഠിപ്പിക്കാനുണ്ടായിരുന്നു. വളരെ യഥാസ്ഥിതികൻ. അദ്ദേഹത്തിന് പുതിയ രീതിയിലുള്ള സംഗീത രചന തീരെ താൽപര്യമില്ല. അതുകൊണ്ട് ഞാൻ ഒരു മോശം വിദ്യാർത്ഥി ആയിരുന്നു. കാരണം അവിടത്തെ സാങ്കേതികതകൾ മുറപ്രകാരമുള്ളവ, പഴയ രീതിയിലുള്ള താളങ്ങൾ, സ്വരച്ചേർച്ചകൾ സാമ്പ്രദായികം... പക്ഷെ സൃഷ്ടി വ്യത്യസ്തമാണ്. ഊർജ്ജം എന്നത് വികാരമാണ്. എനിക്കായില്ല, കാരണം ഞാൻ ഉപയോഗിച്ചിരുന്നത് പന്ത്രണ്ട് ധ്വനികളുടെ രീതിയാണ്. അതുകൊണ്ട് ഞാൻ അന്വേഷിച്ച് ഓസ്ട്രിയൻ ഗാനരചയിതാക്കളുടെ അടുത്തു പോയി. ആർനോൾഡ് ഷോയെൻബർഗ്, ആന്റൺ വെബേൺ എന്നിവർ ആനുകാലിക രചന പ്രകടിപ്പിക്കാൻ പുതിയ രീതികൾ ഉപയോഗിച്ചിരുന്നു.

'പക്ഷെ, താങ്കൾ പരമ്പരാഗത സംഗീതവിഷയങ്ങൾ കൂടി ഉപയോഗിക്കാറുണ്ടല്ലോ?' ഞാനദ്ദേഹത്തെ ഓർമിപ്പിച്ചു. 'താങ്കൾ വൈദഗ്ദ്ധ്യമുള്ള ആളാണ് –'

അദ്ദേഹം അത് ഒരു പുഞ്ചിരിയോടെ സ്വീകരിച്ചു. 'എന്റെ ജീവിതം മുന്നോട്ടു കൊണ്ടുപോകുവാൻ പരമ്പരാഗത സംഗീതംകൊണ്ടു മാത്രമായില്ല. എന്നിരുന്നാലും ഞാനതിനെ സ്നേഹിക്കുന്നു. ഞാൻ ജപ്പാനിലേക്കു തിരിച്ചുവന്നു. വളരെ വർഷങ്ങൾ വ്യത്യസ്ത തരത്തിലുള്ള

സംഗീതം രചിച്ചു. വിവിധ വാദ്യമേളങ്ങളുള്ളവ, സദസ്സിലേക്കുള്ളവ തുടങ്ങി സംഗീത ചിത്രങ്ങൾക്കു വേണ്ടിയും. ടെലിവിഷൻ, റേഡിയോ സംഗീതമായിരുന്നു എന്റെ ജോലി. പക്ഷെ എനിക്ക് എപ്പോഴും ഒരു കലാകാരനായിരിക്കണം...' വർഷങ്ങളെ മറികടന്ന് ഒരുനീണ്ട വിരാമം. അതുകൊണ്ട് അഞ്ചുവർഷം കഴിഞ്ഞ് ഞാൻ യൂറോപ്പിലേക്ക് പോയി. സ്വീഡനിലും ജർമനിയിലും മറ്റു സ്ഥലങ്ങളിലും എന്റെ സംഗീതം പാടിയ സംഗീതോത്സവങ്ങളിൽ പങ്കെടുത്തു. 'താങ്കളുടെ സംഗീതം ലോകം മുഴുവൻ പാടിക്കേൾക്കുമ്പോൾ എന്തു തോന്നുന്നു?' ഞാൻ ചോദിച്ചു.

അദ്ദേഹം വാചാലനായി, എന്നെ നോക്കി. വാക്കുകളിൽ വളരെ വിനയാന്വിതനായി. 'ഞാൻ ജപ്പാനിലേക്കു തിരിച്ചു വന്നു. ഒരു കൂട്ടത്തെ, സമകാലീന സംഗീതത്തിനായി ഒരുക്കി. എനിക്കു ചില സമ്മാനങ്ങളൊക്കെ കിട്ടിയിരുന്നു. അത്രയേ ഉള്ളൂ.'

എല്ലാം മുപ്പത്തിയൊന്നുകാരനായ ഒരു ചെറുപ്പക്കാരനെ സംബന്ധിച്ച് നല്ല ഇടപാടു തന്നെ. പക്ഷെ കഥ മുഴുവനായും പറഞ്ഞെന്നു തോന്നുന്നു. വലിയ ലജ്ജാശീലനല്ലെങ്കിലും അദ്ദേഹം ആശ്വാസത്തോടെ കാത്തിരുന്നു.

'ഈ സംഗീതാലേഖനം?' സമ്മാനം സൂചിപ്പിച്ച് ഞാൻ ചോദിച്ചു.

'അതു പാടിയത് ടോക്യോയിൽ വെച്ചാണ്, ആദ്യാവതരണം 1958 ഏപ്രിൽ രണ്ടിന്, ഒരു വർഷത്തെ ശ്രമത്തിനു ശേഷം.'

'താങ്കൾ മതത്തിൽ ആകൃഷ്ടനാണോ? ഇതിന്റെ തലക്കെട്ട് ബുദ്ധമതത്തെ സൂചിപ്പിക്കുന്നു.'

'ജപ്പാനിലെ ബുദ്ധക്ഷേത്രത്തിലെ മണി', അദ്ദേഹം പറഞ്ഞു. അത് സവിശേഷമായ ഒരു ശബ്ദമിശ്രണമാണ്. എനിക്കതിനോട് വലിയ കമ്പമാണ്. ഞാൻ മൂർത്തമായ സംഗീതത്തിലും, ഇലക്ട്രോണിക് സംഗീതത്തിലും താല്പര്യമുള്ളയാളാണ്. അതായത് ശബ്ദോർജത്തിൽനിന്ന് സംഗീത ഘടനകൾ സൃഷ്ടിക്കുന്നതിൽ. എഡ്വാർഡ് വാരെസേ നിർദ്ദേശിച്ചതുപോലെ മറ്റൊരു തരത്തിൽ പറഞ്ഞാൽ ശബ്ദത്തിന്റെ ജീവനിൽ അന്തർലീനമായ ഊർജത്തിൽ സംഗീതത്തിന്റെ ജീവൻ പകരുക. അങ്ങനെ ഞാൻ, എന്റെ രചനകളിൽ പുതിയ സ്വരഗുണം കൊണ്ടു വരുന്നു – ഉദാഹരണത്തിന് മിശ്രിത ധ്വനികൾ. എത്രയോ കൂട്ടം ശുദ്ധമായ ധ്വനികൾ എന്റെ രചനകളിൽ മുന്തിനിൽക്കുന്നു.'

ശാന്തമായ അദ്ദേഹത്തിന്റെ മുഖം പെട്ടെന്ന് സചേതനവും ഭംഗിയുള്ളതുമായി.

'ബുദ്ധപുരോഹിതന്മാരുടെ മന്ത്രോച്ചാരണത്തിൽ ഞാൻ ആകൃഷ്ട

നായിട്ടുണ്ട്. അവർ സൂത്രങ്ങൾ ചൊല്ലുമ്പോഴുള്ള കണ്ഠധ്വനി – മധുര സംഗീതമേയല്ല, തീർച്ചയായും ശീലം കൊണ്ടുള്ള ഈണം, താളം എന്നിവ ചേർന്നത്. മറ്റു പുരോഹിതന്മാർ കൂടി ചേരുമ്പോൾ വ്യത്യസ്ത സ്ഥായിയിലുള്ള കണ്ഠധ്വനികളെ യോജിപ്പിച്ചുകൊണ്ടുള്ള ഒരു പ്രത്യേക തരം സംഗീത ആരവം. ഞാൻ ഒരു മുഴുനീള സംഗീതവാദ്യമേളത്തോടൊപ്പം മൂന്നുമടങ്ങ് ഉയർന്ന ശബ്ദത്തിൽ സുഷിരവാദ്യോപകരണങ്ങളും പുരുഷസ്വരങ്ങൾ ഉണർത്തുന്ന പിച്ചള ഉപകരണങ്ങളും കൂട്ടിച്ചേർത്തു. അവ, വിശാലമായ മുറിയുടെ വ്യത്യസ്ത കോണുകളിൽ നിന്ന് കേൾവിക്കാരുടെ തലയ്ക്കു മുകളിൽ ദിശകളുടെ ബോധം ലഭിക്കുമാറ്, ശബ്ദങ്ങൾ പരസ്പരം വിഛേദിക്കുമാറ് ക്രമീകരിച്ചു.

ഇപ്പോൾ നിശ്ശബ്ദത ഇല്ല – ഉണർത്തുന്ന ചിന്തയിൽനിന്നും വാക്കുകൾ അദ്ദേഹത്തിൽനിന്നും ഒഴുകിവന്നു. സ്വയം അറിയുന്ന അവസ്ഥ, മണിയുടെ ശബ്ദത്തിൽ പ്രതീകാത്മകമാക്കിയിരിക്കുന്നു. അതുകൊണ്ട് ഒരുപക്ഷെ ഞാൻ മതവിശ്വാസി ആയിരിക്കാം. ഞാൻ ഈ സ്വരലയം തീർത്തിരിക്കുന്നത്, എന്റെ സ്വന്തം സംഗീത നിർവാണത്തിനായാണ്. അത് മതപരമായ സംഗീതമല്ല, ആ വാക്കിന്റെ സംശുദ്ധമായ അർത്ഥത്തിലെന്ന് ഞാൻ വിശ്വസിക്കുന്നു. അതൊരുതരം ബുദ്ധമതഗീതം തന്നെ. താങ്കൾ അതിഷ്ടപ്പെടുമെന്ന് ഞാൻ വിശ്വസിക്കുന്നു. അദ്ദേഹം പെട്ടെന്ന് പുഞ്ചിരിച്ചു. 'ഞാൻ ഒരുപാട് സംസാരിച്ചു'. ഞാൻ നിശ്ശബ്ദത ഭഞ്ജിച്ചു. 'നമ്മുടെ ചിത്രത്തിനു ശേഷം താങ്കൾ എന്തുചെയ്യാൻ പോകുന്നു?' 'ഞാൻ ന്യൂയോർക്കിലേക്ക് പോകും. ന്യൂയോർക്ക് സിറ്റി ബാലേക്കു വേണ്ടി. അടുത്ത അവസരത്തിൽ കളിക്കാൻ'.

'ഒരു ബുദ്ധമതഗീതത്തിൽ നിന്നും തികച്ചും വ്യത്യസ്തം?'

'ഞാൻ വ്യത്യസ്തതകൾ ഇഷ്ടപ്പെടുന്നു, പക്ഷെ ന്യൂയോർക്കിലേക്കു പോകുംമുമ്പ്, 'കൂറ്റൻ തിരമാല'യുടെ സംഗീതം ഞാൻ ചെയ്തു തീർക്കും. ഈ ചിത്രം അത്യപൂർവമായ ഒന്നാണ്, എല്ലാംകൊണ്ടും വ്യത്യസ്തവും. എന്റെ മനസ്സിൽ ഇതിന്റെ സംഗീതം തെളിഞ്ഞുകിടപ്പുണ്ട്. ശരിക്കും കാൽപ്പനികം; വാഗ്നേരിയൻ കാൽപനികതയല്ല; ഒരേ സമയം ശക്തവും മൃദുലവും ഒരുമിച്ച് സമകാലിക പൗരസ്ത്യ തത്വശാസ്ത്രത്തോടൊപ്പം. താങ്കൾ ഇങ്ങനെയുള്ള രചന നടത്തിയാൽ എങ്ങനെയിരിക്കും? വികാരം, പൗരസ്ത്യമാണ്.

എന്റെ അവസരമാണ്. എന്ത് മറുപടി പറയണമെന്നറിയില്ല. ഒരു എഴുത്തുകാരിക്ക് അവൾ എങ്ങനെയെഴുതുമെന്ന്? പക്ഷെ അദ്ദേഹം, തന്റെ ചോദ്യം മറന്നു.

‘എനിക്കതിൽ ഒരു പാട്ടു വേണം‘. അദ്ദേഹം പറയുകയായിരുന്നു, ‘സൂര്യോദയം പോലെയുള്ള നവീനവും ശുദ്ധമായതും നിറയെ പ്രതീക്ഷകളുള്ളതും. നിങ്ങളുടെ ചെറുപ്പക്കാർ അവരുടെ ജീവിതം അവരുടെ കാലത്ത് ആരംഭിക്കുന്നു, ഈ നിമിഷത്തിൽ, മുമ്പ് ജീവിച്ചിരുന്നില്ല, എനിക്കാ പാട്ടുവേണം‘. അദ്ദേഹം എന്റെ നേരെ ചാഞ്ഞു, അവകാശവാദത്തോടെ. ‘ഞാൻ സംഗീതം രചിക്കുകയാണെങ്കിൽ താങ്കൾ ഗാനം എഴുതുമോ?’

‘എനിക്കാവില്ല’, ഞാൻ പറഞ്ഞു.

കൂടുതലൊന്നും പറയാനുണ്ടായിരുന്നില്ല. കൈകൊടുത്ത്, അദ്ദേഹം പോയി. ആ ഗാനം എഴുതിയത് മറ്റാരോ ആണ്. പിറ്റേ ദിവസം ഉച്ചസമയത്ത് ഓഫീസിനടുത്ത് വന്ന്, അദ്ദേഹം അകത്തേക്ക് നോക്കി. അവിടെ എപ്പോഴും എന്തെങ്കിലും നടന്നുകൊണ്ടിരിക്കും. ആ സമയത്തും അങ്ങനെ തന്നെ. നിലത്ത് ഒരുപാടു വേഷങ്ങൾ കൂട്ടിയിട്ടിരിക്കുന്നു. ഒരുപാടാളുകൾ - പുരുഷന്മാരും ആൺകുട്ടികളും ഒന്നോ രണ്ടോ പെൺകുട്ടികളും വ്യത്യസ്ത സ്വരഭേദങ്ങളിൽ, ഒരു ജപ്പാനീസ് സംഗീതോപകരണ വായനയോടൊപ്പം ചേർന്നുകൊണ്ട് കൈകൾ കൊണ്ട് തിരയുന്നു. അവർ ഏതോ ഒരു വേഷം, സിനിമയിൽ ധരിക്കുന്നതിനുവേണ്ടി വസ്ത്രാലങ്കാരത്തിനു നിയമിച്ച ആൾ ആവശ്യപ്പെട്ടപ്രകാരം തിരയുകയാണ്. അയാൾ വളരെചെറിയ, പ്രായം തിട്ടപ്പെടുത്താൻ പറ്റാത്ത, എന്നാൽ ചെറുപ്പമല്ലാത്ത ഒരാളായിരുന്നു. അയാൾക്ക് അഞ്ചടിക്കുതാഴെ പൊക്കമേയുള്ളൂ. അയാൾ തൊണ്ണൂറു പൗണ്ട് ഭാരമുണ്ടായിരുന്നെങ്കിൽ, ഞാൻ അത്ഭുതപ്പെട്ടേനെ.

അയാൾ എല്ലും തോലുമായിരുന്നു. ഒരു കുട്ടിയുടെതുപോലെയുള്ള ശരീരമായിരുന്നെങ്കിലും മുഖം മോഹിപ്പിക്കുന്നതായിരുന്നു. ചുളിഞ്ഞ്, ചുറുചുറുക്കുള്ള,കളിതമാശയും കുസൃതിത്തരങ്ങളും നിറഞ്ഞ, പ്രായമായ ഒരു വനദേവതയുടെ മുഖം. തലയടെ മുകൾഭാഗം മുഴുവൻ കഷണ്ടിയാണ്. കഷണ്ടിയിലുള്ള വലിയ ഒരു വടുവിന് ചുറ്റും മുടികൾ തലയോട്ടിയിൽ നിന്നും ഉയർന്നു നേരെനിൽക്കുന്നു, വൈദ്യുതാഘാതമേറ്റിട്ടെന്ന പോലെ. അയാളിൽ ഏതോ ഒരുതരം വൈദ്യുതി ഉള്ളതുപോലെ ഇടതടവില്ലാതെ, അയാൾ നിർദ്ദേശങ്ങൾ നൽകിക്കൊണ്ടിരുന്നു. അയാൾ ഒരു മുക്കുവന്റെ വേഷമായിരുന്നു ഒരുങ്ങിക്കൊണ്ടിരുന്നത്; പക്ഷെ അതിന് ആ ആളിന്റെ നാലിരട്ടി വലുപ്പം ഉണ്ടായിരുന്നു. എന്നാലും, അയാൾ നല്ലൊരു വേഷാലങ്കാരക്കാരനായിരുന്നു. അയാൾ കാൽച്ചട്ട, അരയിലേക്കു വലിച്ചു കയറ്റി മുറുകെപ്പിടിച്ച്, അരപ്പട്ടകൊണ്ട്

മുറുക്കിക്കെട്ടി. ജപ്പാനീസ് ഉടുപ്പണിഞ്ഞ് മുക്കുവനായി എല്ലാവരും ചിരിച്ചു. ഞാനവിടെയിരുന്ന് എല്ലാം കണ്ടു.

'കൂറ്റൻ തിരമാല'യിലെ എല്ലാ കഥാപാത്രങ്ങളെയും അയാൾക്ക് അറിയാമായിരുന്നു. എല്ലാം അയാൾ ഒരുക്കിക്കാണിച്ചു. ഒരു പുരുഷനായാണ് ഒരുങ്ങുന്നതെങ്കിൽ അയാൾ ഞങ്ങളെ അഭിമുഖീകരിക്കും. സ്ത്രീയായി വേഷമണിഞ്ഞാൽ അയാൾ പുറം തിരിഞ്ഞ് നിൽക്കും. എനിക്ക് എല്ലാ കഥാപാത്രങ്ങളെയും തിരിച്ചറിയാൻ പറ്റി. ഏറ്റവും ചെറിയ പെൺകുട്ടിയായ സെത്സുവിനെപ്പോലും. എങ്ങനെയാണ് പ്രായമായ ഒരാൾക്ക്, ആനന്ദവതിയായ ഒരു സുന്ദരിപ്പെൺകുട്ടി നില്ക്കുന്നത് ആവിഷ്ക്കരിക്കാൻ പറ്റുന്നത്; അതും പുറം തിരിഞ്ഞു നിന്ന്. അതു വിവരിക്കാൻ പറ്റില്ല. പത്തുലക്ഷം തവണ ജപ്പാനീസ് ഭാഷ എനിക്ക് വശമായിരുന്നെങ്കിൽ എന്ന് ഞാൻ ആഗ്രഹിച്ചു. കാരണം, ആ വയസ്സൻ വനദേവത ഓരോ തവണ പറയുമ്പോഴും കാണികൾ ഇളകിമറിയുന്നുണ്ടായിരുന്നു. ഓരോ തവണയും വീണ്ടും വീണ്ടും അയാൾ അസംതൃപ്തിയോടെ ഓരോ വേഷവും എറിഞ്ഞുകളയുകയോ കൊടുത്തത് നിരാകരിക്കുകയോ ചെയ്തു. അവിടെ കൂട്ടിയിട്ടിരുന്നവയിൽ നിന്ന് സംഭ്രാന്തിയോടെ ഏത് വേണമെന്ന് തിരഞ്ഞുകൊണ്ടേയിരുന്നു; തീവ്രതയോടെ., ഒരു കുരങ്ങൻ ചെള്ളിനെ തേടുന്നതുപോലെ.

ഈ സന്ദർഭത്തിൽ ആർക്കോ ഒരു പ്രചോദനമുണ്ടായി. 'അയാൾ ശരിക്കും പ്രായമായ മാന്യന്റെ സഹായി ആയി, നമ്മൾ തിരയുന്നവേഷത്തിൽ യോജിക്കും. അയാൾ ഇംഗ്ലീഷ് സംസാരിക്കുമോ?' പ്രായമായ വനദേവത, പല്ലുകൾ മുഴുക്കെ കാട്ടി ചിരിച്ചു, അവയൊന്നും നന്നായി കേടുപാടു തീർത്തിട്ടുണ്ടായിരുന്നില്ല. അയാൾ ഇംഗ്ലീഷുകാരനോട് തലകുലുക്കി.

മറ്റുള്ളവരോടായി, അയാൾ ആലോചിച്ചു, നാളെ ഞങ്ങളെ അറിയിക്കാമെന്നു പറഞ്ഞു. അടുത്ത ദിവസം മറ്റു പല വേഷങ്ങളും കെട്ടി അയാളുടെ ചട്ടുകാലിൽ നൃത്തം ചെയ്ത് തിളങ്ങി നില്ക്കുമ്പോൾ ഞാൻ അകത്തുകടന്നു. ജപ്പാനീസ് ഭാഷയിൽ ഒരരുവി ഒഴുകുന്നതുപോലെ എന്തൊക്കെയോ പറഞ്ഞു. പരിഭാഷയിൽ മനസ്സിലായത്, അയാളുടെ മുടി മുറിച്ചുമാറ്റില്ലെങ്കിൽ അയാൾ ഞങ്ങളുടെ അഭിനേതാക്കൾക്കൊപ്പം ചേരും; അതു ഞാൻ ഉറപ്പു കൊടുക്കണം; അയാൾ ഉറപ്പിച്ചു പറഞ്ഞു. മുടി മുറിച്ചാൽ അയാൾ വരില്ല.

ഞാൻ, വൃത്താകൃതിയിൽ ഉയർന്നുനില്ക്കുന്ന കറുത്ത വയറുകൾ എല്ലിച്ച കഷണ്ടിയായ തലയോട്ടിയിൽ ചുറ്റും നില്ക്കുന്നത് പരിഗണി

ച്ചു. 'അയാളോടു പറയൂ', 'ഞാൻ ആ മുടി മുറിക്കുന്നത് ചിന്തിക്കുക പോലുമില്ല. ഞാൻ ഉറപ്പുകൊടുക്കുന്നു, അതു മുറിക്കില്ലെന്ന്.'

ഞങ്ങളെല്ലാവരും വിലപ്പെട്ട ആ മുടിയിലേക്ക് ഉറ്റുനോക്കി. 'ഹായ്!' സന്തുഷ്ടയായ വനദേവത മുറി മുഴുവൻ കടന്നുചെല്ലുന്ന ഒരു പുഞ്ചിരി തൂകി. പക്ഷെ പെട്ടെന്ന് ആ പുഞ്ചിരി അപ്രത്യക്ഷമായി. അതിന്റെ ഉത്ഭവസ്ഥാനത്തു നിന്നും ജപ്പാനീസ് ഭാഷയിൽ ഇടതടവില്ലാതെ എന്തൊക്കെയോ പൊഴിച്ചു.

എല്ലാം ശ്രദ്ധിച്ച ദ്വിഭാഷി പറഞ്ഞു. 'അയാൾ പറഞ്ഞത്, അയാൾ ഇംഗ്ലീഷ് സംസാരിക്കേണ്ടി വരുമോ'. അങ്ങിനെയെങ്കിൽ, അയാൾക്കാവില്ല.

'അയാൾക്ക് വെറും രണ്ടുവരി മാത്രമേയുള്ളൂ. എല്ലാദിവസവും അതു ഞങ്ങൾ അയാളെ പഠിപ്പിക്കും.' ഞങ്ങൾ ഉറപ്പു കൊടുത്തു. വീണ്ടും കൂടുതൽ ജപ്പാനീസ് ദ്വിഭാഷി പറഞ്ഞു, 'അയാൾ പറയുന്നു, അയാൾക്ക് ഒരു നല്ല അധ്യാപകനെ വേണമെന്ന്, അയാൾ നന്നായി ഇംഗ്ലീഷ് സംസാരിക്കും.

'അയാൾക്ക് നല്ല ഒരദ്ധ്യാപകനെ നല്കും.' ഞങ്ങളുറപ്പു കൊടുത്തു. പിന്നീട്, ഞങ്ങൾക്കു മനസ്സിലായി, അയാളുടെ അജയ്യമായ ജപ്പാനീസ് സ്വര ഭാരത്തിനു മുകളിൽ ഒരു പഠിപ്പിക്കലിനും നിലനിൽപ്പില്ലെന്ന്. ഞങ്ങൾ അയാളുടെ രണ്ടു വാചകങ്ങൾ, അത്യാവശ്യമായ രണ്ടു വാക്കുകളായി കുറച്ചു. 'യേസ്', 'നോ' എന്നിവ. ഇവ രണ്ടും അയാൾ ചിത്രത്തിൽ, മനസ്സിൽ പതിയുമാറ് പറയുന്നുണ്ട്, അഭിമാനത്തോടെ. അയാൾ തന്റെ ജീവിതം മുഴുവൻ ഒരു അഭിനേതാവ് ആകാൻ കാത്തിരുന്നു; പക്ഷെ കൂടി വന്നാൽ ചെയ്യാൻ കഴിയുന്നത് വസ്ത്രാലങ്കാരം മാത്രം., അയാൾക്ക് ചിത്രത്തിൽ വേഷം ലഭിക്കുമെന്നറിഞ്ഞപ്പോൾ അയാളുടെ മുഖത്ത് കണ്ട മോക്ഷം കിട്ടിയ ഭാവം, ഞാനൊരിക്കലും മറക്കില്ല. ഇപ്പോൾ അയാളെ സംബന്ധിച്ചിടത്തോളം, അയാൾ ഒരു നടനാണ്. അയാൾ തിളങ്ങുന്ന ഒരു ചിരി ഞങ്ങൾക്കു തന്നു. വനദേവത വീണ്ടും കുരങ്ങനെപ്പോലെ വസ്ത്രക്കൂമ്പാരത്തിൽ തിരഞ്ഞു. പക്ഷെ ഇത്തവണ ചൂടോടെ തിരഞ്ഞത് അയാൾക്കുവേണ്ട വേഷങ്ങൾക്കായിരുന്നു.

*** *** ***

അദ്ദേഹം വിട്ടുപിരിഞ്ഞതിനുശേഷം ആദ്യമായി, ആ രാത്രിയിൽ എനിക്കല്പം ആശ്വാസം തോന്നി. അതു വളരെ ചെറിയ അളവിലായിരുന്നു. അത് വിരസമായ സമ്മർദ്ദത്തിൽ നിന്ന് – എന്താണ് താനതിനെ വിളി

ക്കുക, ആഘാതം, ഏകാന്തത, നിസ്സഹായത?– അതിന്റെ സംയുക്തം ഏതു തന്നെയായാലും അതെന്റെ മേൽ ഒരു ഭാരം വീഴ്ത്തിയിരുന്നു; എനിക്ക് രക്ഷപ്പെടാനാവാത്ത വിധം. ഞാൻ തെരുവിൽ അലയാൻ ആ രാത്രിയിൽ പോയില്ല. പകരം ഒരു ജപ്പാനീസ് തിരുമ്മലും തനിച്ച് അത്താഴവും എന്റെ മുറിയിൽ തന്നെയെന്ന് തീരുമാനിച്ചു. വീട്ടിലുള്ള മക്കൾക്ക് ഒരു നീണ്ട കത്തെഴുതണം. പിന്നീട് പുസ്തകം വായന. ഇതൊരു സാധാരണ പരിപാടി ആയിരുന്നെങ്കിലും ഞാൻ തനിച്ചായതിനുശേഷം ഒരിക്കലും എനിക്കതിനു സാധിച്ചിട്ടില്ല. ചിരി, അതിനുള്ള സാധ്യത ഇപ്പോൾ ഒരുക്കിയിരിക്കുന്നു. ഞാൻ വളരെ എളുപ്പം ചിരിക്കുന്ന ആളാണ്. കാരണം, ലോകത്ത് ധാരാളം രസികന്മാരും സംഭവങ്ങളുമുണ്ട്. പക്ഷെ, കഴിഞ്ഞ മാസങ്ങളിൽ ഞാൻ ഇടക്കിടെ ചിരിച്ചിട്ടേയില്ല, ഇന്നുച്ചയ്ക്ക് ആ ചെറിയ വനദേവത ഏതോ വിധത്തിൽ പ്രചോദിപ്പിച്ചതിൽ നിന്നുണ്ടായ സ്വയം മറക്കൽ ഇല്ലായിരുന്നെങ്കിൽ ഒരിക്കലും ചിരിക്കുമായിരുന്നേയില്ല. മറ്റൊരാളുടെ അസ്തിത്വത്തിലേക്ക് കടന്നുകയറുവാനുള്ള ഒരു കലാകാരനുള്ള സവിശേഷമായ ശേഷിയാണത്. ഇത് ഒരു നോവലിസ്റ്റിനെ സംബന്ധിച്ചും പൂർണ്ണമായും ശരിയാണ്. ഞങ്ങളിത് പലതവണ ചർച്ച ചെയ്തിട്ടുണ്ട്. അദ്ദേഹവും ഞാനും താൽക്കാലികമായെങ്കിലും അദ്ദേഹമല്ലാത്ത ഒരാളിൽ ഞാൻ മുഴുകിപ്പോയാൽ അദ്ദേഹം എല്ലായ്പോഴും എന്നോട് ക്ഷമിക്കാറുണ്ട്. ആ മുഴുകൽ വളരെ അപരിചിതമാണ്. അതെന്താണെന്ന് വിശദീകരിക്കാൻ പ്രയാസമാണ്. അതിഷ്ടപ്പെടുകയല്ലാതെ മറ്റു വഴികളൊന്നുമില്ല. ഒരു ശാസ്ത്ര സൈദ്ധാന്തികന് ഉണ്ടായിരിക്കേണ്ട മുഴുവൻ ഇഷ്ടത്തിന്റെയും കേന്ദ്രീകരണം. അങ്ങനെയുള്ള ഒരു ശാസ്ത്രജ്ഞൻ, അയാളുടെ മനോവൃത്തിയാൽ ഒരു കലാകാരൻ കൂടിയാണ്. ഞങ്ങളിലാർക്കും നമ്മൾ ആരാണെന്നതിൽ നിന്ന് ഒരിക്കലും രക്ഷപ്പെടാനാവില്ല.

എനിക്ക് മറ്റാരിലും എന്നെ ഉൾക്കൊള്ളാൻ, ഏതായാലും, അദ്ദേഹത്തിന്റെ മരണം മുതൽ ഇന്ന് ഉച്ചവരെ സാധിച്ചിരുന്നില്ല. ഉച്ചക്ക് ഒരു മണിക്കൂർ പഴയ സ്വഭാവം തിരിച്ചു വന്നു. ഞാൻ, ആവേശഭരിതയാവുകയും, പ്രതീക്ഷയുള്ളവളുമായി തോന്നി. ഏറ്റവും ചുരുങ്ങിയത്, ഞാൻ അല്പസമയത്തേക്കെങ്കിലും ആശ്വസിച്ചു. കഴിഞ്ഞ കുറെ ആഴ്ചകളായി ഞാൻ അനുഭവിച്ച സങ്കടമാകുന്ന വിഷവായുവിൽ കൂടിയുള്ള നടത്തം. ഒരു മണിക്കൂറോളം ഹൃദയപൂർവം ചിരിച്ചു; സുഖപ്പെട്ടു. എനിക്ക് പറയാൻപറ്റും; വൈകുന്നേരത്തെ എന്റെ എല്ലാ പരിപാടികളും തീർത്ത്, ഉചിതമായ സമയത്ത് ഞാൻ ഉറങ്ങാൻ കിടന്നു. പല ആഴ്ചയായി, ഇന്ന്

ആദ്യം. ഈ യാഥാർത്ഥ്യം ഒരു തുടക്കത്തിന്റെ സൂചനയാണ്.

*** *** ***

നത്തയ്ക്കാ മത്സ്യം മുങ്ങിയെടുക്കുന്ന പെൺകുട്ടികൾ - അവരെക്കുറിച്ചു ഞാൻ പറഞ്ഞിട്ടുണ്ടോ ? ഇല്ലെന്നു തോന്നുന്നു, തീർച്ചയായും പറയണം കാരണം, അവർ ഞങ്ങളുടെ ജപ്പാനീസ് താരങ്ങൾക്കിടയിൽ ഏറ്റവും ഇഴയടുപ്പമുള്ള ഒരു ചെറിയ കൂട്ടമാണ്. എന്നാൽ സവിശേഷമായ നത്തയ്ക്കാ മത്സ്യം, ജപ്പാനീസ് അടുക്കളകളിലെ ഒരു വിശിഷ്ട ഭോജ്യമാണ്. അവ ലഭിയ്ക്കുക പക്ഷെ പ്രയാസവും. കടലിന്റെ വളരെ ആഴത്തിൽ ഇരുണ്ട ഇടങ്ങളിൽ മഞ്ഞുപോലെ തണുത്തവെള്ളത്തിൽ, പാറകളിൽ, ശക്തമായ പേശികൾ കൊണ്ട് പറ്റിപ്പിടിച്ചുനില്ക്കുന്നു.ജപ്പാനിലെ പുരുഷ മീൻപിടുത്തക്കാർ ഇവയെ പിടിക്കുന്നത് വിവേകപൂർവം ഒഴിവാക്കും. കാരണം, വളരെ ആഴത്തിൽ മുങ്ങാംകുഴിയിടണം. ഈ ജോലി അവർ ചെറുപ്പക്കാരായ യുവതികളെ ഏൽപ്പിച്ചിരിക്കുകയാണ്. അവർക്ക് തണുപ്പും അപകടവും സഹിക്കാനാവുന്നതുകൊണ്ട് നത്തയ്ക്കാ മത്സ്യങ്ങൾ കൂട്ടത്തോടെ കിടക്കുന്ന സ്ഥലങ്ങളിലേക്ക് പുരുഷന്മാർ വഞ്ചികളിൽ തുഴഞ്ഞെത്തും. സ്ത്രീകൾ വെള്ളത്തിൽ മുങ്ങിത്താഴ്ന്ന്, ചെറിയ അടിവസ്ത്രത്തിന്റെ അരപ്പട്ടയിൽ തിരുകിയ നീണ്ട കനമുള്ള കത്തി ഉപയോഗിച്ച് പാറകളിൽ പറ്റിപ്പിടിച്ച ഇവയെ കൊത്തി മുറിച്ചെടുക്കും.

എന്റെ അത്ഭുതത്തിന് കാരണം, ഞങ്ങളുടെ അമേരിക്കൻ നിർമാതാക്കളുടെ ഇടയിൽനിന്നുണ്ടായ ഒരു വിവാദമാണ്. ഈ മുങ്ങാംകുഴിയിടുന്ന പെൺകുട്ടികൾ ധരിച്ചിരിക്കുന്ന വേഷവിധാനം അവർക്ക് തികച്ചും അനുയോജ്യവും സ്വാഭാവികവുമായിരുന്നു. ഇത് ചില അമേരിക്കക്കാരെ അസ്വസ്ഥരാക്കി. ഈ പെൺകുട്ടികളുടെ തുറന്ന മാറിടം കാണുന്നത് സഹിക്കാൻ, അമേരിക്കൻ കാണികൾക്കാവില്ല എന്നു തോന്നി. യുറോപ്പിലാണെങ്കിൽ ഈ കാഴ്ച തികച്ചും സ്വീകാര്യവും സന്തോഷപ്രദവും കൂടിയായേനെ. എന്നാൽ മാന്യതയ്ക്ക് മൂർത്തമായ നിലവാരം അമേരിക്കയിലുണ്ട്. പ്രത്യേകിച്ച് മാറിടകാര്യത്തിൽ. 'എങ്ങനെ?' ഞാനന്വേഷിച്ചു. 'ഒരു സ്ത്രീ എപ്പോഴും സ്ത്രീ ആണ്. അവൾക്ക് നിശ്ചയമായും മറ്റൊന്നാവാനാവില്ല'. 'സ്തന കഞ്ചുകം', അമേരിക്കൻ പ്രതിനിധി മിതമായ ഭാഷയിൽ പറഞ്ഞു. എന്റെ അത്ഭുതം കണ്ടപ്പോൾ അയാൾ അല്പം അനുകമ്പ കാണിച്ചു. 'നമ്മൾ രണ്ടു ദൃശ്യങ്ങൾ പകർത്തും. ഒന്ന് കഞ്ചുകമുള്ളതും, മറ്റേത് ഇല്ലാത്തതും'.

അതാണ് ഞങ്ങൾ ചെയ്തതും. ആ യുവതികളുടെ, അവരുടെ ഉരുണ്ട,

ആ തവിട്ടുനിറമുള്ള മാറിടങ്ങളിൽ,വെപ്പ് കഞ്ചുകങ്ങൾ അണിയാൻ നിർബന്ധിച്ചപ്പോൾ അവർക്കുണ്ടായ അമ്പരപ്പു കണ്ട് ഞാൻ അത്ഭുതപ്പെട്ടുപോയി. അവർ നഗ്നരായി എന്ന് അവർക്കുതോന്നി. ഹവ്വയെപ്പോലെ, ഏദൻ തോട്ടത്തിൽ. സംശയമില്ല, അവളോട് അത്തിമരത്തിന്റെ ഇല അണിയാൻ പറഞ്ഞപ്പോൾ ഉണ്ടായതു പോലെ !

*** *** ***

എന്റെ കഥ, ഒരു മാധ്യമത്തിൽ നിന്ന് മറ്റൊരു മാധ്യമത്തിലേക്ക്, അച്ചടിക്കടലാസിൽനിന്ന് അഭ്രപാളിയിലേക്ക് മാറ്റിയപ്പോൾ ഒരു പ്രത്യേക സംതൃപ്തി അനുഭവപ്പെട്ടു. കാരണം അതിലെ കഥാപാത്രങ്ങൾ ജീവനോടെ, രക്തവും മാംസവുമുള്ളവരായി വന്നു. ഞങ്ങൾ ഒരുദിവസം സെത്സുവിനെ കണ്ടു. ഒരു ചെറുപ്പക്കാരിയായ യുവതിയെ കണ്ടപ്പോഴുണ്ടായ ആനന്ദം പരിശുദ്ധയായ മാലാഖയെ കണ്ടതുപോലെ. ഒരിക്കലും ഞാൻ ആ നിമിഷം മറക്കില്ല. ഞാനവളെ തിരിച്ചറിഞ്ഞു. പ്രൊഡക്ഷൻ മാനേജരുടെ സ്വന്തം കമ്പനിയിലെ താരമാണവൾ. അവളുടെ സുന്ദരമായ ചെറിയമുഖവും വലിയ തിളങ്ങുന്ന ഇളം തവിട്ടു നിറത്തിലുള്ള കണ്ണുകളും വളരെ പ്രാധാന്യമുള്ളതായി എനിക്കുതോന്നി. അവൾ കാഴ്ചയിൽ വളരെ ചെറുതായിരുന്നു. അവൾ പറഞ്ഞു, ട്രാൻസിസ്റ്റർ ക്ലബ്ബിൽ അംഗമാണെന്ന്. അവിടെ എല്ലാ അംഗങ്ങളും അഞ്ചടിയിൽ കുറവായിരിക്കണമെന്നും. ഈ പെൺകുട്ടിയാവട്ടെ, അതിലും കുറവും. അവൾ, ഞങ്ങളുടെ ചിത്രത്തിലെ ആറടി വളർന്ന തോരുവിന്റെ അരികിൽ നിന്നപ്പോൾ, യഥാർത്ഥത്തിൽ അവൻ അവളെ മുകളിൽ നിന്നു താഴോട്ടു നോക്കിയിട്ട് ചിരിച്ചുകൊണ്ട് പറഞ്ഞു, എനിക്ക് നിന്നെ ഇഷ്ടമാണ്. കാരണം നീ അത്രയ്ക്കും ചെറുതാണ്, വിചിത്രവും'.

അവസാനം, ഞങ്ങളുടെ താരങ്ങൾക്കെല്ലാം പൂർണ്ണമായി ഇംഗ്ലീഷ് സംസാരിക്കാനറിയാം. അല്ലെങ്കിൽ അവർക്ക് സംസാരിക്കാനുള്ള കുറച്ച് വാക്കുകൾ പഠിച്ചിട്ടുണ്ട്, തോരുവിന്റെ അമ്മ ഒഴികെ. അവൾക്ക് ഇംഗ്ലീഷ് വാക്ക് പറയാൻ ശ്രമിക്കുന്നതു തന്നെ നാണക്കേടായിരുന്നു. പക്ഷെ അവരുടെ മുഖം അത്രയ്ക്കും മനോഹരവും. ജപ്പാനിലെ ഏറ്റവും അറിയപ്പെടുന്ന നടിയുമായിരുന്ന അവരുടെ വാചകങ്ങളെല്ലാം ഒഴിവാക്കി, സംസാരിക്കാതെ, വെറും അഭിനയം മാത്രമാക്കി ചുരുക്കി. അതിനിടയിൽ മൂന്നാഴ്ചകൾ കടന്നുപോയി. എല്ലാ കരാറുകളും ഒപ്പിട്ടു. അതൊരു നല്ല താരനിരയായിരുന്നു. സെസ്യൂ ഹയക്കാവ, പടിഞ്ഞാറൻ നാടുകളിൽപോലും അറിയപ്പെട്ടിരുന്ന താരമായിരുന്നു.

മറ്റുള്ള താരങ്ങളെല്ലാം ജപ്പാനിൽ പ്രസിദ്ധരായവർ. പ്രായം കൂടിയ ഹാരു കോയെ ഒഴിച്ചുനിർത്തിയാൽ. അവരെ, പുതിയ നടിയായി, നത്തയ്ക്ക മത്സ്യത്തിനായി മുങ്ങാംകുഴിയിടുന്ന പെണ്ണായും തോരുവിനോട് പ്രണയത്തിലകപ്പെട്ട് പാവം സെത്സുവിനോട് അവനുവേണ്ടി പോരടിക്കുന്ന ക്രൂരയായും അഭിനയിക്കുന്നതിനായി പ്രത്യേകം തിരഞ്ഞെടുത്തതാണ്.

എല്ലാം പൂർത്തിയായി ഞങ്ങൾ ടോക്യോ വിടാനൊരുങ്ങുമ്പോൾ അവസാനമായി താരങ്ങൾ ഒത്തുകൂടി; ക്യാമറക്കാരും മറ്റുപ്രവർത്തകരും കാത്തുനിന്നു. 'പ്രായമായ മാന്യൻ' ഞങ്ങളെ ഒരു നൃത്തശാലയിലേക്ക് ഒരു സൽക്കാരത്തിനായി ക്ഷണിച്ചു. ഇവിടേക്ക് ഒരുദിവസം വൈകുന്നേരം ഞങ്ങൾപോയി. അയാൾ ഞങ്ങളെ നേരിട്ട് വന്ന്, അദ്ദേഹത്തിന്റെ കാറിൽ കൂട്ടിക്കൊണ്ട് പോയി. ഞാൻ ജപ്പാനീസ് സുഹൃത്തുക്കളോടൊപ്പം പ്രശാന്തമായ സത്രങ്ങളിൽ വൈകുന്നേരങ്ങൾ ചെലവഴിക്കുന്നത് ശീലമാക്കിത്തുടങ്ങിയിരുന്നു. ജപ്പാനിലെ ഒരു നല്ല വഴിയമ്പലം, ഒരിക്കലും പ്രധാന പാതകളുടെ തൊട്ടടുത്തായി കാണുകയില്ല. കാറിൽനിന്നോ ബസ്സിൽനിന്നോ ഇറങ്ങി ചുരുങ്ങിയത് നൂറുവാരയെങ്കിലും നടന്നാൽ, ചിലപ്പോൾ അതിലധികം, പായൽ നിറഞ്ഞ പാതയിലൂടെ നടന്നേ കാണാമറയത്തുള്ള സ്ഥലത്തെത്തൂ. അവിടെ മരങ്ങൾക്കിടയിൽ, പൂന്തോട്ടങ്ങൾക്കും നീന്തൽകുളങ്ങൾക്കും അഭിമുഖമായ ഉയരംകുറഞ്ഞ മേൽക്കൂരകളോടു കൂടിയ മുറികൾ. ഞാനിപ്പോൾ ഇഷ്ടപ്പെട്ടു തുടങ്ങിയ അത്തരം സ്ഥലങ്ങളിലേക്ക്, ഇടക്കിടെ സർവ്വകലാശാലാ പ്രൊഫസർമാർ, എഴുത്തുകാർ, നാടകരചയിതാക്കൾ, സാഹിത്യപ്രവർത്തകർ, കലാകാരന്മാർ, പ്രഗല്ഭരായ സ്ത്രീകളുടെ സമൂഹം എന്നിവരൊക്കെ എന്നെ ക്ഷണിക്കാറുണ്ട്.

വളരെ സമാധാനപൂർവമുള്ള സംഭാഷണങ്ങൾ, ആചാരങ്ങളെക്കുറിച്ചുള്ള താരതമ്യങ്ങൾ യുദ്ധത്തെയും സമാധാനത്തേയും കുറിച്ചുള്ള ഓർമകൾ, എന്നിവയെക്കുറിച്ചെല്ലാം പറഞ്ഞ് അത്തരം വൈകുന്നേരങ്ങൾ കടന്നുപോകും. നമുക്ക് സംസാരിക്കുവാനുള്ള ഈ സ്വാതന്ത്ര്യത്തെക്കുറിച്ച്, പറഞ്ഞറിയിക്കാനാവാത്ത ഈ പുതിയ സ്വാതന്ത്ര്യം ഞാൻ ആസ്വദിക്കാറുണ്ട്. ഞാൻ ജപ്പാനിൽ ഇല്ലാതിരുന്ന വർഷങ്ങളിൽ, ചില തടസ്സങ്ങളെല്ലാം വഴിമാറിപ്പോയിരിക്കുന്നു. എന്നിൽ നിന്നല്ല അവരിൽനിന്ന്. ഇത് മുഴുവനായും ചുരുങ്ങിയത് ഭാഗികമായെങ്കിലും അമേരിക്കൻ അധിനിവേശത്തിന്റെ ഭാഗമായി, അതിനുശേഷവും അമേരിക്കക്കാരുമായുള്ള ഇടപഴകലിന്റെ ഭാഗമാണെന്ന് പറയാതെവയ്യ. തെറ്റിദ്ധാരണകൾ ഉണ്ടായിരുന്നെങ്കിലും, ശരിയായ ധാരണകൾ പ്രബലപ്പെ

ട്ടു.

നൃത്തശാലയിലെ അന്നത്തെ വൈകുന്നേരം, സമാന മനസ്ക്കരായ സുഹൃത്തുക്കളുമൊത്തുള്ള ശാന്തമായ വൈകുന്നേരങ്ങൾ പോലെയായിരുന്നില്ല. ഞങ്ങൾ ആഡംബര പൂർണ്ണമായ ഒരു പുതിയ ഭോജനശാലയിലെത്തി. ഒരു വലിയ മുറിയിൽ, ഞാൻ ഇതുവരെ കണ്ടിട്ടില്ലാത്ത, നീളമുള്ള, ഉയരം കുറഞ്ഞ മേശക്കു ചുറ്റും അതിഥികൾ ഒത്തുകൂടിയിരിക്കുന്നു. ഞങ്ങളുടെ അതിഥി, അവരെല്ലാം ഉന്നത വ്യക്തികളാണെന്ന് ഉറപ്പു തന്നു. ധാരാളം നർത്തകിമാരാൽ ചുറ്റപ്പെട്ട പ്രായമുള്ള ഒരു രാജകുമാരനെ, ഞാൻ പരിചയപ്പെട്ടു. പിന്നീട്, നിലവിലുള്ള മന്ത്രിസഭയിലെ ഒരു മന്ത്രിയെ. അതിനുശേഷം, ഭീമാകാരനായ ഒരു ചെറുപ്പക്കാരനെ. അയാൾക്ക് ഏഴടി ഉയരവും മൂന്നടി വീതിയുമുണ്ടായിരുന്നു. അയാൾ ജപ്പാനിലെ ഒന്നാംതരം ഗുസ്തിക്കാരനായിരുന്നു. അങ്ങനെയങ്ങനെ. എല്ലാ പുരുഷഅതിഥികൾക്കു ചുറ്റിലും ധാരാളം നർത്തകിമാരുണ്ടായിരുന്നു. എനിക്കും കിട്ടി; ഇടതും വലതുമായി ഓരോരുത്തരെ!

പരിശീലനം സിദ്ധിച്ച നർത്തകിമാർ ഭക്ഷണം കഴിക്കുന്നതിനിടയിൽ, ഞങ്ങളെ ആടിപ്പാടി രസിപ്പിച്ചു. എല്ലാം പരമ്പരാഗത രീതിയിലുള്ളതായിരുന്നു. പുതുതായി ഉണ്ടായിരുന്നത് രണ്ടു ചെറുപ്പക്കാരികളുടെ മായാജാലമായിരുന്നു. ഞാൻ ഇതുവരെ കണ്ടതിൽവെച്ച് മിടുക്കരായിരുന്നു ഇവർ. ഇന്ദ്രജാലക്കാരോട് എനിക്ക് ആരാധനയാണ്. ഞാൻ ഏതു രാജ്യത്തു ചെന്നാലും അവരെ കാണാറുണ്ട്. നർത്തകിമാർക്ക് വിപരീതമായി, ഈ പെൺകുട്ടികൾ പടിഞ്ഞാറൻ വസ്ത്രങ്ങളാണ് ധരിച്ചിരുന്നത്. അവരുടെ കൈകൾ തോളറ്റം വരെ അനാവൃതമായിരുന്നു. അതുകൊണ്ട് തന്നെ, മുയലുകളെയും കോഴികളെയും വെള്ളം നിറച്ച പാത്രങ്ങളെയും കുപ്പായക്കൈക്കുള്ളിൽ വയ്ക്കുക തുടങ്ങിയ അസംബന്ധങ്ങളൊന്നും ഉണ്ടായില്ല. അവർ വിശിഷ്ടമായ ചെപ്പടിവിദ്യകൾ കാണിച്ചു, എങ്ങനെയെന്ന് എനിക്കൊരു പിടിയുമില്ല.

സന്തോഷപ്രദമായ ആ വൈകുന്നേരം, നാലു മണിക്കൂറോളം നീണ്ടുനിന്നു. അന്നത്തെ സംഭവങ്ങളെക്കുറിച്ച് കൂടുതലായി ചിന്തിച്ചപ്പോൾ, ഒരു സുന്ദരിയായ യുവതി എന്റെ മനസ്സിൽ തറച്ചു നിന്നു. എന്റെ ബഹുമാനാർത്ഥം നൽകിയ ഔപചാരിക ഉച്ചഭക്ഷണ സമയത്ത്, അമേരിക്കൻ സ്ഥാനപതിയുടെ ഭാര്യ എന്നോട് വിശദീകരിച്ചു. ചക്രവർത്തിയുടെ കൊട്ടാരത്തിലോ രാജസദസ്സിലോ പങ്കെടുക്കുന്ന ഏതൊരു വിദേശ വനിതയും ഏതൊരു ചടങ്ങിലും ജപ്പാനീസ് ഔപചാരിക വേഷം തന്നെ ധരിക്കണം. വസ്ത്രങ്ങൾ, നീണ്ടതും കഴുത്തറ്റം വരെയെത്തുന്നതും

നീണ്ട കൈകളുള്ളതുമായിരിക്കണം. അന്നുവൈകുന്നേരം, സാഹിത്യാഭിരുചിയുള്ള എന്റെ ഒരു ജപ്പാനീസ് സുഹൃത്തിനോട് എന്തിന് വിദേശ വനിതകൾ കഴുത്തറ്റം വരെയെത്തുന്ന വസ്ത്രങ്ങൾ ധരിക്കണമെന്നു ചോദിച്ചപ്പോൾ അവർ പെട്ടെന്നു തന്നെ കൃത്യമായി ഉത്തരംപറഞ്ഞു. 'അതെന്തുകൊണ്ടാണെന്നാൽ, അവർ ചക്രവർത്തിയെ വണങ്ങുമ്പോൾ അവരുടെ നഗ്നമായ മാറിടത്തിലേക്ക്, അദ്ദേഹം അമ്പരന്നു നോക്കിപ്പോകരുത്'.

ടോക്യോയിലെ ഞങ്ങളുടെ അവസാനത്തെ രാത്രി, നർത്തന ശാലയിലെ സൽക്കാരം കഴിഞ്ഞ്, ഞാൻ ഇരുട്ടിൽ എന്റെ ജനാലയ്ക്കരികിൽ ഇരുന്നു. ഉറങ്ങുന്നതിന് മുമ്പ്, പുറത്തേക്ക്, തിളങ്ങുന്ന നഗരത്തെ നോക്കി. ഉജ്ജ്വല പ്രഭ ചൊരിയുന്ന ഒരുകൂട്ടം ആധുനിക കെട്ടിടങ്ങൾ. അവയ്ക്കു മധ്യത്തിലായി ഉയർന്നു നില്ക്കുന്ന പുരാതനമായ മതിൽ ചക്രവർത്തിയുടെ കൊട്ടാരത്തെ വലയം ചെയ്തു നിൽക്കുന്നു. അതെ, അവിടെ ഒരു കിടങ്ങുണ്ട്. പഴയതും പുതിയതും വേർതിരിക്കുന്നിടത്ത്. അതാണ് ഇന്നത്തെ ജപ്പാൻ. അന്നു കാലത്ത്, ഞാൻ ജപ്പാനിലെ മറ്റൊരു പ്രധാന സിനിമാ കമ്പനിയുടെ തലവനെ സന്ദർശിച്ചത് ഓർത്തു. അദ്ദേഹത്തിന്റെ ഒരു യുവനടനെ ഞങ്ങളുടെ മുതിർന്ന തോരുവായി അഭിനയിക്കാൻ മടികൂടാതെ വിട്ടുതന്നത് അദ്ദേഹമായിരുന്നു.

അദ്ദേഹത്തിന്റെ പ്രവൃത്തിപഥത്തിൽ, ഈ നിർവ്വഹണാധികാരി വളരെ ശ്രദ്ധേയനാണ്. മെലിഞ്ഞ്, ആരോഗ്യവാനായ, ചുറുചുറുക്കുള്ള ഒരു ചെറിയ മനുഷ്യനാണ് അദ്ദേഹം. തീക്ഷ്ണമായ കണ്ണുകളും ഉന്മേഷജനകമായ പെരുമാറ്റ രീതിയുമായിരുന്നു അദ്ദേഹത്തിനുണ്ടായിരുന്നത്. ഞാൻ, എന്റെ കൃതജ്ഞത അറിയിച്ചപ്പോൾ, ചിത്രം വലിയ ഒരു വിജയമാകട്ടെ എന്നദ്ദേഹം പറഞ്ഞു. ചുമരിന്നു മുകളിൽ തൂക്കിയിട്ടിരുന്ന ഒരു ബുദ്ധ ക്ഷേത്രത്തിന്റെ ചെറിയ പതിപ്പ് ഞാൻ ഇവിടെ കണ്ടു. എനിക്ക് അദ്ദേഹം തികഞ്ഞ ഒരു ബുദ്ധമത വിശ്വാസിയാണെന്നറിയാമായിരുന്നു. ഞങ്ങൾ മഹത്തും പുരാതനവും ആയ ആ മതത്തെക്കുറിച്ച് വളരെ നേരം സംസാരിച്ചു. എന്റെ പണ്ഡിതനായിരുന്ന പിതാവ്, ബുദ്ധമതത്തെക്കുറിച്ചെഴുതിയ നീണ്ട, ഏകവിഷയക പ്രബന്ധത്തെക്കുറിച്ച് എനിക്ക് ഓർമ വന്നു. അത് ചില ക്രിസ്തീയ വിശ്വാസികൾക്ക് സ്രോതസ്സായിരുന്നു. ഏകദേശം മുപ്പതോളം സദൃശങ്ങളായ കാര്യങ്ങൾ ഉണ്ടായിരുന്നു അതിൽ. ഞാൻ എന്റെ ആദരണീയനായ ജപ്പാനീസ് ബുദ്ധിസ്റ്റിനോടതു പറഞ്ഞു. അദ്ദേഹത്തിന് അത് നല്ല മതിപ്പുളവാക്കി. എന്റെ പിതാവ് തികച്ചും ശരിയായ കാര്യമാണ് പറഞ്ഞതെ

ന്നദ്ദേഹം പറഞ്ഞു. രണ്ടു മതങ്ങളും തമ്മിൽ ഒരുപാടു സാമ്യതകളുണ്ട്. ഇത് ആകസ്മികമായല്ല, ചരിത്രങ്ങളുടെ അനുഭവങ്ങൾ പങ്കുവെച്ചതിനാലാണ് എന്നദ്ദേഹം ഉറപ്പിച്ചു പറഞ്ഞു.

ഞങ്ങൾ വലിയ ഒരു സാഹസികതയ്ക്ക് ഒരുങ്ങുന്നതിനുമുമ്പായി, അടുത്ത ദിവസം, അതായത് ഞങ്ങളുടെ ഏറ്റവും അവസാനത്തെ ദിവസം, ജപ്പാനീസ് ആചാരമനുസരിച്ച് ഞങ്ങളുടെ നടീനടന്മാർക്കും സഹായികൾക്കുമായി ഒരു സൽക്കാരം നല്കി. ഞങ്ങൾ വാടകക്കെടുത്ത വലിയ ഹോട്ടൽമുറി നിറഞ്ഞു കവിഞ്ഞിരുന്നു. ഞങ്ങളുടെ എല്ലാനടന്മാരും അവിടെ ഉണ്ടായിരുന്നു. ഞങ്ങളുടെ ക്യാമറക്കാരൻ - ഉറപ്പായും ദൈവം ഞങ്ങളുടെ അടുത്തേക്കയച്ചതാണയാളെ - ജപ്പാനിലെ ഏറ്റവും നല്ല ചമയവിദഗ്ദ്ധൻ, അങ്ങനെ പലരും. പത്രലേഖകന്മാരുടെ ആഘോഷമായിരുന്നു എവിടെയും.

ഞങ്ങളുടെ ബാലനടന്മരെല്ലാം ഏറ്റവും നല്ല ആഘോഷവേളകളിലെ വസ്ത്രങ്ങൾ ധരിച്ചിരുന്നു. കൊച്ചു സെത്സു, കൊച്ചു തോരു, കൊച്ചു യുക്കിയോ, പിന്നെ അവരുടെ വലിയ പതിപ്പുകളും. ഞങ്ങളുടെ മുഴുവൻ അഭിനേതാക്കളും ചേർന്ന് എന്നെ അഭിമാനത്താൽ വീർപ്പുമുട്ടിച്ചു. അവരൊക്കെ സുഭഗരായിരുന്നു. അവരവരുടെ കഥാപാത്രങ്ങൾക്ക് അനുയോജ്യരായിരുന്നു. ഞങ്ങളുടെ സഹ നിർമാതാക്കൾ എല്ലാവരും സന്തുഷ്ടരായിരുന്നു. പ്രൊഡക്ഷൻ മാനേജർപോലും. അദ്ദേഹം സൽക്കാരത്തിൽ മുഴുനീളം പങ്കെടുത്തു. സംശയമില്ല, ജപ്പാനീസ് ഭാഷയിൽ ഒരു ഉജ്ജ്വല പ്രസംഗവും നടത്തി. കാരണം, അതുകഴിഞ്ഞപ്പോൾ വമ്പൻ കയ്യടിയുണ്ടായി. ഞങ്ങളുടെ നടൻ സെസ്യു ഹയക്കാവയും ജപ്പാനീസ് ഭാഷയിൽ പ്രസംഗിച്ചു. പത്രപ്രവർത്തകർ കുറിപ്പുകൾ എഴുതി, ക്യാമറകൾ മിന്നി, വീണ്ടും വീണ്ടും, സൽക്കാരങ്ങൾ തുടർന്നു. ആവശ്യത്തിന് ഭക്ഷണവും കുടിയും! എല്ലാവരും ഓരോരുത്തരെയും പെട്ടെന്നറിഞ്ഞു.

അതൊരു സുന്ദരമായ സൽക്കാരമായിരുന്നു. ഞങ്ങൾക്ക് പിരിയാൻ തോന്നിയില്ല. നമ്മൾ വീണ്ടും കണ്ടുമുട്ടുമെന്നും 'കൂറ്റൻ തിരമാല'യിൽ വീണ്ടും ഒരുമിച്ച് പ്രവർത്തിക്കുമെന്നും പറഞ്ഞ്, യാത്ര പറഞ്ഞു. നാളെ - നാളെ - എല്ലാ നാളെകളും മുന്നിൽ തിളങ്ങിയതുപോലെ തിളങ്ങട്ടെ എന്ന് ആ രാവിൽ ഞാൻ എന്നോടു തന്നെ പറഞ്ഞു.

തനിയെ രാത്രിയിൽ വീണ്ടും അലഞ്ഞു തിരിയാൻ ഞാൻ പോയില്ല. പകരം എന്റെ ജനാലകൾ തുറന്ന് എന്റെ സ്വകാര്യ സന്ദേശങ്ങൾ സ്നേഹപൂർവ്വം പ്രപഞ്ചത്തിലേക്കയച്ചു. അദ്ദേഹം എവിടെയായിരു

ന്നാലും അത് കേട്ടിട്ടുണ്ടാകും. അല്ലെങ്കിൽ ഞാനങ്ങിനെ സ്വപ്നം കണ്ടു. കാരണം, എന്റെ ഹൃദയത്തിലേക്ക് ഒരു പുതിയ ആശ്വാസം ഇറങ്ങിവന്നു. എനിക്കാദ്യമായി ആദ്യ സൂചന നല്കി, അന്തിമമായ സമാധാനത്തിന്റെ. അത് അദ്ദേഹത്തിന്റെ അനുഗ്രഹമായിരുന്നു.

*** *** ***

മൂന്ന്

വിമാനത്തിലും, തീവണ്ടിയിലും, കാറിലുമായി ഏഴുമണിക്കൂർ യാത്ര ചെയ്ത് ഞങ്ങൾ രമണീയമായ ഒബാമ നഗരത്തിലെത്തി. ഹോട്ടലിലെത്തിയപ്പോൾ പാതിരാത്രിയായിരുന്നു. ജപ്പാനീസ് മാതൃകയിൽ നിലത്ത്, വൈക്കോൽ പായമേൽ കിടക്കകൾ വിരിച്ചിട്ടുണ്ടായിരുന്നു. അവ വളരെ സൗകര്യപ്രദമായിരുന്നു. അതൊരു യഥാർത്ഥ ജപ്പാനീസ് ഹോട്ടലായിരുന്നു - ഭക്ഷണം, ജലവിതരണം എല്ലാം. വലിയ ഹോട്ടൽ, അതിന്റേതായ നിലയിൽ അല്പം ആഡംബരവും.

ഞാൻ വീണ്ടും ഒരു ജപ്പാനീസ് കിടക്കയിൽ നിലത്തെ വിരികൾക്കു മേൽ ഒരു കട്ടിപ്പായ വിരിച്ച്, അതിന്റെമേൽ മൃദുലമായ വിരിപുതപ്പുകളും തലയിണകളും, പട്ടിൽപൊതിഞ്ഞ ചെറിയ മെത്തയും എല്ലാം തീർത്തും പരിശുദ്ധം. ഏറ്റവും സുഖമായ ഉറക്കിന്, കടുപ്പമേറിയതും മൃദുവായതും ചേർന്ന ഒരു യഥാർത്ഥ ചേർച്ച പ്രദാനം ചെയ്തു. നിലത്തു കിടക്കുന്നതിൽ തീർച്ചയായും ഒരു സംരക്ഷണമുണ്ടെന്ന് എനിക്കു തോന്നി. കാരണം ഒന്നിന്റെയും മുകളിൽ നിന്ന് താഴോട്ടു വീഴാൻ ഇല്ലല്ലോ. അശാന്തനായ ഉറക്കക്കാരൻ കയ്യും കാലുമൊക്കെ വലിച്ചെറിഞ്ഞ്, അങ്ങോട്ടുമിങ്ങോട്ടും തിരിയുകയും മറിയുകയുമൊക്കെ ചെയ്താലും അയാൾ ഒരേ നിരപ്പിൽ തന്നെയുണ്ടാകും. അതു തന്നെയാണ് ഉറച്ച മണ്ണിൽ ഓരോ മനുഷ്യ ജീവിയും അനുഭവിക്കുന്ന സുരക്ഷിതത്വവും, അടിസ്ഥാന സമതലവുമായുള്ള ഒരു സമ്പർക്കവും. കൊച്ചുകുട്ടികൾ കമഴ്ന്നു കിടക്കുമ്പോൾ, സഹജവാസനകൊണ്ട് ഇതറിയുകയും വളരെ സ്വസ്ഥമായി ഉറങ്ങുകയും ചെയ്യുന്നു. അവർ ഉണരുകയാണെങ്കിൽ, അഥവാ സ്വപ്നം കാണുകയാണെങ്കിൽ, അവർ കൈകാലുകൾ ഗാഢതയെ തൊടുന്നതായി അറിയുന്നു. വായുവിനെ ചാടിപ്പിടിക്കുകയല്ല. എത്ര വിസ്താരം കുറഞ്ഞ കിടക്കയാണെങ്കിലും അത് നിലത്താണൊരുക്കിയിട്ടുള്ളതെങ്കിൽ അത് വളരെ വിശാലമായി ത്തോന്നും. മുറികൾ ഉപയോഗിച്ചിരിക്കുന്നതും എത്ര ബുദ്ധിപൂർവ്വമാണ്!

പകലാവുമ്പോൾ, കിടപ്പുമുറി എത്ര സുഖകരമായ ഇരിപ്പുമുറിയായി മാറുന്നു. കിടക്കവിരികളെല്ലാം ഉള്ളറകളിൽ മടക്കിയൊതുക്കി വച്ച് ജന നിബിഡവും ചെറുതുമായ ഒരു രാജ്യത്ത്, സ്ഥലം വിവേകപൂർവ്വം ഉപ യോഗിക്കുന്നു.

ഞാൻ നന്നായി ഉറങ്ങിയെങ്കിലും നേരത്തെ ഉണർന്നു. പടത്തിന്റെ ചിത്രീകരണത്തിനായി തിരഞ്ഞെടുത്ത ഇടങ്ങൾ കാണുവാൻ തിടു ക്കമായി. ഞങ്ങൾ എത്തിയപ്പോൾ വളരെ വൈകിയിരുന്നു. അതു കൊണ്ട് എന്റെ മുറിയോട് ചേർന്ന് വരാന്തയുടെ വിശാലമായ ജനാല കൾ തുറന്നാൽ എന്തു കാഴ്ചകളാണ് കാണുക എന്നറിയുമായിരു ന്നില്ല. അവ തെക്കോട്ടഭിമുഖമായി, ഒരു വളഞ്ഞ ഉൾക്കടലും അതി നുചുറ്റുമുള്ള പച്ചമലകളും കാണുന്ന തരത്തിലായിരുന്നു. ഹോട്ടലി നും കടലിനും ഇടയിലൂടെ വീഥി കടന്നു പോകുന്നു. എന്റെ ജനാല കൾക്ക് താഴെയായി, തിളയ്ക്കുന്ന ചൂടുവെള്ളമുള്ള വലിയ ഒരു കുള മുണ്ടായിരുന്നു. പ്രകൃത്യാ ചൂടുള്ളത്. അതെ, ഒബാമ, ചൂടു നീരുറവ കളുള്ള പ്രസിദ്ധമായ ഒരു സ്നാനസ്ഥലമാണ്.

ഞാൻ ചെറുതായൊന്നനക്കിയപ്പോൾ കടലാസു മറ പിറകിലോട്ടു നീങ്ങി. ഒരു ഹൃദ്യയായ ചെറിയ ജപ്പാനീസ് പരിചാരിക മോടിയുള്ള യുകാത (പരുത്തിത്തുണികൊണ്ടുള്ള കിമോണ) ധരിച്ച്, അകത്ത് വന്നു, മുട്ടുകുത്തി വണങ്ങി, ജപ്പാനീസ് ഭാഷയിൽ എന്തോ പറഞ്ഞ്, കിടക്ക എടുത്തുമാറ്റി. കുറച്ചു നിമിഷങ്ങൾക്കകം എന്റെ കിടപ്പുമുറി ഒരു ഇരിപ്പു മുറിയായി. ഒരു ഉയരംകുറഞ്ഞ, മിനുസമുള്ള മേശ മധ്യ ത്തിൽ ഇരിക്കാനുള്ള മെത്തകൾ, മുതുകുതാങ്ങി, എല്ലാം. ഭിത്തിമാട ത്തിൽ ആകർഷകമായ പൂത്താലത്തിൽ പുത്തൻ പൂക്കളും ഒരു നല്ല കലാകാരന്റെ പ്രകൃതി ദൃശ്യത്തിന്റെ ചുരുൾ എന്നിവയും വെച്ചിരി ക്കുന്നു.

'പ്രഭാത ഭക്ഷണം ഉടനെത്തും;' പരിചാരിക ആംഗ്യ ഭാഷയിൽ പറ ഞ്ഞു. ഞാൻ തലയാട്ടി. താഴെയുള്ള എന്റെ സ്വകാര്യ കുളിമുറിയിലെക്ക് പടികളിറങ്ങിപ്പോയി. ഒരു ജപ്പാനീസ് കുളി നടത്തി. ചെറിയ കുളത്തി ലുണ്ടായിരുന്ന വെള്ളം പ്രകൃത്യാ ചൂടുള്ളതായിരുന്നു. ഒന്നും നഷ്ട പ്പെടുത്താതെ, ഉണർവേകുന്നതും ഉല്ലാസദായകവുമായിരുന്നു കുളി. ഒരുമുട്ട, കുറച്ചു പഴങ്ങൾ, ഉപ്പിലിട്ട മീനും ചോറും എന്നിവയായിരുന്നു പ്രഭാതഭക്ഷണം. ധാതു ജലത്തിലുള്ള കുളി എന്നിൽ നല്ല വിശപ്പുണ്ടാ ക്കി. പ്രഭാത ഭക്ഷണത്തിനു ശേഷം ഞങ്ങൾ ഒരു കാറിൽ പുറപ്പെട്ടു. ഇവിടെ നിർത്തി, ഞാനൊരു കാര്യം പറയട്ടെ, ജപ്പാനിലെ കാറുകളും

അവയുടെ ഡ്രൈവർമാരെപ്പോലെ അനന്യ സാധാരണമാണ്. അവ ജപ്പാനിലെ ഇടമുറിഞ്ഞ ഭൂപ്രകൃതിക്കും ആപൽക്കാരികളായ നിരത്തുകൾക്കും അനുയോജ്യമായ വിധത്തിൽ നിർമിക്കപ്പെട്ടവയാണ്. ജപ്പാനിൽ ധാരാളം നല്ല റോഡുകളുണ്ട്. ഞാൻ പണ്ടു കണ്ടവയേക്കാൾ കൂടുതൽ. പക്ഷെ ഈ കാറുകൾ ഒരേ ഉത്സാഹത്തിലാണ്. ഇടുങ്ങിയ പരുക്കൻ റോഡുകളിലൂടെയും, സിമന്റ് റോഡിലും, കീലിട്ട റോഡിലുമെല്ലാം. മിക്ക റോഡുകളും ഇടുങ്ങിയവയും സൗകര്യപ്രദമായി കടന്നുപോകുവാൻ ഇടങ്ങളില്ലാത്തവയുമാണ്. അങ്ങനെയുള്ള റോഡുകളിലൊന്നിൽ, രണ്ടു കാറുകൾ മുഖാമുഖം വരുമ്പോൾ, രണ്ടും നിർത്തും. ഡ്രൈവർമാർ, ഇനിയെന്തു ചെയ്യണമെന്ന് ഓരോരുത്തരും ആലോചിക്കും. അധികം വൈകാതെ അവരിൽ ഒരാൾ, താൻ അശക്തനാണെന്ന് മനസ്സിലാക്കി, വിവേകത്തോടെ വണ്ടി പിറകോട്ടെടുത്ത്, മറ്റൊരാളെ കടത്തിവിടാൻ പറ്റുന്ന ഒരു സ്ഥലത്തെത്തിച്ച് അതിനനുവദിക്കും. ബസ്സിന്റെയോ ട്രക്കിന്റെയോ ഡ്രൈവർ ഒന്നും ചിന്തിക്കില്ല. മറ്റേ കാർ വഴിയിൽ നിന്നു മാറും വരെ കാത്തുനില്ക്കും. അവന് ഒരു സഹായം ചെയ്യുന്നതുപോലെ; കിഴുക്കാംതൂക്കായ ഭാഗത്തേക്ക് അവനെ ഓടിക്കുന്നില്ലെന്ന ഭാവത്തിൽ. ജപ്പാനിലെ റോഡുകളിൽ ഏറ്റവും ചുരുങ്ങിയത്, ഒന്നെങ്കിലും ഇത്തരം മലഞ്ചെരിവുകളുണ്ടാകും. ചിലപ്പോൾ രണ്ടുഭാഗങ്ങളിലും. ഇവയ്ക്കൊന്നും സംരക്ഷണത്തിനായുള്ള ഇരുമ്പഴികളോ മറ്റു സംരക്ഷണങ്ങളോ ഉണ്ടാവുകയുമില്ല. ഞാൻ വിചാരിക്കുന്നത്, കടലിന് മുകളിലെ മലഞ്ചെരുവുകളിലൂടെ ഓരോ പാതയും പോകുമ്പോൾ, സംരക്ഷണ ഇരുമ്പഴികൾ സ്വപ്നം കാണുന്നതിൽ അർത്ഥമില്ലെന്നാണ്. ജനങ്ങൾ, അവരുടെ സംരക്ഷണത്തെക്കുറിച്ച് സ്വയം പഠിക്കണം. ഈ തത്വം നഗരങ്ങളിലും ഗ്രാമങ്ങളിലും സൈക്കിളുകളുടെ പടയോട്ടത്തിനിടയിലും വണ്ടി ഓടിക്കുമ്പോൾ ശ്രദ്ധിക്കേണ്ടതു തന്നെ. ഇതിന്റെ ഫലമായി ജനങ്ങൾ സ്വയം സംരക്ഷിക്കുന്നു. അവരുടെ മക്കളെ അതുപോലെ ചെയ്യാൻ പഠിപ്പിക്കുന്നു. ശ്രദ്ധേയമായ കാര്യം അപകടങ്ങൾ കുറയുന്നു; ദുരന്തങ്ങൾ ഉണ്ടാകുന്നതിനേക്കാൾ!

ഒരു മണിക്കൂറോളം, വിചിത്ര ഭംഗിയുള്ള ഒരുനാട്ടിലൂടെ ഞങ്ങൾ വണ്ടിയോടിച്ചു പോയപ്പോൾ എന്റെ ഓർമകൾക്ക് ജീവൻ വച്ചു. ഞാൻ മാസങ്ങളോളം ക്യൂഷുവിൽ ഒറ്റയടിക്ക് എന്റെ ചെറുപ്പത്തിൽ താമസിച്ചിട്ടുണ്ട്; മറ്റൊരവതാരമായി. എനിക്ക് എത്ര നന്നായി കൂർത്ത മുനകളോടു കൂടിയ ഈ പർവതങ്ങളെ ഓർക്കാൻ കഴിയുന്നു? പെട്ടെന്ന് നീരാവികൊണ്ട് മൂടി മഴ പെയ്യുന്നത് ശീലമായിരുന്നു. ഈ വളഞ്ഞു

പുളഞ്ഞ തീരവും വെള്ളം നശിപ്പിച്ച പാറകളും അഴിമുഖത്ത് അഭയം തേടിയ ഗ്രാമങ്ങളും കളപ്പുരകളും അവയുടെ കുത്തനെയുള്ള മേൽക്കൂരകൾ മൂന്നടി താഴ്ചയിൽ മേഞ്ഞിരിക്കുന്നതും മലമേടുകളിലെ വയലുകളും ഓരോ പടവുകളും കയറി, കുന്നിൽ ചെരുവിലെത്തുന്നതും വീണ്ടുംകയറി പർവതങ്ങളുടെ മുകളറ്റത്തോളമെത്തുന്നതും! ഒന്നും മാറിയിട്ടില്ല. ഞാൻ എന്റെ മനസ്സിൽ നിന്നും ബോംബ് വർഷത്തിൽ നശിച്ച നാഗസാക്കി നഗരത്തെ, അത് ഇതിനു വളരെ അടുത്താണ്; എടുത്തുമാറ്റി. കാരണം, ജപ്പാൻകാർ അതിനെ അവരുടെ മനസ്സിൽ നിന്നും മാറ്റി, പുതിയ ഒരു നഗരം പണിതു.

പിന്നീടൊരിക്കൽ ഞാനത് കാണാൻ പോയി. പഴമയും പുതുമയും കലർന്ന, ഇന്നത്തെ ജപ്പാന്റെ മുഴുവൻ പ്രതീകമായി – പുതിയത്, രണ്ടാമത്തെ ആണവ ബോംബ് വർഷത്തിൽ മരണമടഞ്ഞവരുടെ സ്മരണയ്ക്കായി ഉയർത്തിയ സ്മാരകം; പഴയത്, 'മാഡം ബട്ടർഫ്ളൈ' എഴുതിക്കൊണ്ടിരുന്ന കാലത്ത് പുസ്സിനി സന്ദർശിച്ച മല മുകളിലെ വീട്. അതിപ്പോൾ ഒരു സന്ദർശകകേന്ദ്രമാണ്. പക്ഷെ അത് നന്നായി സംരക്ഷിക്കപ്പെട്ടിട്ടില്ല, വൃത്തിയില്ല. ആ കഥ പല തവണ പറഞ്ഞു കഴിഞ്ഞതാണ്. ഇന്നത് കാലഹരണപ്പെട്ടിരിക്കുന്നു. പടിഞ്ഞാറു നിന്നുള്ള ചെറുപ്പക്കാരായ പട്ടാളക്കാർ അവരുടെ ജപ്പാനീസ് പ്രണയിനികളെ വിവാഹം കഴിക്കുന്നു. അവർ അവരുടെ മക്കളെ സംരക്ഷിക്കുന്നില്ലെങ്കിൽ, മിക്കി അതു ചെയ്യുന്നു.

പഴയതിനെയും, പുതിയതിനെയും സംബന്ധിച്ച്, അത്ഭുതപ്പെടുത്തുന്ന പുതുമയുള്ളതൊന്നുമില്ല, ഒന്നൊഴിച്ച്. അത്, ഒരു ചൂടുള്ള വേനൽ ദിവസം, സാധാരണമായ ഒരു ക്ഷണം, ഫുക്കുവോക്ക നഗരത്തിൽ വെച്ച് ചക്രവർത്തിയേയും, ചക്രവർത്തിനിയേയും അഭിവാദനം ചെയ്യുക എന്നത്. ഇത്തരം ഒരു സന്ദർശനം പണ്ടു കാലത്ത് അസാധ്യമായിരുന്നു. കാരണം ഈ രണ്ടു ശ്രേഷ്ഠ വ്യക്തികളും ജനങ്ങളിൽ നിന്ന് അകന്നും അത് സംഭവിക്കാൻ ഇടയില്ലാത്തതും ആയിരുന്നു. കാരണം, അവർ ദൈവ തുല്യരായിരുന്നു. പക്ഷെ, അന്ന് ഫുക്കുവോക്കയിൽ, എന്തായാലും, ഞങ്ങൾ തീവണ്ടി സ്റ്റേഷനിൽ വരിയായി നിന്ന് മഹനീയരായ ഈ രണ്ടു വ്യക്തികളെ വണങ്ങി; സ്വീകരിക്കാൻ. അവർ പടിഞ്ഞാറൻ വസ്ത്രങ്ങളണിഞ്ഞ് തീവണ്ടിയിൽ നിന്നിറങ്ങി, ദയയോടെ നോക്കി. ചക്രവർത്തി ഒരു പ്രസാദാത്മകത്വം കുറഞ്ഞ വ്യാപാരിയെപ്പോലെയും ചക്രവർത്തിനി ഒരമ്മയെപ്പോലെ, ചിന്താകുലയായ സഹായിയെപ്പോലെയും തോന്നി. അവരുടെ വസ്ത്രം നീണ്ടതും തൊപ്പി

ഒരു പ്രശ്നവുമായിരുന്നു. അവർ ഗതകാല സ്മരണയിൽ, വളരെ അകന്ന്, പ്രശാന്തമായ ഒളിമ്പസ് പർവതത്തിൽ പണ്ട് താമസിച്ചത് ഓർമിച്ചുവോ എന്ന് ഞാൻ അത്ഭുതപ്പെട്ടു.

*** *** ***

കിത്സു ഗ്രാമത്തിൽ എത്താറായപ്പോൾ, എന്റെ ഹൃദയം വല്ലാതെ മിടിച്ചു എന്നു പറയാതിരിക്കാൻ നിർവാഹമില്ല. അവിടെയാണ് നമ്മുടെ മുക്കുവ ബാലൻ തോരു ജീവിച്ചിരുന്നത്. ഇരുന്നൂറ് വർഷം മുമ്പ് ഒരു വേലിയേറ്റത്തിൽ കിത്സു മുഴുവനായും തുടച്ചെടുക്കപ്പെട്ടു. അതെങ്ങനെ സംഭവിച്ചു എന്നറിയാൻ വലിയ പ്രയാസമില്ല. കാരണം ഈ ചെറിയ മുക്കുവ ഗ്രാമം ഒരു ജീനി പോലെ, രണ്ടു കുന്നുകൾക്കിടയിൽ കിടക്കുകയാണ്. അതിൽ ചെറുത്, മുകളറ്റംവരെ തട്ടുതട്ടായി കിടക്കുന്നതാണ്. ഞാൻ 'കൂറ്റൻ തിരമാല' എഴുതുന്ന സമയത്ത്, കിത്സു എന്ന ഗ്രാമം ഈ കഥയ്ക്കു ശരിക്കും യോജിച്ചിരുന്നതാണോ എന്ന് ചിന്തിച്ചിട്ടുണ്ടാകാം. കാരണം, വേലിയേറ്റത്തിനു ശേഷം കടും പിടുത്തക്കാരും ധീരന്മാരുമായ ജപ്പാൻകാർ, അതേ സ്ഥലത്ത് ഈ ഗ്രാമം പുനർ നിർമിച്ചു. ഒരു പക്ഷെ, അധികം വൈകാതെ അവരുടെ ഗ്രാമം ഭീമാകാരമായ ഒരു തിരയുടെ പിടിയിൽ അകപ്പെട്ടേക്കാം. അത് ഇന്നും ഇരുന്നൂറ് വർഷങ്ങൾക്കപ്പുറമുള്ള, എളുപ്പത്തിൽ പരുക്കേൽക്കാവുന്ന തരത്തിൽ തന്നെയാണുള്ളത്. വീടുകൾക്കെല്ലാം അതേ രൂപവും ഘടനയും. കടൽത്തീരത്ത്, കടലിന്നഭിമുഖമായി ജനലുകളില്ലാതെ; ശരിക്കും അതേപോലെ.

ഗ്രാമത്തിലേക്കുള്ള വളഞ്ഞു പുളഞ്ഞ ഇടുങ്ങിയ വഴിയിലെ ഓരോ പടവും ഞാൻ തിരിച്ചറിഞ്ഞു. ഇവിടെയായിരുന്നു ആ വീടുകൾ മൂന്നടി പോലും വീതിയില്ലാത്ത ഇടുങ്ങിയ പാതകൾ. തീർച്ചയായും താഴെ ഒരു വണ്ടിപോലും കടന്നു പോകാനാവില്ല. കഷ്ടിച്ച് രണ്ടുപേർക്കു നടന്നു പോകാനാവുന്നത്. തേഞ്ഞു പോയ കൽ പടികളിൽ ചവിട്ടി താഴോട്ടു നടന്നു. ഞങ്ങൾ കടലിനരികിലേക്ക് ചെന്നു. പിറകെ ഇരുപത്തിയൊമ്പത് കുട്ടികളും. തോരുവിന്റെ വീട്ടിലെത്തി. ശരിക്കും ഞാൻ എണ്ണി നോക്കി. അവിടെ ആ വീട് ഞാൻ എന്റെ പുസ്തകത്തിൽ എങ്ങനെ കണ്ടുവോ അതു പോലെ. അവിടെ ജീവസ്സുറ്റ പ്രായമായ മുഖമുള്ള മുത്തച്ഛനും കൂടിയുണ്ടായിരുന്നു; മതിലിനപ്പുറം നിന്ന് ഞങ്ങളെ സൂക്ഷിച്ചു നോക്കിക്കൊണ്ട്. അദ്ദേഹം മീൻപിടിക്കുന്നതൊക്കെ നിർത്തി. അയാളുടെ മക്കളും പേരമക്കളും അതു തുടരുന്നു. അയാളുടെ ഭാര്യ മരിച്ചുപോയെന്നയാൾ പറഞ്ഞു. അയാളുടെ മരുമകളും പേരമ

കളും വീടുനോക്കി നടത്തുന്നു; കൂടെ മീൻ ഉണക്കലും ഉപ്പു പെരട്ടലും. കടൽത്തീരത്തെ കിണറിൽ നിന്ന് വെള്ളം ചുമന്ന് കൊണ്ട് വരികയും ചെയ്യുന്നു.

ഞങ്ങൾ അത്യധികം സന്തോഷത്തോടെ ഗ്രാമത്തിലൂടെ അലഞ്ഞു. അത് അത്രയ്ക്കും കുറ്റമറ്റതായിരുന്നു. കരയിൽ മീൻ വലകൾ ഉണക്കാനിട്ടിരിക്കുന്നു. കുന്നിൻ മേടുകൾക്കിടയിൽ വീടുകൾ പതുങ്ങിയിരിക്കുന്നു. ഒരു മേട്ടിൽ ഒരു ശ്മശാനവും. മുകളിലോട്ട് ഉയർന്നു പോകുന്ന കൽപടവുകൾ വേണമെങ്കിൽ ഞങ്ങൾക്ക് 'പ്രായമായ മാന്യന്റെ' വീട്ടിലേക്ക് കയറിപ്പോകുവാനായി പ്രവേശനകവാടമായി ഉപയോഗിക്കാം. അവിടെ അസാധ്യമായത് സത്യമായും ശരിയായുമിരിക്കുന്നു.

മണിക്കൂറുകൾ കടന്നുപോയി. ഉച്ചഭക്ഷണത്തിനുള്ള സമയമായി. ഞങ്ങൾ ഈൽ മത്സ്യത്തിനു പേരുകേട്ട ഒരു ഭക്ഷണണശാലയിൽ നിന്നാണ് ഭക്ഷണം കഴിച്ചത്. അവിടെ രണ്ട് തട്ട് പടവുകൾ കയറി, വലിയ വായുസഞ്ചാരമുള്ള മുറികളിലിരുന്ന്, അരിമാവിൽ പൊള്ളിച്ച ഈലും ഇലച്ചായയും കഴിച്ചു. പടത്തിന്റെ നിർമാണ സ്ഥലം സംബന്ധിച്ച് സ്വയം അനുമോദിച്ചു.

ഞങ്ങളുടെ അടുത്ത സ്ഥലം കാണുന്നത് ഞാൻ ഭയന്നു. അതു ഞാൻ തുറന്നു പറഞ്ഞു. അതു പ്രായമായ മാന്യന്റെ ഹർമ്മ്യം ആയിരുന്നു. അദ്ദേഹം വലിയൊരു പണ്ഡിതനും ഭൂവുടമയുമായിരിക്കണം. ഞങ്ങൾക്ക്, അങ്ങനെയുള്ള ഒരു വീട്ടിൽ താമസിക്കുന്ന കുടുംബത്തെ കണ്ടെത്താനും അവർ ഞങ്ങൾക്ക് ചിത്രത്തിനായി അതു വിട്ടുതരുവാനും കഴിയുമോ? അതി മനോഹരമായ പൂന്തോട്ടങ്ങൾക്ക് നടുവിൽ വിശാലമായതും ഹൃദയഹാരിയായതും ചാതുര്യമുള്ളതുമായ ഒരു ഭവനം. ഞാൻ പ്രതീക്ഷകൾ സ്വയം ഉപേക്ഷിച്ച്, തൽക്കാലം മറ്റെന്ത് ഉപായം എന്നൊാക്കെ ചിന്തിച്ചു. ഞങ്ങൾ നാട്ടിൻപുറത്തെ ഒരു വീഥിയിലൂടെ ഓടിച്ചു പോയി.

ജപ്പാനിൽ മിക്കപ്പോഴും സംഭവിക്കുന്നതു പോലെ ഏതായാലും, അസംഭാവ്യമായത് സംഭവിച്ചിരിക്കുന്നു. നിരത്തിൽ നിന്നും ആ വീടു കണ്ടപ്പോൾ തന്നെ അവിടെ ആരു താമസിച്ചിരുന്നാലും, പ്രായമായ മാന്യന്റെ വീടാണതെന്ന് ഞാനറിഞ്ഞു. പടിവാതിൽ കടന്ന് അകത്തെത്തിയപ്പോൾ മനോഹരമായ ഒരു പൂന്തോട്ടം. പൂക്കളൊന്നുമുണ്ടായിരുന്നില്ല. ജപ്പാനിലെ പൂന്തോട്ടങ്ങൾ മിക്കവയും അങ്ങനെയാണ്. വീതി കൂടിയ ആകൃതിയില്ലാത്ത കല്ലുകൾ കൊണ്ടുള്ള ഒരു പാത പ്രധാന കവാടത്തിലേക്കു നയിക്കുന്നു. ഇരു വശങ്ങളിലും പച്ചപിടിച്ച ചുള്ളി

ക്കാടുകളും പനച്ചെടികളും പൂക്കളില്ലാത്ത അലങ്കാരച്ചെടികളും നല്ല കാഴ്ചയായിരുന്നു. വാതിൽക്കൽ ഒരു വനിത നില്ക്കുന്നു. അവർ ഭംഗിയുള്ള കടുംനിറത്തിലുള്ള കിമോണ ധരിച്ചിരിക്കുന്നു. അവർ നന്നായി വണങ്ങി. ഞങ്ങളും തിരിച്ചു വണങ്ങി, ഞങ്ങളുടെ അമേരിക്കൻ കഴിവിന് അനുസൃതമായി. പൂന്തോട്ടത്തിന്റെ ബാക്കി ഭാഗം കണ്ടോട്ടെയെന്ന് ഞാൻ അനുവാദം ചോദിച്ചു. ഒരു വലുതല്ലാത്ത കുളം; പക്ഷെ അതിന്റെ രൂപരേഖ ഒരു തടാകംപോലെ തോന്നിപ്പിച്ചു. ഇടുങ്ങിയ വഴിയിലേക്ക് നയിക്കുന്ന ഒരു പാലവും മരങ്ങൾക്കിടയിൽ ഒരു കൂടാരവുമുണ്ടായിരുന്നു. ഞാൻ എല്ലാ കാര്യങ്ങളും പ്രായമായ മാന്യനെ ബന്ധപ്പെടുത്തിക്കണ്ടു. അദ്ദേഹത്തിനുണ്ടായിരുന്ന പൂന്തോട്ടം ശരിക്കും ഇതുപോലെ തന്നെയായിരിക്കും. അദ്ദേഹം വീട്ടിൽ ഞങ്ങളെ കാത്തിരിക്കുന്നത് ഞാൻ പകുതി പ്രതീക്ഷിച്ചു.

അദ്ദേഹം എന്തായാലും പ്രത്യക്ഷപ്പെട്ടില്ല. മനോഹരിയായ ആ സ്ത്രീ മാത്രമെ അവിടെ ഉണ്ടായിരുന്നുള്ളു. അവർ, ഞങ്ങളെ അകത്തേക്ക് സ്വാഗതം ചെയ്ത്, ഓരോ മുറിയിൽ നിന്നും അടുത്ത മുറിയിലേക്ക് കൂട്ടിക്കൊണ്ടുപോയി. ഓരോന്നും വളരെ വിശാലവും പ്രത്യേക അഭിരുചിയിൽ അലങ്കരിക്കപ്പെട്ടവയുമായിരുന്നു. കളപ്പുരയ്ക്ക് മുന്നൂറ് വർഷത്തെ പഴക്കമുണ്ടായിരുന്നു. ഇപ്പോൾ നില്ക്കുന്നത് ഭൂവുടമ നാൽപത് വർഷം മുമ്പ് പൊളിച്ചു പണിത വീട്ടിലാണ്. പ്രായമുള്ള മാന്യൻ, അദ്ദേഹമാരായിരുന്നാലും സമ്പന്നനും പ്രത്യേകാഭിരുചികൾ ഉണ്ടായിരുന്ന ആളുമാണ്. അവിടെയുണ്ടായിരന്ന വീട്ടുപകരണങ്ങളെല്ലാം അദ്ദേഹം തിരഞ്ഞെടുത്തവയും. അറകളിൽ സൂക്ഷിച്ച കലാവസ്തുക്കളെല്ലാം അദ്ദേഹത്തിനിഷ്ടപ്പെട്ടവയും. രണ്ടുമുറികളിൽ കട്ടിയുള്ള വൈക്കോൽ പായമേൽ പരവതാനികൾ വിരിച്ച് പടിഞ്ഞാറൻ ശൈലിയിലുള്ള കസേരകളും മേശകളും ഇട്ടിരുന്നു. ഞങ്ങൾ, പ്രായമായ മാന്യന്റെ ആധുനിക കാഴ്ചപ്പാടുകളെ ഗൗനിക്കാതെ അദ്ദേഹത്തിന്റെ ജപ്പാൻ വശം ചേർന്നു.

ആ സ്ത്രീ, ഞങ്ങളെ അവരുടെ മകളെ പരിചയപ്പെടുത്തി. ആ യുവതിക്ക് അമ്മയുടെ പകുതി ഭംഗിപോലുമുണ്ടായിരുന്നില്ല. അവൾ, ഒട്ടും ചേരാത്ത പടിഞ്ഞാറൻ വേഷത്തിലായിരുന്നു. പക്ഷെ അവളും വളരെ സഹായമനസ്ക ആയിരുന്നു. അവരുടെ രണ്ടു പേരുടെയും പെരുമാറ്റം ഊഷ്മളവും ഹൃദയത്തിൽ തട്ടുന്നതും ആയിരുന്നു. ഞാനവരെ അഭിനന്ദിച്ച് സംസാരിച്ചു. അതൊന്നും വേണ്ടെന്നും എന്റെ ചിത്രത്തിൽ അവരുടെ വീട് ഉപയോഗിക്കുന്നത് അവർക്ക് ഒരു ബഹുമതിയാ

യാണ് അവർ കരുതുന്നതെന്നും പറഞ്ഞു. ഒരു ദിവസം എനിക്കായി ചായ സൽക്കാരം നല്കാമെന്ന് ആ സ്ത്രീ പറഞ്ഞു. ഞാൻ നന്ദിയോടെ അത് സ്വീകരിച്ചു. അവർ വളരെ വില കൂടിയ ചായ, ചെറിയ പാത്രത്തിൽ പകർന്നു തന്നു. അത് മൂല്യമുള്ളതാണെന്ന് രുചിക്കും മുമ്പെ എനിക്കറിയാമായിരുന്നു. പടിഞ്ഞാറൻ ആളുകൾക്ക് മുന്നിൽ വിരളമായി തയ്യാറാക്കിയിരുന്നതായിരുന്നു അത്. ഞാൻ കുടിക്കുന്നതിനു മുമ്പെ അതു തീർന്നു. അത്രയ്ക്കും രുചിയുള്ളത്. ഞാൻ കുടിച്ചിരുന്ന ചായകളേക്കാൾ എത്രയോ അധികം. ഞാനതു അൽപാല്പം രുചിച്ചു, അതിനെ പുകഴ്ത്തി. അവർ എന്റെ പുകഴ്ത്തലിൽ സന്തുഷ്ടയായി, വിലകൂടിയ ചെറിയ ചായപ്പാത്രത്തിൽ നിന്നും ആ മൃതസഞ്ജീവനി അൽപാൽപമായി ഒഴിച്ചു തന്നു. വസന്തത്തിലെ, ആദ്യമുണ്ടാകുന്ന ഇളം തളിരിൽ നിന്നും ഉണ്ടാക്കുന്ന, അത്യപൂർവമായ ചായ ആണത്. ഒരു പൗണ്ടിന്റെ പതിനാറിലൊരംശത്തിന് തന്നെ (ഒരു ഔൺസ്) ഒരമേരിക്കൻ ഡോളർ വിലവരും. അത് ജപ്പാനീസ് പണമാകുമ്പോൾ വളരെ കൂടും. എനിക്കുറപ്പുണ്ട്, അവർ ജപ്പാനീസ് സുഹൃത്തുകൾക്കുപോലും ഇടക്കിടക്ക് നൽകുകയില്ല. ഞങ്ങൾക്കതു വിളമ്പിയത് അർത്ഥമാക്കുന്നത് അവർ ഞങ്ങൾക്കൊരു സമ്മാനമായി അതു നല്കി എന്നാണ്. ഞാൻ അതു സ്വീകരിച്ചതും അങ്ങനെ തന്നെ.

ഒരു ദ്വിഭാഷിയുടെ സഹായത്തോടെ ഞാൻ ഇംഗ്ലീഷിലും അവർ ജപ്പാനീസ് ഭാഷയിലുമായി സംസാരിച്ചു. അവർ, ഞങ്ങളുടെ സംഭാഷണം ഒരു പരിഭാഷകയുടെ സഹായത്താൽ രേഖപ്പെടുത്താമോ എന്നന്വേഷിച്ചു. അവരുടെ ഇംഗ്ലീഷ് പഠിക്കുന്ന മകനു വേണ്ടിയായിരുന്നു അത്. ഞാനതിനു സമ്മതിച്ചു. ഒരു ചെറു ശയ്യക്കു പിറകിൽ, അതുവരെ ഒളിഞ്ഞു കിടന്നിരുന്ന ആധുനിക ടേപ്പ് റെക്കോർഡർ കണ്ടു ഞാൻ അമ്പരന്നു!

അവസാനം അവരോടു യാത്ര പറഞ്ഞു. ഒരു പാടു തവണ തലകുനിച്ചു. പെട്ടെന്ന് തിരിച്ചു വരുമെന്നുറപ്പു കൊടുത്തു. വീട്ടിലെ സാധനങ്ങൾ ഒന്നും പൊട്ടിക്കുകയില്ല എന്നും പൂന്തോട്ടത്തിലെ ഒന്നും നശിപ്പിക്കുകയില്ലെന്നും ഉറപ്പുകൊടുത്തു. അവർ വളരെ മഹാമനസ്കയായിരുന്നു. ഹോട്ടൽ മുറി ഉപേക്ഷിച്ച് അവരോടൊപ്പം താമസിക്കുവാൻ യാചിച്ചു. ഞാൻ എല്ലാവരോടുമൊപ്പം കഴിയാമെന്നും, എല്ലാത്തിനും അവരോടു നന്ദിയുണ്ടെന്നും പറഞ്ഞു.

ഇനി കാണാൻ അവശേഷിക്കുന്നത് കളപ്പുരയും, ആളൊഴിഞ്ഞ കടൽത്തീരവുമാണ്. നേരം ഇരുട്ടാവുന്നതിനാൽ കടൽത്തീരം പിന്നീടു

കാണാം. പക്ഷെ കളപ്പുര ഞങ്ങൾക്കു കണ്ടേ തീരൂ. ഞങ്ങളൊരു ഗ്രാമം കടന്നു പോവുകയായിരുന്നു. അപ്പോൾ നിരത്തിനും വയലുകൾക്കുമിട യിലായി ഞാനതു കണ്ടു. കുന്നിൻ മേട്ടിലെ തട്ടുകൾക്കിടയിൽ കളപ്പുര ഉയർന്നു നില്ക്കുന്നു. ഒരു വിശാലമായ മേട്ടിൽ ആണത് നിർമിച്ചിരിക്കു ന്നത്. അതിനു മുകളിലുള്ള റോഡ് താഴെയുള്ള നെൽവയിലിന്റെ ഇരു പതടിയോളം ഉയരെയാണ്. പഴയ മൺകട്ടകൾ കൊണ്ടു പണിത ഒരു മതിൽ മുൻവശത്തായുണ്ട്. വീതിയേറിയ മരവാതിൽ തുറന്നു കിട ന്നതിലൂടെ ഞാനകത്തു കടന്നു. എന്റെ കഥാപുസ്തകത്തിലെ ലോക ത്തിലേക്ക്; അതെ, ആ കളപ്പുരവീട് ഇതു തന്നെ. ലളിതമാണെങ്കിലും വിശാലം. മരം കൊണ്ടുള്ള ചുവരുകൾ, നേരിയ മറ കൊണ്ട് വിഭജിച്ചി രിക്കുന്ന മുറികൾ, പഴക്കം ചെന്ന മേൽക്കൂരക്കുമേൽ പുല്ലും, പൂക്കളും വളർന്നു നില്ക്കുന്നു. കോഴികൾ, ഒരാട്, ഒരു ചെറിയ പച്ചക്കറിത്തോ ട്ടം, ചില അലങ്കാരച്ചെടികൾ, കുറച്ചു പാറക്കല്ലുകൾ എന്നിവ മിനുക്കിവ ച്ചിരിക്കുന്നു. നല്ലതും പഴയ മാതൃകയിലുള്ളതുമായ അടുക്കള, ഇടുങ്ങിയ വരാന്ത, അരിയും പച്ചക്കറികളും കഴുകാൻ ചെറിയ കുഴി, പിന്നെ ഭാര്യ മരിച്ചുപോയ ഉത്സാഹശാലിയായ കർഷകൻ, അയാളെ നോക്കി സംര ക്ഷിക്കുന്ന വിവാഹിതയായ മകൾ, എല്ലാം കൃത്യമായുണ്ട്. ഏറ്റവും നല്ലകാര്യം, ആ കർഷക കുടുംബം സൗഹാർദ്ദമുള്ളവരും എന്തു സ ഹായവും ചെയ്യാൻ എപ്പോഴും തയ്യാറുള്ളവരുമായിരുന്നു. എപ്പോഴാണ് ഞങ്ങൾ വരുന്നത്? നാളെ? നല്ലത് - നല്ലത് - ആ വീട് ഞങ്ങളുടെതായി രുന്നു. അതെ, അവർക്ക് വൈദ്യുതി ഉണ്ട് - അടുക്കളയിൽ ഒരു പമ്പും കൃഷിയിടം ആധുനികമാണെന്ന് കർഷകൻ അഭിമാനത്തോടെ പറഞ്ഞു. അയാൾ കാര്യങ്ങൾ എങ്ങനെ നിയന്ത്രിക്കുന്നു എന്ന് അമേരിക്കക്കാർ കാണുന്നതിൽ അയാൾക്ക് അഭിമാനമേയുള്ളൂ എന്നയാൾ പറഞ്ഞു. ദയ വായി ചായ, ഞങ്ങൾ പിരിയുന്നതിനു മുമ്പ്! ഞങ്ങളെ അയാൾ പോകാൻ അനുവദിച്ചപ്പോൾ രാത്രിയായിരുന്നു. പിറ്റേന്ന് കാലത്ത് ഏഴു മണിക്ക് ജോലി ആരംഭിക്കണം. പ്രകാശമുള്ള ഓരോ മണിക്കൂറും ചിത്രീ കരണസ്ഥലത്ത് വളരെ വിലപിടിപ്പുള്ളതാണ്.

ഞാൻ അവിടം വിട്ടപ്പോൾ ശ്രദ്ധിച്ചത് കോഴികളെ ആയിരുന്നു. അവ ഏറ്റവും കൂടുതൽ സ്പഷ്ടമായി വികാര വിചാരങ്ങൾ പ്രകടിപ്പിക്കുന്ന വിഭാഗമാണ്. ഇരുട്ട് അവരെ നിശ്ശബ്ദരാക്കി. അവരുടെ സ്വരച്ചേർച്ച യില്ലാത്ത ശബ്ദങ്ങൾ, ഉത്തേജനം ലഭിക്കുമ്പോഴും മര്യാദ ലംഘിക്കു മ്പോഴുമുള്ള കൂവൽ ഇവയൊക്കെ പിറ്റേന്നു അവിടെയെത്തുമ്പോൾ, പിന്നണി സംഗീതമായി, കളപ്പുരവീട്ടിൽ നിന്നും ചിത്രീകരിക്കുന്ന ഓരോ

ഭാഗത്തും ഉണ്ടായിരിക്കണം.

മഴ കാരണം ഞങ്ങൾ വളരെവൈകി. കഷ്ടം മഴ, മഴ തന്നെ. ഹോട്ട ലിൽ തിരിച്ചെത്തുമ്പോഴേക്കും മഴ പെയ്തുകൊണ്ടിരുന്നു. ഞാൻ മഴയെ ഭയന്നിരുന്നു. പ്രത്യേകിച്ചും ചിത്രീകരണ സ്ഥലങ്ങളിൽ അതു കുഴപ്പം സൃഷ്ടിക്കും. തെക്കൻ ജപ്പാനിലെ കാലാവസ്ഥ പ്രത്യേകിച്ചും, മലയും കടലും അടുത്ത അയൽക്കാരാകയാൽ. കടലിൽ നിന്നാണ് കാറ്റടിക്കു ന്നതെങ്കിൽ ആകാശം തെളിയും. കരയിൽ നിന്നാണെങ്കിൽ മഴ പെയ്യും. കഴിഞ്ഞ കുറെ കാലമായി, ഞാനിതു മനസ്സിലാക്കിയിട്ട്. ഞാൻ ജപ്പാ നീസ് കിടക്കയിൽ കിടന്ന്, മഴയെ ശ്രദ്ധിച്ചുകൊണ്ട് ഉറങ്ങാൻ കിടന്നു. എന്റെ ജീവിതത്തിലെ വ്യത്യസ്ത ഭിന്നിപ്പുകളെക്കുറിച്ച് ഞാൻ ആലോ ചിച്ചു.

*** *** ***

എന്റെ ജീവിതത്തിന്റെ ആദ്യപകുതിയിൽ അദ്ദേഹം ജീവിച്ചിരുന്നു എന്ന് എനിക്കറിയില്ലെന്നത്, എല്ലാത്തിലുമുപരി എത്രമാത്രം അവി ശ്വസനീയമാണ്. മുമ്പ് ഞാൻ ഇവിടെയായിരുന്നപ്പോൾ, അദ്ദേഹം എവി ടെയായിരുന്നു? ഇപ്പോൾ വീണ്ടും ഞാൻ ഇവിടെയാവുമ്പോൾ, അദ്ദേഹം ഇപ്പോൾ എവിടെയാണ് ? ഇരുപത്തിയഞ്ചു നല്ല വർഷങ്ങ ളിലെ ഒരുമിച്ചുള്ള ജീവിതം ആയിരുന്നു ഈ രണ്ടു കാലത്തിനുമിട യിൽ ഉണ്ടായത്. ഒരു രത്നക്കല്ല് അനശ്വരതയ്ക്കു മുമ്പിലും പിമ്പിലു മായി ഉറപ്പിക്കപ്പെട്ടത്. പഴയ ചോദ്യം എന്നെ വീണ്ടും ശല്യപ്പെടുത്തു ന്നു; മരണം ഏറ്റവും അടുത്തു തന്നെയുണ്ടെന്ന് അറിയുന്ന ഓരോ മനുഷ്യനേയും ശല്യംചെയ്യുന്നതുപോലെ. മരണത്തിന്റെ കാർക്കശ്യ ത്തിനെതിരെ ഞാൻ പല്ലിളിച്ചു.

(മരണത്തിന് ശേഷം ജീവിതമുണ്ടോ?) നാസ്തികതയിലുള്ള അദ്ദേഹത്തിന്റെ നെഞ്ചുറപ്പ് എനിക്കറിയാം. എത്ര തവണ നമ്മളിലൊ രാൾ തനിച്ച് ജീവിക്കേണ്ട ഭാവിയെക്കുറിച്ച് ഞങ്ങൾ തർക്കിച്ചിട്ടുണ്ട്! ഒരേ നിമിഷത്തിൽ, ഞങ്ങൾ രണ്ടുപേരും ഒരുമിച്ചു മരിച്ചിട്ടുണ്ടെങ്കിൽ എത്ര നന്നാകുമായിരുന്നു. കീഴടക്കാനാവാത്ത ആ പ്രതിബന്ധം കൈയ്യിൽ കൈ ചേർത്തു പിടിച്ച് കടന്നു പോകാൻ സാധിച്ചിരുന്നെ ങ്കിൽ. പരമ്പരാഗതമായി ദീർഘകാലം ജീവിച്ചിരുന്ന പൂർവികന്മാർ രണ്ടുഭാഗത്തും ഉണ്ടായിരുന്നത് കൊണ്ട് ഞാനായിരിക്കും ബാക്കിയാ വുക എന്ന് എനിക്ക് ആദ്യമേ അറിയാമായിരുന്നു. മരണത്തിനു ശേഷ മുള്ള ജീവിതത്തിന്റെ സാധ്യതയെക്കുറിച്ച് എന്നെ ഞാൻ തന്നെ ഓർമ്മ പ്പെടുത്തണമോ അതോ മറ്റൊരു വശത്ത് മാറ്റിവച്ച് ഇപ്പോഴുള്ള നിത്യ

തയിൽ ജീവിക്കണമോ - അതങ്ങനെയാണ് - ഒരു തരത്തിൽ, എല്ലാ വസ്തുക്കൾക്കും തുടക്കമോ ഒടുക്കമോ ഇല്ലാതെ തുടരുന്നതുപോലെ. അങ്ങനെയെങ്കിൽ ഞാൻ ഇപ്പോൾ ജീവിക്കുന്ന ഈ ഏകാന്തത എന്താണ്? അത് പണ്ടുണ്ടായിരുന്നതിന്റെ അവസാനമാണോ അതോ അത് ഞാനിതുവരെ മനസ്സിലാക്കാത്ത എന്തിന്റെയെങ്കിലും ആരംഭമാണോ?

ഞാനിവിടെ ജപ്പാനിലാണെന്ന് അദ്ദേഹത്തിനറിയാമോ ? അദ്ദേഹം ഇപ്പോഴും നാട്ടിലുള്ള വീടിനു ചുറ്റും കറങ്ങിത്തിരിയകയാണോ, അദ്ദേഹത്തിന്റെ സത്ത, എനിക്കവിടെ അദ്ദേഹത്തിന്റെ സാന്നിദ്ധ്യം ദർശിക്കാനാവുമോ? ഉയർന്നു കേൾക്കുന്ന കടലിന്റെ ഇരമ്പം മേൽക്കൂരയിൽ വീഴുന്ന മഴയുമായി കൂടിക്കലർന്നു കേട്ടുകൊണ്ട്, ജപ്പാനീസ് കിടക്കയിൽ കിടന്ന്, എവിടെയായിരുന്നാലും അദ്ദേഹത്തെ തേടിപ്പോകാനുള്ള എന്റെ തീവ്രമായ അഭിലാഷത്തോട് ഞാൻ പൊരുതി. കാരണം, അദ്ദേഹം തീർച്ചയായും എന്നെ അന്വേഷിക്കുന്നുണ്ടാകും. പിരിയുമ്പോൾ ഞങ്ങൾ എപ്പോഴും വിഷമിച്ചിരുന്നു. എല്ലായ്പോഴും, സുഖത്തിലും ദുഃഖം. പക്ഷെ ഊടുവഴികൾ എന്തൊക്കെയായിരുന്നു ?

ന്യൂയോർക്കിൽ, സാർഡിസിലെ ഒരു വൈകുന്നേരം എന്റെ ഓർമയിൽ വന്നു. ഞാൻ ഹോളിവുഡിലെ എന്റെ ഒരു സുഹൃത്തിനോടൊപ്പമായിരുന്നു. അയാളുടെ ഭാര്യയെ ഞാൻ ആദ്യമായി കാണുകയാണ്. അയാൾ സുഹൃത്തുക്കളുമായി ജോലിക്കാര്യങ്ങൾ സംസാരിച്ചുകൊണ്ടിരുന്നു. ആ സ്ത്രീ എന്നോട് വളരെ ലജ്ജയോടെ സംസാരിച്ചു. ഹൃദ്യയായ മധ്യപടിഞ്ഞാറൻ സ്ത്രീ ആയിരുന്നു അവർ. ഹോളിവുഡ്കാരിയേയല്ല ആദ്യമവർ അല്പം ഭയത്തോടെ സംസാരിച്ചെങ്കിലും ഒരു പ്രചോദനമെന്നപോലെ, ശബ്ദം താഴ്ത്തി എന്നോട് ശരിക്കും സംസാരിക്കണമെന്ന് പറഞ്ഞു. അവർക്ക് കഴിഞ്ഞ കുറെ മാസങ്ങളായി ചില പ്രത്യേക സ്വഭാവ വിശേഷങ്ങൾ വളർന്നു വരുന്നു. അവളുടെ അച്ഛൻ, അമ്മയുടെ മരണശേഷവും അവളുടെ കൂടെയാണ് താമസിച്ചിരുന്നത്. അവർ വളരെ നല്ല അടുപ്പത്തിലായിരുന്നു. ഈയടുത്ത് അദ്ദേഹം മരിച്ചുപോയി. മകളാവട്ടെ, അദ്ദേഹത്തെക്കുറിച്ചോർത്തു വിഷമിച്ചു. അദ്ദേഹം എവിടെയെങ്കിലും അദ്ദേഹമായിത്തന്നെയുണ്ടോ, ഉണ്ടെങ്കിൽ അദ്ദേഹം സന്തോഷവാനാണോ എന്നൊക്കെ ആലോചിച്ച്, വിഷമിച്ച്, വിഷാദരോഗത്തിന് അടിപ്പെട്ട്, സന്തോഷവതിയല്ലാതായി.

ഭർത്താവ് സ്വന്തം ജോലിയുമായി ബന്ധപ്പെട്ട്, വൈകിയ ഒരു വൈകുന്നേരം, ആ സ്ത്രീ നേരമ്പോക്കായി ചെയ്തിരുന്ന അലങ്കാരത്തയ്യൽ

നടത്തിക്കൊണ്ടിരിക്കയായിരുന്നു. നേരംപോക്കിനിടയിലും അവൾ അച്ഛനെക്കുറിച്ചോർത്ത് വിഷമിച്ചു. പെട്ടെന്ന്, അച്ഛൻ അവളെ വിളിക്കുന്നതായി അവൾ കേട്ടു. മുകളിലോട്ടു നോക്കിയപ്പോൾ വളരെ വ്യക്തമായി മുറിക്കപ്പുറം അവൾ അയാളെ കണ്ടു.

'നീ എന്നെക്കുറിച്ച് വിഷമിക്കുന്നത് മതിയാക്കണം.' അയാളുടെ സാധാരണ സ്വരത്തിൽ പറഞ്ഞു. 'സത്യത്തിൽ എനിക്ക് കുഴപ്പമൊന്നുമില്ല- വളരെ സുഖം.'

'നിങ്ങൾ പേടിച്ചിരുന്നുവോ?' ഞാനവളോട് ചോദിച്ചു.

'എന്റെ അച്ഛനെ പേടിക്കുകകയോ? ഇല്ല!'

'പക്ഷെ അതദ്ദേഹം തന്നെ ആയിരുന്നോ?'

'തീർച്ചയായും അദ്ദേഹം തന്നെ.' അവൾ പറഞ്ഞു; എന്നിട്ട് പാതി അന്ധാളിപ്പോടെ കൂട്ടിച്ചേർത്തു, 'അദ്ദേഹം അവിടെ ഉണ്ടായിരുന്നെങ്കിലും, അദ്ദേഹത്തിന്റെ ശരീരം ഉണ്ടായിരുന്നില്ല, എന്നെനിക്കറിയാം.'

'നിങ്ങൾ പിന്നീടും അദ്ദേഹത്തെക്കണ്ടോ?'

'കണ്ടു' പലതവണ. ഞാനിനിയൊരിക്കലും പേടിക്കില്ല. ചിലപ്പോൾ ഞാനും ജാക്കും വൈകുന്നേരങ്ങളിൽ ശാന്തമായി ഇരിക്കുമ്പോഴും അദ്ദേഹം വായിക്കുകയും ഞാൻ തയ്യൽപണി ചെയ്യുമ്പോഴും മറ്റാരോ അവിടെയുണ്ടെന്ന് എനിക്ക്തോന്നും. എന്റെ അച്ഛൻ ഞങ്ങളോട് പുഞ്ചിരിക്കുന്നത് ഞാൻ കാണും.' അവൾ പറഞ്ഞു.

'ജാക്ക് അദ്ദേഹത്തെ കണ്ടുവോ ?' ഞാൻ ചോദിച്ചു.

'ഞാനൊരിക്കൽ ജാക്കിനോട് ചോദിച്ചു. ജാക്ക് അവിടെ അച്ഛനെ കാണുന്നില്ലേ?' അദ്ദേഹം ഇല്ലെന്ന് പറഞ്ഞു. അദ്ദേഹം കണ്ടില്ല. പക്ഷെ ഞാൻ കണ്ടെന്ന് അദ്ദേഹം വിശ്വസിച്ചു. കാരണം അദ്ദേഹത്തിന്റെ സ്വന്തം പുരാതനമായ നാട്ടിൽ എന്നെപ്പോലെ മരിച്ചു പോയവരെ കാണുന്നവർ ഉണ്ടായിരുന്നു.

അതെ, ഞാനോർത്തു. ശവസംസ്കാരം കഴിഞ്ഞതിന്റെ പിറ്റേദിവസം എന്റെ പതിനാലുകാരിയായ മകൾ എന്നോട് പറഞ്ഞത്. അവൾക്ക്, അദ്ദേഹത്തിന്റെ ഒഴിഞ്ഞു കിടക്കുന്നമുറി എന്റെ തൊട്ടടുത്തതുമാകയാൽ അവിടെ കിടക്കണമെന്ന് പറഞ്ഞു. ആദ്യദിവസം അവൾ അവിടെ വളരെ സമാധാനമായുറങ്ങി. ഞാനോർക്കുന്നതിനു കാരണം, ഞാനവളോട് ഇത്രപെട്ടെന്ന്തന്നെ അവിടെ കിടക്കണമോ എന്നു ചോദിച്ചിരുന്നു.

'ആ മുറി ഒഴിഞ്ഞു കിടക്കുന്നതെനിക്കിഷ്ടമല്ല.' അവൾ പറഞ്ഞു.

പ്രഭാതഭക്ഷണ സമയത്ത് പിറ്റേന്ന് രാവിലെ അവൾ തികച്ചും

സാധാരണ പോലെ പറഞ്ഞു.

'അച്ഛൻ രാത്രിയിൽ വന്നിരുന്നു. അദ്ദേഹം വളരെ വിസ്മയകരമായിരുന്നു - എല്ലാം നന്നായി വളരെ ഉന്മേഷവാനായി. അദ്ദേഹം തിരിച്ചു വന്നത്, ഇവിടെ എല്ലാം ശരിയായിരിക്കുന്നില്ലേ എന്ന് നോക്കാനാണ്.'അവിശ്വസനീയമെങ്കിലും ഞാൻ ആത്മസംയമനം പാലിച്ചു. 'അദ്ദേഹം നിന്നോട് സംസാരിച്ചുവോ?'

'ഇല്ല, പുഞ്ചിരിക്കുക മാത്രം ചെയ്തു.'

'അദ്ദേഹം എന്തു വസ്ത്രമാണ് ധരിച്ചിരുന്നത് ?' ഞാൻ ചോദിച്ചു.

'എനിക്ക് തോന്നുന്നത് അദ്ദേഹത്തിന്റെ ചുവന്ന ജാക്കറ്റ്, പുകവലിക്കുമ്പോൾ ഇടുന്നത്.' അവൾ പറഞ്ഞു.

പക്ഷെ ചുവന്ന ജാക്കറ്റ്, അദ്ദേഹത്തിന് ഏറ്റവും ഇഷ്ടപ്പെട്ടതായിരുന്നെങ്കിലും. അഞ്ചു വർഷം മുമ്പേ, അദ്ദേഹം പുകവലി മറന്നപ്പോൾ മാറ്റിവച്ചതായിരുന്നു.

ഞാൻ വിശ്വസിക്കണമോ? ഞാനങ്ങനെ ചെയ്യണമെങ്കിൽ ഒരുദിവസം നമ്മൾ അറിഞ്ഞതുപോലെ നമ്മളറിയും എന്ന വിശ്വാസം കൊണ്ടാണ്. ഈ പ്രപഞ്ചത്തിന്റെ സൃഷ്ടിയെ നിയന്ത്രിക്കുന്ന നിയമങ്ങളെ, ശാസ്ത്രത്തിന്റെ നിയമങ്ങൾ വെളിപ്പെടുത്തുന്നതുകൊണ്ട് ആശയവിനിമയങ്ങൾ വ്യക്തമായിരിക്കും. മതം സൃഷ്ടിയുടെ ശക്തിയെ ഒരുപേരു ചൊല്ലി വിളിക്കുന്നു, നമ്മൾ കാത്തിരിക്കുന്ന ദൈവം ഗോദോയേയും കാത്ത് !

ജപ്പാനീസ് കടലിന്നരികിൽ, രാത്രിയുടെ അന്ധകാരത്തിൽ, അദ്ദേഹം എവിടെയോ ജീവിക്കുന്നുണ്ടെന്ന്, വ്യക്തമായ അടയാളങ്ങളോടുകൂടി, എന്നോട് മാത്രമായി പറയുവാൻ, എന്നെ അറിയിക്കുവാൻ അദ്ദേഹത്തോടു യാചിച്ചു. അദ്ദേഹം ഒരടയാളവും കാട്ടിത്തന്നില്ല. എന്നാലും, മൗനം ഒന്നിന്റേയും അവസാനമല്ല. അത് ഒരുപക്ഷെ നിർവചനമായിരിക്കും. അദ്ദേഹം അവിടെയുണ്ട്. ഞാൻ ഇവിടെയും. പക്ഷെ ഇപ്പോഴും ഞങ്ങളുടെ തരംഗദൈർഘ്യം ഒന്നല്ല. അതാണോ വിധി? ഞാനതിനെ അങ്ങനെ വിളിക്കില്ല. ഞാൻ ശാസ്ത്രം പഠിച്ചവളാണ്. ആ സമീപനത്തിന് രണ്ടുതരം വിചാരഗതികളുണ്ട്. ഒന്ന്, അസാധ്യമായത് സാധ്യമാവും വരെ അതിനെ പരിപൂർണ്ണമെന്ന് വിശ്വസിക്കുക. മറ്റേത്, സാധ്യമായതിനെ അസാധ്യമെന്ന് തെളിയിക്കുന്നതുവരെ പരിപൂർണ്ണമെന്ന് വിശ്വസിക്കുക. ഞാൻ രണ്ടാമത്തെ ധാരയിൽ വിശ്വസിക്കുന്നു. അതുകൊണ്ട് എല്ലാകാര്യങ്ങളും സാധ്യമാണ്, അവ അസാധ്യമാണെന്ന് തെളിയിക്കും വരെ - അസാധ്യമായതെല്ലാം അങ്ങിനെയായി

രിക്കും, ഈ നിമിഷം വരെ.

ഈ വിധത്തിൽ എന്റെ ജീവിതം ജീവിക്കുവാൻ വേണ്ടി തുടർന്നു. രണ്ട് വ്യത്യസ്ത തലത്തിൽ ഒരു ദിനത്തിലും, മറ്റേത് രാത്രിയിലും. ഒന്ന് ഭൂമിയിലും മറ്റേത് കൈകൾകൊണ്ട് നിർമിക്കപ്പെടാത്ത ഒരു വാസസ്ഥലത്തെ അന്വേഷിച്ചുകൊണ്ടും.

മഴ പെയ്തു; ഇടതടവില്ലാതെ. ഇതവസാനിക്കില്ലെന്നു തോന്നി. മൂന്ന് ദിവസം നിർത്താതെ പെയ്തു. മലകളെല്ലാം മഴയിൽ മുങ്ങി. കടൽ, പാറകളോട് ഗർജിച്ചു. ഞങ്ങൾ ആശങ്കപ്പെട്ട് മുഖത്തോട് മുഖം നോക്കി. ഇതിങ്ങനെ തുടർന്നാൽ എന്തുചെയ്യും?

'നിങ്ങൾ ജൂണിലാണ് മഴക്കാലമെന്ന് പറഞ്ഞു. ഇതിപ്പോൾ സെപ്തംബർ അല്ലേ?' അമേരിക്കക്കാരൻ ആക്ഷേപ സ്വരത്തിൽ എന്നോട് പറഞ്ഞു.

ഞാൻ തന്നെ മഴ കണ്ട് പേടിച്ചു വിറച്ചിരിക്കുകയാണ്. ഇക്കാര്യം ഞാൻ ഹോട്ടലിലെ പ്രധാന പരിചാരകനോട് പറഞ്ഞപ്പോൾ, യഥാർത്ഥ മഴക്കാലം ജൂൺ തന്നെയാണെന്നയാൾ പറഞ്ഞു.

'പിന്നെ ഇതെന്താണ് ?' ഞാൻ ചോദിച്ചു.

'ഇത് വെറും മഴ.' അയാൾ മറുപടി പറഞ്ഞു.

ആർക്കും നിഷേധിക്കാനാവാത്തതുകൊണ്ട്, ഞങ്ങൾ മറ്റു വിവാദ പരമായ കാര്യങ്ങളിലേക്ക് കടന്നു. ഏപ്പോഴെങ്കിലും മഴ അവസാനി ക്കുമെന്ന വിചാരത്തിൽ ഓരോ ദിവസവും ചെയ്യേണ്ട, തിരക്കഥയു മായി ബന്ധപ്പെട്ട കാര്യങ്ങൾ ആലോചിക്കുവാൻ തീരുമാനിച്ചു. ദൃശ്യ വിഷയങ്ങളെ ഓരോന്നിനെയും ഛായാഗ്രഹണത്തെക്കുറിച്ചും എല്ലാം കൃത്യമായ ധാരണയുണ്ടാക്കി. ഇതെല്ലാം ഒരു ക്രിയാത്മകപ്രവൃത്തിക്ക് അത്യാവശ്യമാണുതാനും. ഒരു ചലച്ചിത്രത്തിൽ, കഥ സമയക്രമത്തി ലല്ല പറയുന്നതെന്ന, എനിക്കറിഞ്ഞുകൂടാതിരുന്ന ഒരുകാര്യം ഞാൻ പഠിക്കുകയും ചെയ്തു. ഒരു ലൊക്കേഷനിലെ എല്ലാ ദൃശ്യങ്ങളും പകർത്തുന്നു. ഇവയെല്ലാം ആഖ്യാനത്തിനു ചേരുന്നവയാണോ എന്ന് നോക്കാറില്ല. അങ്ങിനെ ആദ്യത്തെ നാലുദിവസം കളപ്പുരവീട്ടിൽ താമ സിച്ച്, അവിടെ നടക്കേണ്ട എല്ലാകാര്യങ്ങളും അവിടത്തെ നാലുപേരെ ക്കുറിച്ചും അച്ഛൻ, അമ്മ, യുക്കിയോ, പിന്നെ സെത്സുവും - എല്ലാം പകർത്തുവാൻ തീരുമാനിച്ചു. എനിക്കിതൊരു കുഴപ്പം പിടിച്ച പണി യായി തോന്നിയെങ്കിലും അതിലെ യുക്തി എനിക്കു മനസ്സിലായി.

നീണ്ട്, ഉയരം കുറഞ്ഞ ജപ്പാനീസ് മേശയുടെ ചുറ്റും ഞങ്ങളുടെ ക്യാമറക്കാരനോടൊപ്പമിരുന്നു. കൂട്ടത്തിൽ സംവിധാനസഹായിയും

സൗണ്ട് എഞ്ചിനിയറും. ഞങ്ങളെല്ലാവരും നിലത്താണിരുന്നത്. എങ്കിലും ക്യാമറക്കാരൻ മേശയുടെ അറ്റത്ത്, വിവേകശൂന്യനായി അതിന്മേലാണിരുന്നത്. ഞാൻ വിവേകശൂന്യനെന്ന് പറയുവാൻ കാരണം, അയാൾക്ക് അയാളുടെ കാലുകൾ വളരെ നീണ്ടവയാകയാൽ, അതിന്മേലിരുന്ന് തളരുമ്പോൾ നീട്ടിവെക്കാൻ പറ്റുമായിരുന്നില്ല. കാരണം, ഞാൻ എന്റെ കാലുകൾ മേശക്കടിയിൽ കുറുകെ നീട്ടിവച്ചിട്ടുണ്ടായിരുന്നു.

ഇവിടെ ഞാനല്പം നിർത്തി, ഒരാളുടെ കാൽ മടക്കിവെച്ചിരിക്കുന്നതിനെപ്പറ്റി പറയട്ടെ. ഞാൻ ഒരുപാടു കാലംകഴിഞ്ഞ്, ഈ വർഷം ജപ്പാനിലേക്ക് വരുന്നതിനുമുമ്പ്, എല്ലാ ദിവസവും കാലുകൾ മടക്കി, പാദങ്ങളിലിരിക്കുന്നത് ആത്മാർത്ഥമായി പരിശീലിച്ചിരുന്നു. അതത്ര എളുപ്പമല്ല. ആദ്യമൊക്കെ എനിക്കത് മൂന്ന് നിമിഷത്തേക്ക് മാത്രവും, പിന്നീട് ഏറ്റവും നന്നായി ഇരുപത് മിനുട്ടോളമേ സാധിച്ചിരുന്നുള്ളൂ. ഒരു ജപ്പാനീസ് അത്താഴവിരുന്ന് ഇത്ര സമയത്തിനുള്ളിൽ അവസാനിക്കില്ല. പ്രത്യേകിച്ചും എന്റെ സുഹൃത്തുക്കൾ എനിക്കായി ഒരുക്കിയിരുന്നവ. എനിക്കു ലജ്ജ തോന്നിയെങ്കിലും എനിക്കത്ര മാത്രമെ നന്നായി സാധ്യമായിരുന്നുള്ളൂ. ഞാൻ കണ്ടുപിടിച്ച, എനിക്ക് സന്തോഷം തോന്നിയ കാര്യം, ഞാൻ ഇവിടെ ഇല്ലാതിരുന്ന, കഴിഞ്ഞ കുറെ വർഷങ്ങൾക്കുള്ളിൽ, ജപ്പാൻകാർ, കാലുകളിൽ ഇരിക്കുന്നത് ഉപേക്ഷിച്ചിരിക്കുന്നു എന്നതാണ്. സാധ്യമാവുമ്പോഴൊക്കെ അവർ കസേരകളിലിരിക്കുന്നു. കുട്ടികൾ കൂടുതൽപേരും കാലുകളിൽ ഇരിക്കാറേയില്ല. എന്റെ സുഹൃത്തുതന്നെ, അവർക്ക് അധികസമയം ജപ്പാനീസ് രീതിയിൽ ഇരിക്കാനാവില്ലെന്ന് പറഞ്ഞു. അതു രക്തയോട്ടതിന് മോശം ചെയ്യുമെന്നവർ പറഞ്ഞു. ഇപ്പോഴത്തെ തലമുറയിലെ ചെറുപ്പക്കാരുടെ അത്ഭുതാവഹമായ ഉയരക്കൂടുതൽ കാരണം കൂടുതൽ സമയം അവർക്കു കാലു മടക്കി ഇരിക്കേണ്ടിവരുന്നില്ലെന്നവർ പറഞ്ഞു. ഒരുപക്ഷെ അതായിരിക്കാം കാരണം. ശരിക്കും, ഞാനും ജപ്പാൻകാരുടെ പുതിയ ഉയരം ശ്രദ്ധിച്ചിരുന്നു. ജനങ്ങൾ കാഴ്ചയിൽ മെച്ചപ്പെട്ടിരിക്കുന്നു, അവർക്ക് നിണ്ട കാലുകളും.

ഇനി ഞാൻ ക്യാമറക്കാരനെക്കുറിച്ച് പറയാം. മനോഹരനായ അയാൾ സഹായമനസ്കനും നല്ല ഗുണങ്ങളുള്ളവനുമാണ്. അയാളുടെ മേഖലയിൽ, ഒരു മികച്ച കലാകാരനും. അയാൾ കുറച്ചൊക്കെ ഇംഗ്ലീഷ് സംസാരിക്കും. പക്ഷെ ഞങ്ങൾ വിചാരിച്ചതിനേക്കാൾ കൂടുതൽ മനസ്സിലാകും. അയാൾ അയാളുടെ ജോലിയിൽ തികച്ചും അർപ്പ

ണബോധമുള്ളവനായിരുന്നു. 'ദി ബിഗ് വേവ്'ൽ ജോലിചെയ്യുന്നതിൽ അയാൾക്ക് പ്രത്യേക താല്പര്യമുണ്ടെന്ന് ഞങ്ങൾ മനസ്സിലാക്കണമെന്നുമുണ്ടായിരുന്നു. ഞാനത് ശരിക്കും വിശ്വസിക്കുന്നു. അല്ലെങ്കിൽ അയാൾ ഞങ്ങളോടൊപ്പമെന്തിനു ജോലിചെയ്യണം? അയാൾ പ്രസിദ്ധനായതിനാൽ എളുപ്പമായ ജോലിചെയ്ത് ഇതിനേക്കാൾ കൂടുതൽ സമ്പാദിക്കുവാനും കഴിയുമായിരുന്നു. എനിക്കയാളോട് ആകർഷണം തോന്നിയത് മറ്റു കാരണങ്ങൾ കൊണ്ടാണ്. ഞാൻ കണ്ട മനുഷ്യനിൽ വെച്ചേറ്റവും കൗതുകമുണർത്തുന്ന ആളാണയാൾ. വളരെ ഉയരമുള്ള, വളരെ മെലിഞ്ഞ പാദങ്ങൾ, കാലുകൾ, ശരീരം, കൈകൾ, കഴുത്ത്, പ്രത്യേകിച്ച് മുഖം, എല്ലാം. അയാൾക്ക് നീണ്ട, താഴോട്ടു തൂങ്ങിയതുമായ താടിയെല്ലും - എനിക്കയാളുടെ ശരീരഘടന വിവരിക്കാനറിയില്ല. അയാൾ എങ്ങിനെ ആങ്ങിനെയായെന്ന് എനിക്കറിയില്ല. എനിക്ക് അയാളെ ഇഷ്ടമാണെന്നും അയാളുടെ കൗതുകമേറിയ രൂപം കാണുന്നതിൽ സന്തോഷിച്ചിരുന്നെന്നും മാത്രമേ എനിക്കറിയൂ. അയാളുടെ നീണ്ട മുഖത്തേക്ക് ഞാൻ കൂടെക്കൂടെ നോക്കി, മേശക്കു കുറുകെയും. ഒരിക്കൽ എനിക്കത് ദുഃഖഭാവങ്ങളുടെ മുഖമായി തോന്നി, ഉടൻ അല്ലെന്നും തോന്നി. അതുകൊണ്ട് ഞാൻ അത് നോക്കിക്കൊണ്ടേയിരുന്നു. ഞങ്ങളുടെ ജപ്പാൻകാരിയായ സംവിധാനസഹായി ഇതിനുനേരെ വിപരീതവും. വളരെ ആധുനികയായി അയഞ്ഞ മുറിക്കൈയ്യൻ ഷർട്ടും, തേനീച്ചക്കൂടുപോലുള്ള മുടിയുമുള്ള ചെറുപ്പക്കാരി, അവൾ വിദേശ ഭാഷകൾ സംസാരിക്കും. യൂറോപ്പിൽ നിന്നും നൃത്തനാടകത്തിൽ പരിശീലനം നേടിയിട്ടുണ്ട്. ഞങ്ങളുടെ പ്രായപൂർത്തിയായ ടോറുവായി അഭിനയിക്കുന്ന മുഖ്യനടനെ ഈയടുത്ത് വിവാഹവും ചെയ്തു. ഇരുപത്തിയൊന്നാം തീയ്യതിവരെ മറ്റു ചലച്ചിത്രങ്ങളിൽ ചുമതലകളുള്ളതിനാൽ, അയാൾ ഞങ്ങളോടൊപ്പമില്ല. അതുകൊണ്ട് അവർ തമ്മിൽ ആദ്യമായി വേർപിരിഞ്ഞിരിക്കയാണ്. അതുകൊണ്ട് മറ്റു നടീനടന്മാർ അവളെ നല്ലൊരളവിൽ കളിവാക്കുകൾകൊണ്ട് ശല്യം ചെയ്യുന്നുണ്ട്, ഓരോ മണിക്കൂറിലും. അവരിലൊരാൾ അവൾക്കുവേണ്ടി എഴുതുന്നതുപോലെ അവളുടെ വരന് കത്തുകളെഴുതാൻ നിർബന്ധിക്കുക തുടങ്ങി, അങ്ങനെയങ്ങനെ. അവരുടെ തമാശകൾക്കെല്ലാം അവൾ നല്ല നർമത്തിൽ നിന്നുകൊടുത്തു. അവൾ പ്രസന്നയും ബുദ്ധിശാലിയും സമർത്ഥയും എന്നാൽ ആകസ്മികമായി പക്ഷെ പ്രാധാന്യത്തോടെ പ്രണയത്തിൽ അകപ്പെട്ടവളും ആയിരുന്നു.

മഴ നിലച്ച അന്നുതന്നെ, കളപ്പുരയിലെ ദൃശ്യങ്ങൾ പകർത്താൻ തുട

ങ്ങിയപ്പോൾ അയ്യോ കഷ്ടം, ഞങ്ങളുടെ ക്യാമറക്കാരൻ ഒരു നെൽവയലിലേക്കു വീണുപോയി. ഇതു തീർത്തും നിസ്സാരമായ ഒരു സംഭവമായിരുന്നില്ല. പന്ത്രണ്ട് മണിക്കൂർ നീണ്ട ഒരു ദിവസത്തിന്റെ അവസാനമാണത് സംഭവിച്ചത്. ടോക്യോയിലെ ചില കാര്യങ്ങൾക്കായി ടെലിഫോണിൽക്കൂടി ചിലതു ചെയ്യാനായി ഞാനല്പം നേരത്തെ ലൊക്കേഷൻ വിട്ടിരുന്നു. അപ്പോഴാണ് ആസ്പത്രിയിലേക്ക് വിളിപ്പിച്ചത്. എക്സറേ എടുക്കുന്നതിനായി ഈ നീണ്ട മനുഷ്യൻ ഒരു ബെഞ്ചിൽ കിടക്കുന്നു. ഞങ്ങൾ നന്നായി പേടിച്ചു. കാരണം ഞാൻ ഭാവനയിൽ കണ്ടതുപോലെ അയാൾ വീണത് നെൽവയലിലെ മൃദുലമായ ചെളിയിലേക്കായിരുന്നില്ല. വയലിന്റെ അടിവാരത്ത് റോഡ് പോകുന്ന കന്മതിലുണ്ടായിരുന്നു. ആ പാറക്കല്ലിൻ മുകളിലേക്കാണയാൾ വീണത്. അയാളുടെ അസ്ഥിക്കൂട് മുഴുവൻ നുറുങ്ങി, നീണ്ട എല്ലിൻ കഷണങ്ങൾ കറുത്ത തൊലിക്കുള്ളിൽ ശേഖരിച്ചു വച്ചതുപോലെ. ബെഞ്ചിൽ കിടക്കുമ്പോൾ അയാൾക്ക് എട്ടടി നീളമുള്ളതായിത്തോന്നി.

ഞങ്ങൾ ആശങ്കകൾ അറിയിച്ചെങ്കിലും അയാളതെല്ലാം നിരസിച്ചു. അയാൾക്ക് താല്പര്യമുണ്ടായിരുന്നില്ലെങ്കിലും എക്സറേ മുറിയിലേക്ക് കൊണ്ടുപോയി. അരമണിക്കൂർ കഴിഞ്ഞപ്പോൾ എല്ലൊന്നും പൊട്ടിയിട്ടില്ലെന്നും ചതവു മാത്രമേയുള്ളുവെന്നും ഡോക്ടർ അറിയിച്ചു. ക്യാമറക്കാരൻ അയാളുടെ ആ മുഖവും വച്ച്, ഞങ്ങളുടെ അഭിനന്ദനം ലഭിക്കുവാനായി സന്തോഷഭാവത്തോടെ പുറത്തേക്ക് വന്നു. ഞങ്ങളയാളെ അഭിനന്ദിക്കുകയും ചെയ്തു. ഒരു കറുപ്പും - വെളുപ്പും കലർന്ന, വെടിപ്പുള്ള യുകാട്ട ധരിച്ച് അയാൾ പുറത്തേക്ക്വന്നു. ഡോക്റുടെ നിർബന്ധപ്രകാരം അയാളുടെ വലതുകൈ ഒരു തൂക്കിൽ കെട്ടിയിരുന്നു. ആസ്പത്രിക്കു പുറത്ത് അയാൾ അതു അഴിച്ചുമാറ്റി. കാരണം ജോലിക്കാര്യം അയാൾ പറഞ്ഞുകൊണ്ടിരുന്നു. അയാളെയും കൊണ്ട് ഞങ്ങൾ ഹോട്ടലിലേക്ക് തിരിച്ചുപോയി; ദ്വിഭാഷിയിലൂടെ അയാൾക്ക് കുറെ നിർദ്ദേശങ്ങൾ കൊടുത്തു. അയാളുടെ കൂടെത്തന്നെ അയാൾക്കിരിക്കാനുള്ള കസേരയും മറ്റും എടുക്കുവാനും, ഒരു വിശറിയും കുടയും തണുത്ത വെള്ളവും പഴങ്ങളും ഒക്കെയായി ഒരു പരിചാരകൻ കൂടെയുണ്ടാവുമെന്ന് പറഞ്ഞു.

ക്യാമറക്കാരൻ ഇതെല്ലാം ശ്രദ്ധിച്ചു കേട്ടു; ഭാവഭേദമില്ലാതെ കൂട്ടിച്ചേർത്തു.'ആൻഡ് ബെഡ്ഡോ' (എന്നിട്ട് ചായം പൂശുക). ഞങ്ങൾ ചിരിച്ചു. മുന്നിലത്തെ സീറ്റിൽ അയാൾ നിവർന്ന് ഇരുന്നു. അയാളുടെ ഹോട്ടലിലെത്തി. യാത്ര പറഞ്ഞു. അങ്ങനെ ആ ദിവസം അവസാനിച്ചു.

*** *** ***

ഞാൻ എന്റെ കുറിപ്പുകൾ ഒന്നു നോക്കട്ടെ. തിരക്കഥയുടെ താളുകളിൽ ഞാൻ കുത്തിക്കുറിച്ചവ. കളപ്പുരയുടെ എല്ലായിടത്തും എവിടെയെല്ലാം ദൃശ്യങ്ങൾ അഭിനയിച്ചുവോ, അവിടെല്ലാം. ആദ്യത്തെ കുറിപ്പ് പറയുന്നു, 'തൂവൽ-'

തൂവൽ ?

അതെ, അത് വേലിയേറ്റത്തിനുശേഷം, തോരു ബോധമറ്റ് കിടക്കുമ്പോൾ, കുസൃതിയായ സെത്സു മുറിയിലേക്ക് ആരും കാണാതെ കടന്നു വന്നു, ഒരു തൂവൽകൊണ്ട് അവനെ ഉണർത്തുന്നതിനായി ഇക്കിളിപ്പെടുത്തുന്ന രംഗമായിരുന്നു. അത് വളരെ മനോഹരമായ ഒരു രംഗമായിരുന്നു. അപ്പോൾ ഒരു ചെറിയ കുട്ടയിൽ മുട്ടയുമായി അമ്മ കടന്നു വന്നു. ആ രംഗത്തിന് ഭംഗം വരുത്തുന്നു. അതിനുശേഷം, നമ്മുടെ അഭിനേതാക്കളോടൊപ്പം, അവസാനം കൂട്ടിച്ചേർത്ത, ചെറിയ നായ കടന്നുവരുന്നു. ഒരു താറാവുകൂടി അവസാനം കൂട്ടിച്ചേർക്കപ്പെട്ടെങ്കിലും ഇതുവരെ സെറ്റിൽ എത്തിയിട്ടില്ല.

ഈ ദൃശ്യം പകർത്തുമ്പോൾ അച്ഛൻ മറ്റൊരു മൂലയിൽ യുക്കിയോയുമൊത്തുള്ള ഭാഗം അഭിനയിച്ചു പരിശീലിക്കുന്നു. അച്ഛൻ, നല്ലൊരു കർഷകനാണ്. നല്ല തവിട്ടു നിറമുള്ള മുഖം. ഞങ്ങളുടെ ചമയൽ വിദഗ്ദ്ധൻ, ജപ്പാനിലെ ഏറ്റവും പ്രമുഖൻ-ഞാനിതു മുമ്പു പറഞ്ഞിരുന്നുവോ? - അച്ഛന്റെ മുഖത്ത് ചായം പൂശിക്കൊടുക്കുന്നു, സാവകാശം വിയർപ്പുകണങ്ങൾ തുടച്ചു മാറ്റുന്നു. മറ്റൊരു ഭാഗത്ത്, അമ്മയുടെ സ്വകാര്യ പരിചാരിക ഇതുതന്നെ ചെയ്യുന്നു. പരിചാരിക ഞങ്ങളെ ചിരിപ്പിച്ചു. അവൾ നല്ല കഴിവുള്ളവളാണ്. അമ്മയുടെ തലയിലെ ഒരു മുടി ഒന്ന് നേരെയാക്കണം, കൺകോണിലെ മഷി ഒന്ന് കൂടി തൊട്ടു ശരിയാക്കണം, ചുണ്ടിന്റെ അറ്റത്തെ ചായം എന്നൊക്കെ പറഞ്ഞു ക്യാമറക്കാരൻ അവളെ വിളിക്കുന്നതിനു തൊട്ടുമുമ്പ് ഓടി വരും. 'എല്ലാ ജോലിയും കഴിയുമ്പോൾ', എന്റെ കുറിപ്പ് പറയുന്നു, 'അത് നല്ലൊരു കാഴ്ചയാണ്, അമ്മ അവരുടെ മനോഹരമായ, ചാര നിറത്തിലുള്ള കിമോണയിൽ, അന്തസ്സോടെ, നെൽവയലിനു മുകളിലുള്ള മതിലിലൂടെ പോകുന്ന വൃത്തിഹീനമായ നിരത്തിലൂടെ നടന്നുപോകുന്നു. അവർ ജപ്പാനിലെ വിശിഷ്ടയായ ഒരു നടിയാണ്. അച്ഛൻ, 'ടീ ഹൗസ് ഓഫ് ദി ഓഗസ്റ്റ് മൂന്നി'ൽ അഭിനയിച്ചിട്ടുണ്ട്. ടോരുവും യുകിയോവും ബാലതാരങ്ങളും. ഞാൻ എന്റെ 'ബിഗ്‌വേവ്' കുടുംബത്തെക്കുറിച്ചഭിമാനിക്കുന്നു.

അന്നൊരു ദിവസം ഞാനോർക്കുന്നു; പോസ്റ്റുമാൻ എനിക്കു ജപ്പാൻകാരനായ ഒരു സുഹൃത്തിന്റെ കത്തുകൊണ്ടുവന്നു തന്നു. അദ്ദേഹം ടോക്യോവിലുള്ള ഒരു സഹ എഴുത്തുകാരനാണ്. പഴയ കുടുംബരേഖകൾ പരിശോധിച്ച്, വേലിയേറ്റത്തെക്കുറിച്ചുള്ള വിവരങ്ങൾ ശേഖരിക്കുവാൻ അദ്ദേഹം പബ്ലിക്ക് ലൈബ്രറിയിൽ പോകുവാൻ മെനക്കെട്ടു. വേലിയേറ്റത്തിന് തൊട്ടുമുമ്പ്, കടലിൽ നിന്നും ഭയാനകമായ, ശൂന്യമായ ഒരു മുഴക്കം ഉണ്ടാവുമെന്ന് അദ്ദേഹം എഴുതി. ജപ്പാൻകാർ അതിനെ 'ഓഷ്യൻ ഗൺ' എന്നാണ് വിളിക്കുന്നത്. ഒരു വേലിയേറ്റം അടുത്തു വരുന്നതിന്റെ മറ്റൊരടയാളം കിണറുകൾ വറ്റിപ്പോകുന്നതാണ്, അല്ലെങ്കിൽ വെള്ളം ഉയരും. പക്ഷെ ചെളിവെള്ളം, പിന്നെ മത്സ്യങ്ങൾ, പ്രത്യേകിച്ചും മുഷു, കരയിലേക്ക് നീന്തി വരും.

ഞാൻ ഈ രസകരമായ താളുകൾ വായിച്ചുകൊണ്ടിരുന്നപ്പോൾ, സംവിധാന സഹായിയായ ഒരുപുരുഷൻ, പുതിയ രംഗത്തിനായി വിളിക്കുന്നത് ഞാൻ കേട്ടു.

യോയ്!

ഹുംബാ!

സ്റ്റാർടോ!

ബാക്കോ!

അഭിനേതാക്കൾ അവരവരുടെ സ്ഥാനങ്ങളിലെത്തി. ക്യാമറക്കാരൻ തയ്യാറായി. അപ്പോൾ സംവിധായരന്റെ അവസാന ഉത്തരവ് വന്നു.

'ആക്ഷൻ!'

'ഷിസ് - കാനി' എന്ന് ഇടക്കിടെ പറയുന്നുണ്ടായിരുന്നു. എനിക്കത് മനസ്സിലായില്ല. അപ്പോൾ ഒരു ഇലക്ട്രീഷ്യൻ, പാതി ഇംഗ്ലീഷിൽ വിളിച്ചു പറഞ്ഞു.

'സൈലൻടോ!'

ഗംഭീരമായ നിശ്ശബ്ദത ആയിരുന്നു ഫലം. ഞാൻ ആ സംവിധാനത്തെയോർത്ത് അത്ഭുതപ്പെട്ടു. ഒരു തുണിസഞ്ചിയിൽ കെട്ടി ഒരു മുളന്തണ്ടിന്റെ അറ്റത്ത് തൂക്കിയിട്ടിരിക്കുകയായിരുന്നു ഉച്ചഭാഷിണി. തണ്ടിന്റെ അറ്റത്ത് തൊട്ടാൽ ആളെ പറ്റിയിരിക്കും, എന്റെ ദേഹം തെളിയിച്ചതാണ്. പക്ഷെ, അത് നന്നായി പ്രവർത്തിച്ചിരുന്നു. ശബ്ദങ്ങൾ വീണ്ടും കേൾപ്പിച്ചപ്പോൾ, വളരെ വ്യക്തമായിരുന്നു.അതുപോലെ, മഞ്ഞുകാലത്ത് ചെറിയ കുഞ്ഞിനെ സെൻട്രൽ പാർക്കിൽകൊണ്ട് പോകുമ്പോൾ പൊതിയുന്നത്പോലെ ക്യാമറയും പൊതിഞ്ഞുവച്ചിരിക്കുന്നു. കാലാവസ്ഥയാണെങ്കിൽ തിളച്ചുമറിയുന്ന ചൂടും. എന്തുകൊ

ണ്ടെന്നെനിക്ക് ചിന്തിക്കാനായില്ല. തീർച്ചയായും ക്യാമറയും തണുത്തിട്ടില്ല. അന്വേഷിച്ചപ്പോൾ, എനിക്കറിയാൻ കഴിഞ്ഞത്, ഈ പുതപ്പുകളും ചെറുമെത്തയുമൊക്കെ ക്യാമറയുടെ ശബ്ദങ്ങളെ ഇല്ലാതാക്കാനാണ്, അല്ലെങ്കിൽ ഉച്ചഭാഷിണി അവ പിടിച്ചെടുക്കും.

*** *** ***

ഞങ്ങളുടെ ആഗമനം, ഒബാമ നഗരം എങ്ങിനെ ആഘോഷിച്ചു എന്നു പറയാൻ ഞാൻ മറന്നുപോയതാണോ ? ങാ, അത് അൽപസമയമെടുത്തു. ഞങ്ങൾ പൊങ്ങച്ചങ്ങൾ ഒന്നുമില്ലാതെ, ചെറിയ ജപ്പാനീസ് കാറുകളിൽ സാധാരണപോലെ, ഞങ്ങൾ തന്നെ സാധനങ്ങളെല്ലാമിറക്കിവെച്ച്, അച്ചടക്കത്തോടെ ഹോട്ടലിൽ പ്രവേശിച്ചു. എല്ലാത്തിനും പുറമെ, അമേരിക്കൻ സംവിധായകനും ഭാര്യയും കുട്ടിയും പിന്നെ ഞാനുമൊഴികെ മറ്റെല്ലാവരും ജപ്പാൻകാരായിരുന്നതിനാൽ ഞങ്ങളെല്ലാം ശാന്തരായ സാമാന്യ ജനമെന്ന് അമേരിക്കക്കർക്കെങ്കിലും തോന്നിയിരിക്കാം. എന്തായാലും ഒന്നോ രണ്ടോ ദിവസങ്ങൾക്കകം, ഞങ്ങൾ അവിടെയുണ്ടെന്നും ഒരു ചിത്രമെടുക്കുന്നുണ്ടെന്നുമെല്ലാമുള്ള വാർത്ത പരന്നു. നഗരപിതാക്കന്മാർ ഞങ്ങളെ സന്ദർശിക്കുന്നതിന് സമ്മതം ചോദിച്ചപ്പോൾ ഞങ്ങൾ സസന്തോഷം അനുവദിച്ചു. അവർ, വലുതും വിവിധ പുഷ്പങ്ങൾ കൊണ്ടുണ്ടാക്കിയ ചെണ്ടുകളും തൊട്ടടുത്ത നഗരമായ നാഗസാക്കിയിൽ നിർമിച്ച പ്രത്യേകതരം പതുപതുത്ത കേക്കും ഒക്കെ കൊണ്ടുവന്നു. ഞങ്ങളോടൊപ്പം ചായ കഴിക്കുവാൻ ക്ഷണിച്ചപ്പോൾ, സന്തോഷപൂർവ്വം സമ്മതിച്ചു. ദ്വിഭാഷികളുടെ സഹായത്തോടെ, ഞങ്ങൾക്കെന്തെങ്കിലും ആവശ്യമുണ്ടെങ്കിൽ അറിയിക്കണമെന്നു പറഞ്ഞു.

'നിങ്ങൾ ചോദിച്ചില്ലെങ്കിൽ', അവർ പറഞ്ഞു, 'ഞങ്ങളറിയില്ല. അതുകൊണ്ട് ചോദിക്കണം!'

ഞങ്ങൾ സമ്മതിച്ചു. ചായ കുടിച്ചു. അവർ തല കുനിച്ചു. ഞങ്ങളും. പിന്നെ പിരിഞ്ഞു.

പിറ്റേദിവസം നഗരത്തിലെ പ്രധാന ചുമരിൽ ഒരുവലിയ പരസ്യം, ഇംഗ്ലീഷിലും ജപ്പാനീസിലും ഞങ്ങളെ സ്വാഗതം ചെയ്തുകൊണ്ടുള്ളത് തൂക്കിയിരിക്കുന്നു. ഹോട്ടലും ഒട്ടും കുറച്ചില്ല. ഒരു വലിയ ബാനറിൽ, ഞങ്ങൾ പൂച്ചെണ്ടുകൾ പിടിച്ചുനിൽക്കുന്ന ചിത്രങ്ങളുമായി അവരും തൂക്കി. ഞങ്ങൾ അവിടെ താമസിച്ച അത്രയും കാലം അതവിടെ തൂങ്ങിപ്പറന്നു. കാലം കടന്നുപോയപ്പോൾ, പെട്ടെന്ന് പെയ്ത മഴയിൽ ചില അക്ഷരങ്ങൾ മാഞ്ഞുപോയി. പരസ്യങ്ങളിൽ പുള്ളികൾ വീണു. പക്ഷെ, ആ സ്വാഗതം, സന്തോഷത്തോടെ പറയട്ടെ, എന്ന

ത്തെയും പോലെ ഊഷ്മളമായി നിന്നു.

അക്ഷരങ്ങളെക്കുറിച്ച് പറഞ്ഞപ്പോൾ ജപ്പാനിലെ വിദ്യാർത്ഥികൾ, ഒരു ദണ്ഡനമെന്നോണം മൂന്ന് ഭാഷകൾ പഠിക്കേണ്ടതിനെപ്പറ്റി ഓർത്തു. ഒന്ന്, പുരാതന ചൈനീസ്, ഔപചാരിക എഴുത്തിൽ ഉപയോഗിക്കുന്നത്. മറ്റൊന്ന് ജപ്പാനീസ് ശബ്ദശാസ്ത്രം മൂന്നാമതായി, ആധുനിക ജീവിതത്തിനാവശ്യമായ ഇംഗ്ലീഷ് വാക്കുകളുടെ ശബ്ദശാസ്ത്രം, ജപ്പാനീസിൽ ഉൾപ്പെടുത്തിയവ.

ഭാഷാപരമായ ഈ ഭാരമൊക്കെ ഉണ്ടായിട്ടും, കുട്ടികൾ എല്ലാവരും ആരോഗ്യവാന്മാരും സന്തോഷവാന്മാരുമായിരുന്നു. പക്ഷെ കിത്സു ഗ്രാമത്തിലേക്ക് പോകുന്ന വഴിയിൽ കണ്ട ആൺകുട്ടികൾ അങ്ങിനെയായിരുന്നില്ല. അപ്രതീക്ഷിതമായി, ഒരു വളവുതിരിഞ്ഞപ്പോൾ, ബലിഷ്ഠയായ ഒരു സ്ത്രീ, ശകാരിച്ചുകൊണ്ട് ഒരു കുട്ടിയെ എന്തോ തെറ്റ് ചെയ്തതിന് പ്രഹരിക്കുന്നത് കണ്ടു. ഞങ്ങളെ കണ്ടപ്പോൾ അവർ അത് നിർത്തി. പയ്യൻ ഉറക്കെ നിലവിളിക്കുന്നു. സ്ത്രീ, അവരുടെ കയ്യിലെ പൊടിതട്ടി, ഉന്മേഷത്തോടെ ഞങ്ങളെ നോക്കി പുഞ്ചിരിച്ചു. അപ്പോൾ കുട്ടി ഒരു മൂലയിലേക്ക് ഒഴിഞ്ഞുമാറി വിതുമ്പലടക്കി. സ്ത്രീയാകട്ടെ, അവളുടെ വീട്ടുജോലിയിലേക്ക് മടങ്ങി.

*** *** ***

കുട്ടികളെ ഒരാൾ അങ്ങനെ പ്രഹരിക്കാൻ പാടുണ്ടോ ? ഞാൻ മറ്റുള്ളവരുടെ പിറകെ കൂടി, മലയോരത്തുള്ള ഇടുങ്ങിയ പാതയിലൂടെ നടക്കുമ്പോൾ ആലോചിച്ചു. ഞങ്ങളുടെ അമേരിക്കൻ കുടുംബത്തിലെ, ഒരിക്കലും പരിഹരിക്കപ്പെടാത്ത, പഴയ ചോദ്യമായിരുന്നു അത്. ചില പ്രായങ്ങളിൽ കുട്ടികളെ പ്രഹരിക്കണം എന്നദ്ദേഹം പറഞ്ഞു. ചില കുട്ടികൾ സഹജവാസനകൊണ്ടോ വൈകാരികമായോ യുക്തിക്ക് നിരക്കാത്ത കാര്യങ്ങൾ ചെയ്യും. ശാരീരികമായ എല്ലാ ശിക്ഷകളെയും വെറുക്കുന്നുവെന്നും അത്കൊണ്ടൊരു ഗുണവുമുണ്ടാവുന്നില്ലെന്നും ഞാൻ പറഞ്ഞു. ഞാനും അദ്ദേഹവും തമ്മിലുള്ള വ്യത്യാസം എന്താണെന്ന് പറയാം. എന്നെ ഒരു കുട്ടി പ്രകോപിപ്പിച്ചാൽ ഞാൻ സാധാരണമായി പറയും, ഓ, വല്ലപ്പോഴുമല്ലേയെന്ന്. പക്ഷെ തീരെ അന്യായമായ രീതിയിലുള്ള പ്രകോപനത്തിന്, അപ്പോൾതന്നെ നല്ലയിടത്ത് പ്രഹരിക്കും. അദ്ദേഹമാകട്ടെ നേരത്തെ പറഞ്ഞ തത്വത്തിന്റെ അടിസ്ഥാനത്തിൽ, ഒരു കുട്ടിയോടും ഒരു കാരണത്തിലും അടിക്കുവാൻ മനസ്സില്ലാത്ത ആളുമാണ്. ഒരു ഗൗരവാവഹമായ അവസരത്തിൽ, എനിക്കൊന്നും ചെയ്യാൻ വയ്യ എന്ന് ഞാൻ പറഞ്ഞ ഒരു സന്ദർഭത്തിലൊഴി

കെ.

'ഈ ആൺകുട്ടികൾക്ക് അടി കൊടുക്കണം' ഗൗരവമേറിയ മുഖഭാവത്തിൽ അദ്ദേഹം പറഞ്ഞു.

അവർഎന്താണ് ചെയ്തതെന്ന് എനിക്കോർമ്മയില്ല, പക്ഷെ ഒരുമിച്ച് എന്തോ ദുഷ്ടത്തരം കാട്ടിയിട്ടുണ്ട്. ഒരു നല്ല വേനൽക്കാലത്ത് ഏകദേശം ഒരേ പ്രായത്തിലുള്ള മൂന്നു പേർ, സുന്ദരന്മാരും ആരോഗ്യമുള്ളവരും പശ്ചാത്താപമില്ലാത്തവരും-'എനിക്കാവില്ല' ഞാൻ പറഞ്ഞു.

'എന്നാൽ എനിക്ക് ചെയ്തേ പറ്റൂ', അദ്ദേഹം ഉറപ്പിച്ചു പറഞ്ഞു. എന്നെയും ആൺകുട്ടികളെയും അത്ഭുതപ്പെടുത്തിക്കൊണ്ട്, അദ്ദേഹം, അവരെ മാറിമാറി അടിച്ചു. അവരിപ്പോൾ വളർന്നിരിക്കുന്നു, അവരിപ്പോഴും ഒരുമിച്ചിരുന്ന് അതു പറയുമ്പോൾ അലറിച്ചിരിക്കും. അവർക്കും അവർ ചെയ്ത വികൃതിത്തരം എന്താണെന്ന് ഓർമയില്ല. പക്ഷെ അവർ അദ്ദേഹത്തെ സ്നേഹത്തോടെയും അത്ഭുതത്തോടെയും ഓർക്കുന്നു.

'ഞങ്ങൾക്ക് കരയണമെന്ന് അറിയാമായിരുന്നു', രണ്ടാമത്തെ മകൻ, തമാശ കലർന്ന സ്വരത്തിൽ പറഞ്ഞു. ,'അദ്ദേഹത്തിന്റെ കാര്യത്തിനായെങ്കിലും ഞങ്ങൾ കരയണമായിരുന്നു. നല്ലൊരു കാര്യമാണ് താൻ ചെയ്തതെന്ന് അപ്പോൾ അദ്ദേഹത്തിന് സമാധാനമെങ്കിലുമാകും. പക്ഷെ അതു ശരിക്കും രസകരമായിരുന്നു. ഞങ്ങൾക്ക് ചിരിക്കാതിരിക്കാൻ കഴിഞ്ഞില്ല.'

അന്നത്തെ ആ അടക്കിപ്പിടിച്ച ശബ്ദങ്ങളും കൈവിരലുകൾ കൊണ്ടുള്ള അവരുടെ കണ്ണു തുടക്കലുമെല്ലാം എനിക്കോർമയുണ്ട്. പക്ഷെ, എന്നെ ഒരു നിമിഷമെങ്കിലും വിഡ്ഢിയാക്കാൻ അവർക്കായില്ല. എനിക്കറിയാം അവർ ചിരിക്കുകയായിരുന്നെന്ന്. നന്നായി, അവരെ ആശിർവദിക്കാൻ തോന്നിയെങ്കിലും ചെയ്തില്ല. അവർക്കും അദ്ദേഹത്തിന്റെ വികാരങ്ങളെ വ്രണപ്പെടുത്തണമെന്നുണ്ടായിരുന്നില്ല.

ആ ജപ്പാനീസ് ആൺകുട്ടിയും ഇതുപോലെ അഭിനയിക്കുകയായിരുന്നു എന്നെനിക്കു തോന്നി. ശരിക്കും അവന്റെ അമ്മ, അവനെ ശക്തമായി അടിച്ചിരുന്നില്ല. പക്ഷെ അവൻ ആവശ്യത്തിലധികം ഉച്ചത്തിലാണ് കരഞ്ഞത്. എന്റെ അമ്മ ആസ്വദിക്കട്ടെ- അവൻ വിചാരിച്ചിട്ടുണ്ടാകും - അവർ എനിക്കുവേണ്ടി ഒരു നല്ല കാര്യം ചെയ്യുകയാണെന്ന് വിശ്വസിച്ചോട്ടെ...

നമുക്ക്, ചുരുക്കിപ്പറഞ്ഞാൽ, നമ്മുടെ മാതാപിതാക്കളോട് കരുണയുള്ളവരാവാം !

അന്നു വൈകുന്നേരം, എന്റെ തനിയെയുള്ള അത്താഴത്തിന് - ഒരു

കടുംചുവപ്പൻ ഞണ്ടായിരുന്നു - ഞാൻ ഉച്ചത്തിൽ ചിരിച്ചുപോയത് എനിക്കോർമയുണ്ട്, ഞാൻ തുടർച്ചയായി ചിരിച്ചത്, അതും തനിച്ച് അന്നാദ്യമായായിരുന്നു. ഞങ്ങൾ ഒരുമിച്ചു ചിരിച്ചതിനുശേഷം എന്റെ പുതിയ ജീവിതത്തിലേക്കുള്ള ഒരു നാഴികക്കല്ലായിരുന്നു അത്.

*** *** ***

കളപ്പുര വീടായിരുന്നു ഞങ്ങളുടെ ആദ്യത്തെ ചിത്രീകരണ സ്ഥലം. അവിടെ കുറെ ദിവസം ഞങ്ങൾ ജോലിചെയ്തു. ഓരോ ദിവസവും, തലേദിവസം ചെയ്തിരുന്നതുപോലെ. അതിന്റെ ഒരുക്രമം ഇങ്ങനെയായിരുന്നു. ഞാൻ അഞ്ചരമണിക്ക് ഉണർന്ന് താഴെപോയി കുളിക്കും. ചെറിയ പരിചാരിക ശ്രദ്ധാപൂർവ്വമുണ്ടാകും; വിളിക്കേണ്ട ആവശ്യമൊന്നുമില്ല. ഞാൻ മുറിക്കു പുറത്തു പോയാൽ, അകത്തു വന്ന് കിടക്ക മടക്കിവെച്ച്, മേശയും കുഷ്യൻ ഇരിപ്പിടവുമൊരുക്കി, പ്രഭാത ഭക്ഷണം കൊണ്ടുവച്ചിരിക്കും. ദിവസത്തെ സഹിക്കാൻ പറ്റാത്ത ഭക്ഷണം ആയിരുന്നു ഇത്. എനിക്ക് തുറന്ന് പറയാതെ വയ്യ. ആകെ പറ്റാവുന്നത് ആപ്പിൾപോലെയുള്ള ഒരു പ്രത്യേകപഴം മാത്രമായിരുന്നു. അമേരിക്കയിലേതു പോലെ മൃദുവല്ലാത്ത ചൈനീസ് സബർജല്ലിപ്പഴം. രണ്ടു പുഴുങ്ങിയമുട്ടയും കട്ടിയായ പൊരിച്ച റൊട്ടിയും പ്രത്യേക കാപ്പിയും. എനിക്ക് ഒരു കഷണം റൊട്ടിയും ഒരു മുട്ടയും മാത്രം മതി എന്നു പറഞ്ഞിട്ടും ഒരു ഫലവമുണ്ടായില്ല. കമ്പനി മാനേജരുടെ നിർദ്ദേശപ്രകാരം, എനിക്കുവേണ്ടി അയാൾ പറഞ്ഞതെല്ലാം വന്നുകൊണ്ടിരുന്നു. അധികമായി വരുന്നത് ചെറിയ പരിചാരിക കഴിക്കുന്നുണ്ടെങ്കിൽ, അതങ്ങനെ പോകട്ടെയെന്ന് ഞാനും കരുതി.

എന്തുതന്നെയായാലും, ഏഴുമണിക്കു തന്നെ മുൻവശത്തെ വാതിൽക്കൽ എത്തണമായിരുന്നു. അവിടെ വെച്ച് ഷൂസുകൾ മാറ്റി, ചെരുപ്പുകൾ ധരിച്ച്, കാറുകളിൽ കയറിപ്പോകും. ചെറിയ പരിചാരികമാർ ഈ സമയമെല്ലാം സഹായിക്കുകയും തലകുനിച്ച് വണങ്ങി ഞങ്ങളെ യാത്രയാക്കുകയും ചെയ്യും. ജപ്പാനിൽ, മറ്റെല്ലാമെന്നപോലെ തെരുവുകളെല്ലാം വളരെ ശുചിയായിരിക്കും. പൊടിയൊക്കെ വെള്ളമൊഴിച്ചു കഴുകിയതുകൊണ്ട് പാവുകല്ലുകൾ തിളങ്ങുന്നു. സമുദ്രത്തോടു ചേർന്നുകിടക്കുന്ന മലകൾ പച്ചയിൽ തിളങ്ങുന്നു. പ്രഭാതസൂര്യനിൽ, കടൽ, നീലനിറത്തിൽ മിന്നി. നല്ല ദിവസങ്ങളിലെല്ലാം അങ്ങനെയാണ്. നഗരത്തിലൂടെ ഞങ്ങൾ അതിവേഗത്തിൽ ഓടിച്ചുപോയി. മോടിയായി വസ്ത്രം ധരിച്ച, നൂറുകണക്കിന് വിദ്യാർത്ഥികളെ കടന്നുകൊണ്ട്, പുറത്തെ നാട്ടിൻപുറത്തേക്ക്, ചരലിട്ടുപതിച്ച നിരത്തുകളി

ലൂടെ ഇരുവശവും പാകമായി വരുന്ന നെൽവയലുകൾ. ചിലപ്പോൾ ജപ്പാനാണ് ലോകത്തിന് ഏറ്റവും മനോഹരമായ രാജ്യമെന്ന് ഞാൻ വിചാരിക്കും. ഏതൊരു രാജ്യവും അതിന്റേതായ രീതിയിൽ ഭംഗിയുള്ളതാണെങ്കിലും ഇത് ഏഷ്യയുടെ മനോഹാരിത തന്നെ. നമ്മൾ 'ഏഷ്യ' എന്നുപറയുകയും വളരെ വിശാലമായ, ഒരുപാടു ജനശേഖരമുള്ള വൻകരയെന്നും ജനങ്ങളെ വേർതിരിച്ചു കാണാനാവില്ലെന്നും ധരിച്ചു പോയിട്ടുണ്ടെങ്കിൽ, ഇത്രമാത്രം തെറ്റിദ്ധരിക്കപ്പെടാനില്ല. ഏഷ്യയിലെ ഓരോ രാജ്യവും അവിടത്തെ ജനങ്ങളും അത്രമാത്രം തമ്മിൽ തമ്മിൽ വ്യത്യസ്തരാണ്. അമേരിക്കക്കാരും യൂറോപ്യന്മാരും തമ്മിലുള്ളതിനേക്കാൾ കൂടുതൽ. എന്റെ പെൻസിൽവാനിയ-ഡച്ച് അയൽക്കാർ പറയുന്നതുപോലെ, 'അതെ, തീർച്ചയായും' സത്യമാണ്, ഇന്ത്യയും ചൈനയും രണ്ട് മാതൃ സംസ്കൃതികളാണ്. അവരുടെ സ്വാധീനം അയൽരാജ്യങ്ങളിലേക്ക്, സംസ്കാരങ്ങളിലേക്ക് പടരുന്നു. ഓരോ രാജ്യവും ഓരോ സംസ്കാരവും ഈ സ്വാധീനത്തെ സമ്മതിക്കുന്നു. പക്ഷെ അവയും അവരവരുടെ പ്രത്യേക ആകർഷകതയിൽ വികസിപ്പിക്കുന്നു.

കളപ്പുര വീട്ടിലെത്തിയപ്പോൾ, പടിവാതിൽ കടന്നയുടനെ എല്ലാ ദിവസവും കാലത്ത് ഞങ്ങൾക്ക് വേണ്ടതെല്ലാം ഒരുക്കിയതു കാണാമായിരുന്നു. മനസ്സിനിണങ്ങിയ ഒരുകൂട്ടം കാണികളും അവിടെ ഒത്തുകൂടിയിട്ടുണ്ട്. അവിടെയുള്ള കുടുംബം കാലത്തെഴുന്നേറ്റ് അവരുടെ കിടക്കകളെല്ലാം മാറ്റി പ്രഭാതഭക്ഷണവും ഒരുക്കിയതിനുശേഷം അവിടെനിന്നും പോയി. ഇടക്കിടക്ക്, അവരിലാരെങ്കിലും വന്ന്, ഞങ്ങൾ എന്താണ് ചെയ്തുകൊണ്ടിരിക്കുന്നതെന്ന് നോക്കി; അവർക്കെന്തു തോന്നിയാലും പക്ഷെ, ഉദാരതകൊണ്ട് വിമർശനങ്ങളൊന്നും നടത്താതെ, പോകും. ഊഴമിട്ട് തൊട്ടടുത്തുള്ള ഗ്രാമങ്ങളിലെ ആളുകളും കാപട്യമില്ലാതെ വന്ന് നോക്കിനിൽക്കുമായിരുന്നു.

കാലത്തു വന്നിരുന്ന ആദ്യത്തെ കൂട്ടം, സ്കൂൾ കുട്ടികളായിരുന്നു. തീർച്ചയായും അവർ നേരത്തെ ഉണർന്ന്, സ്കൂളിലേക്കുള്ള വഴിയിൽ നിന്ന് നോക്കുന്നതാണ്. അവർ നല്ല വണക്കത്തിലും ഒതുക്കത്തിലുമായിരുന്നു. കണ്ണുകളടയ്ക്കാതെ നോക്കി നിൽക്കും. എട്ടേകാൽ മണിക്ക് കൃത്യമായി അവർ ഞങ്ങളുടെ അടുത്തു നിന്നുംപോകും. കാരണം, എട്ടരയ്ക്ക് സ്കൂൾ ആരംഭിക്കും. അടുത്ത കൂട്ടം അമ്മമാരുടേതാണ്. അവർ അപ്പോഴത്തേക്കും വിടുകളെല്ലാം ഒതുക്കി വൃത്തിയാക്കി, ഉച്ചഭക്ഷണത്തിനുള്ള തയ്യാറെടുപ്പുകളും നടത്തിയിരിക്കും. പുറത്ത്, കുട്ടികളെ കെട്ടിവച്ചാണവർ വരുന്നത്. പെരുമാറ്റത്തിൽ ശാന്തരുമല്ല.

കുശുകുശുപ്പുകളിൽനിന്നും ഇടക്കിടക്ക് കൈകൊണ്ട് വായപൊത്തിച്ചിരിക്കുന്നതിൽ നിന്നും ഒഴിഞ്ഞു നില്കാൻ അവർക്കാവില്ല. കൃത്യം പതിനൊന്നര മണിക്ക് അവർ, ജോലിചെയ്യുന്ന ഭർത്താക്കന്മാർക്ക് ഭക്ഷണം നൽകുവാനായി പോകും. ഏകദേശം മൂന്നുമണി ആവുമ്പോഴേക്കും മുത്തച്ഛന്മാരും ഗ്രാമത്തിലെ മുതിർന്നവരും ഭക്ഷണവും ഉച്ചമയക്കവും കഴിഞ്ഞ്, ബാക്കിസമയം ഞങ്ങളോടൊപ്പം ചെലവഴിക്കാൻ വരും. അഞ്ചുമണി ആകുമ്പോഴേക്കും ജോലിക്കുപോയിരുന്ന അച്ഛന്മാർ പകലദ്ധ്വാനം കഴിഞ്ഞ് അവരോടൊപ്പം ചേരും. ഏഴുമണിക്കു ഞങ്ങൾ പോകുന്നതുവരെ ആത്മാർത്ഥതയോടെ ഞങ്ങളോടൊപ്പം കൂടും.

ഞങ്ങളാകട്ടെ, ക്യാമറകൾ ഒരുക്കുന്നതോടെ പടമെടുപ്പ് തുടങ്ങും. കഥയ്ക്കനുസരണമായി ഒരു മുറിയിൽ നിന്നും മറ്റൊരു മുറിയിലേക്ക്; ആവശ്യംപോലെ. വേഷാലങ്കാരക്കാരനും അയാളുടെ അനുയായിയും വളരെ ശുഷ്കാന്തിയോടെ അഭിനേതാക്കളെ ശ്രദ്ധിക്കും. അല്ലാത്തപക്ഷം, ചൂടിൽ, മുഖത്തെ ലേപനങ്ങളും ചുണ്ടിലെ ചായവുമെല്ലാം മുഖത്തേക്ക് ഒലിച്ചിറങ്ങി, ചെറിയ അരുവികളായി, വേഷവിധാനങ്ങളിൽ അടയാളങ്ങളുണ്ടാകും. ഞങ്ങളുടെ വേഷാലങ്കാര വിദഗ്ദ്ധൻ ശരിക്കും, തികഞ്ഞ ഒരുകലാകാരനും മനോഹരനും ആണ്. അയാൾക്ക് സ്വന്തം സൂത്രങ്ങളും അയാൾ സ്വയം നിർമിച്ച ബ്രഷും ഉണ്ടായിരുന്നു. അതിൽ ഒരെണ്ണം, കടൽക്കരയിൽനിന്നും കിട്ടിയത്, ഞാൻ ഓർമയ്ക്കായി സൂക്ഷിച്ചുവച്ചു. പണി കഴിഞ്ഞ് അയാൾ ടോക്യോയിലേക്ക് പോയിരുന്നു. അതു മുളകൊണ്ടുണ്ടാക്കിയതായിരുന്നു. ചീന്തി വൃത്തിയാക്കി, അറ്റത്ത് നേരിയ ഒരുകൂട്ടം രോമങ്ങൾ ഉറപ്പിച്ചിട്ടുണ്ടായിരുന്നു.

ശബ്ദപ്രതീതികൾ ദിവസം മുഴുവനും ഞങ്ങൾക്ക് വിഷമം സൃഷ്ടിച്ചിരുന്നു. കാള അമറുകയും അനവസരത്തിൽ ആടുകൾ ഇടക്കിടെ ബ്ആ, മ്ഏ ശബ്ദമുണ്ടാക്കുകയും ചെയ്തിരുന്നു; സൗഹൃദപരമായിരുന്നെങ്കിലും. കോഴികളാണെങ്കിൽ, ഞങ്ങളവയെ പാട്ടിനുവിട്ടു. ആർക്കും അവരെ തടയാൻ ആവില്ല. അവർ ഇടക്കിടെ ശബ്ദമുണ്ടാക്കി കളപ്പുരവീട്ടിലാകെ കൊക്കികൊക്കി സന്തോഷിച്ചുനടന്നു. എവിടെയെല്ലാം ദൃശ്യങ്ങൾ പകർത്തിയോ അവിടെയെല്ലാം.

*** *** ***

ഉച്ചഭക്ഷണം, ഹോട്ടലിൽ നിന്നെത്തുന്നതുവരെ ജോലികൾ തുടർന്നു. അതെത്തിയപ്പോൾ ഒരുമണിക്കൂർ നേരത്തേക്ക് പിരിഞ്ഞു. ആഗസ്തിലെ ചൂട് ഭയാനകമായിരുന്നു. ഞങ്ങൾ പടർന്നുപന്തലിച്ച പേസിമൻ ഫലവൃക്ഷച്ചുവട്ടിലായിരുന്നു. വീടിന്റെയും, വലിയ കവാടത്തിന്റെയും ഇട

യ്ക്കായി ചിലർ വീടിന്റെ തിണ്ണയിലും ചിലർ കല്ലിന്മേലും ചിലർ മരക്കുറ്റിയിലും മറ്റു ചിലർ കാളവണ്ടിയുടെ വശങ്ങളിലുമൊക്കെയായി ഇരുന്നു. ഓരോരുത്തർക്കുമുള്ള ഭക്ഷണം വെവ്വേറെ. മനോഹരമായ മഞ്ഞനിറത്തിലുള്ള പെട്ടിയിൽ നല്കി. മുകളിലെ അടുക്കിൽ മത്സ്യവും ഇറച്ചിക്കഷണങ്ങളും പച്ചക്കറികളും അച്ചാറും, അടിയിലെ അടുക്കിൽ വേവിച്ച പച്ചരിച്ചോറും. വലിയ പാത്രത്തിൽ ചായ. ഇത്രയും ഞങ്ങൾക്ക് ആവശ്യത്തിലധികമുള്ള ഭക്ഷണമായിരുന്നു. ഞങ്ങൾ കഴിച്ചത് ജപ്പാനീസ് ചോപ്സ്റ്റിക്സ് കൊണ്ടാണ്. മുളകൊണ്ട് നിർമിച്ച് മെഴുക് കടലാസിൽ പൊതിഞ്ഞ്, ഉപയോഗിച്ചു കഴിഞ്ഞ ഉടനെ എറിഞ്ഞു കളയുന്നവ. തീർച്ചയായും ഇത് ലോകത്തിലെ ആരോഗ്യകരമായ വീട്ടുപകരണങ്ങളിൽ മുമ്പൻ തന്നെ.

ഭക്ഷണം ഇരുപതു മിനുട്ട്കൊണ്ട് അവസാനിച്ചു. പിന്നീടുള്ള സമയം കളപ്പുരവീട് നിശ്ശബ്ദമായി. നടന്മാരും-സഹായികളും എല്ലാം വൈക്കോൽ പായകളിൽ കിടന്നു. ചാള മത്സ്യത്തിന്റെ ഉറക്കം പോലെ. ഒരു ചെറിയ മേശയുടെ പിറകിൽ, ശാന്തമായി കിടക്കാൻ പറ്റിയ ഒരു തട്ടു കണ്ടു. അത് പിറകിലെ മുറിയുടെ അടുത്തായിരുന്നു. ആകാശത്തേക്കു ഉയർന്നു നില്ക്കുന്ന മലകളും നോക്കിക്കിടന്നു. വെളുത്ത മേഘങ്ങൾ പൊങ്ങിക്കിടന്ന് നീല മേഘങ്ങളിൽ നിഴലുകൾ വീഴ്ത്തുന്നു. ഞാനിവിടെ എന്നത് ഒരു സ്വപ്നമായി തോന്നി. എന്റെ ചെറിയ പുസ്തകം ഏതു രാജ്യത്ത്വെച്ച് വിഭാവനം ചെയ്തോ അവിടെവെച്ച് അതിന് ജീവൻ ലഭിച്ചിരിക്കുന്നു. എന്റെ ആളുകൾ ജീവിക്കുന്നു. ജപ്പാൻകാർ എന്റെ കഥ അഭിനയിക്കുന്നു.

*** *** ***

ഓ ആഗസ്റ്റിലെ ചൂട്! വന്യജീവികളൊക്കെ എന്തുമാത്രം അസ്വസ്ഥരായിരിക്കുന്നു. മനുഷ്യശബ്ദങ്ങൾക്കു കുറുകെ, ഉച്ചത്തിലും തീക്ഷ്ണതയിലുമുള്ള, ചീവീടിന്റെ കരകര ശബ്ദം ഞങ്ങളുടെ സൗണ്ട് എഞ്ചിനിയറെ ഇടക്കിടെ സ്തബ്ധനാക്കി. എനിക്കാണെങ്കിൽ, ആ കരച്ചിൽ, യാംഗ്സീ നദിയുടെ കരയിൽ കഴിഞ്ഞിരുന്ന എന്റെ ബാല്യകാലത്തിലെ കടുത്ത വേനൽക്കാലങ്ങളുടെ ഗതകാലസ്മരണകളുയർത്തുന്നതായിരുന്നു. എപ്പോഴൊക്കെ ചീവീടുകൾ അവയുടെ പരുഷസ്വരം ഉയർത്തിയും താഴ്ത്തിയും മുഴക്കിയോ, അപ്പോൾ ആർക്കുമറിയാം ചൂട് അതിന്റെ പാരമ്യതയിലാണെന്ന്. അപ്പോൾ നമുക്ക് ഒരു തണുത്ത കാറ്റോ കൊടുങ്കാറ്റോ തന്നെ ഉണ്ടാവണമെന്ന് ആശിക്കാം. സൗണ്ട് എഞ്ചിനിയർ, കളപ്പുരവീട്ടുമുറ്റത്തെ ചീവീടിനോട് ശരിക്കും കോപാകുലനായിരിക്കയാ

ണ്. അയാൾ ഒച്ചവച്ചപ്പോൾ, അഞ്ചാറുപേർചേർന്ന് മുളവടി കൊണ്ട് മുറ്റത്തെ പേസിമൺ മരത്തിൽ അതിന്റെ ശാഖകളിൽ കുതിച്ചു ചാടി, അടിച്ചു. ഒരഞ്ചു നിമിഷത്തേക്ക് ആ ബലമുള്ള പ്രാണി നിശ്ശബ്ദമായി. പക്ഷെ വീണ്ടും അതിന്റെ ശബ്ദം വായുവിനെ കീറിമുറിക്കാൻ തുടങ്ങി. ഈ സന്ദർഭത്തിൽ ആളുകൾ മരത്തിൽ കയറി. ഇലകൾ പൊഴിഞ്ഞു വീഴുന്നതുവരെ കുലുക്കി. പച്ചക്കായ്കൾ കുലുങ്ങുന്നുണ്ടായിരുന്നു. അരമണിക്കൂറോളം ചീവീട് ജാഗ്രതയോടെ നിശ്ശബ്ദമായിരുന്നെങ്കിലും വീണ്ടും എല്ലായിടത്തുനിന്നും അതിന്റെ അവസാനമില്ലാത്ത സംഗീതം തുടങ്ങി. ഞങ്ങൾ മറ്റുജീവികളുടെ ശല്യവും സഹിച്ചുകൊണ്ടിരുന്നു. അഭിമാനിയായ ഒരു പൂവൻകോഴി അവന്റെ അന്തഃപുരത്തിൽ, ഇണകൾ ഓരോ മുട്ടകൾ ഇടുന്ന സമയത്തും പ്രഖ്യാപനം നടത്തി. കോഴിക്കുഞ്ഞുങ്ങൾ തമ്മിൽ കൊത്തി, ആക്രോശിച്ചു. എല്ലാം കണ്ടുകൊണ്ടിരുന്ന ആൾക്കൂട്ടത്തിൽനിന്നും ഉറക്കെ കരഞ്ഞ ഒരു കുട്ടിയെ മാറ്റേണ്ടിവന്നു.

ഒരുദിവസം ഞങ്ങൾക്ക് ചെറിയ ഒരു ഭാഗ്യമുണ്ടായി. ഞങ്ങളുടെ കൊച്ചു സേത്സു കളപ്പുരവീടിന്റെ പടിവാതിൽ കടന്ന്, പുറത്തേക്ക് ഓടിവരികയായിരുന്നു. അവളുടെ കിമോണയുടെ നീളൻ കൈകൾ അവളുടെ ചിറകുകൾ പോലെയായിരുന്നു. അപ്പോൾ തന്നെ, ലോകത്തിലെ ഏറ്റവും പ്രായംകൂടിയ സ്ത്രീ അതുവഴി വരാനിടയായി. തലയിൽ ഒരു വലിയ വിറകുകെട്ടും, അതിന്റെ ഭാരത്താൻ കുനിഞ്ഞും. അവരുടെ പ്രായമായ മുഖം വളരെ സുന്ദരമായിരമായിരുന്നു. ചുളിവുകൾ വീണ്, തവിട്ടു നിറത്തിൽ. പക്ഷെ, അവരുടെ കണ്ണുകൾ, ജീവിതം പോലെ യുവത്വമുള്ളതായിരുന്നു. ഞങ്ങൾ അവരെ ഞങ്ങളുടെ പടത്തിലേക്ക് ക്ഷണിച്ചു. അവർ അത് സദയം സ്വീകരിച്ചു. ആ സന്ദർഭത്തിനനുസരിച്ച് നിവർന്നു നിന്നു; പടത്തിന്. തന്റെ നീണ്ട ഊന്നുവടി ചേർത്തുപിടിച്ച്, മുഖത്ത് സന്തോഷത്താൽ കുലീനത്വം വരുത്തിക്കൊണ്ട്. അപ്പോൾ ഞങ്ങളുടെ സഹായികളിലൊരാൾ, തെറ്റായ ആവേശത്താൽ, അവരുടെ കിമോണയുടെ ഞൊറിവുകൾ ശരിയാക്കുവാൻ മുന്നോട്ടു കുതിച്ചു. അതു അല്പം തുറന്ന്, ഒരു ചെറിയ അംശം, പ്രായമായ മാറിടം കാണുന്ന തരത്തിലായിരുന്നു. ഞങ്ങൾ അയാളോട്, അത് അങ്ങിനെ തന്നെയിരിക്കട്ടെയെന്ന് ഒച്ചവച്ചു പറഞ്ഞു. മുന്നെപ്പോലെ തന്നെയുള്ള ചിത്രം ഞങ്ങൾക്ക്കിട്ടി. അവർ നിരത്തിൽ കൂടി വിറകുകെട്ടുമായി കുനിഞ്ഞു നടക്കുമ്പോൾ കുട്ടിയായ സെത്സു അവരെക്കടന്ന് ഓടുന്നു. അവർക്ക് കാശുകൊടുക്കണമെന്ന് ഞങ്ങൾക്കുണ്ടാ

യിരുന്നു. പക്ഷെ അങ്ങനെ ചെയ്താൽ അതവരെ വേദനിപ്പിക്കുമെന്ന് ആരോ ഉറപ്പിച്ചുപറഞ്ഞു. ഏറ്റവും കൂടിയാൽ, മാന്യതയുടെ ഭാഗമായി അവർക്ക് ഒരു സിഗരറ്റ് പേക്കറ്റോ മറ്റോ സമ്മാനമായി നല്കുന്നതാണ് ഉചിതമെന്ന് മനസ്സിലാക്കി. ഞങ്ങൾ അതു ചെയ്തു. അവർ അവരുടെ വഴിക്കു പോയി.

ആ ദിവസങ്ങളിൽ മഴയും വെയിലും ഇടവിട്ടിടവിട്ട് ഉണ്ടായി. ഞങ്ങളുടെ അഭിനേതാക്കൾ നന്നായി ജോലി ചെയ്തു. അവർ ഒരു നല്ല കൂട്ടമായി. ഞങ്ങൾ കഥാപാത്രങ്ങളെ ആവിഷ്കരിക്കാനും കഥയിൽ ജീവിക്കാനും തുടങ്ങി. ഞാനോർക്കുന്നു, ഒരു ദിവസം അതു അവസാനിച്ചത്, തോരുവിനെ വീട്ടിലേക്ക് കൂട്ടിക്കൊണ്ടു വരുന്നിടത്താണ്. വേലിയേറ്റത്തിനു ശേഷം, ചെറിയ ആൺകുട്ടി അവന്റെ മയക്കത്തിൽ നിന്നുണർന്നു; അവന്റെ അച്ഛനെയും, അമ്മയെയും അന്വേഷിക്കുന്നു. പെട്ടെന്ന് എല്ലാ അഭിനേതാക്കളിലും ഒരു ഉള്ളിലടങ്ങിയ വികാരം അലയടിച്ചു. അവർക്കു മനസ്സിലായി, അവർ എല്ലാവരെയും നന്നായി മനസ്സിലാക്കിയിരിക്കുന്നു. അമ്മയായ ഒരു നടിയുടെ കണ്ണിൽനിന്നും കണ്ണീർ അടർന്നുവീണു. എന്റെ തൊണ്ടയിൽ ഒരു പിടിത്തം അനുഭവപ്പെട്ടതായി എനിക്കുതോന്നി. കാരണം വളരെ പെട്ടെന്ന് അവർ യാർത്ഥ്യത്തിന്റെ ഒരു നിമിഷം മികച്ചതായി വരച്ചുവെച്ചു.

അന്നത്തെ അവസാനത്തെ രംഗം, ധാന്യപ്പുരയുടെ അത്യന്തം ചൂടുള്ള പുറത്തു വച്ചായിരുന്നു. സന്ധ്യയാവാറായി. എല്ലാ പ്രായത്തിലുമുള്ള നിരവധിയാളുകൾ കൂട്ടം കൂടിയിരിക്കുന്നു, അവർ ഞങ്ങൾക്കു ചുറ്റും വളഞ്ഞിരിക്കുന്നു; പക്ഷെ,ക്ഷമയോടും ബഹുമാനത്തോടും കൂടി. അഭിനേതാക്കൾ സജ്ജീകരണങ്ങൾ ഒരുക്കി. കാളവണ്ടി, കാള, വിളകൾ, കളപ്പുരയിലെ കുടുംബം എല്ലാം. ഇത്തവണ കുടുംബത്തിൽ സെത്സുവിന്റെ ഇഷ്ടപ്പെട്ട താറാവും, അവളുടെ പട്ടിയും ഉണ്ടായിരുന്നു. തിരക്കഥയിലെ താറാവ് കുഞ്ഞായിരുന്നു. ഇവിടെയുള്ളത് ജീവിച്ചിരിക്കുന്ന എല്ലാ താറാവുകളുടെയും മുത്തച്ഛനായ ഒരു വമ്പൻ താറാവ്. ഞങ്ങളുടെ സെത്സു അതിനെ അവളുടെ കൈകളിൽ ഒതുക്കുവാൻ വിഷമിച്ചു. എനിക്കിപ്പോൾ, 'ആലീസ് ഇൻ വണ്ടർലാന്റ്'' ഓർമ വന്നു; അതിലെ അരയന്നവും, പ്രഭുപത്നിയും തമ്മിലുള്ള പന്തടിച്ചു കളിയും. നായ, ചുണയുള്ള ഒരു ഫോക്സ്ടെറിയൻ വേട്ടപ്പട്ടിയെപ്പോലെ - പക്ഷെ വാൽ വ്യത്യസ്തമായിരുന്നു. അതുകൊണ്ട് അത്, ഏത് വിഭാഗത്തിൽ പെട്ടതെന്ന് എനിക്കു മനസ്സിലായില്ല. അതു ഉപദ്രവിക്കാതെ തുള്ളിച്ചാടി നടക്കില്ല എന്നു ബോധ്യമായി. പക്ഷെ ഇതാ

കട്ടെ, കോഴിക്കുഞ്ഞുങ്ങളുടെ പിറകെ ഭ്രാന്തമായി ഓടുന്നു. ഇതുവരെ നായയെക്കാണാത്തതുപോലെ ഒരു തള്ളക്കോഴി ബഹളം വയ്ക്കുന്നു. അതിന്റെ കൂടെ എണ്ണമില്ലാത്തത്രയും വെളുത്ത കുഞ്ഞുങ്ങളും. താറാവിനെ സെത്സു രംഗത്ത് നിന്നും മാറ്റി. നായയെ ഒരുവിധം നിയന്ത്രിച്ച്, അനുശാസിച്ച് ചിത്രീകരണം തുടർന്നു.

ഇതേ നിമിഷത്തിൽ, ആളുകളുടെ പരിഹാസച്ചിരി ഞാൻകേട്ടു. അത് അച്ഛൻ കാളവണ്ടിയിൽ നിന്ന് സാധാനങ്ങൾ ഇറക്കുമ്പോഴായിരുന്നു. ഈ അപശബ്ദങ്ങൾ, കൂട്ടത്തിലുണ്ടായിരുന്ന രണ്ടുവൃത്തികെട്ട കർഷകർ കൂകിയപ്പോൾ ഉണ്ടായതാണ്. മുളന്തണ്ടിന്റെയറ്റത്ത് കെട്ടിയിട്ട കൊട്ടകളിൽ സാധനങ്ങൾ അയാൾ കൈകാര്യം ചെയ്യുമ്പോൾ കാട്ടിയ യാഥാർത്ഥ്യബോധമില്ലാത്ത അഭിനയം കണ്ട് അതിശയപ്പെട്ടു പോയതുകൊണ്ടാണ്. അവർക്ക് ഒരിക്കലും അയാൾ ഒരു കർഷകനാണെന്ന് വിശ്വസിക്കാൻ കഴിഞ്ഞില്ല. അമ്മ, രംഗത്തു വന്നപ്പോൾ, സ്ത്രീകളുടെ ചിരിയുടെ ഊഴമായി. അവരാരും സുന്ദരിമാരായിരുന്നില്ല. അമ്മ അതിസുന്ദരിയായിരുന്നു. അപ്പോൾ അവൾക്ക് എങ്ങനെ ഒരു കർഷകന്റെ ഭാര്യയാകാൻ കഴിയും? അതൊരു ചോദ്യമായിരുന്നു. അമ്മ ഒരു പക്ഷെ, കൂടുതൽ സുന്ദരിയായിരിക്കാം. പക്ഷെ ഒരു ചലച്ചിത്രത്തിൽ ഒരു സ്ത്രീക്ക് ഇത്ര സുന്ദരിയാവാമോ?

ആ രംഗം അവസാനിച്ചു. ചൂട്കാലത്ത്, ഇരുട്ട് പെട്ടെന്ന് പരക്കുമെന്നതിനാൽ ഞങ്ങൾ അടുത്ത രംഗം പെട്ടെന്ന് ചെയ്യുവാൻ തയ്യാറെടുക്കുകയായിരുന്നു. പെട്ടെന്ന്, പ്രായമായ, വലിയൊരു പട്ടിയുടെ കുരകൾ ഞാൻകേട്ടു. പക്ഷെ അതെന്താണെന്ന് സങ്കല്പിക്കാൻ എനിക്കു കഴിഞ്ഞില്ല. കളപ്പുരയിൽ നാടൻ പട്ടികളൊന്നുമില്ല. ഞാൻ കുതിരാലയത്തിനടുത്തേക്ക് നീങ്ങി; പരിശോധിക്കുമ്പോൾ, പന്നിയെ മണക്കുന്നു. അതെന്തായാലും പന്നിയായിരിക്കില്ല. കാരണം, പന്നി കുരക്കില്ലല്ലോ. പക്ഷെ അതൊരു പ്രായം ചെന്ന, വലിയ, വഴങ്ങാത്ത സ്വഭാവമുള്ള ആൺ പന്നിയായിരുന്നു. അതു ശരിക്കും സങ്കരയിനത്തിൽപെട്ട പ്രായം ചെന്ന നായയെപ്പോലെ കുരച്ചു. ഒരു ദ്വിഭാഷിയുടെ സഹായത്തോടെ ഞാൻ അന്വേഷിച്ചു. പട്ടിയല്ലാത്ത ഒരു പന്നി എങ്ങനെ പട്ടിയെപ്പോലെ കുരക്കുന്നു? ഉത്തരം ലളിതമായിരുന്നു. 'ഞങ്ങൾക്കറിയില്ല, പന്നി എങ്ങനെ പട്ടിയെപ്പോലെ കുരക്കുന്നു എന്ന്' പന്നി കുരച്ചുകൊണ്ടേയിരുന്നു. ഇരുട്ട് പരന്നു. ക്യാമറക്കാരന്റെ സഹായി പറഞ്ഞു; കുന്നിൻ മുകളിൽ വെളിച്ചം മങ്ങിയതിനാൽ ഈ രംഗം തീർക്കാനാവില്ലെന്ന്. ഞങ്ങളെല്ലാവരും ഒത്തുകൂടി, സ്ഥലംവിട്ടു. പന്നി

കുരനിർത്തി. ആൾക്കൂട്ടം ഇരുട്ടിൽ അലിഞ്ഞു. ഞങ്ങളും. ഒരുദിവസം അങ്ങനെ തീർന്നു. പിറ്റേന്ന് ഞായറാഴ്ച ആയതിനാൽ ഞങ്ങൾക്ക് വിശ്രമം ആയിരുന്നു. പക്ഷെ കൂടുതൽ ഞായറവധികൾ പ്രതീക്ഷിക്കേണ്ടെന്ന് ഞങ്ങൾക്ക് മുന്നറിയിപ്പുണ്ടായിരുന്നു. ഇനി മുതൽക്ക് ആഴ്ചയിൽ ഏഴു ദിവസവും ദിവസം പന്ത്രണ്ട് മണിക്കൂറും. ഒരു ദിവസത്തിന് ധാരാളം - ഞാൻ കുളിയും കിടപ്പും മാത്രം ഓർത്തു. ജപ്പാനീസ് കുളിയും ഉറക്കവും ജപ്പാനീസ് കിടക്കയും.

*** *** ***

രാത്രിയിൽ അത്രയ്ക്കും വലിയ കാറ്റ് വീശിയപ്പോൾ അത് ചുഴലിക്കാറ്റാണെന്ന് ഞാൻ സ്വപ്നം കണ്ടു. ഞാൻ വിചാരിക്കുന്നത്, ഈ സ്വപ്നം ബാല്യകാലത്തിന്റെ ശേഷിപ്പെന്നാണ്; അല്ലെങ്കിൽ ദ്വീപിലെ മുൻകാല ജീവിതം. അതുമല്ലെങ്കിൽ എന്റെ മനസ്സുകൊണ്ട് സൃഷ്ടിച്ച'ദി ബിഗ് വേവ്' തന്നെ. ഒരുപക്ഷെ സത്രമുടമയും ഭാര്യയുമായി കഴിഞ്ഞദിവസം രാത്രി നടത്തിയ സംഭാഷണം തന്നെ ആയിരിക്കാം. അവർ പറഞ്ഞത്, സത്രം ഒരുപാടുതവണ ചുഴലിക്കാറ്റിൽ അകപ്പെട്ടിട്ടുണ്ടെന്നാണ്. ഏറ്റവും അവസാനം, കഴിഞ്ഞ വർഷവും. അന്ന്കടൽ എന്റെ ഈ മുറിയിൽ വരെ അടിച്ചുകയറിയിരുന്നു. എന്തൊക്കെയായാലും, ഞാൻ എഴുന്നേറ്റ് കാറ്റിനെ ശ്രദ്ധിച്ചു. പഴയ ഒരു ആഗസ്റ്റ് മാസ മദ്ധ്യാഹ്നം ഞാനോർത്തു. ഞാൻ തെക്കൻ ജപ്പാനിലെ ഒരു മലയോരത്ത് കടലിന്നഭിമുഖമായി നില്ക്കുകയായിരുന്നു. ചക്രവാളത്തിൽ എവിടെയോ ഒരു കൊടുങ്കാറ്റ് ജന്മമെടുക്കുന്നുണ്ടായിരുന്നു. ഞങ്ങൾക്ക് എല്ലാ മുന്നറിയിപ്പുകളും ലഭിച്ചിരുന്നു. എല്ലാ സാമാന്യബുദ്ധിയുമനുസരിച്ച് അടച്ചു കുറ്റിയിട്ട ജനാലകൾക്കും, വാതിലിനുമുള്ളിൽ വീടിനകത്ത് സുരക്ഷിതരായിരിക്കും. ആർക്കും ഒരു ചുഴലിക്കാറ്റ് എന്തൊക്കെ ചെയ്യുമെന്നറിയില്ല. അത് അനിയന്ത്രിതവും പ്രവചനാതീതവുമാണ്. അത് ബുദ്ധിശൂന്യമായ ഒരു ശക്തിയെ തുറന്നുവിടലാണ്. അതിന്റെ നേട്ടമാകട്ടെ നാശവും.

ഞാൻ, എന്റെ ഏഷ്യൻ ബാല്യകാലജീവിതത്തിൽ ധാരാളം കൊടുങ്കാറ്റുകൾ കണ്ടിട്ടുണ്ട്. അന്ന്, പക്ഷെ എനിക്ക് ഒന്നുകൂടി കാണണമെന്ന് തോന്നി. ഒരു ചുഴലിക്കാറ്റും, കൊടുങ്കാറ്റും ഏകദേശം ഒരു പോലെയാകാമെങ്കിലും ഞാൻ ന്യൂഇംഗ്ലണ്ടിലും പെൻസിൽവാനിയയിലും കണ്ട കൊടുങ്കാറ്റുകൾ, ചുഴലിക്കാറ്റായിരുന്നില്ല. ഉഷ്ണമേഖലാപ്രദേശങ്ങളിലും അവയ്ക്കടുത്തുള്ള സ്ഥലങ്ങളിലും കാറ്റിനും മഴയ്ക്കും ഒരു സ്ഫോടനാത്മക സ്വഭാവമുണ്ടാകും. ഞങ്ങൾ ശാന്തസ

മുദ്രത്തിൽനിന്നും ഇരുനൂറ് നാഴിക അകലെ, ഉഷ്ണമേഖലക്കടുത്തസ്ഥലത്ത്, ആ കാലാവസ്ഥയിൽ ജീവിച്ചിരുന്നു. ഇന്നും ഞാനോർക്കുന്നുണ്ട്, എന്റെ അച്ഛന്റെ ശക്തമായ ഉത്തരവും അമ്മയുടെ ഉത്കണ്ഠ നിറഞ്ഞ മുഖവും.

'ഒരു ചുഴലിക്കാറ്റ് വരുന്നുണ്ട് ! ജനാലകളെല്ലാം കുറ്റിയിട്ട്, വാതിൽ പൂട്ടിയിടൂ!'

ആകാശം ഇരുണ്ട്, കാറ്റ് താഴ്ന്ന സ്വരത്തിൽ മുരളാൻ തുടങ്ങി. അത് ദുഷ്പ്രകൃതമാകുമ്പോൾ ഞങ്ങൾ കാത്തിരുന്ന് ശ്രദ്ധിക്കും. മരങ്ങൾ ഒടിഞ്ഞ്‌വീഴും, ചുമരുകൾ തകരും, വീട് തന്നെ നിന്ന് വിറയ്ക്കും. പക്ഷെ ഞങ്ങൾക്ക് കാത്തിരിക്കാനും ശ്രദ്ധിക്കാനും മാത്രമേ കഴിയുമായിരുന്നുള്ളൂ. എല്ലാം നിലച്ച്, ശാന്തമായാൽ ഞങ്ങൾ ജനാലകളും വാതിലുകളും തുറക്കും. എല്ലായിടത്തും ഞങ്ങൾ കണ്ടത് ഒന്നു തന്നെയാണ് - സർവത്ര നാശനഷ്ടങ്ങൾ.

'അവിവേകി.' എന്റെ അമ്മ പറയും, 'തീർത്തും അവിവേകി.' അമ്മയുടെ ഈ സ്ഥിരം വിമർശനം ആണ് ചുഴലിക്കാറ്റിനക്കുറിച്ച് ഒരു കഥ എന്ന ആശയം എന്നിലുദിപ്പിച്ചത്. അങ്ങനെയാണ്, ഒരു പഴയ ജപ്പാൻ യാത്രയിൽ, രാവിലെ ഞാൻ മലയടിവാരത്തേക്ക് പോയത്. റേഡിയോയിൽ ചുഴലിക്കാറ്റിനെക്കുറിച്ചുള്ള മുന്നറിയിപ്പുണ്ടായിരുന്നു.

ഒരുമണി കഴിഞ്ഞയുടനെ, വളരെ അപരിചിതമായ ശബ്ദത്തിൽ ചക്രവാളത്തിനുമപ്പുറത്തു നിന്നും അതുവന്നു. ഒരു ഗുഹപോലെ തോന്നിച്ച പാറക്കടിയിൽ ഞാൻ അഭയം പ്രാപിച്ചു. ഈ പാറ, മലയുടെ നട്ടെല്ലിന്റെ ഭാഗമാണെന്നും ചതിക്കുന്ന ഒരു പാറക്കഷണമായി എന്റെമേൽ കൊടുങ്കാറ്റിൽ ചിതറിപ്പതിക്കില്ലെന്നും ഉറപ്പിച്ചു. കടലിരമ്പിവന്നാലും എത്താത്തത്ര ഉയരത്തിലാണെന്നും ഞാൻ ഉറപ്പുവരുത്തി. എന്റെമേൽ പൊട്ടിവീഴാൻ തക്ക മരങ്ങളില്ലെന്നും ഉറപ്പുവരുത്തണമായിരുന്നു. എല്ലാ നിലയ്ക്കും ഒരു സാഹസികതയ്ക്കു മുതിർന്ന ആൾ എന്ന നിലയിൽ ഞാൻ സുരക്ഷിത ആയിരുന്നു.

അവിടെ ഞാൻ കാത്തിരുന്നു. പക്ഷെ ഇത്തവണ തനിച്ച്, കുടുംബമില്ലാതെ, സുരക്ഷയ്ക്ക് വീടില്ലാതെ. അതൊരു തീവ്രമായ അനുഭവമായിരുന്നു. ഭയാനകവും പ്രയോജനകരവും. അതെനിക്ക് കഥയുടെ ആരംഭത്തിന് വേണ്ടിയുള്ള രംഗം സമ്മാനിച്ചു. എനിക്കാവുന്നത്ര നന്നായി ഞാനതു വിവരിക്കട്ടെ. ചുഴലിക്കാറ്റ് സമുദ്രത്തിനടിയിൽ നിന്നും ഒരു ശൂന്യഗർജ്ജനമായി പുറത്തുവന്നു. പിന്നീടത് ഭീമാകാരമായ ഒരു കറുത്ത മേഘമായി മാറി. ആ മേഘം ജീവനുള്ള ഒന്നായി തോന്നിച്ചു.

ഓരോ വിധത്തിൽ അതിന്റെ വേഷം മാറ്റി മാറ്റി. മല്ലടിക്കുന്ന കാറ്റിൽ കീറിപ്പറിഞ്ഞു. എന്തായാലും അത് ഇടത്തോട്ടോ വലത്തോട്ടോ നീണ്ടു. അതു മുകളിലോട്ട് പരക്കുവാൻ ശ്രമിച്ചു. കിഴക്കോട്ടും പടിഞ്ഞാറോട്ടുമെത്തുവാൻ ശ്രമിച്ചു. പകൽ, സന്ധ്യയുടെ കറുപ്പിലാണ്ടു. ഭയാനകമായ മുരളൽ ശബ്ദം എന്റെ നേർക്ക്, ആഴങ്ങളിൽ നിന്നും ഓടിയടുത്തു. ഞാൻ എന്റെ പാറയ്ക്ക് പിറകിൽചുരുണ്ടുകൂടി കാത്തിരുന്നു.

ആദ്യം, ഞാനോർക്കുന്നു, മഴയുണ്ടായിരുന്നില്ല. നിയന്ത്രണമില്ലാത്ത കാറ്റും ഇളകി മറിയുന്ന കടലും. ഒരു മണിക്കൂർ മുമ്പ് കടൽ ശാന്തവും നീലയുമായിരുന്നു. ഇപ്പോൾ അത് കറുത്തിരിക്കുന്നു. വെളുത്ത നുരകളാൽ മകുടം ചാർത്തിയിരിക്കുന്നു. മേഘങ്ങൾ പെട്ടെന്ന്, തുറന്ന് തുളുമ്പുന്നതുപോലെ വളരെ പെട്ടെന്നാണ് മഴ വന്നത്. മലയുടെയും കടലിന്റെയും ഇടയിൽ ഒരു തിരശ്ശീല പോലെ മഴപെയ്തു. ഒരു കട്ടിയായ തകിടുപോലെ, എന്റെ മൂന്ന്മീറ്റർ മുൻപിൽ മലഞ്ചെരുവിലെ പുല്ലുകളും കുറ്റിക്കാടുകളും കാറ്റിലും മഴയിലും നിരപ്പായി. ഞാൻ ഭ്രാന്തിനാൽ വലയം ചെയ്യപ്പെട്ടു. യുക്തിരഹിതമായ, നിയന്ത്രിതമായ, അച്ചടക്കമില്ലാത്ത ഊർജത്തിന്റെ. ഇതൊന്നിനും ഒരർത്ഥവുമുണ്ടായിരുന്നില്ല. അത് ഏറ്റവും മോശപ്പെട്ടതായിരുന്നു, ഉപയോഗശൂന്യമെന്നതിനേക്കാൾ. പ്രകൃതി അതിന്റെ നിർമ്മിതിയെ സ്വയം നശിപ്പിക്കുന്നു, അതിന്റെ തന്നെ സ്വത്വത്തെ. വളർച്ചയെന്ന ദീർഘമായ പ്രക്രിയയിലൂടെ നിർമ്മിച്ച്, വികാരത്തിന്റെ ഒറ്റ മൂർച്ചയിൽ നശിപ്പിക്കുക – ഇത് ഭ്രാന്തല്ലാതെ മറ്റെന്താണ് ? ഇത് യുക്തിയില്ലായ്മയല്ലേ ? എനിക്കെന്റെ കഥയുടെ തുടക്കം കിട്ടി.

ചുഴലിക്കാറ്റ്, അവസാനം സ്വയം അടങ്ങി. കാറ്റ് നിലച്ചു മഴ കുറഞ്ഞു; കുറഞ്ഞ്, പൊടിഞ്ഞ്, മഞ്ഞായി. മഴക്കാറുകൾ നീങ്ങി. സൂര്യനെ മെല്ലെക്കാണാൻ തുടങ്ങി. ഞാൻഎന്റെ രക്ഷാകേന്ദ്രത്തിൽനിന്നും പുറത്തു വന്ന്, പിറകിലുള്ള അവശിഷ്ടങ്ങൾ നിരീക്ഷിച്ചു. താഴ്വാരങ്ങളിലെല്ലാം മരങ്ങൾ കടപുഴകി വീണിരിക്കുന്നു. പാറകൾക്കിടയിൽ, ഭൂമിയിൽ നീർച്ചാലുകൾ രൂപാന്തരപ്പെട്ടിരിക്കുന്നു. ചെറിയ പുല്ലുകളും കുറ്റിച്ചെടികളും നിരപ്പായി തളർന്നുകിടക്കുന്നു. കടൽക്കരയിലുള്ള ഗ്രാമങ്ങളിലെല്ലാം എന്തൊക്കെ നാശങ്ങൾ സംഭവിച്ചിരിക്കാമെന്ന് എനിക്ക് ഊഹിക്കാനേ പറ്റൂ. മീൻവഞ്ചികൾ തകർന്നും കടലിലേക്ക് വലിച്ചെറിയപ്പെട്ടും. വീടുകൾ തകർന്നടിഞ്ഞ്, കടൽഭിത്തികൾ തകർന്ന്, സമുദ്ര മതിൽക്കെട്ടുകൾ നിലംപതിച്ചു. അത്, എന്റെ അമ്മ മുമ്പ് പറഞ്ഞതുപോലെ, എല്ലാം അവിവേകം, അതെല്ലാം ഉപയോഗശൂന്യത.

ഇത്തരത്തിൽ പ്രയോജനമില്ലാത്ത പലതും മനുഷ്യജീവിതത്തിൽ,

മനുഷ്യരിൽ സംഭവിക്കുന്നത് ഞാൻ കണ്ടിട്ടുണ്ട്, മനുഷ്യന്റെ വികാരങ്ങൾ കാരണം.

വർഷങ്ങൾക്കുശേഷം, ജപ്പാനീസ് കിടക്കയിൽ കിടന്നുകൊണ്ട് ചുഴലിക്കാറ്റിന്റെ ശക്തിയെയും, മനുഷ്യവികാരത്തിന്റെ ശക്തിയെയും താരതമ്യം ചെയ്ത് ഞാൻ ചിന്താമഗ്നയായി. അനിയന്ത്രിതമാവുമ്പോൾ അതു നശിപ്പിക്കുന്നു. പക്ഷെ, വികാരം വിനാശകരമാവാൻ പാടുണ്ടോ? അങ്ങനെയല്ലെങ്കിൽഎപ്പോഴാണ് വികാരത്തെ ഉപകാരപ്പെടുന്ന ഊർജമായി, ജീവിക്കാനാവശ്യമായ ഊർജമായി ഉപയോഗിക്കാനാവുന്നത്? എന്താണ് വികാരങ്ങളുടെ ഉപയോഗങ്ങൾ? അതിന്റെ പ്രയോജനകരമായ ഉപയോഗത്തിന് എന്തെല്ലാം നിയന്ത്രണങ്ങൾ ആവശ്യമാണ്? ഈ ചോദ്യങ്ങൾക്കെല്ലാം ഉത്തരം കണ്ടെത്താൻ ഞാനാഗ്രഹിച്ചു. ആദ്യം എനിക്കുവേണ്ടിയും പിന്നെ മറ്റുള്ളവർക്കായും. ഞാൻ ആദ്യം സ്വയം കണക്കിലെടുത്തത്, മറ്റുള്ളവരെ നോക്കിക്കാണുന്നത് ഞാനാകുന്ന കണ്ണാടിയിലൂടെ തന്നെയാകണമെന്നതാണ്.

*** *** ***

എല്ലായ്പോഴുമെന്നപോലെ, എന്റെ ചോദ്യങ്ങൾക്ക് എനിക്കുതന്നെ ഉത്തരം നല്കാൻ കഴിയാത്തപ്പോൾ, ഞാൻ എന്റെ മനസ്സിനെയും, ഹൃദയത്തെയും അദ്ദേഹത്തെ തേടി അയക്കും. അദ്ദേഹത്തിന് ഉത്തരം പറയാനാകില്ല. ഒരിക്കലും ആകില്ല. പക്ഷെ, ഉത്തരങ്ങൾ തേടാനുള്ള അന്വേഷണത്തിലേക്ക് നയിക്കാനുള്ള സിദ്ധി അദ്ദേഹത്തിന്റെ ചോദ്യങ്ങളാൽ, പ്രാവീണ്യവും വിസ്മരിക്കുവാനുമുള്ള കഴിവുകളോടുംകൂടി ഉണ്ടായിരുന്നു. അദ്ദേഹത്തിന്റേത് ഉൾക്കാഴ്ചയുള്ള ഒരു മനസ്സൊന്നുമല്ല. ഒന്നിനുപിറകെ ഒന്നായിവരുന്ന തീർപ്പുകൾ, ആത്യന്തികമായവയല്ലെങ്കിലും സത്യത്തിലേക്കുള്ള പടവുകളായവ, അന്വേഷിക്കുമ്പോൾ, എല്ലായ്പോഴും അദ്ദേഹത്തിന് എന്നെ പിന്തുടരാനാവുമെന്ന് നടിക്കുവാൻ ഏനിക്കാവില്ല. സത്യംതന്നെ തീർച്ചയായും ആത്യന്തികമല്ല. ഒരു പക്ഷെ നിശ്ചയമായും അത് പ്രക്രിയയിൽ നിറഞ്ഞു നില്കുകയും എല്ലാത്തിലും എവിടെയും സമയം ആയി, അനശ്വരമായി, ഒരു പരിപൂർണ്ണതയായി, പക്ഷെ ഏതുഘട്ടത്തിലും നാം ഭാഗികമായി കാണുന്നതും മാത്രമാണ്. അദ്ദേഹത്തിന് എന്നെ പരിശീലിപ്പിക്കാനുതകിയ ആശയപരമായ മനസ്സോ ഒരു പണ്ഡിതനുണ്ടായിരിക്കേണ്ട അച്ചടക്കമോ ഇല്ല. അതുകൊണ്ട്തന്നെ, ഞങ്ങൾ തമ്മിൽ പങ്കുവെക്കുവാൻ കൂടുതലൊന്നുമുണ്ടായിരുന്നില്ല. ഞങ്ങളുടെ പ്രകൃതം തികച്ചും വ്യത്യസ്തമായിരുന്നു. സംഗീതത്തിലും സാഹിത്യത്തിലും പോലും ഞങ്ങളുടെ

ആസ്വാദനരീതികൾ ഒന്നായിരുന്നില്ല. ഞങ്ങൾക്ക് രണ്ടുപേർക്കും സംഗീതം ഇഷ്ടമായിരുന്നു. എനിക്ക് ബിഥോവന്റെ സൊന്നാറ്റയോ ചോപ്പിന്റെ പാട്ടുകളോ സന്തോഷം നൽകിയിരുന്നു. അദ്ദേഹം ഇഷ്ട പ്പെട്ടിരുന്നത് ലളിതമായ സംഗീതമായിരുന്നു. എനിക്കും അവ ഇഷ്ടമാ ണെങ്കിലും മാധുര്യമുള്ളവ മാത്രം ആസ്വദിച്ചു. എനിക്ക്, മറ്റൊരു തര ത്തിൽ, ജാസ് സംഗീതത്തിൽ അതിയായ കമ്പം ആണ്. പക്ഷെ സംഗീ താത്മകമായല്ല, മനഃശ്ശാസ്ത്രപരമായി. അദ്ദേഹത്തിനാവട്ടെ ഒരുകാരണ വശാലും ജാസ് ഇഷ്ടമല്ല. അദ്ദേഹത്തിന് ശാസ്ത്രത്തിൽ താല്പര്യമേ ഇല്ല, പക്ഷെ സാങ്കേതികതയിൽ പണ്ഡിതോചിതമായ ഒരു ഇഷ്ടമുണ്ടെ ങ്കിലും. അദ്ദേഹം അടിയുറച്ച ഒരു നിരീശ്വരവാദിയായിരുന്നു. സൈദ്ധാ ന്തികന്മാരായ ഭൗതികശാസ്ത്രജ്ഞരോടും അവരുടെ ഈയിടെയുള്ള കണ്ടുപിടിത്തങ്ങളുടെ ബൃഹത്തായ പ്രാധാന്യത്തോടുമുള്ള എന്റെ അവ സാനിക്കാത്ത ഇടപെടലുകൾ അദ്ദേഹത്തിന് സ്വീകാര്യമായിരുന്നെങ്കി ലും, അതു പങ്കിടുവാൻ തയ്യാറല്ലായിരുന്നു.

അദ്ദേഹത്തിനുണ്ടായിരുന്നത് അത്യുജ്ജ്വലമായ ഒരു അവബോ ധജന്യമായ മനസ്സായിരുന്നു. ഏറ്റവും അപൂർവമായ കാര്യം, അദ്ദേഹ ത്തിന് ഉൾക്കൊള്ളാൻ കഴിയാത്ത കാര്യങ്ങളെയും വിലമതിക്കുന്നു എന്നതാണ്. അദ്ദേഹം എപ്പോഴും പ്രാവീണ്യത്തോടെ ചോദ്യങ്ങൾ ചോദിച്ച് പ്രചോദിപ്പിച്ചിരുന്നു. അദ്ദേഹം പിന്തുടരില്ല എന്നതുപോലെ തന്നെ അദ്ദേഹം നയിക്കുകയും ചെയ്യുമായിരുന്നില്ല. രൂപമാറ്റം വരാ തെ, അദ്ദേഹം വെളിപ്പെടുത്തുമായിരുന്നു. എനിക്കു വളരെ വ്യക്ത മായി ചിന്തിക്കുന്നതിനുള്ള അന്തരീക്ഷം അദ്ദേഹമൊരുക്കി. എനിക്കു കഴിയുമായിരുന്നതിനെക്കാളും അവ ലളിതമായി സൃഷ്ടിക്കുവാനും സഹായിച്ചു. എനിക്കിഷ്ടമുള്ള ഒരുവിഷയത്തിൽ എങ്ങനെ വേണ മെങ്കിലും ചുറ്റിലുമോ, മുകളിലോ, താഴേയോ, ഏതു തലത്തിലും ഉറക്കെ ചിന്തിക്കുവാൻ പ്രേരിപ്പിച്ചു. ഞാൻ തനിച്ചായാൽ നടന്നുപോ കാനുള്ള ശേഷി നല്കി. അദ്ദേഹത്തിന്റെ ചോദ്യങ്ങൾ, നിർദ്ദേശങ്ങ ളല്ല, പുതിയ പാതകൾ തേടുന്നതിനുള്ള ക്ഷണങ്ങളായിരുന്നു. ആ പാതകൾ എനിക്കു തനിച്ചു കണ്ടെത്താനാവുമായിരുന്നില്ല.

ഞാനിപ്പോൾ അതു തിരിച്ചറിയുന്നു. കഷ്ടം, എനിക്കിപ്പോൾ സംസാ രിക്കുന്നതിന് കൂടെ ആരുമില്ല. ഇളകാതെ, മനസ്സേ!

*** *** ***

മുൻനിശ്ചയ പ്രകാരം, പുറമെയുള്ള ചില കാഴ്ചകൾ ചിത്രീകരിക്കാ നുണ്ടായിരുന്നു. കൊച്ചു സെത്സുവുമൊത്തുള്ള ഉല്ലാസയാത്ര, ഒരു

കൊയ്ത്തു കാഴ്ച, വയലും ഉഴുതുമറിക്കലും. പക്ഷെ, മഴ വീണ്ടും പെയ്യാൻതുടങ്ങി. എന്നിരുന്നാലും ഞങ്ങൾ പുറപ്പെട്ടു. കളപ്പുരവീട്ടിൽ നിന്നും നടന്നു പോകാനുള്ള ദൂരമേയുള്ളൂ. ഒരു മലഞ്ചെരുവിലുള്ള തട്ടുകളായി തിരിച്ച ഒരു സുന്ദരസ്ഥലം. പിറകിലായി, ചാരനിറത്തിലുള്ള പഴയ ഒരു ജപ്പാനീസ് സെമിത്തേരി. ഇവിടെയുള്ള ഒരു സ്മാരകശില യുടെ മുകളിലിരുന്നുവേണം സെത്സു, അവളുടെ അച്ഛനെയും, യുക്കിയോയെയും ഭക്ഷണവുമായി കാത്തിരിക്കേണ്ടത്. അവിടെ നട ക്കുന്ന ദുരന്തപൂർണ്ണവും പോക്കിരിത്തം നിറഞ്ഞതുമായ അനുഭവങ്ങ ളെക്കുറിച്ച് ഞാൻ ഇപ്പോൾ ഒന്നുംപറയുന്നില്ല. ആ പായൽ പറ്റിയ ശ്മശാനസ്തംഭങ്ങളും, നമ്മുടെ സുന്ദരിപ്പെൺകുട്ടിയും തമ്മിലുള്ള അന്തരം, ജീവിതവും മരണവും തമ്മിലുള്ളതാണ്. ഞാൻ ആ രംഗം കാണുവാൻ കാത്തിരുന്നു. മഴ പെയ്തുകൊണ്ടിരുന്നതിനാൽ ഞങ്ങൾ വണ്ടിയിൽ തന്നെയിരുന്നു. ദയാലുക്കളായ ഒരു കർഷകകുടുംബം, ഞങ്ങളെ അവരുടെ സൗകര്യപ്രദമായ വീട്ടിലേക്ക് ക്ഷണിച്ചു. ഞങ്ങൾ കൃതജ്ഞതയോടെ ഉള്ളിലേക്കുപോയി. കർഷക വനിത ഞങ്ങൾക്ക് ചായ ഉണ്ടാക്കിതന്നു. എന്തു ചെയ്യണമെന്ന് ഞങ്ങൾ ചർച്ച ചെയ്തു. മലകളും കടലും ചേർന്ന് കാലാവസ്ഥ ഇവിടെ ഒരു നിഗൂഢതയാക്കി മാറ്റിയിരിക്കുന്നു. ലോകത്തിൽ മറ്റെവിടെയുമില്ലാത്ത അനിശ്ചിതത്വം. ഒരു നാല്പതു ദിവസത്തേക്കു കൂടി വേണ്ടിവരും. എല്ലാം കാലിയാ ക്കാൻ എന്ന രീതിയിലാണ് ആകാശം. ഞങ്ങൾ കളപ്പുരവീട്ടിലേക്കു പോയി ഒരു മഴയുടെ ചിത്രീകരണം നടത്താമെന്നു തീരുമാനിച്ചു. ഉചി തമെങ്കിൽ അടുക്കളയുടെ അന്തർഭാഗവും. സംവിധാന സഹായിക്ക് മുക്കുവഗ്രാമമായ കിത്സുവിലേക്ക് പോയി വഞ്ചികൾ ഒരുക്കേണ്ടതു ണ്ടായിരുന്നു. മഴയത്ത്, അവയെല്ലാം ഷാർക്ക് ബീച്ചിലേക്ക് മാറ്റിയിരി ക്കയാണ്. എന്തായാലും കാലത്ത് അല്പം നിരാശ തോന്നി. മഴ, മഹാ പ്രളയമായി തുടർന്നു. വീടിന്റെ മേഞ്ഞ ഇറമ്പിൽനിന്നു ചോർച്ച തുടങ്ങി. വീടിനകത്ത് ജോലിക്കാരുടെ സംഘം ഒരുത്സാഹവുമില്ലാതെ ജോലി ചെയ്തു. ക്യാമറക്കാരൻ അസുഖകരമായ നിമിഷങ്ങൾ പകർത്തിയില്ല. സംവിധായകൻ അക്ഷമനായി. എനിക്ക് മടുപ്പ് തോന്നി. ആദ്യ ദൃശ്യം പലതവണ ഒരുക്കിയെങ്കിലും ക്യാമറയിൽ വലിയ പിഴവു കൾ സംഭവിച്ചു. പന്ത്രണ്ടുമണിയായപ്പോഴാണ് ഞങ്ങൾക്ക് മഴയുടെ ദൃശ്യം ചിത്രീകരിക്കാനായത്. പിന്നീട് വെയിലുദിച്ചു;മെല്ലെയെങ്കിലും. മഴയെ കൃത്രിമമായി നിർമിക്കാൻ ആ മഴദിവസം, ആളുകൾ കളപ്പുരവീ ടിന്റെ മേൽക്കൂരയിൽ കയറി. മഴ നിർമിക്കുന്ന ലോകത്തിലെ തന്നെ

നല്ലൊരു യന്ത്രം കൃത്രിമമായി ഉണ്ടാക്കി. ഒരു ശൂന്യമായ മുളയിൽ നിറയെ തുളകളിട്ട്, ഒരറ്റത്തുകൂടി റബ്ബർ ജലവാഹിനിക്കുഴൽ കടത്തി. മറ്റേയറ്റം അടച്ച് വളരെ മനോഹരമായ ഒരു കൃത്രിമ മഴ ഇറയിലേക്ക് പെയ്യുവാൻ തുടങ്ങി. പിന്നീട് ചെളി നിറഞ്ഞ തടാകത്തിലേക്കും. അവസാനം ഞങ്ങൾക്കൊരു നല്ല ദൃശ്യം പകർത്താനായി. അപ്പോഴേക്കും ഭക്ഷണ സമയമായി. വളരെ നിരാശാജനകമായ ഒരു ദിവസവും മോശം ഭക്ഷണവും.

അടുക്കളദൃശ്യവും മഴയത്തെ കടൽത്തീര ദൃശ്യവും ഏറ്റവും നല്ലവയായിരുന്നു. അടുക്കള ദൃശ്യം ഭൂകമ്പത്തിന്റേതായിരുന്നു. ഞങ്ങളുടെ കർഷകയായ അമ്മ, പരിഭ്രമിച്ച്, തിരക്കിട്ട്, ഭക്ഷണപദാർത്ഥങ്ങൾ സംരക്ഷിച്ചു വെക്കാൻ ശ്രമിക്കുന്ന രംഗം. അത്രയും വ്യഗ്രതയിലായിരുന്നതിനാൽ, അവർ ഒരു കുട്ടയിലുള്ള മുട്ടകൾ താഴെവെക്കാൻ മറന്നു. അവ പൊട്ടിയപ്പോൾ സംഭ്രമം വർദ്ധിക്കുന്നു. ഇത്രയും സംഭ്രമം വർദ്ധിപ്പിക്കുന്ന മറ്റൊരു കാര്യമുണ്ടാവില്ല; ഒരു കുട്ട മുട്ടകൾ പൊട്ടുകയെന്നതിനേക്കാൾ. അടുക്കളയിൽ അങ്ങോട്ടുമിങ്ങോട്ടും കറങ്ങിയോടുന്ന തിരക്കിൽ, അതും ഒരു ഭൂമികുലുക്കത്തിനിടയിൽ ഭക്ഷണ പദാർത്ഥങ്ങൾ സംരക്ഷിക്കാനായി ശ്രമിക്കുമ്പോൾ ! അപ്പോൾ കാണുന്നതോ, എണ്ണവിളക്ക് കത്തിക്കൊണ്ടിരിക്കുന്നതും, വീടിന് തന്നെ തീപിടിക്കുവാനുള്ള സാധ്യതയും! അവരുടെ യഥാർത്ഥമായ അഭിനയത്തിനിടയിൽ രണ്ടുതവണ പൊട്ടിയ ചില്ലുകൊണ്ട് അവരുടെ കാൽമുറിഞ്ഞു. എല്ലാ സമയത്തും ഞങ്ങളോടൊപ്പം ഉണ്ടായിരുന്ന പരിശീലനം സിദ്ധിച്ച നഴ്സ്, വളരെ പ്രാധാന്യത്തോടെ, ഒട്ടിപ്പിടിക്കുന്ന ടെയ്പ് വച്ച് കെട്ടി.അവർക്ക് ഒരാളുടെ ജീവൻ രക്ഷിക്കാൻ അവസരം ലഭിച്ചതുപോലെ. ഞങ്ങൾക്കെല്ലാവർക്കും ഇതുകണ്ട് സന്തോഷമായി.

കേവലം പിടിവാശി മാത്രമാണ് എന്നെ അത് ഉപേക്ഷിക്കുന്നതിൽനിന്ന് പിന്തിരിപ്പിച്ചതും, ചെളിയിൽപുരണ്ട് ഹോട്ടലിലേക്ക് തിരിച്ചുപോകാൻ സാധിച്ചതും. ഞാൻ അതിൽ സന്തുഷ്ടയായിരുന്നു. വിശദീകരിക്കാനാവാത്ത ആ ഉയർച്ച ഒഴിച്ചുകൂടാനാവാത്തതാണെന്നു തോന്നി. ഏറ്റവും മോശമായ കാര്യം കടന്നുവരുമ്പോൾ ഉച്ചക്കുശേഷമുള്ള ജോലികൾ വളരെ പെട്ടെന്ന് ആവേശമുണർത്തുന്നതായി മാറി. കളപ്പുരവീട്ടിൽ അഭിനയക്കാരെയെല്ലാം അന്നത്തേക്ക് പിരിച്ചുവിട്ടു. കടൽതീരത്തെ ചിത്രീകരണത്തിനായി മീൻപിടുത്തക്കാരന്റെ കുടുംബത്തെ വിളിച്ചുവരുത്തി. മഴപെയ്യുന്ന രംഗം അവസാനിച്ചു. വെയിലാറി. വീണ്ടും മഴ തിമിർത്തു പെയ്യാൻ തുടങ്ങി. കൊടുങ്കാറ്റും മഴയും അടിച്ചുവരുന്ന

തിരമാലകളുമെല്ലാം, അമേരിക്കൻ സംവിധായകൻ എന്നെ അവിടെ നിന്നും പറഞ്ഞയക്കുമെന്നത് വ്യക്തമാക്കി. ഞാനതിനു വിസമ്മതിച്ചപ്പോൾ, കിത്സുവിലേക്കുള്ള ഇടുങ്ങിയ, കുത്തനെയുള്ള ഇറക്കത്തിൽവീണു എന്റെ കാലുപൊട്ടാൻ വരെ ഇടയുണ്ടെന്ന് അയാൾ പറഞ്ഞു. അയാൾക്ക് പല തവണ അങ്ങനെ സംഭവിച്ചിട്ടുണ്ടെന്നും. ഞാനയാളുടെ ബാലിശമായ യുക്തികൾ തള്ളിക്കളഞ്ഞു. കാരണം പെൻസിൽവാനിയായിലും വെർമോൺട് കുന്നുകളിലുമുള്ള എന്റെ ഇഷ്ടപ്പെട്ട വീടുകൾ നാട്ടിൻ പുറത്തായിരുന്നു. ഞാൻ അവിടങ്ങളിൽ എല്ലായിടത്തും അതിശയകരമായ രീതിയിൽ നടക്കുകയും ഒരാടിനെപ്പോലെ ചാടിക്കയറുകയും - പെണ്ണാടിനെപ്പോലെ ! - ഒരിക്കലെങ്കിലും തെന്നുകയോ വീഴുകയോ ചെയ്തിട്ടില്ല. കുഞ്ഞായിരിക്കുമ്പോൾ എന്നെ ആരെങ്കിലും തള്ളിയിട്ടിട്ടുണ്ടെങ്കിൽ മാത്രം വീണിട്ടുണ്ടാകാം. പക്ഷെ എനിക്കോർമയില്ല. ഞാൻ സംവിധായകനോട്, എന്നെപ്പറ്റി ശ്രദ്ധിക്കേണ്ടെന്നും വൈകുന്നേരം ഹോട്ടലിലേക്ക് തിരിച്ചുപോകുന്ന ഏതെങ്കിലും കാറിൽ ഞാനില്ലേയെന്ന് പരിശോധിച്ചു നോക്കിയാൽ മാത്രം മതിയെന്നും പറഞ്ഞ് കിത്സുവിലേക്ക് പോയി.

അന്നത്തെ അനുഭവത്തിന് നന്ദി പറയാതിരിക്കാൻ എനിക്കാവില്ല, - നന്നായി, അതിങ്ങനെയാണ്.

ഞാൻ, വളഞ്ഞുപുളഞ്ഞ, ഇടുങ്ങിയ, കിഴുക്കാംതൂക്കായ മലഞ്ചെരുവിലൂടെ അത്യാഹിതങ്ങളൊന്നും കൂടാതെ കടൽതീരത്തേക്ക് കുത്തനെയിറങ്ങി. അച്ചടക്കത്തോടെയും പിടിവാശിയോടെയും ഞാനിവിടെയില്ലെന്ന ഭാവത്തിൽ. മഴ ശക്തമായി പെയ്തു കൊണ്ടിരുന്നു. എനിക്കതിഷ്ടമായിരുന്നു. എന്റെ മഴക്കോട്ടും തൊപ്പിയും ദയാലുക്കളായ ഗ്രാമീണർ പിടിച്ചുതന്ന കുടകളും എന്നെ കഠിനമായ പെയ്ത്തിൽ നിന്നും രക്ഷിച്ചു. ജപ്പാനിലായിരിക്കുമ്പോൾ എന്റെ പരാതി അവിടുത്തെ ആളുകളുടെ മഹത്തായ അനുകമ്പയെക്കുറിച്ചായിരുന്നു. എപ്പോഴും തലക്കു മുകളിൽ കുടയും കയ്യിൽ വിശറിയും എവിടെ ഇരിക്കണമോ അവിടെ ഒരു നാല്ക്കാലിയും ഉണ്ടായിരിക്കും! സംവിധായകൻ ചിത്രീകരണത്തിനുള്ള ഒരുക്കങ്ങൾ നടത്തിക്കൊണ്ടിരിക്കയാണ്. അയാൾ ക്യാമറയിലൂടെ നോക്കി. തോരുവിന്റെ വീടിനു മുൻവശത്തെ വലിയ മതിലിന് പിൻതിരിഞ്ഞുനിന്ന്, ഞാൻ ചാരനിറത്തിലുള്ള ആകാശവും അതേനിറമുള്ള കടലും നോക്കുകയായിരുന്നു. ഞങ്ങളുടെ നടൻ, തോരുവിന്റെ അച്ഛൻ, ഒരു മീൻ പിടുത്തക്കാരനായിരുന്നു. അടയാളം കിട്ടിയപ്പോൾ വഞ്ചികൾ വരുന്നതിനായി അയാൾ വലിയ ശംഖ്

ഊതി.

'കട്ട്!' സംവിധായകൻ ആക്രോശിച്ചു.

പെട്ടെന്ന് നിർത്തി. വലിയ കുടകളുമായി ഗ്രാമം മുഴുക്കെ, അവിടെ എന്താണ് നടക്കുന്നതെന്നറിയാൻ പുറത്തു വന്നിരുന്നു. അതിനിടയിൽ നിഷ്കളങ്കനായ ഒരാൺകുട്ടി, ചിത്രീകരണത്തിനിടയിൽ ഒരു നല്ല കാഴ്ച കിട്ടാൻ മറുവശത്തേക്ക് പെട്ടെന്ന് കുതിച്ചു. ഗ്രാമത്തലവനെ ഞങ്ങൾ പണം കൊടുത്ത് മിത്രമാക്കി. ശബ്ദകോലാഹലങ്ങളും ചലനങ്ങളും നിയന്ത്രിക്കുന്നതിന് ശട്ടംകെട്ടിയിരുന്നു. അയാൾ അതെല്ലാം തടയുന്നു. ആ സന്ദർഭത്തിൽ ഈ പയ്യന്റെ ഓട്ടം അയാളെ അതികഠിനമായ ദേഷ്യംപിടിപ്പിച്ചു. എനിക്ക് ജപ്പാനീസ് പറയാനോ മനസ്സിലാക്കാനോ അറിയില്ല. പക്ഷെ, അയാൾ അവിടെക്കൂടിയിരുന്ന ഗ്രാമീണരെ, ഒന്നിനും കൊള്ളാത്ത മരത്തലയന്മാരെന്ന് വിളിക്കുന്നത് ഞാൻ കണ്ടു! ഇത്രയും പമ്പരവിഡ്ഢികളെന്ന് ഈ ലോകത്തെ മുഴുവൻ നിങ്ങൾക്കറിയിക്കണോ? ക്യാമറയുടെ മുന്നിലൂടെ ഓടുമ്പോൾ, അമേരിക്കക്കാർ, ഈ കിത്സു ഗ്രാമത്തിൽ വച്ച് ചരിത്രത്തിൽ ആദ്യമായി നിർമ്മിക്കുന്ന ചിത്രത്തെ നിങ്ങൾ നശിപ്പിക്കുകയാണെന്നതറിയാതെ. ലോകത്തിന് ഇതുവരെ ഇങ്ങനെ ഒരു സ്ഥലമുണ്ടെന്നറിയില്ല. അത് പിള്ളാരുടെയും വിഡ്ഢികളുടെയും സ്ഥലമാണെന്ന് ലോകം പറയണമോ ? ഇതൊക്കെ കേട്ട്, വിഡ്ഢിച്ചിരി ചിരിച്ച് ഗ്രാമീണരെല്ലാം കുറെ പിറകോട്ട്മാറി. പെട്ടെന്ന്, ഇതൊന്നും ശ്രദ്ധിക്കാത്ത മറ്റൊരു ആൺകുട്ടി, തുറന്നുപിടിച്ച കുടയുമായി ഓടിവന്ന് ദേഷ്യം പിടിച്ചു നില്ക്കുന്ന ഗ്രാമത്തലവന്റെ രോമം നിറഞ്ഞ, വളഞ്ഞ കാലുകൾക്കടുത്ത് പെട്ടു. പരിണിതഫലം ദാരുണവും വിനാശകരവുമായിരുന്നു. കുട ചവിട്ടിയൊടിക്കപ്പെട്ടു.

ഇവിടെ ഒരുനിമിഷം നിർത്തി, കിത്സുഗ്രാമത്തിലെ ആ ഗ്രാമത്തവലനെ വാത്സല്യത്തോടെ ഒന്നോർത്തെടുക്കട്ടെ. അയാളുടേത് ഉരുണ്ട, ക്ഷൗരം ചെയ്ത തലയായിരുന്നു. പരുക്കനെങ്കിലും പ്രകാശിക്കുന്ന മുഖം. ഞണ്ടിന്റേതുപോലെ വളഞ്ഞുള്ള കാലുകൾ. നിശ്ചയദാർഢ്യം സ്ഫുരിക്കുന്ന ഒരു രാജാവിനു ചേർന്ന ഹൃദയം അയാൾ ഒരു ഏകാധിപതി ആയിരുന്നു. തീർച്ചയായും, അയാൾ ഗ്രാമീണരെ പൂർണ്ണമായി ഭരിച്ചു. എല്ലാ രാത്രികളിലും, അടുത്ത ദിവസം അവർ എന്തൊക്കെ ചെയ്യണമെന്നും എന്തു ചെയ്തുകൂടാ എന്നും പറഞ്ഞു കൊടുത്തു. ആ കുട്ടികളുടെ ആക്ഷേപാർഹമായ പെരുമാറ്റത്തിനുശേഷം, ഗ്രാമീണർ ഞങ്ങളെ നോക്കുന്നതും അവിടെ അലഞ്ഞു തിരിയുന്നതും നിരോധിക്കപ്പെട്ടു. അവരെല്ലാം അവരവരുടെ ജോലി ഞങ്ങൾ

അവിടെയില്ലാത്തുപോലെ ചെയ്യണം. ഒരു പ്രത്യേക ആനുകൂല്യമെന്ന നിലയിൽ വൈകുന്നേരം അഞ്ചിനും ആറിനുമിടയിൽ ഒരു മണിക്കൂർ അമ്പതടി മാറി നിന്ന്, നിശ്ശബ്ദരായി ഞങ്ങളെ നോക്കിനിൽക്കാം. ഞങ്ങളുടെ ചിത്രത്തോടുള്ള അദ്ദേഹത്തിന്റെ അഭിനിവേശം ഹൃദയ സ്പർശിയായിരുന്നു. കാരണം, ആ കഥ അദ്ദേഹത്തെക്കുറിച്ചുള്ളതാണെന്ന് അദ്ദേഹം വിശ്വസിച്ചു. തോരുവിന്റെതുപോലെ, അദ്ദേഹം ചെറിയ കുട്ടിയായിരുന്നപ്പോൾ, ഒരു വേലിയേറ്റത്തിൽ അദ്ദേഹത്തിന്റെ കുടുംബം മുഴുവൻ തുടച്ചെടുക്കപ്പെട്ടു.

നനഞ്ഞ കടൽഭിത്തിക്ക് പുറംതിരഞ്ഞ് നിന്ന്, മീൻ പിടുത്തക്കാർ വലയുമെടുത്ത് കടലിലേക്ക് ഓടി. അവ വഞ്ചിയിൽ വെച്ച്, തിരമാലകൾക്കും മഴക്കുമിടയിൽ വഞ്ചിയിൽ കയറുന്ന മനോഹരമായ ദൃശ്യം ക്യാമറക്കാരൻ പകർത്തുന്നത് ഞാൻ നോക്കി നിന്നു. ക്യാമറ പിന്നീട് വലിയ കടൽഭിത്തക്കുമേൽ ഉയർത്തി, പുറംകടലിലേക്ക് വഞ്ചികൾ ഓടിച്ചുപോകുന്ന രംഗംപകർത്തി. ഗ്രാമീണർ ക്യാമറക്കു പിറകെ ഓടിയപ്പോൾ, ഞാൻ ആ കൂട്ടത്തിൽ മുങ്ങിപ്പോയി. ഒടുവിൽ ഞാൻ കടൽഭിത്തിയിൽനിന്നും കടലിലേക്ക് തള്ളിയിടപ്പെട്ടു. സംവിധായകൻ പറഞ്ഞത് തികച്ചും ശരിയാണെന് എനിക്ക് പറയേണ്ടിവരും. ദൈവകോപത്തിൽനിന്നും രക്ഷപ്പെടാൻ ഞാൻ അടുത്ത വിമാനത്തിൽ തന്നെ കയറി നാട്ടിലേക്ക് പോകേണ്ടി വരുമായിരുന്നു. ഭാഗ്യവശാൽ, ആരോഗ്യവാനായ ഒരു ഗ്രാമീണൻ എന്നെ രക്ഷപ്പെടുത്തി. അയാൾ ശക്തിയായി എന്റെ മുഖത്ത് ഊതി- അയാൾക്ക്, കഷ്ടം, വായ്നാറ്റമുണ്ടായിരുന്നു, അതിരൂക്ഷമായത് - ഖേദിക്കുന്നു, കാരണം അയാൾ അത്രയും നല്ല മനുഷ്യനായിരുന്നു. ശക്തിയായി ശ്വസിച്ചുകൊണ്ട് അയാൾ എന്നോട് പറഞ്ഞു, എന്നെ ടോക്യോ ടെലിവിഷനിൽ കണ്ടിട്ടുണ്ടെന്ന്. എന്നെപ്പോലെയുള്ള ഇത്രയും വലിയൊരാളെ എന്തുകൊണ്ടാണ് ആരും ശ്രദ്ധിക്കാത്തതെന്നും അയാൾ കുട ചൂടിത്തരട്ടെയെന്നും ചോദിച്ചു. ചലച്ചിത്രനിർമ്മാണത്തിനിടയിൽ ആരും എന്നെ സംരക്ഷക്കാറില്ലെന്ന് പറഞ്ഞ്, ഞാനയാൾക്ക് നന്ദി പറഞ്ഞു. എനിക്ക് മഴത്തൊപ്പി ഉള്ളതിനാൽ കുട ആവശ്യമില്ലെന്നും പറഞ്ഞു. അങ്ങനെ അയാളിൽനിന്നും രക്ഷപ്പെട്ട്, ഞാൻ ഒരു കൽക്കെട്ടിൽ വന്നിരുന്നു. ജപ്പാനീസ് മത്സ്യബന്ധനബോട്ടുകൾ, കടൽ പരപ്പിൽ നിരന്നു നില്ക്കുന്ന സമാനതകളില്ലാത്ത മനോഹാരിത നുകർന്നു.

ഞാൻ പലതും പറയാതെ വിടുകയാണ്. ചിത്രീകരണത്തിനിടയിൽ നിർത്തി, അവരെ തിരിച്ചുവിളിച്ച് വീണ്ടും ചെയ്യിക്കുന്നതും ക്യാമറയിൽ

വിശാലദൃശ്യങ്ങൾ പകർത്താനാവാതെ, ക്യാമറക്കെന്തോ തകരാറുണ്ടെന്ന ക്യാമറക്കാരന്റെ ചിന്തയും, എന്തെങ്കിലും ശരിയല്ലെങ്കിൽ അത് ക്യാമറക്കാരനാണെന്ന് അമേരിക്കൻ സംവിധായകൻ അടക്കംപറയുന്നതും തുടങ്ങിയ ചെറിയകാര്യങ്ങൾ. മഴയത്ത് അവിടെയിരിക്കുമ്പോൾ ഒന്നുമാത്രമെനിക്കു പറയാൻകഴിയും. ഹോക്കുസായ് ഏറ്റവും ഇഷ്ടപ്പെട്ടിരുന്നത് ചരിഞ്ഞുപെയ്യുന്ന മഴയെ മനോഹരമായി ചിത്രീകരിക്കുന്നതാണ്. ചുറ്റും ഹരിതാഭമായ കുന്നിൻചരിവുകളും ഉയർന്നമലകൾ മേഘങ്ങളാൽ മൂടപ്പെട്ടും അറ്റമില്ലാത്ത കടലിനെ നോക്കി ഞാനിരിക്കുമ്പോൾ, ബോട്ടുകൾ തിരിച്ചുവരുന്നതും അവ കടൽഭിത്തിയുടെ അറ്റം ചുറ്റിവരുന്നതും ഞാൻ കണ്ടു. ഓ! എന്തൊരു ആകാരഭംഗിയും വേഗതയും ആകർഷകത്വവുമാണവയ്ക്ക്. മൂന്ന് പുരുഷന്മാർ വീതം ഓരോ വഞ്ചിയിലുമുണ്ട്; എല്ലാവരും തുഴയുന്നു. പടിഞ്ഞാറൻ വഞ്ചികളിലെ ശാന്തമല്ലാത്ത തുഴച്ചിൽ അല്ല. ഒരു മത്സ്യം നീന്തുന്നതുപോലെ, അവരുടെ തുഴകൾ ഒരിക്കലും വെള്ളത്തിനു മുകളിൽ പൊങ്ങിയില്ല. ഞാൻ തുഴകളുടെ താളംപഠിച്ചു. അവ താളാത്മകമായി. ഒരു തുഴയുടെ ഒരേ സമയം മറ്റുള്ളവയോടൊപ്പമല്ലാതെ, എന്നാൽ എല്ലാം ഒരുമിച്ചു ഒഴകുന്നതുപോലെ. ഞാൻ പെട്ടെന്ന് ആ താളം കണ്ടുപിടിച്ചു. അത് ഒരു മത്സ്യത്തിന്റെ ചിറക് പോലെയായിരുന്നു. ഒരു മത്സ്യം അതിന്റെ ചിറകിൽ നീന്തുന്നതുപോലെയാണ് വഞ്ചി കടലിലൂടെ നീങ്ങിയത്. എനിക്കതിയായ സന്തോഷം തോന്നി. എനിക്ക് ഇത്രയും കാലം വേണ്ടിവന്നു അതു മനസ്സിലാക്കാൻ! ഞാൻ, ഇത്തരം വഞ്ചികൾ ഒരു കുഞ്ഞായിരിക്കുമ്പോൾ മുതൽ ജപ്പാനിൽ വേനൽക്കാലം ചെലവഴിക്കുമ്പോൾ കാണുന്നതാണങ്കിലും.

നിരനിരയായി വഞ്ചികൾ കടലിൽ നീണ്ടു. അവ ഇടത്തോട്ടു തിരിഞ്ഞു, തീരം വളഞ്ഞ് ഒരു പാറക്കെട്ടിൽ എത്തി; കാണാതാവുന്നതുവരെ. ആ പാറക്കെട്ടിൽ ചക്രവാളത്തിലേക്ക് നോക്കിനില്ക്കുന്ന, അറിയാത്ത, ഏകനായ ഒരു മനുഷ്യന്റെ ചിത്രമുണ്ടായിരുന്നു. എന്തൊരു ഭംഗി! ഇന്നത്തേക്ക് ഇതുമതി. ഞാൻ ദൈവത്തോട് നന്ദി പറയുന്നു. ഇത്രയ്ക്കു നന്നായി, ജീവിതം മുഴുവൻ ഭംഗി ആസ്വദിക്കുവാൻ എനിക്കാവുമോ?

ആശ്വാസകരമായ ഒരു ശാന്തതയിൽ ഞാൻ തിരിച്ചുപോയി. കുളികഴിഞ്ഞ്, അത്താഴം കഴിച്ചു. അസ്പഷ്ടമായി തിളങ്ങുന്ന കുളിമുറി വലുതും രണ്ടു ചെറിയ ജനാലകളുള്ളതും പുറത്തെ തടാകത്തിനഭിമുഖമായി നില്ക്കുന്നു. ഞാൻ കുളിക്കുമ്പോൾ, നീന്തൽകാർ ഒച്ചവെക്കുന്ന

തും ചിരിക്കുന്നതും കേട്ടു. വെളുത്ത ടൈൽസിട്ട നിലവും ചുമരുകളും. കുളിത്തൊട്ടി നാലടി സമചതുരത്തിലും സിമന്റ് കട്ടകളാൽ നിർമിച്ചതുമാണ്. നല്ല ആഴമുണ്ട്. ഒരറ്റം ഉയർത്തി, ഒരു ഇരിപ്പിടം പോലെ വെച്ചിരിക്കുന്നു. തലഉയർത്തി അതിൽ വെച്ചാൽ വെള്ളം തലയിൽ തൊടില്ല. അതിൽ എപ്പോഴും ചൂടു ലവണ ജലം. തൊലിക്ക് ഏറ്റവും ആശ്വാസമേകുന്നത്. എന്തിനാണ് ഞാൻ കുളിത്തൊട്ടിയെപ്പറ്റി പറയുന്നത്? എനിക്ക് ഒരു ഒരുക്കവും ഇല്ലാതെ അതിൽ ഇറങ്ങാൻ പറ്റും. ആദ്യം ഒരു മരത്തൊട്ടിയിൽ വെള്ളം നിറച്ച്, മുളയുടെ ഒരു പീഠത്തിൽ ഇരുന്ന്, ടൈലിട്ട നിലത്ത് ചെറിയ തൊട്ടിയിലെ വെള്ളം, സോപ്പു തേച്ച ശേഷം മേലൊഴിക്കും. എന്നിട്ടേ വലിയ തൊട്ടിയിൽ ഇറങ്ങൂ. അതിൽനിന്നിറങ്ങുമ്പോൾ എല്ലാ ക്ഷീണവും, വേദനകളും മാറും. എനിക്കാശ്വാസമാകും, ഞാൻ പുതിയ ഒരാളാവും.

*** *** ***

അന്നു വൈകുന്നേരം, ഒരു തണുപ്പു തരുന്ന യുകാത ധരിച്ച് ഞാൻ ജനാലക്കരികിൽ ഇരിക്കയായിരുന്നു. പുറത്തെ കുളത്തിൽ ആളുകൾ മുങ്ങുന്നതും ഒച്ചവയ്ക്കുന്നതും ചിരിക്കുന്നതും ഞാൻകേട്ടു. അന്നത്തെ ദിവസം ഞാൻ മനോഹാരിതയിൽ കുതിർന്നതായിരുന്നു. പക്ഷെ, ഇപ്പോൾ എനിക്കത് അസഹനീയമായിത്തോന്നുന്നു. കാരണം, അതെക്കുറിച്ച് അദ്ദേഹത്തോട് പറയുവാൻ എനിക്കാവുന്നില്ല. ഒരുപക്ഷെ അദ്ദേഹത്തിനതറിയാമായിരിക്കാം. അദ്ദേഹത്തിന്റെ അറിവ് എന്നോട് പറയാൻ ആവുന്നില്ലെങ്കിൽ എനിക്കെങ്ങിനെ സമാധാനമുണ്ടാകും? വളരെ നന്നായിരിക്കുന്നു എന്ന് ഞാൻ ചിന്തിച്ചുവെങ്കിലും പെട്ടെന്ന് ഞാനറിഞ്ഞു; അല്ലെന്ന്.

'അതൊരിക്കലും നന്നായി വരില്ല,' ഭർത്താവ് നഷ്ടപ്പെട്ട ഒരു സുഹൃത്ത് എനിക്ക് മുന്നറിയിപ്പ് നല്കി. 'അതു മോശമായിക്കൊണ്ടിരിക്കും.'

എന്താണ് മോശം അർത്ഥമാക്കുന്നത്? അതെങ്ങനെയാണ്, ഇതിനേക്കാൾ മോശമാവുക? എനിക്കു മനോഹാരിതയെക്കുറിച്ചുള്ള എല്ലാ ഓർമ്മകളേയും പെട്ടെന്ന് മായ്ച്ചുകളയണമെന്ന് തോന്നി; മനോഹാരിതയെക്കൂടാതെ ജീവിക്കാൻ വയ്യാത്ത ഒരാളായിരുന്നിട്ടുകൂടി. ഞാൻ എന്നെ ഒരിക്കലും കരയാൻ അനുവദിച്ചില്ല. ഞാൻ നന്നായിരിക്കുന്നു എന്നുതന്നെ ചിന്തിച്ചു. അകലെയിരുന്ന് അദ്ദേഹം ഇതു കാണുന്നുണ്ടെങ്കിൽ, അദ്ദേഹം എന്നെക്കുറിച്ചഭിമാനിക്കുമെന്ന് എനിക്കു തോന്നി. ഇപ്പോൾ എനിക്ക് വീണ്ടും സഹായം അത്യാവശ്യമായി. അതെവിടെ

കിട്ടും ? മനോഹാരിത, എന്നെ ഇല്ലാതാക്കിയിരിക്കുന്നു. എന്നെ അത് ദുർബലവും തീവ്രാഭിലാഷിയുമാക്കിയിരിക്കുന്നു. അപരിചിതർക്കിടയിലാണ് എന്റെ അഭയം. ഞാൻ യുകാത മാറ്റി എന്റെ സാധാരണവേഷം ധരിച്ചു. തനിയെ അലഞ്ഞുതിരിയാൻ തെരുവിലേക്ക് പോയി.

ഹോട്ടലിന്റെ പിൻഭാഗത്ത്, ഏറെ അകലെയല്ലാതെ, ഇടുങ്ങിയ കല്ലു പാകിയ പാതയിലൂടെ താഴോട്ടുപോയാൽ ഒരു ചലച്ചിത്രശാലയുണ്ട്. വളരെ വലുതും ഇരിപ്പിടങ്ങൾ സൗകര്യപ്രദവും വിശാലമായ രംഗവേദിയുമുള്ള പട്ടണത്തിലെ ഏറ്റവും നല്ല ഒരേയൊരു ശാല. ഒരുപചാരം എന്ന നിലയിൽ, അതിന്റെ ഉടമസ്ഥൻ, ഞങ്ങൾ ഒബാമയിലുള്ള കാലമത്രയും പണം കൊടുക്കാതെ അകത്ത് പ്രവേശിക്കാമെന്ന് ഉറപ്പുതന്നിരുന്നു. ദിവസങ്ങൾ കഴിഞ്ഞപ്പോൾ, രാത്രിയുടെ തണുപ്പിൽ, തെരുവിലൂടെ അങ്ങോട്ടുമിങ്ങോട്ടും നടന്ന്, ചുവന്ന വാർണിഷ് അടിച്ച തൂണിനരികിലുള്ള ഇരിപ്പിടത്തിൽ ഇരിക്കുന്നത് ശീലമാക്കിയിരുന്നു. എന്റെ ചുറ്റിലും ജപ്പാനിലെ ജനക്കൂട്ടമായിരുന്നു. അവരിലധികവും പുരുഷന്മാരും. ഒബാമയിൽ ബാറുകൾ ഒന്നും ഇല്ലാതിരുന്നതിനാലാവണം, കരയുന്ന കുഞ്ഞുങ്ങളിൽനിന്നും, അധികഭാരം ചുമക്കുന്ന ഭാര്യമാരിൽനിന്നും ഉള്ള ഏക ആശ്വാസം തേടിയായിരിക്കാം അവർ ഇവിടെ വന്നിരുന്നത്. ഒബാമയിൽ മൂന്ന് ജെയ്ഷകളുണ്ടായിരുന്നു. അവരിപ്പോൾ അവരുടെ യഥാർത്ഥ കച്ചവടം നിർത്തി, സമൂഹത്തിലെ ബഹുമാന്യരായി, മാറിയിരിക്കുന്നു. അവരെ ഇപ്പോൾ ഈ തളർന്ന കച്ചവടക്കാരുടെ ആശ്വസകേന്ദ്രമായി കണക്കാക്കാൻ പറ്റില്ല.

ചലച്ചിത്രങ്ങൾ സത്യസന്ധമായിരുന്നു. സൗമ്യവും തികച്ചും കലാമേൻമയുമുള്ളവ മാത്രമെ വിദേശരാജ്യങ്ങളിലെ ഉപയോഗത്തിന് അയച്ചിരുന്നുള്ളൂ എന്ന് തോന്നുന്നു. യാഥാർത്ഥ്യങ്ങളായവ ഇവിടെ തന്നെ, പ്രത്യേകിച്ച് ഉൾനാടുകളിലും; അതിലൊന്നാണ് ഒബാമ. തിരശ്ശീലയിൽ കാണുന്ന വികാരങ്ങൾ അക്രമാസക്തവും പ്രാകൃതവും ആവർത്തന വിരസവും എന്നെ സംബന്ധിച്ചിടത്തോളം അത്ഭുതാവഹവുമായിരുന്നു. എല്ലാം നിറം പിടിപ്പിച്ചവയായിരുന്നു - അക്ഷരാർത്ഥത്തിലും പ്രതീകാത്മകമായും ചുവപ്പ്, രക്തത്തിന്റെയും പച്ച, വിഷത്തിന്റെയും നീല, നരകതുല്യമായതിനെയും. അഭിനയവും അങ്ങേയറ്റം പാരമ്യതയിലായിരുന്നു. ഒരു ചിത്രത്തിൽ ഒരു ബലാൽസംഗം മതിയായിരുന്നില്ല. ഒരു പെൺകുട്ടിയെ, ഒരാൾ രണ്ടോ മൂന്നോ തവണ അല്ലെങ്കിൽ കുറെയാളുകൾ ചേർന്ന് ബലാൽക്കാരത്തിനിരയാക്കുന്നത്, വൈകുന്നേരങ്ങളിൽ ഞാൻ കണ്ടിരുന്നു. വന്യമായ പടിഞ്ഞാറൻ വെടിവെപ്പുകൾ പകർത്തി

യത്, ഇവിടെ കൂടുതൽ വന്യമായി. എല്ലാവരും എല്ലാവരേയും വെടിവെയ്ക്കുന്നു അവസാനം ഒരാൾ ബാക്കിയാവുന്നു. അയാൾ അവസാനം സ്വയം വെടിവയ്ക്കുന്നു. ഒരു വൈകുന്നേരത്തെ നേരമ്പോക്ക്. എല്ലാ സ്ത്രീകളും ബലാത്സംഗം ചെയ്യപ്പെടുന്നതും എല്ലാ പുരുഷന്മാരും വെടിയേറ്റു മരിക്കുന്നതും ആയി കാണുന്നു. കാണികൾ, ഒരു ദീർഘനിശ്വാസത്തോടെ, ഒരു സ്വപ്നത്തിലെന്നപോലെ എഴുന്നേറ്റ് കുഞ്ഞുങ്ങളുടെയും, ഭാര്യമാരുടെയും അടുത്തേക്ക് പോകുന്നു. ഇതേ ആളുകൾ ഒരപരിചിതനോട് വളരെ മൃദുവായി , സവിനയം പെരുമാറുന്നു. പരസ്പരം നല്ല മര്യാദയിൽ തമ്മിൽതമ്മിലും പെരുമാറുന്നു. ജപ്പാനീസ് പ്രകൃതം ഒരിക്കലും അത്രമാത്രം സങ്കീർണ്ണമല്ല, വെറും പരസ്പരവിരുദ്ധവുമല്ല.

പരുക്കൻ വികാരങ്ങളെക്കുറിച്ച് ചിന്തിച്ചപ്പോൾ, ഞാൻ മറ്റാരുമായി പങ്കുവെക്കാതെ നോക്കിക്കണ്ട ഏറ്റവും മുന്നിട്ടു നിന്ന ആസക്തി, അസൂയ ആയിരുന്നു. അതിൽനിന്നും ബലാൽസംഗവും കൊലപാതകവും ഒഴിച്ചുകൂടാനാവാത്ത ഫലംആയി വരുന്നു. ഇതു കാണുമ്പോൾ എനിക്കു ചിരിവരും, എന്റെസ്വന്തം കുടുംബത്തിലുണ്ടായ ഒരു സംഭവം ഞാനോർക്കുന്നു. അതറിയപ്പെട്ടത് 'അഫയർ ഓഫ് ദി വുഡൻ പ്ലേറ്റ്' എന്നാണ്. ഒരു വർഷം ഞങ്ങൾ സ്കാൻഡിനേവിയയിൽ പോയി. ഞാനും അദ്ദേഹവും ഒരു വിനോദ-വ്യവസായ യാത്ര എന്നു പറയാം. കോപ്പൻഹേഗനിൽ ഞങ്ങളുടെ ഒരു സുഹൃത്തിനെ കാണാൻ ഇറങ്ങി. ആദ്യത്തെ രാത്രിയിൽ അത്താഴ സമയത്ത് അവിടെ കണ്ട മരത്തിന്റെ തളികകൾ എനിക്കിഷ്ടപ്പെട്ടു. ഞങ്ങളുടെ പെൻസിൽവാനിയയിലെ വീട്ടിലേക്ക് ഒരു ഡസൻ വാങ്ങുവാൻ താല്പര്യം പ്രകടിപ്പിച്ചു. അടുത്ത രാവിലെ കാലത്തു തന്നെ ഞാനത് ചെയ്തു. വാങ്ങിച്ച്, നേരിട്ടയച്ചു. ഞങ്ങൾ തിരിച്ചെത്തിയപ്പോൾ പന്ത്രണ്ട് പ്ലേറ്റുകളും അവിടെയുണ്ടായിരുന്നു. ആരും തുറക്കാതെ, ഞങ്ങളെയും കാത്ത്. അത് ഞങ്ങൾ ഉദ്ദേശിച്ചതിനെക്കാളും ഭംഗിയുള്ളവയായിരുന്നു. അന്നു കാലത്ത് പ്രഭാതഭക്ഷണം അവയിൽ കഴിച്ചു. കുട്ടികൾ കാലത്തെഴുന്നേറ്റ് അവരുടെ ആയയോടൊപ്പം പ്രഭാതഭക്ഷണം കഴിച്ചിരുന്നു. ഞങ്ങൾ രാത്രി വൈകിയാണെത്തിയിരുന്നത്. ഞാനും അദ്ദേഹവും മാത്രമ ഉണ്ടായിരുന്നുള്ളൂ.

ആ പ്രഭാതഭക്ഷണത്തിനു ശേഷം വർഷങ്ങൾക്കുശേഷവും ഞങ്ങളുടെ കുട്ടികൾ, വീട്ടുജോലിക്കാരൻ, മറ്റു പണിക്കാർ, എല്ലാവരും സ്ഥിരമായി എന്നോട് ചോദിക്കുമായിരുന്നു, എന്തേ, പതിനൊന്ന് തളികകൾ മാത്രം എന്ന്? അപ്പോഴെല്ലാം ഞാൻ വ്യക്തമായ ഉത്തരം പറഞ്ഞില്ല. പതിനൊന്നു തളികകൾ? അവർക്കുറപ്പാണോ പതിനൊന്നേ ഉണ്ടായിരു

ന്നുള്ളൂവെന്ന്? എനിക്കവ എണ്ണിനോക്കണം എന്നൊക്കെ.

ശരിക്കും പതിനൊന്നു മരത്തളികകൾ മാത്രമേ ഉണ്ടായിരുന്നുള്ളൂ എന്നതായിരുന്നു സത്യം; അതെനിക്കറിയാമായിരുന്നു. അന്നു കാലത്ത് ഞാനും അദ്ദേഹവും പ്രഭാതഭക്ഷണം കഴിക്കാൻ തുടങ്ങുമ്പോൾ പന്ത്രണ്ടും, കഴിച്ചു കഴിഞ്ഞപ്പോൾ പതിനൊന്നും. അതെങ്ങിനെയാണ് സംഭവിച്ചത്: ഒരാളുടെ പ്രിയപ്പെട്ട ആളിൽ ഉള്ള ഒരു തെറ്റ് യഥാർത്ഥ സ്നേഹത്തിന് ഒരു തടസ്സമല്ല, ദൈവത്തിന്റെ കൃപകൊണ്ട്, എന്നു ഞാൻ ആദ്യമെ പറയട്ടെ. അതുകൊണ്ട് ഇതു ഞാൻ സമ്മതിക്കട്ടെ, ഇതദ്ദേഹത്തിന്റെ മാത്രം തെറ്റാണ് – ഇല്ലെങ്കിൽ അദ്ദേഹത്തിന്റെ ഒരേയൊരു തെറ്റ്. ഇതൊഴികെ, ഞാൻ മുമ്പ് പറഞ്ഞിരുന്നുവല്ലോ, അദ്ദേഹത്തിന് തള്ളവിരലിൽ കറുപ്പും നീലയും വരുത്താതെ ഒരാണി അടിച്ചുകയറ്റാൻ പറ്റില്ലെന്ന്. അതിനാൽ വിവേകപൂർവ്വം അദ്ദേഹം ചുറ്റിക മുഴുവനായും ഉപേക്ഷിച്ച് എന്റെ നിർദ്ദേശങ്ങൾ പാലിച്ചിരുന്നു എന്ന കാര്യം. ഈ ഒരേയൊരു തെറ്റ്, അസൂയ മൂലമായിരുന്നു ! ആദ്യം അതെന്നെ ചിരിപ്പിച്ചു, കാരണം എനിക്ക് അസൂയ എന്താണെന്ന് അറിയുമായിരുന്നില്ല. ഉദാഹരണത്തിന്, അദ്ദഹം മറ്റൊരാളുമായി, ഞാനല്ലാതെ, പ്രണയത്തിലായി എന്നിരിക്കട്ടെ, അല്ലെങ്കിൽ താത്കാലികമായി ആകർഷിക്കപ്പെട്ടു എന്നിരിക്കട്ടെ;എനിക്ക് അസൂയ ആണെന്ന് സങ്കല്പിക്കാൻ പോലും പറ്റില്ല. ഏറ്റവും പ്രിയപ്പെട്ട ആൾക്ക് കൈവശമിരിക്കുന്നതിനേക്കാൾ അല്പം കൂടി മെച്ചപ്പെട്ട ഒന്ന് കിട്ടിക്കഴിയുമ്പോൾ, എങ്ങനെയാണൊരാൾക്ക്, അദ്ദേഹത്തിന്റെ ആ സന്തോഷം നിഷേധിക്കാൻ മനസ്സുണ്ടാവുമോ ? താൽക്കാലിക ആകർഷണത്തിന് – ഒരാൾക്ക് അത് നടന്നുകൊണ്ടിരിക്കുമ്പോൾ മറ്റെന്തിനെപ്പറ്റിയെങ്കിലും ചിന്തിക്കാം അതിനുപറ്റിയ ആസ്വദിക്കാവുന്ന ധാരാളം യത്നങ്ങൾ ഉണ്ട്. അവയ്ക്ക് ജീവിതം ചെറിയ സമയമേ അനുവദിക്കുന്നുള്ളൂ. സംഗീതത്തിന് ഒരുദിവസത്തിന്റെ ഇരുപത്തിനാലു മണിക്കൂറും നിറയ്ക്കാൻ പറ്റും. കൊത്തുപണിയും പൂന്തോട്ട നിർമാണവും അങ്ങിനെ തന്നെ. റോഡുകളും, കാമെലിയാസും പ്രത്യേകിച്ച്. അതുപോലെയാണ് വായനയും എഴുത്തും വീടു വെടിപ്പാക്കിവെക്കലും കാട്ടിലൂടെയുള്ള നടത്തവും വാഹനമോടിക്കലും പറക്കലും നീന്തലും കപ്പലിൽ യാത്ര ചെയ്യുകയും എല്ലാത്തിലുമുപരി താല്പര്യമുള്ള ആളുകളുമായി സംഭാഷണത്തിലേർപ്പെടുകയും ചെയ്യുന്നത്.

കഷ്ടം! അവസാനം പറഞ്ഞ തൊഴിലാണ് കുഴപ്പങ്ങൾ മുഴുവൻ ഉണ്ടാക്കിയത്. എനിക്ക് ഇഷ്ടമുള്ള ആളുകളെ തടയാനാവില്ല, ചിലർ പുരുഷന്മാരാണെങ്കിലും. ആണായാലും പെണ്ണായാലും അതെന്റെ പ്രശ്ന

മേയല്ല. ഒരു നല്ലമനസ്സ് എപ്പോഴും മോഹിപ്പിക്കുന്നതായിരിക്കും. അതുൾക്കൊള്ളുന്ന തലച്ചോറിന്റെ പെട്ടി ആണിന്റേതായാലും പെണ്ണിന്റേതായാലും. അദ്ദേഹത്തിനങ്ങിനെയല്ല. അദ്ദേഹം പുരുഷന്മാരിൽ വെച്ച് ഏറ്റവും ശാന്തനും അക്ഷോഭ്യനും വിവേകിയും എല്ലാമാണെങ്കിലും എന്നെ ആകർഷിക്കുന്ന തലച്ചോറ്, പുരുഷന്റേതാണെങ്കിൽ അദ്ദേഹം അസംബന്ധമെന്ന രീതീയിൽ അസൂയാലുവാകും. ഞാൻ അസംബന്ധം എന്ന വാക്കുപയോഗിക്കാൻ കാരണം, അതങ്ങനെ ആയാണ് എനിക്കാദ്യം കാണപ്പെട്ടത്. സ്ത്രീകളാണെങ്കിലും സംഭാഷണം ചുരുക്കുന്ന പതിവെനിക്കില്ല. അതുകൊണ്ടാണങ്ങിനെ പറഞ്ഞത്. നടന്ന മുഴുവൻ കാര്യങ്ങളെക്കുറിച്ചും ഞാൻ ഒരു തമാശ പറഞ്ഞു. പക്ഷെ അദ്ദേഹം ചിരിച്ചില്ല. ഇത് എന്നെ അത്ഭുതപ്പെടുത്തുകയും പിന്നീട് അലോസരപ്പെടുത്തുകയും ചെയ്തു. പക്ഷെ എന്റെ അലോസരം എന്നാലാവും വിധം ഭംഗിയിൽ ഞാൻ മറച്ചുവെച്ചു.

ഞങ്ങളുടെ യൂറോപ്യൻ യാത്രയിൽ, അദ്ദേഹം സാധാരണയിലും നന്നായിരുന്നു. വരുംവരായ്കകൾ ഒന്നും ചിന്തിക്കാതെ ഞാൻ ഇഷ്ടപ്പെട്ട പല ആളുകളുമായി സംസാരിച്ചിരുന്നു. അന്ന് രാവിലെ, വീട്ടിൽവച്ച്, ഭക്ഷണം കഴിച്ചുകൊണ്ടിരിക്കെ ഞങ്ങൾ കഴിഞ്ഞ ചില കാര്യങ്ങൾ പറഞ്ഞ് ചിരിച്ചു; സാധാരണ പോലെ ആസ്വദിച്ചു. അതു വളരെ മനോഹരമായ ഒരു പ്രഭാതമായിരുന്നു. ഞങ്ങളുടെ പ്രഭാതഭക്ഷണ മേശമേൽ സൂര്യരശ്മികൾ പതിച്ചിരുന്നു. പൂപ്പാലികയിലെ റോസുകൾ നല്ല പരിമളം പടർത്തി. ഞങ്ങളുടെ വീട്ടിലെ തന്നെ മുട്ടയും പന്നിയിറച്ചിയും ഉണ്ടായിരുന്നു. ഞങ്ങളുടെ നീലനിറമുള്ള ചൈനീസ് തളികമേൽ മുട്ടയുടെയും പന്നിയിറച്ചിയുടെയും പ്രതീതിയെ ഞാൻ പുകഴ്ത്തി. അവയ്ക്കടിയിൽ വച്ചിരുന്ന കോപ്പൻഹേഗനിൽ നിന്നും വാങ്ങിയ മരത്തിന്റെ തളികകൾ നോക്കിക്കൊണ്ട്, ആ പ്രിയപ്പെട്ട, അറിയാവുന്ന മനുഷ്യൻ മേശപ്പുറമിരുന്ന് എന്നെനോക്കി ചിരിനിർത്തി. ഞാനത്ഭുതത്തോടെ അദ്ദേഹത്തെ നോക്കി. അദ്ദേഹത്തിന്റെ സുന്ദരമായ നീലക്കണ്ണുകൾ പച്ച നിറമായി മാറുന്നത് ഞാൻ കണ്ടു.

'എന്തുപറ്റി?' ഞാൻ അമ്പരന്നു.

'ഈ തളികകൾ', അദ്ദേഹം പറഞ്ഞു 'അവ എന്നെ കോപ്പർഹേഗനിലെ ആ ദിവസം ഓർമിപ്പിക്കുന്നു.

'അതിനെന്താ –' ഞാൻ തുടങ്ങിയെങ്കിലും അദ്ദേഹം തടഞ്ഞു.

അദ്ദേഹത്തിന്റെ വാക്കുകൾ തണുത്തുറഞ്ഞതായിരുന്നു. 'നീ അയാളോട് സംസാരിച്ച വിധം..., നീ (അയാളോട്) പുഞ്ചിരിച്ചത്...'

ഇപ്പോൾ ഞാനദ്ദേഹത്തെ തടഞ്ഞു. പക്ഷെ വാക്കുകൾ കൊണ്ടല്ല. സംസാരിക്കാൻ കഴിയുന്നതിനേക്കാൾ രോഷാകുലയായിരുന്നു ഞാൻ. ഞാൻ ശരിക്കും ദേഷ്യം പിടിക്കുന്ന ഒരു സ്ത്രീ ആയിരുന്നില്ല. കലഹ പ്രിയയോ, വിവാദസ്വഭാവമുള്ളവളോ ആയിരുന്നില്ല. പത്രക്കാർ എന്നെ വിളിച്ചിരുന്നത് തന്നെ'മൃദുഭാഷിയായ' എന്നാണ്. അവർ ശരിയുമായി രുന്നു. ഞാൻ മൃദുഭാഷിണിയും സൗമ്യയുമായിരുന്നു. എന്നാൽ ഉറപ്പുള്ള സ്വഭാവവും എന്നെ കൺഫ്യൂഷ്യസിന്റെ പാതയിൽ പരിശീലിപ്പിച്ചിട്ടു ണ്ട്, ഉന്നതനായ ഒരു മനുഷ്യൻ ഒരിക്കലും ദേഷ്യത്തിൽ സംസാരിക്കു കയോ പെരുമാറുകയോ ചെയ്യതുതെന്ന്. എന്തായാലും അന്നു കാല ത്ത്, ആ നിമിഷത്തിൽ, ഞാൻ കൺഫ്യൂഷിയസിനെപ്പറ്റിയും ഉന്നതരായ മനുഷ്യരെപ്പറ്റിയും മറന്നുപോയിരുന്നു. ഞാൻ ദേഷ്യപ്പെട്ട് സംസാരിച്ച തേയില്ല. കാരണം, ഞാൻ സംസാരിക്കാൻ പറ്റാത്ത വിധം ദേഷ്യത്തി ലായിരുന്നു. എനിക്ക് ദേഷ്യംകൊണ്ട് കണ്ണു കാണാതെയും ചെവി കേൾക്കാതെയുമായി. ശരിക്കും, ആ സമയത്തെ വികാരത്തിൽ മരത്ത ളികയും നീല ചൈനീസ് തളികയും മുട്ടയും പന്നിയിറച്ചിയും എല്ലാംനില ത്തിട്ടുടച്ചു. ഞങ്ങളുടെ തീൻമുറി, ചുടുകട്ടകൾ കൊണ്ടുള്ളതു കൊണ്ടാ കയാൽ നാശം പൂർണ്ണമായിരുന്നു. ഞാൻ വീട്ടിൽ നിന്നും പുറത്തിറ ങ്ങി, പുൽമേട്ടിലൂടെ കടന്ന് കാട്ടിലേക്ക് നടന്നു. അവിടെ ഒരു മരക്കുറ്റി യുടെ മേൽ, അരുവിയുടെ കരയിൽ മൂന്ന് മണിക്കൂറോളം ഇരുന്നു. എന്റെ ജീവിതത്തെക്കുറിച്ച് മുഴുവനായും ചിന്തിച്ചു. എന്റെ കല്യാണത്തെക്കു റിച്ച് പരിശോധിച്ചു. പ്രണയിക്കുന്നതിന്റെ മേൻമയും കുറവുകളും തൂക്കിനോക്കി. അപ്പോഴേക്കും എല്ലാ ദേഷ്യവും മാറിയിരുന്നു. എനിക്ക് ചിരിക്കാനാകും. ജീവിതം തുടരുവാനും കഴിയും; ഞാൻ തിരിച്ചു വീട്ടി ലേക്ക് വന്നു. നടന്നതിന്റെ ക്ഷീണമെല്ലാം തീർത്തു. കാലത്ത്, ഭക്ഷണം കഴിക്കാതിരുന്നതിനാൽ നല്ല വിശപ്പുണ്ടായിരുന്നു. അദ്ദേഹം മേശക്കരി കിൽ വിഷമിച്ചിരുന്ന്, ജോലി ചെയ്യാൻ ശ്രമിക്കുന്നത് കണ്ടു. എനിക്ക് നന്നായി മനസ്സിലായി. അദ്ദേഹം എന്നെത്തേടി കാണാതെ തളർന്നിരി ക്കുകയാണെന്ന്. ഞങ്ങളിരുവരും പറന്ന് കരങ്ങളിലമർന്നു, അദ്ദേഹം വിക്കിവിക്കി, ക്ഷമിക്കുന്നതിനെക്കുറിച്ച് പറഞ്ഞു. പക്ഷെ, എനിക്ക തൊന്നും വേണ്ടായിരുന്നു. എല്ലാം തണുത്തപ്പോൾ, വിനയം അദ്ദേഹ ത്തിന്റെ സ്വഭാവത്തിന്റെ ഭാഗമല്ലാതിരുന്നിട്ടും എന്നോട് താഴ്മയായി പറ ഞ്ഞപ്പോൾ എന്റെ ഹൃദയം പകുതി തകർന്നു.

'ഞാൻ എഴുതട്ടെ-'

'ആ പേരു പറയരുത്,' ഞാൻ അനുകമ്പയോടെ പറഞ്ഞു.

'ഒരു മരത്തിന്റെ മറ്റൊരു തളിക കൂടി ആവശ്യപ്പെടട്ടെ?'അദ്ദേഹം വിനയത്തോടെ തന്നെ ചോദിച്ചു.

'വേണ്ട', ഞാൻ പറഞ്ഞു. 'ഇനിയെന്നും പതിനൊന്ന് മരത്തളികകൾ മതി. കാരണം, നിങ്ങളിനിയും ഒരിക്കലെങ്കിലും മറന്നേക്കു; ഞാൻ പ്ലേറ്റുകൾ ഓരോന്നും എണ്ണുമെന്ന്. നിങ്ങൾ കേൾക്കുന്ന വിധത്തിൽ- ഒന്ന്, രണ്ട്, മൂന്ന്, നാല്, അഞ്ച്, ആറ്, ഏഴ്, എട്ട്, ഒമ്പത്, പത്ത് - പതിനൊന്ന്'

ഈ കഥയുടെ അവസാനം എന്ന് പറയുന്നത്, അതിനു ശേഷം ഞങ്ങൾ സുഖമായി ജീവിച്ചു; ഒരിക്കൽപോലും എനിക്ക് തളികകൾ എണ്ണേണ്ടി വന്നിട്ടില്ല. ഞാൻ എനിക്കിഷ്ടമുള്ളവരോട് ലോകത്തെവിടെയുമുള്ളവരോട് എന്റെ സംഭാഷണം തുടർന്നു.

*** *** ***

ഞങ്ങൾ, ചിത്രീകരണം ഹർമ്യത്തിലേക്ക്, അതായത്, പ്രായമായ മാന്യന്റെ വീട്ടിലേക്ക് മാറ്റിയ അന്ന്, ഏറ്റവും അനുയോജ്യമായ ദിവസമായിരുന്നു. പാതിരാത്രി കഴിഞ്ഞ് ഞാനൊന്നുണർന്നപ്പോൾ നല്ല കാറ്റ്. കരയിലെ കാറ്റിന്റെ കൊടുംചൂട് കടലിൽ നിന്നും വീശിയ പടിഞ്ഞാറൻകാറ്റ് പെട്ടെന്ന് മാറ്റി. ഈ കാറ്റ് തികച്ചും പുതിയതും ശുദ്ധവുമായിരുന്നു. കാലത്ത് ഉറപ്പായും നല്ല സൂര്യവെളിച്ചം കിട്ടും. അത്തരം ഒരു പ്രഭാതത്തിലേക്ക് ഞങ്ങൾ ഉണർന്നു. മലകളിൽ മഞ്ഞുണ്ടായിരുന്നില്ല. സൂര്യൻ തിളങ്ങുന്നുണ്ടായിരുന്നു. ഒരുപുതിയ ലോകം. കൃത്യസമയത്തുതന്നെ ഞങ്ങൾ കാറുകളിൽ കയറി, കിഴുക്കാംതൂക്കായ മലഞ്ചെരിവിലൂടെ പ്രായമായ മാന്യന്റെ വീട്ടിലേക്ക് പോയി. വളരെ താഴെയായി, ഒരു വളവുതിരിഞ്ഞപ്പോൾ, മീൻവഞ്ചികൾ വലകൾ വലിച്ചു കയറ്റുന്നതു കാണാമായിരുന്നു. വെളുത്ത കുത്തുകളുടെ ഒരു വലയം അടുത്തടുത്ത് വന്നുകൊണ്ടിരുന്നു. വലിയ വളഞ്ഞ രേഖയെന്ന് ഞാൻ പറഞ്ഞത്, മലഞ്ചെരുവിൽ റോഡുകൾ തൂങ്ങി നിൽക്കുന്നതുപോലെയായതിനാലാണ്. അതിന്റെ അറ്റത്ത് ഒരു ദേവാലയം. അതിന് മുകളിൽ കല്ലിൽ കൊത്തിയ ദൈവവും. ചിലർക്ക്, സുരക്ഷയ്ക്കായി പ്രാർത്ഥിക്കാനും അശ്രദ്ധമായി വണ്ടി ഓടിക്കുന്നവർക്ക് ഒരു മുന്നറിയിപ്പുമെന്ന പോലെ. ഞാൻ, എല്ലാ പ്രഭാതങ്ങളിലും അദ്ദേഹത്തെ കടന്നുപോയി. ഇരുട്ടില്ലെങ്കിൽ, എല്ലാ വൈകുന്നേരങ്ങളിലും.

പ്രായമായ മാന്യന്റെ വീട് ഇസ്സഹയ പട്ടണത്തിനടുത്താണ്. നല്ലതിരക്കുള്ള, എല്ലാ ജപ്പാനീസ് നഗരങ്ങളെയും പോലെ നല്ല വെടിപ്പുള്ളതും അവിടെ, നല്ല മോടിയുള്ള ചെറിയ വില്പനശാലകളുണ്ടായിരുന്നു. കുറച്ചധികം മൺപാത്രക്കടകളുടെ പ്രസിദ്ധമായ 'അരിറ്റ' വില്പനച്ചരക്കു

കൾ ഇതിനടുത്താണ് നിർമ്മിക്കുന്നത്. പട്ടണമോ കടകളോ ആ നിമിഷത്തിൽ ഞങ്ങൾ ശ്രദ്ധിച്ചതേയില്ല. തൊട്ടു മുന്നിലായി അതാ വീടു നിൽക്കുന്നു. ഓടിട്ട മേൽക്കൂരമേലുള്ള മഞ്ഞുതുള്ളികൾ, സൂര്യപ്രകാശത്തിൽ തിളങ്ങി നില്ക്കുന്നു. അതു പ്രൗഢിയോടുകൂടിയ വളരെ വലിയ ഒരു വീടാണ്. ചുറ്റും മതിലും, ഗംഭീരമായ ഒരു പ്രവേശനകവാടവും. ഇരുമ്പ് കൊളുത്തുകളും വിജാഗിരികളും ഘടിപ്പിച്ച വലിയ രണ്ടു മരവാതിലുകൾ. അതിന്റെ വലതു വശത്ത്, ഒരാൾക്കു മാത്രം കടന്നുപോകാൻ കഴിയുന്നവിധത്തിലുള്ള ചെറിയ വാതിലും.

ഞങ്ങളുടെ സഹായികൾ നേരത്തെ എത്തിയതിനാൽ, വാതിലുകൾ തുറന്നിട്ടിരിക്കുന്നു. ഞങ്ങൾ കടന്നു ചെല്ലുമ്പോൾ, പടിഞ്ഞാറൻ വീട്ടുപകരണങ്ങളെല്ലാം മാറ്റിയിട്ടിരിക്കുന്നതായി കണ്ടു. ചിത്രത്തിനായി, പഴയ, മനോഹരമായ ജപ്പാനീസ് സാധനങ്ങൾ ഒരുക്കിയിരിക്കുന്നു. വീട്ടുടമസ്ഥൻ ഇന്നു വീട്ടിൽ തന്നെയുണ്ട്. കറുത്ത കിമോണ ധരിച്ച് ദൃഢഗാത്രനായ ഒരു മനുഷ്യൻ. കൂടെയുണ്ടായിരുന്ന ഭാര്യയും അയാളും ഞങ്ങളെ വിനയത്തോടെ ഊഷ്മളമായി സ്വാഗതം ചെയ്തു. രണ്ടു പെൺമക്കളും ഞങ്ങളെ ഉപചരിച്ചു. ഒരാൾക്ക് ഇരുപതും മറ്റെയാൾ കൗമാരക്കാരിയും.

എന്നിരുന്നാലും, വീട്ടിനകത്ത് നടക്കുന്നതെന്താണെന്ന് കുടുംബക്കാർക്ക് അറിയുമോ എന്ന് ഞാനമ്പരുന്നു. അക്ഷരാർത്ഥത്തിൽ, കഴിവുറ്റ ഞങ്ങളുടെ സഹായസംഘം വെറുതെ അകത്തു കടന്നതേയുള്ളൂ, ശാന്തിയോടെ നിലകൊണ്ട, പഴയകാല പ്രൗഢിയുള്ള ആ വീട്, ഒറ്റനിമിഷം കൊണ്ട് ഒരുതരം നിർമ്മാണശാലയായി മാറിക്കഴിഞ്ഞിരുന്നു. ആശാരിമാർ ഇലക്ട്രീഷ്യൻമാർ, ചമയസഹായികൾ, മറ്റാരൊക്കെയോ. പക്ഷെ, ഒരു തരത്തിലുള്ള കേടുപാടുകളും വരാതിരിക്കാൻ അവർ പ്രത്യേകം ശ്രദ്ധിച്ചിരുന്നു. നല്ല വൈക്കോൽപായക്കു മുകളിൽ, പായ്മെടഞ്ഞ പുതിയ വിരിപ്പുകൾ വിരിച്ചു. വൈദ്യുതലോഹബൾബുകൾ ഉറപ്പിച്ചിരുന്ന മച്ചിലെ കൊളുത്തുകളിൽ നേരിയ കടലാസുകൾ ഒട്ടിച്ച് സുരക്ഷിതമാക്കി. വീടിന്റെ മച്ചുകൾ അതിമനോഹരമായിരുന്നു. മരത്തിന്, ചെമ്പിന്റെ നിറമടിച്ച് സൂര്യകാന്തിപ്പട്ടുപോലെ മിന്നുന്ന നിറത്തിൽ ആക്കിയിരുന്നു. എല്ലാം വളരെ ഭംഗിയായിരിക്കുന്നു. മുറികളുടെ ഇടയിലും വരാന്തയിലും. മുളകൊണ്ടുള്ള കർട്ടനുകൾ, അരികുകൾ സാറ്റിൻ പിടിപ്പിച്ച് അലങ്കാരമായും മറകളായും വെച്ചിരിക്കുന്നു. ഓരോ മുറിയിലെയും ടോക്കോണോമ അറകൾ പ്രത്യേക അലങ്കാരച്ചുരുളുകൾ തൂക്കാനും പൂക്കൾ ഒരുക്കാനുള്ള ഇടങ്ങളും ഉള്ളവയായിരുന്നു. ചായസൽക്കാരം നടത്താ

നുള്ള മേശയും മറ്റു സാമഗ്രികളും ഒരു പ്രത്യേക മുറിയിലായിരുന്നു. ചുമരിലെ ചട്ടമിട്ട തട്ടിൽ, ഒരു സ്വർണ്ണ ഇലയിൽ ഒരു ബുദ്ധക്ഷേത്രം കാണുന്ന തരത്തിൽ തുറന്നിരിക്കുന്നു. പുറത്തുള്ള പൂന്തോട്ടങ്ങൾ വലുതാണെങ്കിലും നന്നായി ഒതുക്കിയിരിക്കുന്നു. നടപ്പാതകളിലെ വലിയ പരന്നകല്ലുകൾ കലാപരമായി അടുക്കിയിരിക്കുന്നു. മുൻവശത്തെ നടപ്പാതയിൽ, ഞങ്ങളുടെ ആളുകൾ നടപ്പാതയുടെ വക്കുകളിലും ഇടയ്ക്കുള്ള വിടവുകളിലും കടൽപ്പായലുകൾ പിടിപ്പിച്ചു. ആരോ എന്നോടു പറയുന്നതു വരെ, ഞാൻ, അവ യഥാർത്ഥ പായലാണെന്നു വിചാരിച്ചു. അവർ അത്രയ്ക്കു നന്നായി അതു ചെയ്തിരിക്കുന്നു.

എല്ലാം തയ്യാറായി. ഞങ്ങൾ ഞങ്ങളുടെ പ്രധാനനടൻ എത്താൻവേണ്ടി കാത്തിരുന്നു. ഞങ്ങളുടെ പ്രായമായ മാന്യൻ, സെസ്യൂ ഹയക്കാവ, മിനിഞ്ഞാന്ന് രാത്രിയിൽ അദ്ദേഹം ഞങ്ങളോടൊപ്പം അത്താഴം കഴിച്ചിരുന്നു. പടിഞ്ഞാറൻ വേഷത്തിൽ, അമ്പതു വയസ്സുള്ള അതിസുന്ദരനായി അദ്ദേഹം കാണപ്പെട്ടു. ഞങ്ങൾ വാർദ്ധക്യത്തെപ്പറ്റി സംസാരിച്ചിരുന്നു. അദ്ദേഹം പറഞ്ഞത്, യോഗ അഭ്യസിക്കുന്നതിനാൽ നൂറുവയസ്സുവരെ അദ്ദേഹം ജീവിച്ചേക്കുമെന്ന്. യോഗയ്ക്ക്, വാർദ്ധക്യവുമായി എന്താണ് ബന്ധമെന്ന് എനിക്കറിയില്ല. അദ്ദേഹത്തിന്റെ കുടുംബത്തിൽ എല്ലാവരും നൂറിലധികം ആകുന്നതുവരെ ജീവിക്കുന്നു - അതവരുടെ ഒരുപാരമ്പര്യമാണ്, ഒരുനൂറ്റാണ്ട് തികയുന്നതിന് മുമ്പെ മരിക്കുകയാണെങ്കിൽ, അതൊരു ചതിയാണെന്ന് അവർ കരുതുന്നു. ഹയക്കാവയുടെ മുത്തശ്ശി മരിച്ചത് തൊണ്ണൂറ്റിഒമ്പത് വയസ്സിലാണ്. അവർ തങ്ങളുടെ കുടുംബത്തിന്റെ മാനംകെടുത്തി എന്നാണ് അവരുടെ ബന്ധുക്കൾ വിശ്വസിച്ചതെന്ന് അദ്ദേഹം പറഞ്ഞു. അത്രത്തോളം പ്രായം മുത്തശ്ശിക്കായപ്പോൾ അവരെല്ലാം വിചാരിച്ചത് അവർക്ക് അവരുടെ മുൻഗാമികളെപ്പോലെ നൂറ് കടക്കാനുള്ള കരുത്തുണ്ടാകുമെന്നാണ്.

സെസ്യു ഹയക്കാവ വളരെപെട്ടെന്ന്, അഭിനയിക്കുവാൻ തയ്യാറായി. പഴയകാല ജപ്പാനീസ് യാഥാസ്ഥിതിക മാന്യന്റെ വേഷത്തിൽ അദ്ദേഹം അസാമാന്യമാംവിധം തിളങ്ങി. ഞങ്ങൾ അദ്ദേഹത്തിന്റെ വേഷവിധാനങ്ങൾ പരിശോധിച്ചു. താടിയിലെ ഒരു രോമസ്ഥാനം തെറ്റിയിരിക്കുന്നുവെന്നും, മീശയുടെ ഒരു വക്ക് വേണ്ടവിധം ഒട്ടിച്ചേപർന്നിട്ടില്ലെന്നും വേഷാലങ്കാര വിദഗ്ദ്ധനോട് ചൂണ്ടിക്കാട്ടി. സെസ്യുവിന്റെ കാര്യവാഹിയായ സ്ത്രീ അല്ലെങ്കിൽ സ്ത്രീകാര്യവാഹി ഈ സമയത്തെല്ലാം വീശിക്കൊണ്ടിരുന്നു. ചുരുട്ടോ സിഗരറ്റോ കത്തിച്ചുകൊടുത്തു, അദ്ദേഹത്തിന്

ചായ കൊടുത്തു, പൊതുവായി അദ്ദേഹത്തെ സമാധാനിപ്പിച്ചു. അവൾ വളരെ ചെറുപ്പവും നല്ല കഴിവുള്ളവളുമായിരുന്നു. അദ്ദേഹത്തെ ഒരു പ്രായമായ കുട്ടിയെ എന്നപോലെ അവൾ പരിചരിച്ചു. അദ്ദേഹം ഏകദേശം അതുപോലെയായിരുന്നിരിക്കാം. എന്തായാലും അദ്ദേഹം തൊഴിൽപരമായി മിടുക്കനും ഒരു താരവും ആയിരുന്നു. അദ്ദേഹം ജോലിചെയ്യുന്നത് കാണാൻ നല്ലരസമായിരുന്നു. അദ്ദേഹം തന്റെ ഭാഗം അഭിനയിക്കുന്നതിൽ സ്വയം സമർപ്പിക്കുകയും ദിവസം നീങ്ങിക്കൊണ്ടിരുന്നപ്പോഴേക്കും അതിൽ പുരോഗതി കൈവരിക്കുകയും ചെയ്തു. ഉച്ചഭക്ഷണത്തിനു ശേഷം അദ്ദേഹത്തിന്റെ സഹായി പതുപതുത്ത കിടക്കയും തലയിണയും എത്തിച്ചു. അദ്ദേഹം, തന്റെ വെള്ളപ്പട്ടുകൊണ്ടുള്ള ഉള്ളാടകൾ മാത്രം ധരിച്ച് കിടന്നു. യോഗയുടെ ശാന്തതയിൽ ഉറങ്ങി; സഹായക സംഘം അങ്ങോട്ടും ഇങ്ങോട്ടും നടക്കുന്നതിനിടയിലും.

ഞങ്ങളുടെകൂടെ അന്ന്, രണ്ട്ആൺകുട്ടികൾ ഉണ്ടായിരുന്നില്ല. ഞാനോർക്കുന്നു - യുക്കിയോയും തോരുവും. അവർ മിനിഞ്ഞാന്ന്, നാഗസാക്കിയിലേക്ക് പോയിരുന്നു. അവിടെവച്ച് ജപ്പാനീസ് ബിയറും, ചൈനീസ് ഭക്ഷണവും കഴിച്ചിരുന്നു. അത് രണ്ടും നല്ല ചേർച്ചയല്ല. രാത്രിയിൽ അവർക്ക് അസുഖം പിടിച്ചു. അതുകൊണ്ട് കാലത്ത് സെറ്റിൽ എത്താനായില്ല. അതുനിമിത്തം; ഞങ്ങളുടെ താരം അവരില്ലാതെ തനിക്ക് അഭിനയിക്കാനാവില്ലെന്ന് പറഞ്ഞു. ഒരുനിമിഷത്തേക്ക് ആ ദിവസം ഉത്സാഹശൂന്യമായി കാണപ്പെട്ടു. പിന്നീടതിൽ അദ്ദേഹം അയവുവരുത്തി. നടിമാരിൽ, ഒരു ചെറിയപെൺകുട്ടിക്ക് അദ്ദേഹത്തെ പ്രചോദിപ്പിക്കാനാവുമെങ്കിൽ, അഭിനയിക്കാമെന്ന് പറഞ്ഞു. അപ്പോൾ ഞങ്ങളുടെ ചെറിയ ട്രാൻസിസ്റ്റർ പെണ്ണിനെ, ആൺകുട്ടികൾ വരുന്നതുവരെ വിട്ടുകൊടുത്തു. അവൾ ക്യാമറയുടെ ചുവട്ടിൽ, സുന്ദരിയായി അഭ്യർത്ഥനാരൂപത്തിൽ നിന്നു. അദ്ദേഹം രസിച്ച്, അഭിനിവേശത്തോടെ തുടർന്നു. ആ ദിവസം പൂർണ്ണമായും സന്തോഷത്തിന്റേതായിരുന്നുവെന്ന് ഞാനോർക്കുന്നു. അന്തരീക്ഷം തെളിഞ്ഞതും തണുത്തതുമായിരുന്നു. സൂര്യൻ തിളങ്ങിനിന്നു. ഞങ്ങളെല്ലാവരും അമിതാഹ്ലാദവാൻമാരുമായിരുന്നു. മനോഹരമായ ചുറ്റുപാടുകളുടെ സന്തോഷം പങ്കുവച്ചും, ചെയ്തിരുന്ന ജോലിയുടെ നിർബാധമായ ഒഴുക്കും. പ്രായമായ മാന്യൻ, ഞങ്ങളുടെ കണ്ണുകൾക്കു മുന്നിൽ വളരുകയായിരുന്നു. അതു ശരിക്കും, ഒരു വലിയ കലാകാരൻ ഒരു ഛായാചിത്രത്തിന് നിറം നല്കുന്നതുപോലെ ആയിരുന്നു. അതെ, ഞാൻ കാണുന്നു. രംഗങ്ങൾ ഇവിടെ, എന്റെ കണ്ണുകൾക്കു മുന്നിൽ. വിശാലമായ

ജപ്പാനീസ് മുറിയും നേരിയ തിരശ്ശീലയും രമണീയമായ പൂന്തോട്ടത്തിനു മുന്നിൽ മറനീക്കിയിരിക്കുന്നു. ആ ജനാലയ്ക്കു മുന്നിൽ പ്രായമായ മാന്യൻ തന്റെ വെളുത്ത പട്ടുമേൽവസ്ത്രങ്ങൾ അണിഞ്ഞ്, പണ്ഡിതനും കുലീനനും കവിയും പ്രവാചകനും ഉയരം കുറഞ്ഞ ഒരു മേശക്കുപിറകിൽ മെത്തപ്പുറത്ത് ഇരിക്കുന്നു. ഒരു വിശാലമായ കടലാസിൽ ഒരു കവിതയുടെ അക്ഷരങ്ങൾ തൂവൽകൊണ്ടെഴുതുന്നു.

ദൈവത്തിന്റെ മക്കൾ
അവർ പ്രിയപ്പെട്ടവരാണ്
വളരെ നല്ലവരും, പക്ഷെ വളരെ സങ്കുചിതരും

അദ്ദേഹത്തിന്റെ മുന്നിൽ രണ്ടു കുട്ടികളും മുട്ടുകുത്തി നില്ക്കുന്നു. അദ്ദേഹം കവിത വായിച്ച്, എന്താണതിന്റെ അർത്ഥമെന്ന് ചോദിക്കുന്നു. അവർക്കറിയില്ലായിരുന്നു.അദ്ദേഹം പതുക്കെ വിവരിക്കുന്നു; ഗൗരവമേറിയ കുലീനതയോടെ.

ഈ സംഭാഷണം ഇംഗ്ലീഷിലായിരുന്നു. അദ്ദേഹത്തിന്റെ ഇംഗ്ലീഷ് കുറ്റമറ്റതായിരുന്നില്ല. പക്ഷെ അർത്ഥം മനസ്സിലാക്കിക്കൊടുക്കാനും അദ്ദേഹത്തിന്റെ ആത്മാന്തരീക്ഷം പകർന്നുനൽകാനും കഴിഞ്ഞു. കുട്ടികൾ യാഥാർത്ഥ്യത്തിന്റെ വ്യാമോഹത്തോട് പ്രതികരിക്കുന്നു. അന്നുമുതൽ ഞാനെന്നും പുഞ്ചിരിച്ചുകൊണ്ടിരുന്നു. വൈകുന്നേരങ്ങൾ സമാഗതമാകുമ്പോൾ, എന്റെ മനസ്സ് സന്തോഷംകൊണ്ടും പ്രതീക്ഷകൾകൊണ്ടും നിറഞ്ഞു. കഥയിലെ പ്രധാനതന്തു ഇപ്പോൾ എത്തിയിരിക്കുന്നു. വേലിയേറ്റം അടുത്തിരിക്കുന്നു എന്ന വസ്തുത, പ്രായമായ മാന്യന് ബോധ്യപ്പെട്ടിരിക്കുന്നു. അദ്ദേഹം, വലിയ മണി അടിക്കുവാനും കവാടത്തിനു പുറത്തുള്ള വിളക്കുകൾ കത്തിക്കുവാനും പറയുന്നു. ജനങ്ങൾക്കുള്ള അവസാനത്തെ അപായസൂചന. എല്ലാവർക്കും കുന്നിൻമുകളിലുള്ള അദ്ദേഹത്തിന്റെ ഭവനത്തിലേക്ക് അവരുടെ കുട്ടികളെയും കൂട്ടിവരാൻ, അങ്ങനെ അവരെല്ലാം രക്ഷപ്പെടാൻ. അദ്ദേഹം ആശങ്കപ്പെടുന്നു - അദ്ദേഹത്തിനതറിയാം - അവരാരും ജാഗ്രത കാട്ടില്ലെന്ന്, പക്ഷെ ചിലപ്പോൾ ചിലരെങ്കിലും വന്നേക്കാം.

*** *** ***

ഈ അവസാനഭാഗം അഭിനയിക്കുന്നതായി ഞങ്ങൾ ഒത്തുകൂടിയപ്പോൾ ഇരുട്ടായിരുന്നു. ഞാൻ എഴുതുമ്പോൾ ഞാനതുപേക്ഷിക്കുന്നു; ഞാൻ വർത്തമാനകാലത്തിൽ തുടരട്ടെ. ഒരു വലിയ ആൾക്കൂട്ടം ഊരുകളിൽ നിന്നും ഗ്രാമ പ്രദേശങ്ങളിൽ നിന്നുമായി തടിച്ചുകൂടിയിരുന്നു. പകൽ അവസാനിച്ചതിനാൽ, മലമുകളിൽ എന്തുനടക്കുന്നു എന്ന്

നോക്കാൻ ജനങ്ങൾ തടസ്സമില്ലാതെ എത്തി. റോഡിനു കുറുകെ ഉയരത്തിൽ ഒരു തറ ഒരുക്കിയിരുന്നു. വീടിന്റെ പ്രവേശന കവാടവും വീടും കാണാവുന്ന തരത്തിൽ ക്യാമറ സജ്ജീകരിക്കാനായി ഉചിതമായ അകലത്തിൽ പടിവാതിലിന്റെ ഇരുവശങ്ങളിലുമായി വലിയ പന്തങ്ങൾ കത്തിക്കുവാനായി ഒരുക്കിയിരുന്നു. കമ്പനി മാനേജർ, ഒരു പൊണ്ണത്തടിയനും കാഹള ശബ്ദക്കാരനുമായിരുന്നു. അയാൾ ഇറങ്ങിവന്ന് അവരെക്കൊണ്ട് ആണയിടുവിപ്പിച്ചു. ഇതാണ് ഏറ്റവും വലിയ രംഗം. ഒരു ചുമയ്ക്കുന്ന ശബ്ദമോ കരയുന്ന ശബ്ദമോ ഉണ്ടാവരുത്. ആൾക്കൂട്ടം തിരിച്ച് ഉറപ്പുനൽകി. അവർ കാത്തിരുന്നു. സമയം അവസാനിക്കാതെ നീണ്ടുപോയി. അവസാന ഒരുക്കങ്ങളായി. ചമയൽ വിദഗ്ദ്ധൻ ആകെ ഉൻമത്തനായിരിക്കുന്നു. പ്രായമായ മാന്യന് ഒരു പുരാതനമായ ഉയർന്ന തൊപ്പിവെക്കണം. താടി നന്നായി ഉറപ്പിക്കണം. കാറ്റിൽ ഒരൊറ്റ രോമം പോലും പറന്നുപോകരുത്. പരിചാരകനെപ്പോലും വളരെ ശ്രദ്ധയോടെ ഒരുക്കണം. ഉയർന്ന തറയുടെ അടിയിലായി എനിക്ക് ഒരു മടക്കു കസേരയിട്ടു തന്നു. അതിൽ ഞാൻ ശാന്തയായി, ആകാംക്ഷയോടെ കാണാൻ കാത്തിരുന്നു. അവസാനവട്ട നിർദ്ദേശങ്ങൾ നല്കി. സഹായി അയാളുടെ 'ഗെറ്റ്- റെഡി, ഗെറ്റ് - സെറ്റ്', സംവിധായകൻ 'ആക്ഷൻ' പറഞ്ഞു.

ഞങ്ങൾ ആരംഭിച്ചു. ഞാൻ ഹൃദയത്തിന്റെ ശക്തമായ പിരിമുറുക്കത്തോടെ വീക്ഷിച്ചു. എനിക്ക് ശ്വസിക്കാൻ ബുദ്ധിമുട്ടുതോന്നി. ഞാൻ ആ രംഗം എഴുതി തീർന്നപ്പോൾ തികച്ചും ക്ഷീണിത ആയിരുന്നു. ഞാനോർത്തു; ഇപ്പോൾ ഞാനത് ജീവതത്തിൽ കാണാൻ പോവുകയാണ്. പ്രായമായ മാന്യന്, ഞാനെഴുതിയതുപോലെ തന്നെ അഭിനയിക്കാൻ സാധിക്കുമോ? എന്റെയുള്ളിൽ ഉദയം ചെയ്ത ശക്തിയും ഗാംഭീര്യവും അതേയളവിൽ അതു ചെയ്യുവാൻ അയാളിലുണ്ടാവുമോ?

എന്റെ പിറകിൽ, നെൽവയലുകൾക്ക് ചുറ്റുമുള്ള തുറസ്സായ സ്ഥലത്ത് ആൾക്കൂട്ടം നിശ്ശബ്ദരായി, ലയിച്ച് നില്ക്കുന്നു. സഹായ സംഘങ്ങൾ വെളിച്ചവും ക്യാമറയുമൊക്കെയായി നീങ്ങുന്നു. പെട്ടെന്ന് വയസ്സനായ ഭൃത്യൻ, പുറത്തെ പന്തങ്ങൾ കൊളുത്തുവാനായി പുറത്തേക്കു വരുന്നു. കണ്ണഞ്ചിക്കുന്ന വെളിച്ചം അയളുടെ മുഖത്തേക്ക് പതിച്ചു. പ്രായമായ മാന്യനെ ആ അഭിമാനിയായ വൃദ്ധനെ വെളിപ്പെടുത്തുന്ന തരത്തിൽ പന്തങ്ങളിലെ ജ്വാലകൾ ഇരുട്ടിൽ ആളിക്കത്തി. പടിവാതിലിനരികിലെ കൽപ്പടവുകളിൽ നില്ക്കുന്നതായി. അദ്ദേഹം കടലിലേക്ക് നോക്കി നില്ക്കുകയാണ്; അദ്ദേഹം നിരാശനാണ്; ആ വൃദ്ധൻ ആരും

ഗൗനിക്കാത്ത പ്രവാചകൻ, എന്നിരുന്നാലും അഭിവാഞ്ഛയോടെ. അദ്ദേഹത്തിന് എല്ലാം നന്നായറിയാം, അദ്ദേഹത്തിന്റെ ജനങ്ങൾക്ക് എന്തു സംഭവിക്കുമെന്ന്, അദ്ദേഹത്തിന്റെ വിവരം കെട്ട, മർക്കടമുഷ്ടിക്കാരായ, ഇഷ്ടജനങ്ങൾ. അതെ, അതെ, അതാണ് ഞാൻ സൃഷ്ടിച്ച കഥാപാത്രം. ഞാൻ അയാളെ തെളിഞ്ഞ് മുഴുവനായും ആശയത്തിലും വിശദാംശത്തിലും കുറ്റമറ്റു കാണുന്നു. എന്റെ മുഖത്ത് കൂടി കണ്ണുനീരൊലിച്ചിറങ്ങുന്നതു കണ്ട് ഞാൻ അത്ഭുതപ്പെട്ടു - ഒരിക്കലും കരയാത്ത ഞാൻ!

അത്തരത്തിലുള്ള ഒരു സാക്ഷാത്കാരം ഒരു കലാകാരന് ലഭിക്കുന്നത് ഒരു ജീവിതത്തിലെ മുഴുവൻ സൃഷ്ടികളിൽനിന്നും വല്ലപ്പോഴുമേ ലഭിക്കൂ. പക്ഷെ എനിക്കത്, എന്റെ ആദ്യസൃഷ്ടിയിൽ തന്നെ ഇപ്പോൾ പൂർണ്ണതയിൽ ലഭിച്ചിരിക്കുന്നു. ഏറ്റവും സന്തോഷപ്രദമായ, സൃഷ്ടിയും ആവിഷ്കാരവും ഒന്നിച്ചുള്ള യാദൃച്ഛികത, മറ്റൊരാളുടെ മാംസത്തിലും മനസ്സിലുമായി. ആ നിമിഷത്തിൽ അതാരെങ്കിലുമായി പങ്കുവെക്കണമെന്ന ആവശ്യം നിറവേറ്റാൻ ഞാനാഗ്രഹിച്ചു. ആരോടെങ്കിലും. നൂറുകണക്കിനാളുകൾ എനിക്കു ചുറ്റംകൂടിയിട്ടുണ്ട്. നല്ലയാളുകൾ, പക്ഷെ ഈ നിമിഷം അപരിചിതർ. അവരുടെ ഇടയിൽ ആരുമില്ല. ഞാൻ തിരിഞ്ഞ്, ആ ഇരുട്ടിൽ കാത്തിരുന്ന കാറിനടുത്തേക്ക് നടന്നു. എന്നിട്ട് രാത്രിയിലേക്ക് ഓടിച്ചു പോയി.

*** *** ***

എനിക്ക് മുമ്പേ അറിയാമായിരുന്ന അതേ കാര്യമാണ് ആ നിമിഷത്തിലും ബോധ്യപ്പെട്ടത്. അദ്ദേഹം മരിച്ചിരിക്കുന്നു. അതിനാൽ മറ്റ് ആശയവിനിമയങ്ങൾ ഒന്നും ഉണ്ടാവില്ല. ആശയവിനിമയം സാധ്യമാവുമായിരുന്നെങ്കിൽ ഏതെങ്കിലും വിധത്തിൽ, ആ ഇരുട്ടിൽ, ആൾക്കൂട്ടത്തിനിടയിൽ ഇരിക്കുമ്പോൾ നടക്കേണ്ടതായിരുന്നു. അദ്ദേഹം എന്നെ കേൾക്കേണ്ടതായിരുന്നു. എന്റെ ആവശ്യം അദ്ദേഹം അറിയേണ്ടതായിരുന്നു. എന്തു തടസ്സങ്ങളുണ്ടായിരുന്നെങ്കിലും എനിക്കെന്തെങ്കിലും ഒരു വഴി അദ്ദേഹം കണ്ടെത്തിത്തരുമായിരുന്നു. അദ്ദേഹം ബോധത്തോടെ എവിടെയെങ്കിലും ഉണർന്നിരിക്കുകയാണെങ്കിൽ. അദ്ദേഹം എല്ലായ്പോഴും ഒരുവഴി കണ്ടെത്തിയിരുന്നു. ഇപ്പോഴദ്ദേഹത്തിന്നതാകുന്നില്ലെങ്കിൽ ആശയവിനിമയം ഇപ്പോൾ സാധ്യമല്ലെന്ന് മാത്രമാണതർത്ഥമാക്കുന്നത്, അല്ലെങ്കിൽ അദ്ദേഹം ഉണർന്നുമല്ല, ബോധവാനുമല്ല.

ഹോട്ടൽമുറി വീണ്ടും അസഹനീയമായിത്തോന്നി. ഒഴിഞ്ഞ ഇട

നാഴികളിലൂടെ, ആരും കാണാതെ പുറത്തിറങ്ങി പട്ടണത്തിലെ ശാന്തമായ തെരുവുകളിലൂടെ നടന്നു. നല്ലവരായ എല്ലാ സാമാന്യജനങ്ങളും ഉറങ്ങാൻ കിടന്നിരിക്കുന്നു. ഒരു കുടിയനായ മനുഷ്യൻ പോലും ആടിയാടി വീട്ടിലേക്കു തിരിച്ചു പോകുന്നു. ചന്ദ്രൻ പൂർണ്ണനാണ് - എങ്ങിനെയോ ഒരു മാസം കഴിഞ്ഞിരിക്കുന്നു - ഞാനാ നിലാവിൽ പട്ടണംകടന്ന്, നാട്ടിൻപുറത്തേക്ക് പോയി. ശാന്തത, ശാന്തത, എല്ലായിടത്തും ശാന്തത, ശാന്തത മാത്രം. കാരണം, മരണം ശാന്തതയാണ്. ഞാനെത്ര ദൂരം നടന്നെന്ന് എനിക്കറിയില്ല; എത്ര അകലെ, അല്ലെങ്കിൽ എവിടെയെന്നോ. പക്ഷെ അത് കടലിനരികിലാണെന്നറിയാം. തിരകളൊന്നുമില്ലാതെ, വളരെ ശാന്തമായ കടൽ. വേലിയേറ്റത്തിൽ വെള്ളം ആഴത്തിൽ നിന്നും പൊങ്ങിവരുന്ന ശബ്ദം മാത്രം. ആ രാത്രിയിൽ പ്രകൃതി എത്രമാത്രം മനോഹരമാണെന്ന് ഞാനോർത്തു. മലകൾ, താഴ്വരയിലെ വെള്ളി മൂടൽ മഞ്ഞിൽ നിന്നും പതുക്കെ തലയുയർത്തി വരുന്നത്, ഞാൻ എല്ലാം കണ്ടെങ്കിലും, ഒന്നും തോന്നിയില്ല. എനിക്ക് ജീവിതമില്ലാത്ത ഒരുരാജ്യത്ത്, അകലെ, പൊങ്ങുതടിപോലെ ഒഴുകുന്നതായിത്തോന്നി. എന്റെ ഉള്ളിലുണ്ടായിരുന്ന പരമമായ നിശ്ശബ്ദത, ഞാൻ സ്വയം മരിച്ചതായിതോന്നിച്ചു. ഞാനൊരിക്കലും തേങ്ങിക്കരയുകയില്ല. കണ്ണുനീരുകൊണ്ട് ഇനിയാതൊരു പ്രയോജനവുമില്ലെന്നെനിക്കറിയാം. എന്തെങ്കിലും തരത്തിലുള്ള ആശ്വാസം കണ്ടെത്താനോ, തേടാനോ ഇല്ലെന്നും.

അപ്പോൾ ഞാൻ കടൽക്കരയിൽ നിന്നും ഉൾനാട്ടിലേക്ക് തിരിഞ്ഞു, നെൽവയലുകൾക്കിടയിലൂടെയുള്ള ഒരു ഇടുങ്ങിയ വഴിയിലൂടെ നടക്കാൻ തുടങ്ങി. കാറ്റൊന്നുമുണ്ടായിരുന്നില്ല. എവിടെനിന്നെന്നറിയില്ല, പെട്ടെന്നൊരു കാറ്റുയർന്നു. എന്റെ മുഖത്ത് അതിന്റെ പുതുമ ഏൽക്കുവാൻ ഞാൻ നിന്നു. അതേ നിമിഷത്തിൽ ഞാനൊരു കുഞ്ഞിന്റെ കരച്ചിൽകേട്ടു. ഒരു കുഞ്ഞ്, അത്യുച്ചത്തിലുള്ള പ്രാണസങ്കടം, എനിക്കതു പറയാൻ കഴിയും. ഞാൻ തിരിഞ്ഞ്നോക്കി. വയലിനപ്പുറം ഒരു കളപ്പുര, വെളിച്ചമുണ്ട്. കുട്ടിക്ക് വല്ല അസുഖവുമാണോ? ഒരുപാടു കുട്ടികൾ കരയുന്നത് ഞാൻ കേട്ടിട്ടുണ്ട്. അവരുടെ ഭാഷ എനിക്കറിയാം. ഇല്ല. ഇതത്ര വിഷമം പിടിച്ചതല്ല, ഇത് അത്ഭുതത്തിന്റെ കരച്ചിലാണ്. ഒരു പക്ഷെ പേടികൊണ്ട്, ഒരുപക്ഷെ ദേഷ്യവുമാകാം. അത് പുതുതായി പിറന്ന കുഞ്ഞിന്റേതാണ്.

ഞാനാ വൽക്കരയിലെ പുൽപ്പരപ്പിൽ കമഴ്ന്നുകിടന്ന് ശ്രദ്ധിച്ചു. കരച്ചിൽ നിലച്ചിരിക്കുന്നു. ഉച്ചത്തിലുള്ള ചിരികൾ ഞാൻകേട്ടു. അപ്പോൾ,

അതൊരാൺകുഞ്ഞാണ്. ആ കുഞ്ഞൊരു പുതിയ ജീവിതമാണ്. ഞാൻ, പുൽപ്പരപ്പിൽ, തിരിഞ്ഞുകിടന്ന് കുറേനേരം ആകാശത്തിലേക്ക് നോക്കി. നക്ഷത്രങ്ങളെയൊന്നും കാണുന്നില്ല. തിളങ്ങുന്ന ചന്ദ്രക്കല ആകാശ ത്തിലൂടെ നീങ്ങുന്നു. അത് ചലിക്കുന്നുണ്ടെന്ന് വിശ്വസിക്കാനാകുന്ന തുവരെ ഞാൻ നോക്കിനിന്നു. നിരാശാജനകമായ ഒരു ആലസ്യം എന്റെ ശരീരത്തിലേക്ക് ഇഴഞ്ഞുകയറുന്നതുപോലെ എനിക്കു തോന്നി. കൈക്കൊള്ളലിന്റെ ആലസ്യം. ഒഴിവാക്കാനാവാത്ത കൈക്കൊള്ളൽ, മാറ്റാനാവാത്ത കുറ്റസമ്മതം. ഈനിമിഷം മുതൽ എന്റെ ജീവിതത്തിലെ അനർഘ നിമിഷങ്ങൾ ഉണ്ടായേക്കാം. സൗന്ദര്യത്തിന്റെ നിമിഷങ്ങൾ, ആഹ്ലാദത്തിന്റെ നിമിഷങ്ങൾ, ഹർഷോന്മാദത്തിന്റെയും എല്ലാത്തിലു മുപരി നേട്ടങ്ങളുടെയും നിമിഷങ്ങൾ. അങ്ങിനെയുള്ള നിമിഷങ്ങളിൽ ഞാനും അദ്ദേഹവും ഒരേ ശ്വാസത്തിൽ, ഉൾപ്രേരണയാൽ പരസ്പരം നോക്കിനിന്നിട്ടുണ്ട്. അങ്ങനെയൊന്നും ഇനിയൊരിക്കലും ഉണ്ടാവില്ല... ഒരാൾ ഒരിക്കലും തനിച്ചു നടക്കില്ലെന്നത് സത്യമേയല്ല. തീർച്ചയായും ഒരാൾ തനിച്ചു നടക്കുന്ന ഒരു നിത്യത ഉണ്ട്. നമുക്കാർക്കും അതിന്റെ അവസാനം അറിയില്ല. രാത്രി അവസാനിച്ചു. കിഴക്ക് ചക്രവാളസീമ യിൽ സൂര്യൻ തിളങ്ങാൻ തുടങ്ങിയിരിക്കുന്നു. എന്റെ മുറിയിലേക്ക് തിരിച്ചു പോയി. അന്നേയ്ക്കുള്ള തയ്യാറെടുപ്പുകൾ നടത്തണം.

*** *** ***

നല്ല കാലാവസ്ഥ തുടർന്നു. ഞങ്ങൾ പ്രായമായ മാന്യന്റെ വീട്ടിലേക്ക് ഓടിച്ചുപോയി. നടപ്പാതകളിൽ പുതിയ കടൽപായലുകൾ പിടിപ്പിച്ചു. ഇന്ന് എന്റെകൂടെ ഒരു സുഹൃത്തുണ്ട്. ജീവിതത്തിൽ ചെറിയ ചില അത്ഭുതങ്ങളോട് നാം കടപ്പെട്ടവരായിരിക്കണം എന്നു ഞാൻപഠിച്ചിട്ടു ണ്ട്. ഇത് ഹിരോഷിമയിൽ നിന്നുമുള്ള സുഹൃത്താണ്. ഞങ്ങളുടെ സു ഹൃത്ബന്ധം ആരംഭിക്കുന്നത്, അദ്ദേഹവും ഭാര്യയും മക്കളും അമേരി ക്കയിൽ വന്നതു മുതൽക്കാണ്. ഹിരോഷിമയിൽ അണു ബോംബ് വർഷത്തിൽ, മാരകമായി പൊള്ളലേറ്റ് മുഖം വികൃതമായ ചെറുപ്പക്കാരിക്കുട്ടികളുടെ ആശുപത്രി ചെലവിനും ശസ്ത്രക്രിയക്കു മായി ധനസമാഹരണത്തിനായാണവർ വന്നത്. അദ്ദേഹത്തിന്റെ ഭാര്യയും മൂന്ന് കുട്ടികളും വേനൽക്കാലം ചെലവഴിച്ചത് എന്റെ വലിയവീട്ടിലാ ണ്. ഇന്നുകാലത്ത് എന്നെ അദ്ദേഹം സുസ്മേരവദനനായി കാത്തു നിൽക്കുന്നത് കണ്ടപ്പോൾ വലിയ സന്തോഷം തോന്നി.

'ഇന്നത്തെ ചിത്രീകരണം കാണാൻ എന്റെ കൂടെ വരുന്നോ ?' ഞാൻ ചോദിച്ചു.

ഒരു നടന്റെ ചില ഗുണങ്ങളെല്ലാം ഓരോ ധർമോപദേശകനിലും ഉണ്ടാകും.

'വളരെ സന്തോഷം', മുഖം വെളുക്കെ ചിരിച്ചുകൊണ്ടദ്ദേഹം പറഞ്ഞു.

*** *** ***

പ്രായമായ മാന്യന്റെ വീട്ടിലേക്കുള്ള വഴിയിൽ, ഞങ്ങൾ പല കാര്യങ്ങളും സംസാരിച്ചു. ഹിരോഷിമ, പണ്ടുള്ളതിനേക്കാളും വലുതായി പുനർനിർമ്മിച്ചിരിക്കുന്നുവെന്നും അഞ്ചുലക്ഷം ആളുകൾ ശരീരത്തോട് ജീവൻ ബന്ധിക്കപ്പെട്ടവരായി അവിടെ ജീവിക്കുന്നുണ്ടെന്നും. ഞാൻ ശരീരങ്ങൾ എന്നു പറയുവാൻ കാരണം, ബോംബുവർഷത്തിൽ നശിപ്പിക്കപ്പെട്ട ശരീരങ്ങളാണവ. ആ ശരീരങ്ങൾ വിലപ്പെട്ടവയാണ്. കാരണം, ജീവന് ആശയവിനിമയം നടത്തുന്നതിന് സാധിക്കുന്നത് ആ ശരീരങ്ങളിലൂടെയാണ്.

അന്നത്തെ ദിവസം വളരെ നീണ്ടതായിരുന്നുവെങ്കിലും വളരെ പെട്ടെന്ന് കടന്നുപോയി. എന്റെ ഹിരോഷിമ സുഹൃത്ത്, ചലച്ചിത്രനിർമാണത്തിലെ ഓരോ കാര്യങ്ങളിലും ലയിച്ച് എന്റെ അരികിൽ തന്നെയുണ്ടായിരുന്നു. ഞങ്ങൾ ഇടക്കിടെ സംസാരിച്ചുകൊണ്ടിരുന്നു.

'ജപ്പാൻ വിടുന്നതിന് മുമ്പ്, ഹിരോഷിമയിൽ വരുമെന്ന് എനിക്കുറപ്പ് തരണം,' അദ്ദേഹം അപേക്ഷിച്ചു.

എനിക്കുറപ്പു നൽകാനാകുമായിരുന്നില്ല. ഞാൻ പോവില്ലെന്ന് എനിക്കറിയാമായിരുന്നു. ഹിരോഷിമയിലെ ജനങ്ങൾ ദുരന്തങ്ങളിലൂടെയാണ് ജീവിച്ചത്. മനുഷ്യജീവിതത്തിലെ ഏറ്റവും വലിയലക്ഷ്യം സമാധാനമാണെന്ന് അവർ പഠിച്ചിരിക്കുന്നു. സമാധാനമില്ലെങ്കിൽ, മരണമുണ്ടാകുമെന്നും. ഞാൻ ഹിരോഷിമയിൽ പോകുന്നുണ്ടെങ്കിൽ കാഴ്ചകൾ കാണാനാണ്. പക്ഷെ ഞാനതിനില്ല- ഹിരോഷിമയിൽ ഇല്ല. പക്ഷെ എനിക്കിതെല്ലാം എന്റെ സുഹൃത്തിനോട് വിശദീകരിക്കാനാവുമായിരുന്നില്ല.

ദിവസത്തിന്റെ അവസാനം, അദ്ദേഹം തന്റെ ജന്മനഗരത്തിലേക്കും ഞാൻ എന്റെ മുറിയിലേക്കും പോയി. ഞാൻ അവിടെ ഉണ്ടായിരുന്നു; ഉണ്ടായിരുന്നില്ല. അന്നു ഉറക്കത്തിനുമുമ്പ് അകലെയുള്ള ഒരുനിശബ്ദതയിൽ ഞാൻ എന്റെ വൈകുന്നേരം ചെലവഴിച്ചു. രാത്രിയിൽ ഏതോ സമയത്ത്, എന്റെ ജനാലയ്ക്ക് താഴെനിന്നുള്ള ചിരികേട്ട് ഞാനുണർന്നു. ഞാനെഴുന്നേറ്റ് പുറത്തേക്ക് നോക്കി. ചന്ദ്രൻ തിളങ്ങി നിൽക്കുന്നു. താഴത്തെ വലിയ കുളത്തിൽ മൂന്ന്ചെറുപ്പക്കാർ കുളിക്കന്നു. അവ

രുടെ മെലിഞ്ഞ ശരീരങ്ങൾ, ഭൂമി ചൂടാക്കിയ വെള്ളത്തിലെ നീരാവിയിൽ പകുതി മറക്കപ്പെട്ടിരിക്കുന്നു. ജീവിതത്തിന്റെ ഒരു മനോഹരമായ ചിത്രം എന്നെനിക്കു പകുതി ബോധ്യമായി. അതു നോക്കി നിന്നപ്പോൾ, അതു വരച്ച ചിത്രകാരന്, കലാകാരന്മാരായ നമ്മളെപ്പോലെ, മികച്ച കഴിവുള്ളതായി തോന്നി.

പ്രായമായ മാന്യന്റെ വീട്ടിലെ അവസാനദിവസമായിരുന്നു അത്. അവിടം വിട്ടുപോകുവാൻ എനിക്കു വൈമനസ്യമായിരുന്നു. കളപ്പുര വീടിന്റെ ചിത്രീകരണവും വളരെ സന്തോഷപ്രദമായിരുന്നു. അവിടെ ഉണ്ടായിരുന്ന മുഴുവൻ ആളുകളുമായും എന്തിനു പറയുന്നു, പൂവൻകോഴി, കോഴിക്കുഞ്ഞുങ്ങൾ, ആട് എന്നിവയുമെല്ലാം ഞാൻ സൗഹാർദ്ദമുണ്ടാക്കിയിരുന്നു. ആ കുരക്കുന്ന പന്നിയുമായി മാത്രം ഞാൻ ഒരു നിശ്ചിതഅകലം പാലിച്ചു. ഒന്ന് എനിക്കതിലത്ര താല്പര്യമുണ്ടായിരുന്നില്ല. അതിനു കാരണം, ഞങ്ങൾ തമ്മിൽ പൊതുവായി ഒന്നുമുണ്ടായിരുന്നില്ല എന്നതുതന്നെ.

പ്രായമായ മാന്യന്റെ കുടുംബവുമായി ഇതുപോലെ തന്നെ ആയിരുന്നു. അവരുടെ സംസ്കാരമുള്ള മനസ്സ്, അതിന്റെ പൂർണ്ണതയിൽ ഞാനാസ്വദിച്ചു. അവരുടെ നൈർമല്യമുള്ള മര്യാദ, നിർവ്യാജവും എന്നാൽ നിയന്ത്രണത്തോടുകൂടിയതും ആയ സൗഹൃദം. പക്ഷെ, ഇവിടെയും ഒരവസാനം ഉണ്ടാവണം. പ്രായമായ മാന്യന്റെ ഭാഗം വളരെ കുലീനതയോടും ആകർഷണീയമായും അഭിനയിച്ചു. കൃഷിയിടത്തിലെ കുട്ടിയായ യുക്കിയോവിനെയും മീൻപിടുത്തക്കാരന്റെ മകൻ തോരുവിനെയും അദ്ദേഹത്തിന്റെ ഭൃത്യൻ രാജകീയ ഭവനത്തിൽ നിന്ന് കവാടത്തിനരികിലേക്ക് നയിച്ചിരിക്കുന്നു. തോരു അവിടെനിന്നും പോകുന്നുവെന്ന വിധി നിർണ്ണായക തീരുമാനം കൈക്കൊണ്ടിരിക്കുന്നു. പരിചാരകന്റെ വളരെ ഗൗരവാവഹമായ സംഭാഷണം 'ശരി', 'ഇല്ല' എന്നിവ ഇപ്പോഴാണ് നടക്കുന്നത്. ഏതു ഭാഷയിലെയും പ്രധാനപ്പെട്ട വാക്കുകളാണിവ. കാരണം ഈ ചെറിയ ശബ്ദങ്ങളിൽ പ്രപഞ്ചത്തിലെ പരമമായ സത്യവും നിഷേധവും ശക്തമായ ഭാവത്തിൽ ഉൾക്കൊണ്ടിരിക്കുന്നു.

ഞങ്ങളും എല്ലാവരോടും യാത്ര പറഞ്ഞു. തല കുനിച്ചും നന്ദി പറഞ്ഞും യാത്ര പറയുമ്പോൾ ജപ്പാനിൽ ഉപയോഗിച്ചിരുന്ന വലിയ കാർഡുകളിൽ ഹസ്തലിഖിതങ്ങൾ, എനിക്കു തോന്നുന്നു, നൂറു കണക്കിന് ഒപ്പിട്ടു. വളരെ വിസ്താരമേറിയ, വെണ്ണനിറമുള്ള പ്രതലത്തിൽ ഒരാളുടെ പേരെഴുതുക എന്നത് രസം തന്നെയാണ്. ബ്രഷുപയോഗിച്ചോ ഇളം

കറുപ്പു പെൻസിൽ കൊണ്ടോ നൈസർഗികമായി ഒരാൾ വലുതായും ആകർഷകമായും എഴുതും. അതിന്റെ ഫലമോ? സന്തോഷം നൽകുന്നതും. ഭംഗിയുള്ള കാർഡിന്റെ അരികുകളിലുള്ള വെള്ളി വരകൾ, പിറകുവശത്തു വെള്ളിനക്ഷത്രങ്ങൾ വിതറിയതിനാലുള്ള വർദ്ധിച്ച സംതൃപ്തിയും.

ദുഃഖഭാരത്തോടുകൂടി ഞങ്ങളെല്ലാവരും ഒത്തുചേർന്നു ആ മനോഹരമായ സ്ഥലത്തു നിന്നും, അവിടത്തെ നല്ല ആൾക്കാരിൽ നിന്നും വിടപറഞ്ഞു. ട്രക്കുകളിലും കാറുകളിലുമായി അടുത്ത ലൊക്കേഷനിലേക്കു; കിത്സു ഗ്രാമത്തിലേക്ക് തിരിച്ചു. വാഹനങ്ങൾ ഞങ്ങളെ ഒരുകിഴുക്കാംതൂക്കായ മലകളിലിറക്കി. അവിടെ നിന്നും കാൽനടയായി, ഒരുഇടുങ്ങിയ പാതയിലൂടെ, മലഞ്ചെരിവിൽ പറ്റിപ്പിടിച്ചുള്ള ഇറക്കം. നടന്നു നടന്നു ഞങ്ങൾ ഗ്രാമത്തിലെത്തി. കല്ലുകൾ പതിച്ച വീഥികളാൽ അതിരിട്ട്, ഒരു കൂട്ടം കൽവീടുകളുള്ള ഗ്രാമം. ആ വിഥികളിലൂടെ നടക്കുമ്പോൾ, കിത്സുവാണ് എനിക്കേറ്റവും ഇഷ്ടപ്പെട്ട ചിത്രീകരണസ്ഥലമെന്ന് അറിയാമായിരുന്നു. വളരെ പ്രകാശമാനമായ ഒരു ദിവസം. സൂര്യൻ മണലിൽ പതിച്ച്, പതക്കുന്നചൂടും. കഷ്ടകാലത്തിന്, തിരക്കഥയിൽ മഴ അത്യാവശ്യം താനും! നാഗസാക്കിയിൽ നിന്നും മഴപെയ്യുമെന്ന പ്രവചനം റേഡിയോയിൽ ഉണ്ടായിരുന്നു. പക്ഷെ ഇവിടെ ഈ നീലാകാശത്തു നിന്നും മഴ ഉണ്ടാവില്ലെന്ന് നിശ്ചയം. ഇവിടെ വീണ്ടും കൃത്രിമ മഴ ഉണ്ടാക്കണം,

ഗ്രാമത്തിലെ കിണറിലെ വെള്ളം വറ്റിപ്പോകുന്നതുവരെ പകലും രാത്രിയും ഞങ്ങൾ മഴ കൃത്രിമമായുണ്ടാക്കി. വളരെ പ്രാകൃതമായാണെങ്കിലും മഴ നിർമ്മിക്കുന്നത് ഫലപ്രദമായിരുന്നു. അടുത്തുള്ള മീൻപിടുത്തക്കാരന്റെ വീട്ടിലെ ടാങ്കിലേക്ക്, കട്ടിയുള്ള ചണത്തുണികൊണ്ടുള്ള ജലവാഹിനിക്കുഴലുണ്ടാക്കി കിണറിൽ നിന്നുള്ള വെള്ളം അടിച്ചുകയറ്റി. വലിയ മരത്തൊട്ടികളായിരുന്നു ടാങ്ക്. അതിനടുത്തു തന്നെയാണ് രംഗം ചിത്രീകരിക്കേണ്ടിയിരുന്നത്. അമ്പതു ഗാലൻ വെള്ളമടിച്ചുകയറ്റണം. എന്തുകൊണ്ട് അത് കടലിൽനിന്നായിക്കൂടെന്ന് ഞാൻ വെറുതെചിന്തിച്ചു. അപ്പോൾ അത് വെറും ഒരു തുള്ളിപോലെയല്ലേ! ഞങ്ങൾ ചിത്രീകരണം ആരംഭിക്കുമ്പോഴേക്കും ആരെങ്കിലും വെള്ളം തീർന്നെന്ന് വിളിച്ചുകൂവും. അപ്പോൾ പെട്രോൾകൊണ്ട് പ്രവർത്തിക്കുന്ന പമ്പ് വീണ്ടും പണിതുടങ്ങും. അതുമല്ലെങ്കിൽ രംഗം തയ്യാറായാൽ അഭിനേതാക്കൾ തയ്യാറായി മഴ പെയ്യാൻ തുടങ്ങുമ്പോഴായിരിക്കും ഏതെങ്കിലും നടന്റെ നെറ്റിയിൽ വീണ ഒരു മുടിയോ കൺപു

രികത്തിലെ ഒരു തുള്ളി വിയർപ്പോ വേഷാലങ്കാരക്കാരൻ കണ്ടെത്തുക. ആ സമയം കൊണ്ട്, ആ കുറവ് പരിഹരിക്കുന്നതിനിടയിൽ വെള്ളം തീർന്ന് മഴയില്ലാതാകും.

പ്രായമായ മാന്യൻ, മുക്കുവന്റെ കുടുംബത്തിന് വേലിയേറ്റത്തെക്കുറിച്ച് മുന്നറിയിപ്പ് നല്കിയിരുന്നതിനാൽ, ഇനി വരുന്ന എല്ലാ രംഗങ്ങളിലും ഞങ്ങൾക്ക് മഴ കൂടിയേ മതിയാകൂ. മുത്തച്ഛൻ പുലമ്പിയത് മഴ മാത്രമായിരിക്കും; വേലിയേറ്റമുണ്ടാകില്ലെന്നാണ്. ഞങ്ങൾ, ചിത്രത്തിലേക്ക് പ്രാദേശികമായി ചേർത്ത ഗ്രാമത്തിലെ മുതിർന്നവർക്ക് അത് വലിയ അഭിമാനമുണ്ടാക്കി. അവരും മുത്തച്ഛന്റെ അഭിപ്രായത്തോട് യോജിച്ചു. വൃദ്ധന്മാർ എല്ലാവരും തോരുവിന്റെ വീടിന്റെ ഇടുങ്ങിയ വരാന്തയിലാണ് സമ്മേളിച്ചിരിക്കുന്നത്.

ഈ വൃദ്ധന്മാർ! ഒരു ഗ്രാമത്തിൽ ഇത്രയധികം കോന്ത്രപ്പല്ലന്മാരായ, ഉത്സാഹഭരിതരായ, പരിഹാസം പറയുന്നവരായ കറുത്ത് മെലിഞ്ഞ വൃദ്ധന്മാരുണ്ടാകുമെന്ന് ഊഹിക്കാൻപോലുമാവില്ല! എന്നാൽ കിത്സുവിൽ ഉണ്ടാകും. ഇതാ അവരെല്ലാം ഇവിടെ. ആദ്യമെല്ലാം ഇവരെല്ലാം ഈ ലോകത്ത് അല്ലെന്ന മട്ടിൽ ഗൗരവക്കാരും നല്ല പെരുമാറ്റക്കാരുമായിരുന്നു. അതിലൊരാളുടെ മുഖം പ്രായമായ പരുന്തിനെപ്പോലെ, വല്ലപ്പോഴും അതിന്റെ അടഞ്ഞ കണ്ണുകൾ ഇമ വെട്ടിച്ചു നോക്കുന്നതുപോലെ. സംവിധായകൻ പ്രത്യേക നിമിഷങ്ങളിൽ ചിരിക്കാൻ പറയുമ്പോൾ മാത്രം ചിരിക്കുമായിരുന്നു. പ്രായമായ പക്ഷി ഞങ്ങളെയെല്ലാം പെട്ടെന്ന് അമ്പരപ്പിച്ചു കളഞ്ഞു. അയാൾ അത്യുച്ചത്തിൽ വിളിച്ചു പറഞ്ഞു, 'ആ തൊപ്പി ഒന്നുവയ്ക്കൂ, അമേരിക്കക്കാരാ ! അതു കണ്ടാൽ എനിക്കു ചിരി വരും.'

എല്ലാവരും മുരണ്ടു. ആ തൊപ്പി ഒരു തമാശയായി മാറിയിരുന്നു. വൈക്കോൽ കൊണ്ട് മെടഞ്ഞ്, മുകളിൽ വർണ്ണാഭമായ നാടകൊണ്ട് വൃത്താകൃതിയിലുള്ള മകുടവുമായി, തിളങ്ങുന്ന പീതവർണ്ണത്തിലുള്ള ഒരു തൊപ്പിയായിരുന്നു അത്. സംവിധായകൻ എവിടെയുണ്ടെന്ന് അറിയുവാൻ മാത്രമേ സത്യത്തിൽ അത് സഹായിച്ചിരുന്നുള്ളൂ.

പൊട്ടിച്ചിരിയെല്ലാം കഴിഞ്ഞ് ഞങ്ങൾ ശരിക്കും അഭിനയം തുടങ്ങിയിരുന്നു. അവസാനം വെള്ളംകൊണ്ട് മഴ ഒരേ സമയത്തുണ്ടാക്കി. ആ സമയത്ത് ഒരു റേഡിയോ മുഴക്കമുണ്ടാക്കി. ശബ്ദം നിയന്ത്രിച്ചിരുന്ന ആൾ അമ്പരപ്പിലായി. ഞങ്ങൾ ചിത്രീകരണം നിർത്തി. കുന്നിൻ മുകളിലുള്ള സ്കൂളിൽ നിന്നായിരുന്നു മുഴക്കം കേട്ടത്. ഗ്രാമത്തലവൻ എല്ലാ ശ്രദ്ധയോടും കുന്നിൻ മുകളിലെത്തി. കുട്ടികൾ വൃത്തിയോടെ നന്നായി

പെരുമാറാനും നിർദ്ദേശിച്ചു. വെള്ളമെല്ലാം തീർന്നു. ഞങ്ങൾ കാത്തിരുന്നു. കുട്ടികൾ ഭംഗിയായി മുഖമെല്ലാം വൃത്തിയാക്കി വൃത്തിയുള്ള പരുത്തി വസ്ത്രങ്ങൾ, പാന്റുകൾ എന്നിവ ധരിച്ചെത്തി. തലവൻ അഭിമാനം കാട്ടി. പക്ഷെ അയാൾ വിട്ടുവീഴ്ച ചെയ്യുമായിരുന്നില്ല. അവരെ തനിച്ചു വിട്ടാൽ, അവർ ഞങ്ങൾക്കു ചുറ്റുംകൂടി, ആകെ കുളമാക്കും. അദ്ദേഹത്തിന്റെ ഉറച്ച, പരോപകാരാർത്ഥമുള്ള അച്ചടക്കത്തിന്റെ നിർവഹണഫലമായി, കുട്ടികളെല്ലാം ഞങ്ങളെക്കുറിച്ചുള്ള ആകാംക്ഷകൾ ഉള്ളിലൊതുക്കി, അവരവരുടെ പാട്ടിനുപോയി. അവർ മുഖ്യനെ അനുസരിച്ചു. അയാളുടെ വില്ലുപോലെ വളഞ്ഞ കാലുകളുമായി അയാൾ ബദ്ധപ്പെട്ടു നടന്നു. ഒരു ഞണ്ടിനെപ്പോലെ; പക്ഷെ മുഖത്തു പുഞ്ചിരിയുമായി.

*** *** ***

ഓ കിത്സു, എന്റെ പ്രിയപ്പെട്ട ഗ്രാമം ! ന്യൂയോർക്കിലെ ചെറിയ ഒരു സിനിമാശാലയിൽ, രാത്രിയിൽ ഞാനിരുന്നു; എന്റെ അരികിൽ ഒരു സുഹൃത്തിനോടൊപ്പം. പൂർത്തിയായ ചിത്രം നിർമ്മാണസമയത്ത് ഉദ്ദേശിച്ചതുപോലെ വന്നിട്ടുണ്ടോ എന്നു ഞങ്ങൾ നോക്കുകയായിരുന്നു. മറ്റുള്ളവരാണ് യഥാർത്ഥത്തിൽ അതു വിലയിരുത്തേണ്ടത്. പക്ഷെ കിത്സു മുന്നിൽ വന്നപ്പോൾ, തിരശ്ശീലയിൽ, വെളുത്ത മണൽപ്പരപ്പിലേക്ക് തിരമാലകൾ അടിച്ചുവരുന്നത്, ഉണക്കാനിട്ടിരിക്കുന്ന പല നിറത്തിലുള്ള വലകൾ, വിശ്രമത്തിലുള്ള വഞ്ചികൾ തിരയിളക്കത്തിൽ അങ്ങോട്ടുമിങ്ങോട്ടും മെല്ലെ ഇളകി തിരകളിൽ വീഴുന്നത്, കുലീനമായ പാറക്കുന്നുകൾ, മലകൾ, എല്ലാത്തിലുമുപരി ഗ്രാമീണരുടെ വളരെ നല്ല മുഖങ്ങൾ എല്ലാം എല്ലാം. എനിക്ക് പൊടുന്നനെ തിളച്ചുമറിയുന്ന അലൗകികമായ ഒരു ഗൃഹാതുരത്വം അനുഭവപ്പെട്ടു. അതെ ചില സ്ഥലങ്ങൾ, പ്രകൃതിരമണീയമായവ, നമ്മളെ വേട്ടയാടുന്നവ, വളരെകുറച്ച് എണ്ണം നമ്മുടെ സ്വന്തമെന്ന് തോന്നുന്നവയുണ്ടാവും. ഈ ജീവിതത്തിൽ കിത്സു ഇനി കാണുമോ എന്നെനിക്കറിയില്ല. എങ്കിലും അതെന്റെ കൂടെയുണ്ട്, എന്നിലുണ്ട്.

വളഞ്ഞുപുളഞ്ഞു പോകുന്ന ഇടുങ്ങിയ വഴിയുടെ മുകളറ്റത്തു നിന്നും ഞാനതിനെ ആദ്യം കണ്ടപ്പോൾ! ഞാൻ മുമ്പ് പറഞ്ഞതുപോലെ, കിത്സു, കരയുടെ ഒരുചെറിയ കഴുത്തിന് മുകളിൽ മേൽക്കൂരകളുടെ ഒരുകൂട്ടം, കടലിന്റെ രണ്ടു കൈകൾക്കിടയിൽ ഒരു തൊട്ടിലെന്നപോലെ; ഓരോ മേൽക്കൂരയും മത്സ്യത്തിന്റെ ചെതുമ്പലുകൾ പോലെ ചേർത്തുവച്ച്. കടലിൽനിന്ന് നോക്കുമ്പോൾ അതു വ്യത്യസ്തമായിരു

ന്നു. എനിക്കതായിരുന്നു ഇഷ്ടം . ഒബാമയിൽ ഒതുക്കിയിട്ടിരുന്ന വഞ്ചികളിൽ, എല്ലാ ദിവസവും കാലത്ത് അരമണിക്കൂറിലേറെ ഞങ്ങൾ സുന്ദരമായ തീരപ്രദേശത്തുകൂടി അതിവേഗത്തിൽ തുഴഞ്ഞുപോകും. എന്നിട്ട്, ഉയരമുള്ള ഒരു പാറക്കുന്നിനെ വലംവച്ച്, ഞങ്ങൾ വെളുത്ത കടൽത്തീരത്തിനും, കിത്സുവിന്റെ കടൽഭിത്തിക്കും അഭിമുഖമായി നില്ക്കും. ആ വീടുകൾക്കൊന്നും കടലിന്നഭിമുഖമായ ജനാലകളില്ല. ജനങ്ങൾ അവയ്ക്കുള്ളിൽ ഉറങ്ങുമ്പോൾ, അവരുടെ ശക്തനായ സുഹൃത്തിന്റെയും ശത്രുവിന്റെയും അഭയം തേടി. ആ ഭിന്നിപ്പ് വളരെ പ്രകടവുമായിരുന്നു. അവർ കടലിനോട് ചേർന്ന് ജീവിച്ചു. മറ്റൊരിടത്തും അവർ ജീവിക്കില്ല. പക്ഷെ കടലിന്റെ മനോഭാവം തന്നെയായിരുന്നു അവർക്കും. പ്രഭാതം തെളിമയും കാറ്റൊന്നുമില്ലാത്തതുമാണെങ്കിൽ, വെള്ളം മധ്യധരണ്യാഴിയിലെതുപോലെ നീലനിറമുള്ളതാണെങ്കിൽ, ഗ്രാമം മുഴുവനും ജീവസ്സുറ്റതും ചിരിയും ബഹളവും നിറഞ്ഞുമിരിക്കും. വാനം ചാരനിറത്തിലും. കാറ്റ് പരുഷവുമായാൽ ജനങ്ങൾ പുഞ്ചിരിയൊന്നുമില്ലാതെ, ആകാംക്ഷ പൂണ്ടവരായും. കടൽഭിത്തിയിലൂടെ ഇഴഞ്ഞ് അവരുടെ കരക്കുകയറ്റിയ വഞ്ചികളെ പാറക്കല്ലുകളോട് ചേർത്ത് കെട്ടിയുറപ്പിക്കും. വീണ്ടും ഇഴഞ്ഞ്, അവരവരുടെ വീടുകളിലേക്ക് പോകും. ഒരു തെളിഞ്ഞ ദിവസം, നമ്മൾ നേരത്തെ വിശാലമായ അഴിമുഖത്തെത്തിയാൽ മീൻവഞ്ചികൾ കൂട്ടത്തോടെ കടലിലിറക്കുന്ന കാഴ്ച അതിമനോഹരമാണ്. അതൊരിക്കലും മറക്കില്ല. കൊടുങ്കാറ്റുള്ള ഒരുദിവസം, അടിച്ചുയരുന്ന തിരമാലകൾ കലഹിക്കുന്ന നുരകളായി. ഞങ്ങൾ കരയിലൂടെ നടന്നു. അമേരിക്കയിലെ ഒരു പ്രശസ്ത പട്ടണത്തിലെ മദ്ധ്യഭാഗത്തുള്ള സിനിമാശാലയിലെ ഇരുണ്ട മുറിക്കകത്തിരുന്ന് ഞാൻ ഒരിക്കൽ കൂടി കിത്സുവിലേക്ക് മടങ്ങി. തോരുവും യുക്കിയോവും വഞ്ചിയിൽ മീൻപിടിക്കുന്നതുകണ്ടു. സെത്സു-ശരി, ഞാൻ കഥ പറയുന്നില്ല. ആ കുട്ടികളുടെ മുഖം ചിരിച്ചും, അല്ലലില്ലാതെയും ഞാൻ കണ്ടു. അതേ, കുട്ടികൾ വളർന്നതായും ഞാൻ കണ്ടു. അവരുടെ യുവത്വം നിറഞ്ഞ മുഖങ്ങൾ നിശ്ചയദാർഢ്യവും, ലക്ഷ്യബോധവുമുള്ളവയായികണ്ടു. തോരു എന്ന ചെറുപ്പക്കാരൻ അവന്റെ പ്രണയം വെളിപ്പെടുത്തുന്നു. വളഞ്ഞു പുളഞ്ഞു പോകുന്ന കടൽത്തീരത്തിന്റെ അറ്റത്തുള്ള വലിയ, ചാരനിറമുള്ള പാറക്കൂട്ടങ്ങളുടെ അടുത്തുവച്ച്. കൊടുങ്കാറ്റും കാറ്റും വളച്ചൊടിച്ച് ശൂന്യമാക്കിയ തീരം.

ഞങ്ങളുടെ ദിവസേനയുള്ള ജോലികൾ ഒരു ക്രമീകൃത രൂപത്തിലായിരുന്നു. കാലത്തെഴുന്നേറ്റ്, പ്രഭാതഭക്ഷണം കഴിച്ച്, ഏഴുമണിക്കു തന്നെ

ഹോട്ടലിൽ നിന്നു പുറപ്പെടും. ഒരു കാൽനാഴിക സഞ്ചരിച്ച് ഞങ്ങൾ കാറിൽ കയറി, വേഗത്തിൽ ഗ്രാമത്തിലേക്കു തിരിച്ചു. അവിടെയെത്തിയ ഉടനെ ഓരോരുത്തരും ആ ദിവസത്തേക്കുള്ള ചിത്രീകരണത്തനുള്ള തയ്യാറെടുപ്പുകൾ തുടങ്ങി. ഒരുമണിക്കൂർ നേരത്തേക്ക് എന്റെ ആവശ്യമില്ലാതിരുന്നതിനാൽ, ഞാൻ കടൽത്തീരത്തേക്ക് നടന്നു. കല്ലുകൊണ്ടുള്ള കടൽഭിത്തിയും കടന്ന്, കുത്തനെ നിൽക്കുന്ന ഒരു മലയുടെ ചുവട്ടിലെത്തി. വളരെ കുറച്ചുദൂരം നടന്നു കയറാനുള്ള പടികൾ ഉണ്ടായിരുന്നു. അതിനു മുകളിൽ കല്ലുകൊണ്ട് നിർമിച്ച ഒരൊഴിഞ്ഞ ക്ഷേത്രം, പണ്ടത്തെ ഒരു പഴയ മത, ഷിന്റോ ക്ഷേത്രം. അതിനു ചുറ്റും ഉയരംകുറഞ്ഞ മതിലുണ്ടായിരുന്നു. അവിടെ നിന്നു നോക്കിയാൽ കടലും മലയും ആകാശവും കാണാം.

അമ്പലത്തിനു പിറകിൽ എനിക്കു പറ്റിയൊരിടം ഞാൻ കണ്ടെത്തി. ആ കുന്നിന്റെ ചരിവിൽ, പാറക്കല്ലുകൾക്കിടയിൽ എനിക്ക് ഇരിക്കാൻ പാകത്തിൽ ഒരു പൊത്തുണ്ടായിരുന്നു. എല്ലാ ദിവസവും രാവിലെ അവിടെയെത്തി, ഈ സ്ഥലത്ത് വിശ്രമിച്ചു. അദ്ദേഹത്തിന്റെ കൈകളിലെന്ന പോലെ. ഉറങ്ങിക്കൊണ്ടുള്ള ഒരു വിശ്രമമായിരുന്നില്ല. മനസ്സ് പൂർണ്ണമായും ശൂന്യമാക്കി, ആത്മാവിനെ സ്വതന്ത്രമാക്കിയുള്ള ഒരു വിശ്രമം. ഇവിടെ ഞാനും അദ്ദേഹവും ഒരിക്കലും ഒരുമിച്ചുണ്ടായിരുന്നില്ല. ഞാൻ ക്യുഷുവിൽ ജീവിച്ചിരുന്ന വർഷങ്ങളിലൊന്നും അദ്ദേഹം എന്നെ സ്വപ്നം കണ്ടിരുന്നുമില്ല. ഇപ്പോഴും, ഞങ്ങൾ തമ്മിൽ ഒരു ആശയവിനിമയവുമില്ല– ഞാനദ്ദേഹത്തിന്റെ ശബ്ദം കേട്ടുവെന്നോ അദ്ദേഹത്തിന്റെ സാന്നിദ്ധ്യം ദർശിച്ചുവെന്നോ ഒന്നും എനിക്ക് അഭിനയിക്കാനാവില്ല. ദിവസങ്ങൾ പിന്നിട്ടപ്പോൾ ക്രമേണ സംഭവിച്ചത് ആന്തരികമായി ഉണ്ടായ പരമമായ സമാധാനമാണ്. ആരും തന്നെ എന്റെ ഭാഗമായില്ല. പക്ഷെ സമഗ്രതയുടെ ഭാഗമായി, ഞാൻ കിടന്നിരുന്ന ഊഷ്മളമായ പാറക്കല്ല്, കടലിൽ നിന്നും ഉയർന്നു തണുത്ത കാറ്റ്, കടുംനീല നിറത്തിലുള്ള ആകാശത്തിലൂടെ വെൺമേഘങ്ങൾ നീങ്ങുന്നത്, എന്റെ തലക്കു മുകളിൽ ചാഞ്ഞു നിന്നിരുന്ന പരുപരുക്കൻ പൈൻ മരം - ഇവയുടെയെല്ലാം ഒരു ഭാഗമായിരുന്നു ഞാൻ. അതിനും പുറമെ ഈ ലോകത്തിന്റെയും. കുറച്ചു നേരത്തേക്കെങ്കിലും ഞാൻ ഇല്ലാതായി. വേദനിക്കുന്ന ഹൃദയമുള്ള, ഒരേകാന്ത ജീവിയായ ഞാൻ, സുഖദായകമായതെന്തോ എന്നിലേക്ക് പെയ്തിറങ്ങി. മണിക്കൂറിന്റെ അവസാനമുയരുന്ന ശംഖനാദത്തിൽ, ഉന്മേഷവതിയായി എഴുന്നേറ്റ് എന്റെ സഹപ്രവർത്തകരോടൊപ്പം ചേരാൻ എനിക്കുകഴിഞ്ഞു.

ആ കൽപ്പടവുകൾ ? ഇന്നലെ രാത്രിയിൽ, സിനിമാശാലയിലെ ഇരുട്ടിൽ വീണ്ടും ഞാനതു കണ്ടു. വൃദ്ധനായ മാന്യൻ, തന്റെ പരിചാരകനോടൊപ്പം ഇറങ്ങിവന്ന് തന്റെ ഗ്രാമീണർക്ക് മുന്നറിയിപ്പ് നൽകുമ്പോൾ. അതേ, അവ ആ പടവുകൾ തന്നെയാണ്. സമാധാനത്തിനായി ദാഹിച്ചുകൊണ്ട് പാറയിടുക്കിലെ ശൂന്യസ്ഥലത്ത്, എല്ലാദിവസവും രാവിലെ ഞാൻ കയിറിപ്പോയിരുന്ന പടവുകൾ. അതെന്റെ ഒരു സ്വഭാവമായി മാറിയിരിക്കുന്നു. ഞാൻ ആകാംക്ഷയോടെ ആ മണിക്കൂറിനു വേണ്ടി ഉണർന്നിരുന്നു. ആ സന്ദർഭത്തെ അഗാധമായി മുകർന്നുകൊണ്ട്, ഓരോദിവസവും പുതിയ ഉത്സാഹത്തോടെ. ഓരോ ദിവസവും ലഭിച്ച ഈ സമാധാനത്തിന്റെ എന്തോ ഒരവശേഷിപ്പ് രാത്രിയിലേക്ക് നീക്കിവെച്ചതായും അനുഭവപ്പെട്ടു. അതു മുഴുവനായും ഉപയോഗിച്ചു തീർക്കാതെ, ഞാൻ സ്വരുക്കൂട്ടി. അങ്ങനെ ഞാൻ ശക്തയായി. എനിക്ക് അങ്ങനെ ഒരുദിവസം, രണ്ടുദിവസം, പിന്നീട് കൂടുതൽ ദിവസങ്ങൾ നഷ്ടപ്പെടുന്നത് ശീലമായി. ക്രമേണ ഞാൻ എന്നെ എന്നിൽതന്നെ പുനസ്ഥാപിച്ചു. പിന്നീട് ആ പടവുകൾ കയറി, തികച്ചും ഏകാന്തമായ ആ സ്ഥലത്തേക്ക് പോയി. സമാധാനം സ്വീകരിക്കുന്നതിനായി കാത്തിരിക്കേണ്ടിവന്നില്ല. എനിക്കു സമാധാനം എന്നിൽതന്നെ ഉത്പാദിപ്പിക്കാൻ സാധിച്ചു. വെറുതെ കടലിന്റെ ഇരമ്പലിനെയും ആകാശത്തെയും മലയേയും മലയിടുക്കിൽ ചുരുണ്ടിരിക്കുന്ന എന്നേത്തന്നെയും പുനരാലോചിച്ചുകൊണ്ട്. എന്റെ ഉള്ളിൽ തന്നെ സമാധാനമുണ്ടായപ്പോൾ, ആ സ്ഥലം എന്റെ ഓർമയിലെ ഒരു ദേവാലയമായി മാറി. ഈ സൗഖ്യം എങ്ങിനെ വന്നുവെന്ന് എനിക്കറിയില്ല, ഞാൻ പ്രാർത്ഥിച്ചിരുന്നില്ല. പ്രാർത്ഥന വാക്കുകളോ അഭ്യർത്ഥനയോ അന്വേഷണമോ എന്തായിരുന്നാലും. ആ പ്രക്രിയ വിശദമാക്കുകയാണെങ്കിൽ, അതിങ്ങനെയാണ്. ഞാൻ എന്നെ മുഴുവനായും എനിക്ക് മനസ്സിലാക്കുവാനാവാത്ത ഒരു പ്രപഞ്ചത്തിനു നല്കി. ആ പ്രപഞ്ചം എനിക്കു മനസ്സിലാക്കുവാൻ കഴിയുന്നതിനേക്കാളും വിശാലവും മനോഹരവുമാണെന്ന് എനിക്കറിയാം. എന്റെ ആ പ്രപഞ്ചത്തിലെ സ്ഥാനം ഒരു പാറയിടുക്കിലെ 'ശൂന്യമായ പൊത്തി'നോളം മാത്രം. പക്ഷെ ആ ശൂന്യത, എന്റെതാണ്, അതവിടെയുണ്ട്, ആ പാറയും അവിടെയുണ്ട്.

*** *** ***

ഈ പൂരാവൃത്തം, ഇതിനു വല്ല മൂല്യവുമുണ്ടായിരിക്കണമെങ്കിൽ ഇതു സത്യസന്ധമായിരിക്കണം. ചലച്ചിത്രനിർമാണത്തിന്റെ ഏകദേശം നാലിലൊരു ഭാഗം പൂർത്തിയാവുന്നതേയുള്ളൂ. ഏതൊരു ക്രിയാത്മക

പദ്ധതിക്കുമിടയിൽ കിടക്കുന്ന മരുഭൂമിയിലാണ് ഞങ്ങളിപ്പോൾ എത്തിപ്പെട്ടിരിക്കുന്നത്. ഈ മരുഭൂമി ആരംഭിക്കുന്നത്, ഉപേക്ഷിക്കാൻ പറ്റാത്തവിധം പദ്ധതി പുരോഗമിക്കുന്നിടത്ത് നിന്നാണ്. എന്നാൽ മുഴുമിപ്പിക്കാനുള്ളതിൽ നിന്നും വളരെ അകലെയും. കാരണം ആ അറ്റം കാഴ്ചയ്ക്കുമപ്പുറമാണ്; മുഴുമിപ്പിക്കുക എന്ന സാധ്യത പര്യാലോചിക്കുന്നതുതന്നെ പതറുന്ന ആത്മവിശ്വാസത്തോടുകൂടിയുമായിരിക്കും. എനിക്കെത്ര നന്നായറിയാം അത്തരത്തിലുള്ള ഉത്സാഹമറ്റ പ്രത്യാശയെക്കുറിച്ച്! ഞാൻ എഴുതുന്ന ഓരോ പുസ്തകത്തിലും ഞാനതനുഭവിക്കുന്നു. അതിലെ ആദ്യകാൽഭാഗം, കടലിൽനിന്നും വീശുന്ന മന്ദമാരുതനെപ്പോലെയാണ്. ആ പ്രവൃത്തി ശുദ്ധമായ സന്തോഷമാണ്; ഞാനിന്നുവരേക്കും എഴുതിയതിൽ വച്ചേറ്റവും നല്ല പുസ്തകമായിരിക്കുമത്. പുസ്തകത്തിന്റെ മധ്യഭാഗത്ത് പ്രവേശിക്കുമ്പോൾ, സന്തോഷം വഴിമാറുന്നു. കഥാപാത്രങ്ങൾ ചലിക്കുവാനോ സംസാരിക്കുവാനോ ചിരിക്കുവാനോ കരയുവാനോ വിസമ്മതിക്കുന്നു. അവർ ഉപ്പുതൂണുകൾപോലെ നില്ക്കുന്നു. എന്തുകൊണ്ട്? ഒ, എന്തിനാണ് ഈ പുസ്തകം എഴുതാൻ തുടങ്ങിയത്? അതിനെ മൂശയിൽ വാർത്തെടുക്കാൻ ഒരുപാട് അദ്ധ്വാനിച്ചിരിക്കുന്നു. പക്ഷെ അവസാനം, വളരെ അകലെയാണ്. ഒരു മഴവില്ലിന്റെ അറ്റം പോലെ, അകലെ. ക്ലേശിച്ചു മുന്നോട്ട് പോവുകയല്ലാതെ മറ്റൊന്നും ചെയ്യാനില്ല. കഥാപാത്രങ്ങളെ ആ വഴിയും ഈ വഴിയും തള്ളിനോക്കുക. ജീവൻ നിലനിർത്തുവാൻ അവരിലേക്ക് ചുടുനിശ്വാസം പകർന്നു നൽകുക. ഒരു കൃത്രിമശ്വാസോച്ഛ്വാസത്തിനുള്ള എല്ലാവഴികളും തേടുക. എവിടെയെങ്കിലും ഏതെങ്കിലും ഒരു ദിവസം, അവിശ്വസനീയമാണെന്നിരിക്കിലും ആഴ്ചകളോളം മാസങ്ങളോളം അല്ലെങ്കിൽ വർഷങ്ങളോളം കാത്തിരിക്കുമ്പോൾ അവർ എന്നെങ്കിലും ശ്വസിക്കാൻ തുടങ്ങും. ഓ, എന്തൊരാശ്വാസം. അപ്പോൾ മരുഭൂമി കടന്ന്, പുസ്തകത്തിന്റെ അവസാന കാൽഭാഗം ഈ കാറ്റുപോലെ നീങ്ങും.

ഞങ്ങളുടെ ചിത്രത്തിന്റെ മധ്യഭാഗത്തെ മരുഭൂഭാഗത്തിൽ ഒരു പ്രഭാതത്തിൽ, ഒരു മീൻവള്ളത്തിന്റെ അറ്റത്തിരുന്ന് ഞങ്ങളുടെ താരമായ സെസ്യു ഹയക്കാവയെ ശ്രദ്ധിച്ചു. അദ്ദേഹം അക്ഷമനായി, ചിത്രീകരണത്തിന് വിളിക്കുന്നതും കാത്തിരിക്കയാണ്. നേരത്തെയെടുത്ത രംഗം ഒന്നുകൂടി ആവർത്തിക്കേണ്ടിയിരിക്കുന്നു. സൗണ്ട് എഞ്ചിനിയർ, മറ്റാരും ശ്രദ്ധിക്കാത്ത, ഒരു ഈച്ച മൈക്രോഫോണിൽ ഇരുന്നു മൂളിയ കാര്യം കണ്ടു പിടിച്ചു. കീടനാശിനി ഉണ്ടായിരുന്നുവെങ്കിലും ഈച്ചകൾക്ക് കുറ

വൊന്നുമുണ്ടായിരുന്നില്ല. സഹായികളിലൊരാൾ വളരെ ശ്രദ്ധിച്ച് അവയുടെ മേൽ തളിച്ചുവെങ്കിലും ഉപദ്രവിക്കുന്നവയുടെ മേലും ഇല്ലാത്തവയുടെ മേലും അവയിലൊന്ന് സമർത്ഥമായി മൈക്രോഫോണിന്റെ മുകളിലൊളിച്ച് മറ്റെല്ലാ ശബ്ദങ്ങളെയും കടത്തിവെട്ടും വിധം മൂളി. ഈ സമയമത്രയും കാത്തിരിക്കുകയായിരുന്ന ഞങ്ങളുടെ താരത്തെ, അദ്ദേഹത്തിന്റെ പരിചാരിക വീശിക്കൊണ്ടിരുന്നു. അദ്ദേഹം വളരെ കട്ടികൂടിയ വസ്ത്രങ്ങളാണ് ധരിച്ചിരുന്നത്.

'എന്തുകൊണ്ടാണ് ആരും എന്നെ വിദഗ്ധമായി വീശാത്തത്?' അമേരിക്കൻ സംവിധായകൻ ആവശ്യപ്പെട്ടു. ആരും അതിനുത്തരം പറയുകയോ അയാൾക്ക് വീശിക്കൊടുക്കുകയോ ചെയ്തില്ല. താരം വളരെ ശാന്തനായി ഇരുന്നു. അയാളുടെ കയ്യിൽ ഒരു ചെറിയ ട്രാൻസിസ്റ്റർ റേഡിയോ ഉണ്ടായിരുന്നു. അദ്ദേഹം ഒരു പോരാട്ട വിവരണം ശ്രദ്ധിക്കുകയായിരുന്നു. ഞാനദ്ദേഹത്തെ നോക്കി പുഞ്ചിരിച്ചപ്പോൾ വിശദീകരിച്ചു. ഇങ്ങനെയൊക്കെയേ ഇത്തരം സന്ദർഭങ്ങളിൽ ജീവിതം സഹിക്കാൻ കഴിയുകയുള്ളൂ, അദ്ദേഹത്തിനെന്ന്. ഇതിനിടയിൽ, വസ്ത്രാലങ്കാരക്കാരൻ ഓടിവന്ന് ഐസിൽ മുക്കിയ തുണികൊണ്ട് അയാളുടെ കൈത്തണ്ടകളിലും കഴുത്തിലും തുടച്ചു. മുഖത്ത് ഒന്നുകൂടി ചായം തേച്ചു. അപ്പോൾ താരം വളരെ വലിയ സിഗരറ്റ് കത്തിച്ചു. ഇതുകണ്ട അലങ്കാരക്കാരൻ അങ്ങേയറ്റം ഉൾക്കിടിലംകൊണ്ടു. അയാൾ ശ്രദ്ധാപൂർവ്വം പിടിപ്പിച്ച താടി കത്തിപ്പോകുമോ എന്ന ഭയം കൊണ്ട്! ആരും താരത്തെ ഉപദേശിക്കാൻ മുതിർന്നില്ല. റേഡിയോയിലെ പോരാട്ടം ശ്രദ്ധിച്ചുകേട്ട്, താരം സമാധാനത്തോടെ പുകവലിച്ചു.

സെറ്റിൽ സംവിധായകൻ ഞങ്ങളുടെ മുത്തച്ഛനെക്കൊണ്ട് വളരെയധികം വിഷമിച്ചു. അയാൾക്ക് പ്രായമായിരുന്നെങ്കിലും ശബ്ദം യുവാവിന്റെതായിരുന്നു. സംവിധായകൻ നന്നായി, ഒരു വയസ്സന്റെ ശബ്ദമെങ്ങനെയിരിക്കണമെന്ന് ചെയ്തു കാണിച്ചുകൊടുത്തു. ഞാൻ ക്ഷമിച്ചിരുന്നു. എനിക്കറിയാം, പ്രായമായ പുരുഷന്മാരുടെ ശബ്ദം ഉയർന്നതും കർണ്ണകഠോരവുമായിരിക്കുമെന്ന്. മൃദുവും പരുക്കനുമല്ലെന്നും. എന്നിട്ടും ഞാൻ ക്ഷമിച്ചു. ദൈവത്തെയോർത്ത് ആദ്യദിവസംതന്നെ ക്ഷമിക്കുവാൻ പഠിച്ചു.

മധ്യഭാഗത്ത് മരുഭൂമി കടന്നുപോകുവാൻ ഞങ്ങൾ ഒരുപാട് പ്രയാസപ്പെട്ടു. എല്ലാ ദിവസവും കാലത്തെ ഉണർന്ന്, തളർന്ന് അവശരായി, രാത്രിയിൽ വഞ്ചികളിൽ കയറി. വൈകുന്നേരത്തെ സൂര്യാസ്തമയ സമയത്തെ ആകാശത്തിന്റെ ഭംഗി മാത്രം ആയിരുന്നു ഏക ആശ്വാസം.

ചില ദിവസങ്ങളിൽ രാത്രി വൈകുവോളം ഞങ്ങൾ പണിയെടുത്തു. വളരെ ഇരുട്ടിയാൽ കപ്പലിൽ കയറും. കടലിൽ അപ്പോൾ ചെറിയ തിളങ്ങുന്ന മത്സ്യങ്ങൾ ചാടിക്കളിക്കും. അവ സ്വർഗ്ഗത്തിലെ നക്ഷത്രങ്ങളെ അതിശയിപ്പിക്കുകയാവാം!

*** *** ***

സെസ്യു ഹയക്കാവയും, ഞങ്ങളും തമ്മിലുള്ള ഉടമ്പടിക്കരാർ പ്രകാരം അവസാന ദിവസമായി. അദ്ദേഹം വൃദ്ധനായ മാന്യന്റെ ഭാഗങ്ങൾ അഭിനയിച്ചു തീർക്കുകയായിരുന്നു. ഞങ്ങൾ ഇപ്പോഴും മരുഭൂമിയിൽതന്നെ. തിരക്കഥയിൽ പറഞ്ഞതുപ്രകാരം അലങ്കരിക്കുന്ന ആൾ, വളരെ സമർത്ഥമായി വൃദ്ധനായ മാന്യനെ പത്തുവർഷംകൂടി പ്രായമുള്ള ആളാക്കി മാറ്റി. കാലത്ത് വഞ്ചികളിലേക്ക് വെളുത്ത നുരയോടുകൂടിയ തിരമാലകൾ അടിച്ചു കയറ്റിയ അതേ കാറ്റ്, അയാളുടെ ഇടതു കണ്ണിന്റെ പുരികം കൂടി പറത്തിക്കളഞ്ഞു. അലങ്കാരവിദഗ്ദ്ധനാവട്ടെ, ഹോട്ടലിൽനിന്നു പോരുമ്പോൾ അധികമായി കൺപുരികം കയ്യിൽ കരുതിയിരുന്നില്ല. ശരിക്കും അയാൾ കുടുങ്ങിപ്പോകേണ്ടതായിരുന്നു. താടിയുണ്ടാക്കിയതിൽ നിന്നും ബാക്കി വന്ന വെളുത്ത മുടികളിൽനിന്നും ഒരു കൺപുരികം നിർമിക്കുകയല്ലാതെ നിവൃത്തിയുണ്ടായിരുന്നില്ല.. എല്ലാം കുഴഞ്ഞുമറിയുകയാണ്. പട്ടണത്തിലെ സ്നേഹസമ്പന്നരായ ആളുകൾ സമ്മാനമായി തന്നുപോയ കേക്കുകൾപോലും സംഘത്തിലെ ആർക്കും വേണ്ടാത്ത ഒരു വസ്തുവായി അവശേഷിച്ചു. ആരും അത് കഴിച്ചില്ല. ഞങ്ങളെല്ലാവരുടെയും മുഖത്ത് നീരസം പ്രകടമായിരുന്നു. ഒരാഴ്ച മുമ്പേ കണേണ്ടിയിരുന്ന ഇതുവരെയെടുത്ത ഭാഗങ്ങൾ കണ്ടില്ല. എല്ലാം വൈകിപ്പോയി. അതിനിടയ്ക്ക് ഒരു ജപ്പാനീസ് അവധിയും ഒരു ഞായറാഴ്ചയും വന്നു. അതിനാൽ ഉദ്ദേശിച്ച മുന്നേറ്റമുണ്ടായില്ല. ഇപ്പോൾ, സമയക്രമപ്രകാരം മൂന്നുദിവസം പിറകോട്ടടിച്ചിരിക്കുന്നു കാര്യങ്ങൾ. എല്ലാവരും വേർപിരിഞ്ഞ്, വേണ്ടാത്ത കാര്യങ്ങൾ ചിന്തിച്ചു. ഞങ്ങളുടെ അഭിനേതാക്കൾ സംസാരിക്കുന്ന ഇംഗ്ലീഷ് ആർക്കെങ്കിലും മനസ്സിലാകുമോ? അസാധ്യമായ കാര്യമായിരുന്നു ഞങ്ങൾ ശ്രമിച്ചുകൊണ്ടിരുന്നത് – ജപ്പാൻകാർ, ഇംഗ്ലീഷിൽ അഭിനയിക്കുക! ചെറുപ്പക്കാരായ യുക്കിയോയും തോരുവും, കൃഷിക്കാരി അമ്മയും മറ്റുള്ളവർക്കിടയിൽ കുറച്ചുപോലും അഥവാ ഒട്ടും തന്നെ ഇംഗ്ലീഷ് സംസാരിച്ചിരുന്നില്ല. ഇപ്പോൾ അവർ സംസാരിക്കുന്നു. അതു നന്നായിരിക്കുമോ? ഞങ്ങളുടെ പ്രമുഖതാരം പോലും അമേരിക്കൻ കാണികളോട് സംസാരിച്ചത് എങ്ങനെയിരിക്കും?

അശുഭപ്രതീക്ഷകളുടെ മരുഭൂമിയിൽ കഴിയുന്ന ഘട്ടത്തിൽ ഞങ്ങളുടെ ടോക്യോവിലുള്ള കാര്യങ്ങൾ കൈകാര്യം ചെയ്യുന്ന സ്ത്രീയിൽ നിന്നും ഒഴെഴുത്ത് കിട്ടി. വൃദ്ധനായ മാന്യന്റെ അഭിനയഭാഗങ്ങൾ അവർ കണ്ടുവെന്നും സംഭാഷണമടക്കം അവയെല്ലാം അതിഗംഭീരമായിരിക്കുന്നുവെന്നും. അവ, ആ സ്ത്രീയെ കരയിപ്പിച്ചെന്നും അവർ എഴുതിയിരിക്കുന്നു. സംസ്കാരസമ്പന്നയായ അവൾ കരയണമെങ്കിൽ, തീർച്ചയായും അതിൽ എന്തെങ്കിലുമുണ്ടായിരിക്കണം. അങ്ങനെ സംഭവിക്കുമെന്ന് ഞങ്ങളാരും കരുതിയിരുന്നേയില്ല. അവൾ വളരെ അക്ഷോഭ്യയും, സമചിത്തതയുള്ളവളുമായിരുന്നു. കൂടാതെ, അവൾ വളരെ കരുതലോടെ മാത്രമേ പ്രശംസിക്കുമായിരുന്നുള്ളൂ. ഞങ്ങളുടെ പ്രതീക്ഷകൾ വാനോളമുയർന്നു ഒരു പക്ഷെ ഞങ്ങൾ മരുഭൂമി താണ്ടിക്കഴിഞ്ഞിരിക്കുന്നു.

പുത്തനമുണർവോടെ, അദ്ദേഹം പിരിഞ്ഞുപോകുന്നതിനു മുമ്പായി, ഞങ്ങൾ സെസ്യു ഹയക്കാവയ്ക്കായി ഒരു അത്താഴവിരുന്നൊരുക്കി. അദ്ദേഹം വളരെ നല്ല ഒരു മനോഭാവത്തിലായിരുന്നു. അരിയിൽ നിന്നും വാറ്റിയെടുക്കുന്ന ജപ്പാനീസ് മദ്യമായ സാകേയും തണുത്ത ബിയറും കൂട്ടിച്ചേർത്ത് അദ്ദേഹം നന്നായി കഴിച്ചു. അദ്ദേഹത്തിന്റെ കഥകളും നാടകങ്ങളും ഒരുപോലെ നന്നായിരുന്നു. ഞങ്ങൾക്കെല്ലാം അദ്ദേഹം പിരിയുന്നതിൽ വിഷമം തോന്നി. അദ്ദേഹത്തിനും പ്രയാസമുണ്ടായിരുന്നു. പക്ഷെ അഭിനയലോകത്ത് ഒന്നും സ്ഥിരമായില്ല. നമ്മളെല്ലാവരും കുറച്ചു ദിവസങ്ങൾ, ആഴ്ചകൾ, അല്ലെങ്കിൽ മാസങ്ങൾ ഒരുമിച്ചു പ്രവർത്തിക്കുന്നു. തമ്മിലുള്ള അടുപ്പം വർദ്ധിക്കുന്നു. പിന്നെ പിരിയുന്നു, മറക്കുന്നു, ഒന്നും ആഴത്തിലേക്കു പോകുന്നില്ല- അങ്ങനെയാണതു താങ്ങാനാവുന്നത്.

എഡിറ്റു ചെയ്യാത്ത ചിത്രഭാഗങ്ങൾ എത്തി. തെരുവിനപ്പുറമുള്ള സിനിമാശാലയിൽ വൈകുന്നേരത്തെ പ്രദർശനം കഴിഞ്ഞെത്തി, അവ കണ്ടു. അവ എന്നെ കരയിച്ചില്ലെങ്കിലും എനിക്ക് ഏറെ സംതൃപ്തി നൽകി. പെട്ടെന്ന് ഞങ്ങളുടെ യുവനടൻ, മുതിർന്ന തോരുവിനെ ഞാൻ കണ്ടു. എന്റെ മുൻനിരയിലിരുന്ന അവൻ നല്ല ഉറക്കത്തിലായിരുന്നു. എന്റെ ഹൃദയം ഇരിപ്പിടത്തിനടിയിലേക്ക് മുങ്ങിപ്പോയി. അവനുറങ്ങാനാവുമോ? ആവും, അവൻ ഉറങ്ങി. ഞാൻ എന്റെ സുഹൃത്തിനുനേരെ തിരിഞ്ഞു.

'അതു നോക്കൂ.'

'അവൻ കുടിച്ചു ലക്കുകെട്ടിരിക്കുന്നു', കോപവും അവജ്ഞയും കലർന്ന സ്വരത്തിൽ മറുപടി.

അതേ രാത്രിയിൽ ഒരു സൽക്കാരമുണ്ടായിരുന്നു. ഞങ്ങളുടെ യുവ നടൻ നന്നായി മദ്യപിച്ചിട്ടുണ്ട്. ഞങ്ങളുടെ എഡിറ്റ് ചെയ്യാത്ത ചിത്രഭാഗങ്ങൾ കണ്ടുകൊണ്ടിരിക്കുമ്പോൾ തന്നെ അതു വ്യക്തമായിരുന്നു. അതു തീർന്നപ്പോൾ ഞങ്ങൾ സിനിമാശാലയിൽ നിന്നും പുറത്തിറങ്ങി. അവന് എഴുന്നേറ്റു നില്ക്കുവാൻ പോലുമായിരുന്നില്ല. എനിക്കു നല്ല വെറുപ്പു തോന്നി. കുടിച്ചു ലക്കുകെട്ടോ സ്വബോധത്തോടെയോ എങ്ങിനെയായാലും അവനെങ്ങനെ ഉറങ്ങാൻ കഴിഞ്ഞു ? ഇല്ല. നമ്മളിപ്പോഴും മരുഭൂമിയിൽ തന്നെയാണുള്ളത്. വളരെ ക്ലേശിച്ചു മുന്നോട്ടു പോവുകയേ നിവൃത്തിയുള്ളൂ.

പകൽ മറ്റൊരു സംഭവം കൂടിയുണ്ടായി. വൃദ്ധനായ മാന്യന്റെ പരിചാരകന്റെ അവസാന കാഴ്ച, ഏറ്റവും അടുത്തു നിന്നെടുക്കുന്ന കാഴ്ച. ഞങ്ങളത് ഹോട്ടലിന്റെ മുന്നിൽ വച്ചാണെടുത്തത്. വലിയ ഒരാൾക്കൂട്ടമുണ്ടായിരുന്നു. ഒഴിവുദിനമായതിനാൽ സമൃദ്ധമായ ഒരുകൂട്ടം. ആഹ്ലാദഭരിതരായി, ക്യാമറകളുമൊക്കെയായി. പ്രായമായ മാന്യന്റെ പരിചാരകൻ, ഉയരംകുറഞ്ഞ പഴയ വസ്ത്രങ്ങളുടെ സൂക്ഷിപ്പുകാരനായ ആളായിരുന്നു. ഇപ്പോൾ അയാൾക്ക് പുതിയ ഒരു പ്രതാപം ലഭിച്ചിരിക്കുന്നു. അദ്ദേഹത്തിന്റെ പുതിയ ഒരു ജീവിതസ്വപ്നം സാക്ഷാത്കരിച്ചിരിക്കുന്നു. അദ്ദേഹമിപ്പോൾ ഒരു നടനാണ്. കഴിഞ്ഞ കുറെക്കാലമായി അയാൾ മറ്റുള്ളവർക്കായി വസ്ത്രങ്ങൾ തയ്ക്കുകയും മറ്റുള്ളവർക്ക് രംഗത്ത് അണിയുവാനുള്ള ആടയാഭരണങ്ങൾ ഒരുക്കുകയുമായിരുന്നു. പക്ഷേ ഇന്നയാൾ, അയാളുടെതു മാത്രമായ ഒരു വസ്ത്രം ധരിച്ചിരിക്കുന്നു. അയാളുടെ മുഖം അല്പം മാത്രമെങ്കിലും മിനുക്കിയിരിക്കുന്നു – ആ ഭാഗത്തിന് ഏറ്റവും അനുയോജ്യമായതുകൊണ്ടാണ് അല്പം മാത്രമായത്. ആ ആൾക്കൂട്ടത്തിനു മുന്നിൽ ശാന്തനായി, പ്രതാപത്തോടെ അയാൾ നിന്നു. അവസാനമായി വേണ്ടുന്ന അടുത്തു നിന്നുള്ള ചിത്രങ്ങൾ ക്യാമറക്കാരൻ പകർത്തി. അവ തീർന്നപ്പോൾ, ഞങ്ങൾ തലകുനിച്ച് കൈകൾ കൊടുത്തു. നന്ദി പറഞ്ഞപ്പോൾ, അയാൾ തലകുനിച്ചു. അദ്ദേഹത്തിന്റെ ജീവിതത്തിലെ ഏറ്റവും പ്രധാനപ്പെട്ട ഒരു വർഷമിതാണെന്ന് പറഞ്ഞു. അദ്ദേഹം ഒരു നടനായിരിക്കുന്നു. അദ്ദേഹം സെസ്യു ഹയക്കാവയോടൊപ്പം അഭിനയിച്ചിരിക്കുന്നു. അടുത്തമാസം തന്റെ മകളെ വിവാഹം കഴിപ്പിച്ചയക്കുകയാണെന്നും പറഞ്ഞു.

ആ ദിവസം അവസാനിച്ചു.

'ഒത്സുകാരെസാമ'

ആ വാക്കിന്റെ അർത്ഥം, 'താങ്കൾ ക്ഷീണിച്ചിരിക്കുന്നു' എന്നാണ്.

ജപ്പാനിൽ വളരെ സൗമ്യതയോടെ പറയുന്ന രീതിയാണത്.

അത് സത്യമായിരുന്നു. ഞങ്ങളെല്ലാവരും തളർന്നിരുന്നു.

*** *** ***

ഞങ്ങൾ ഇപ്പോൾ മരുഭൂമി താണ്ടിക്കഴിഞ്ഞിരിക്കുന്നു. കിത്സുവിലെ വലിയ ഒരു കാഴ്ച ചിത്രീകരിക്കേണ്ടതുണ്ടായിരുന്നു. വേലിയേറ്റത്തിന്റെ വരവ്. ഇതുമായി ബന്ധപ്പെട്ട്കൊണ്ട് ഞങ്ങൾ പ്രവർത്തിച്ചപ്പോൾ, ജപ്പാനിലെ സ്റ്റുഡിയോവിൽ, പ്രത്യേക പ്രതീതി വിദഗ്ദ്ധൻ അതു സൃഷ്ടിച്ചുകൊണ്ടിരിക്കുകയായിരുന്നു. അതിനായി അദ്ദേഹം രണ്ടുതവണ ഒബാമയിൽ വന്നിരുന്നു. കിത്സുവും വിജനമായ കടൽക്കരയും ഉൾപ്പെടുന്ന നിരവധി ചിത്രങ്ങൾ എടുത്തു ഞങ്ങളുമായി ആശയവിനിമയം നടത്തി. ഞങ്ങൾ ഏറ്റവും സുരക്ഷിതമായ കൈകളിലാണെന്ന് ഞങ്ങൾക്ക് ബോധ്യമായിരുന്നു. വേലിയേറ്റം തീർച്ചയായും ഏറ്റവും അനുയോജ്യമായിരിക്കും. പക്ഷെ അതു കാണുവാൻ, നഗരത്തിലേക്കു മടങ്ങുന്നതു വരെ കാത്തിരിക്കണമെന്നും. വേലിയേറ്റം തുടങ്ങുന്നതിന് തൊട്ടുമുമ്പുള്ളതും അതിൽ നിന്നും മോചിതരായതിനു ശേഷമുള്ള ഭാഗങ്ങളാണ് ഞങ്ങൾക്ക് ഒരുക്കുവാനുണ്ടായിരുന്നത്.

വേലിയേറ്റത്തിന്റെ ചിത്രീകരണത്തിനായുള്ള ഒരുക്കങ്ങൾ നടക്കുമ്പോൾ, ഗ്രാമത്തിൽ ഭീതിയുടേയും പിരിമുറക്കത്തിന്റെയും ഒരന്തരീക്ഷം ഇഴഞ്ഞുവന്നു. സത്യത്തിൽ ഇത് എല്ലിനോട് ചേർന്ന് മാസം മുറിച്ചെടുക്കുന്നതിനു തുല്യമാണെന്നു പറയാം. ആ ഗ്രാമത്തിലെ ഓരോ പുരുഷനും സ്ത്രീയും കുട്ടിയുമെല്ലാം അനിശ്ചിതത്വം നിറഞ്ഞതെങ്കിലും മനോഹരമായ അവരുടെ ജീവിതത്തിൽ ഏറ്റവും ഭയപ്പെട്ടിരുന്നത് നിയന്ത്രിക്കാനാവാത്ത ആ വേലിയേറ്റത്തെ മാത്രമാണ്. ചക്രവാളത്തിനുമപ്പുറത്തുനിന്നും വരുന്ന മൃദുലമായ, അശുഭസൂചകമായ കാറ്റിന്റെ മുരൾച്ചയും ചെളികലങ്ങിയ കിണർ വെള്ളവും ഭൂമിയുടെ വിറയലും ഒഴികെ മറ്റൊരു മുന്നറിയിപ്പുമില്ലാതെ ആഞ്ഞടിക്കുന്ന വേലിയേറ്റം. ആ ബീഭത്സത, സങ്കൽപ്പിക്കുന്നതു തന്നെ അവർക്കു സഹിക്കാനാവുന്നതിലും അപ്പുറമാണ്. അപ്പോഴാണ് അവർ ആ ഭീതിജനകമായ യാഥാർത്ഥ്യം അഭിനയിക്കുക എന്നത് ധൈര്യസമേതം ഏറ്റെടുത്തിരിക്കുന്നത്. കളപ്പുരയും, കർഷക കുടുംബവും അവരുടെ ഭാഗം നന്നായി അഭിനയിച്ചു. ഞങ്ങൾ അവസാനത്തെ വൈകുന്നേരം അഭിനയിക്കാനുള്ള ഒരുക്കങ്ങളിലേക്കു നീങ്ങി. ഇരുട്ടിൽ, വൃദ്ധനായ മാന്യന്റെ വീടിനു മുന്നിൽ പന്തങ്ങൾ തെളിയിക്കപ്പെടുന്നു. ഭയവിഹ്വലരായ കിത്സുവിലെ ഗ്രാമീണർ അവരുടെ പൈതൃകഭവനങ്ങളിൽ നിന്നും വളഞ്ഞുപുളഞ്ഞു

ഇടുങ്ങിയ മലമ്പാതയിലൂടെ, സുരക്ഷിതത്വത്തിനായി കൊടുമുടിയിലേക്ക് പോയി.

അന്നു വൈകുന്നേരത്തെ പ്രധാന കഥാപാത്രം തോരു ആയിരുന്നു. ചിത്രീകരണത്തിന്റെ ഭാഗമായി, ഗ്രാമം മുഴുവൻ കടലെടുത്ത് പോയത്, അവൻ വരുമ്പോൾ മുഖത്ത് പ്രതിഫലിക്കണം. ഇവിടെ വേലിയേറ്റം ഇടക്കായി ചേർത്തുവയ്ക്കണം. അതിനുശേഷം, തോരു പ്രാണവേദന യോടും ഭ്രാന്തമായും വേലിയേറ്റത്തിൽ പെട്ടുപോകുന്നതും കൊടുമുടി യോടു പറ്റിച്ചേർന്നു നിൽക്കുന്ന അവനെ രക്ഷിക്കാൻ ശക്തിയുള്ള കര ങ്ങൾ സ്നേഹപൂർവ്വം അവനടുത്തേക്ക് വരുന്നതും പകർത്തി. അവൻ ആ ഭാഗം അതിഗംഭീരമായി അഭിനയിച്ചു. ഞാൻ പ്രത്യേകിച്ചും ഓർമ്മി ക്കുന്നത് ജനക്കൂട്ടം മലമുകളിലേക്ക് ഇരച്ചുകയറുന്നതാണ്. നിസ്സഹായ രായി, ഭയന്ന് വിറയ്ക്കുന്ന ആളുകൾ, അവരുടെ പൂർവ്വികർ ചവിട്ടിമെ തിച്ച പാതയിലൂടെ മുൻകാലങ്ങളിൽ സാധാരണയായി ഇടക്കിടെ ചെയ്തിരുന്നതുപോലെ, പിന്തുടരുന്നതാണ്. പക്ഷെ യഥാർത്ഥമായി.

എല്ലാം കഴിഞ്ഞ് രാത്രിയിൽ ഞങ്ങൾ സമചിത്തതയോടെ മടങ്ങി. ഞങ്ങൾക്ക് കിത്സുവിലെ ജനങ്ങളുടെ സമാനതകളില്ലാത്ത ധൈര്യ ത്തെക്കുറിച്ച് പുതിയ അറിവ് ലഭിച്ചു. അവരുടെ ജീവിതരീതിയോടും കടലിനോടുമുള്ള അചഞ്ചലമായ ആത്മബന്ധം, വളരെ പരിശുദ്ധവും നല്ലതുമായത്, പക്ഷെ അപകടകരമായതും. ഞങ്ങൾ ഖേദപൂർവ്വം യാത്ര പറഞ്ഞു. വാത്സല്യം നിറഞ്ഞ കുറേ മുഖങ്ങൾ റാന്തൽ വെളിച്ചത്തിൽ കണ്ടത് എന്റെ ഓർമയിൽ തെളിഞ്ഞു. ഗ്രാമത്തലവൻ അഭിമാനപൂർവ്വം ഞങ്ങളുടെ പ്രശംസകളും നന്ദിയും ഏറ്റുവാങ്ങി. അയാൾക്കറിയേണ്ടി യിരുന്നത് ജപ്പാനിൽ ചിത്രം എപ്പോൾ പ്രദർശിപ്പിക്കുമെന്നതാണ്. അതാണ് അവർക്കുള്ള ഏറ്റവും വലിയ സമ്മാനമെന്നയാൾ പറഞ്ഞു.

'ഞങ്ങൾ കയ്യിലുള്ള നല്ല വസ്ത്രങ്ങൾ ധരിച്ച് ടോക്യോയിലേക്ക് വരെ വേണമെങ്കിൽ പോകും.' അയാൾ ഞങ്ങളോട് പറഞ്ഞു.

അവസാനം, മലമുകളിൽ, വൃദ്ധനായ മാന്യന്റെ കവാടത്തിനു മുന്നിലെ പന്തങ്ങൾ, ഇരുട്ടിൽ ലയിച്ചു, അത് അവസാനിച്ചിരിക്കുന്നു. ചിത്രീകരണം പൂർത്തിയായി. കടലിന്റെയും കാറ്റിന്റെയും സൂര്യന്റെയും തിളക്കവും കടൽക്കരയിൽ വെച്ചു പങ്കുവെച്ച ഭക്ഷണത്തിന്റെയും വലിയ വെള്ളോട്ടു പാത്രത്തിലെ ചായയും തുടങ്ങിയ മനോഹരചിത്രങ്ങൾ ഞാൻ ജീവിതത്തിലൊരിക്കലും മറക്കില്ല. കരയിലേക്കു കയറ്റിയിട്ട, ആളി ല്ലാത്ത വഞ്ചിയിൽ കിടന്ന് അർദ്ധമയക്കത്തിലേർപ്പെട്ടതും മറക്കില്ല. അപ്പോൾ ചെവിയിൽ മുഴങ്ങിയ തിരമാലകളുടെ ശബ്ദവും ദേഹത്തേറ്റ

ഉച്ചവെയിലിന്റെ ചൂടും ഞാൻ മറക്കില്ല. നഷ്ടങ്ങളുടെയും ഏകാന്തതയുടെയും കാത്തിരുന്ന നിഴലുകളെ, ഇപ്പോഴും ആ ദിനങ്ങളിലും ഞാൻ മാറ്റി നിർത്തിയിരിക്കുന്നു. ഞാൻ ദിവസത്തിനു വേണ്ടി, മണിക്കൂറിന് വേണ്ടി, ജോലിക്കുവേണ്ടി ജീവിച്ചു, സൂര്യന്റെ ചൂടേറ്റുള്ള ജൈവികമായ സുഖത്തിലും പെയ്തിറങ്ങിയ മഴയിലും ഇരമ്പുന്ന കടലിലും.

*** *** ***

ഞങ്ങളുടെ ചിത്രം പൂർത്തിയാവാറായി. ഇനിയുള്ള കാര്യങ്ങൾ രേഖപ്പെടുത്താൻ എളുപ്പമാണ്. കിത്സുവിനുശേഷം, ആളൊഴിഞ്ഞ ചിജിവ കടൽത്തീരത്ത് വച്ച് കൂറ്റൻ സ്രാവിനെ പിടിക്കുന്നതും ഏറ്റവും അവസാനത്തെ രംഗമായി, വളർന്നു വലുതായ കുട്ടികൾ പ്രണയവും സുഖവും ദുഃഖവും ജീവിതവും കണ്ടെത്തുന്നതും എല്ലാം. എല്ലാത്തിന്റെയും അവസാനം കിത്സുവിൽവെച്ച് വൃദ്ധനായ മാന്യനും തോരുവും സെത്സുവും ഉള്ള രംഗവും. പിന്നീടവശേഷിച്ചത് ഒഷിമയിൽ വച്ച് അഗ്നിപർവതത്തിന്റെ ചിത്രീകരണം ആയിരുന്നു. ചിത്രീകരണശേഷം അത് പടത്തിൽ അനുയോജ്യസ്ഥലത്ത് ഉൾപ്പെടുത്തലും.

ഞാനല്പം വേഗത്തിലായിപ്പോയി എന്നുതോന്നുന്നു. ആദ്യം ചിജിവയെ ഓർമ്മിക്കട്ടെ. ജനനിബിഡമായ ഒരു രാജ്യത്ത്, സമാനതകളില്ലാത്ത കടൽത്തീരവുമായി, ഈ വിശാലവും മനോഹരവുമായ തീരം ജനവാസമില്ലാതെ ഒഴിഞ്ഞിരിക്കുന്നു. ഇവിടെ ആളില്ലാതെ നൂറ്റാണ്ടുകളായി. മീൻവലകൾ ഉണക്കാനിട്ടിരിക്കുന്നതല്ലാതെ, ഏതു ദിവസം ചെന്നാലും ഒരാളെപ്പോലും നിങ്ങൾക്കിവിടെ കാണാനാവില്ല. ഒരു പ്രത്യേക കോണിലായി, ചിജിവ, കടലിനെ അഭിമുഖീകരിക്കുന്നതിനാൽ ചുഴലിക്കാറ്റുകളും വേലിയേറ്റങ്ങളും എല്ലാം നശിപ്പിക്കും വിധം വിനാശകാരികളായി മാറുന്നു. മീൻപിടുത്തക്കാർ അവർക്ക് നിരന്തരം ഏല്ക്കേണ്ടിവന്ന പൂർണ്ണ നാശങ്ങളുടെ അനുഭവത്തിൽ, ഭയപ്പെടുത്തുന്ന കടലിനെ അനുസരിച്ച്, അവിടെ ജീവിക്കില്ലെന്ന് തീരുമാനിച്ചു.

എന്നിരുന്നാലും, അതൊരു അത്യാകർഷകമായ കടൽത്തീരമാണ്. കരയിലേക്ക് കയറി രണ്ടുമൈലോളം പരന്നു കിടക്കുന്ന, കിഴക്കും പടിഞ്ഞാറും ഭീമാകാരന്മാരായ സുന്ദരൻ പാറക്കല്ലുകളാൽ അതിരിട്ടു കിടക്കുന്നു. എന്റെ ഏഷ്യൻ ജീവിതവും ഏഷ്യൻ കലകളോടുള്ള എന്റെ പ്രിയവും കല്ലുകളോടുള്ള എന്റെ ഇഷ്ടം കൂട്ടിയിരുന്നു. ഭൂപ്രകൃതിക്ക് അവ ശക്തി പകരുന്നു. കാലവും കാലാവസ്ഥയും അവരിൽ വരുത്തുന്ന രൂപാന്തരം പ്രകൃതിയുടെ വാസനകളെ പ്രതിഫലിപ്പിക്കുന്നു. അവ ശക്തിയെയും ചെറുത്തു നില്പിനെയും ശാശ്വത മൂല്യങ്ങളേയും സൂചിപ്പി

ക്കുന്നു. ചിജിവയുടെ ഏറ്റവും അവസാനഭാഗത്ത് അത്തരം പാറകളുണ്ട്. അവയെ പിൻദൃശ്യങ്ങളാക്കി, ഞങ്ങൾ വളർന്ന് വലുതായ തോരുവിന്റെയും സെത്സുവിന്റെയും പ്രണയരംഗങ്ങൾ പകർത്തി. ഈ പാറകളുടെ അടുത്തേക്ക് തന്നെയാണ് അവരോട് അവസാനയാത്ര പറയുവാനായി വൃദ്ധനായ മാന്യൻ ചെല്ലുന്നതും.

സ്രാവുകളെപ്പറ്റിക്കൂടി മറക്കാതെ പറയട്ടെ. ചിത്രത്തിലെ അനുപമമായ ഒരു രംഗമാണത്, അനുഭവവും. ആ പ്രദേശത്തെ മീൻപിടുത്തക്കാർ വർഷത്തിലൊരിക്കൽ സ്രാവുവേട്ടക്ക് പോകും. കടലിലെ ക്രൂരജീവികളായ സ്രാവുകൾ, അവർ കീഴടക്കാനുദ്ദേശിക്കുന്ന പ്രദേശത്തെ മറ്റു മീനുകളെ മുഴുവൻ നശിപ്പിച്ചു. ഇതിനെതിരെ മീൻപിടുത്തക്കാർ യുദ്ധം ചെയ്യും. ഇവയുടെ വരവിന്റെ മുന്നോടിയായി ചെറുമീനുകളുടെ പറ്റങ്ങൾ, ഇരമീനുകളുടെ കൂട്ടം ചാകരയായി വരും. അവയെ കാണുമ്പോൾ മീൻപിടുത്തക്കാർ അവരുടെ പദ്ധതി തയ്യാറാക്കും. അവർ ഇരുന്നൂറോളം വഞ്ചികൾ കൊണ്ടു വന്ന്, അവയുടെ ഇടയിൽ ലോകത്തിലെ ഏറ്റവും വലിയ വലവിരിക്കും. അത് ഏറ്റവും ശക്തിയുള്ളതുമാണ്. വഞ്ചികൾ ഒരു വലിയ വൃത്തത്തിൽ വിസ്തൃതമാക്കി. ഇരമത്സ്യങ്ങൾ ഈ വൃത്തത്തിനുള്ളിൽ നീന്തിക്കളിക്കും. അപ്പോൾ സ്രാവുകൾ അവയെ പിന്തുടരും. വഞ്ചികൾ ഒരുമിച്ച് ചേർത്ത്, ഭീമാകാരന്മാരായി പുളയുന്ന ഇവയെ കെണിയിലാക്കുന്നു. കരയിൽ നിന്നും നൂറുകണക്കിന് പുരുഷന്മാർ ഈ വല വലിച്ച് കയറ്റുന്നു. കരയിലേക്ക് സ്രാവുകളെ എത്തിക്കുന്നു. വലിയ ദണ്ഡുകൾകൊണ്ട് അവയെ അടിച്ചു കൊല്ലുന്നു. വണ്ടിയിലേറ്റിക്കൊണ്ടുപോകുന്നു. മൃദുലമായ ഭാഗങ്ങൾ എണ്ണക്കും വളത്തിനുമുപയോഗിക്കുന്നു. ബാക്കി വരുന്ന ഭാഗങ്ങൾ ആഹാരത്തിനുപയോഗിക്കും. ചിലപ്പോൾ നല്ല കൊയ്ത്തായിരിക്കും. ചിലപ്പോൾ മോശവും. കഴിഞ്ഞ വർഷം അവർക്ക് ഒരേയൊരു സ്രാവിനെയാണ് കിട്ടിയത്. ഈ വർഷം ഞങ്ങൾ അവർക്ക് ഭാഗ്യം കൊണ്ടുവന്നു. അവർ പറഞ്ഞു. നൂറ്റിരുപതെണ്ണത്തെ കിട്ടിയെന്ന്. എനിക്ക് സ്രാവുകളോട് പ്രത്യേക മമതയൊന്നുമില്ല. എങ്കിലും അവയെ ദണ്ഡുകൊണ്ടടിച്ചുകൊല്ലുന്നത് ഞാൻ ഇഷ്ടപ്പെടുന്നില്ല. എനിക്ക് മീൻപിടുത്ത വഞ്ചികൾ അതീവഇഷ്ടമാണ്. തിളങ്ങിനിൽക്കുന്ന വെയിലിൽ, അവയിൽ ഉയർന്നു പറക്കുന്ന വർണ്ണക്കൊടികൾ. കരയിൽ നിൽക്കുന്ന ജീവസ്സുറ്റ ജനക്കൂട്ടവും ഏറെ ഇഷ്ടം. ഞങ്ങളോടൊപ്പം എന്നും ജനക്കൂട്ടമുണ്ടായിരുന്നു. വളരെ മുമ്പു തന്നെ, ഓരോ സ്ഥലത്തെത്തുമ്പോഴും ആൾക്കൂട്ടത്തെ, ഒരു ഭാഗമായി സ്വീകരിക്കണമെന്ന് പഠിച്ചിരുന്നു. ഞാനെന്തിനാണ് ചിത്രത്തിലെ രംഗ

ത്തെപ്പറ്റി വീണ്ടും വിശദീകരിക്കുന്നത് ? അവയെല്ലാം ചിത്രത്തിലുള്ളപ്പോൾ ഞാൻ വാക്കുകളിൽ പറയുന്നതിനേക്കാൾ ഭംഗിയായി. മനുഷ്യനും, സ്രാവും തമ്മിലുള്ളത് പൗരാണികമായ ഒരു യുദ്ധമാണ്. അന്നു മനുഷ്യനാണ് ജയിച്ചത്. അതേ യുദ്ധം വീണ്ടും നടന്നപ്പോൾ, ഞങ്ങളുടെ കഥാപാത്രങ്ങൾ അവരുടെ വ്യക്തിപരമായ സ്പർദ്ധകൾ കൂടെ പേറുന്നു. വളർന്നു വലുതായ ഹാരുകോയും സെത്സുവും അവരുടെ ഓർമ്മിക്കപ്പെടേണ്ട യുദ്ധത്തിൽ, ഹാരുകോ സെത്സുവിനെ മുക്കിക്കൊല്ലാൻ ശ്രമിക്കുന്നു. ആ സന്ദർഭത്തിൽ തോരുവും യുക്കിയോയും അവരും ഇപ്പോൾ കുട്ടികളല്ല, പുരുഷന്മാരായതിന്റെ സ്വകാര്യ അപകടങ്ങളെ നേരിടുന്നു. ഇതെല്ലാം ചിത്രത്തിലുണ്ട്. ഒടുവിൽ തോരു, അവന്റെ വഞ്ചിയിൽ കടലിലേക്ക്, അവന്റെ പ്രണയിനിയുമായി പോകും വരെ.

ഞങ്ങൾക്ക് ഇനി ഓഷിമയിലേക്ക് തിരികെ പോകേണ്ടതുമാത്രമേ ബാക്കിയുള്ളൂ. എന്നാലും എനിക്കൊരു സ്വപ്നം പൂർത്തീകരിക്കാനുണ്ട്.. അതൊരു ചെറിയ സ്വപ്നമാണ്; എനിക്കൊഴികെ; മറ്റാർക്കും ഒരു പ്രാധാന്യവുമില്ലാത്തത്. ഉൻസെൻ-ന് അടുത്തുള്ള, പർവതപ്രദേശത്തുള്ള, ചെറിയ ജപ്പാനീസ് വീട്ടിലേക്ക് ഒന്നുപോകണം. എന്റെ പഴയ ജീവിതത്തിൽ, ചൈനയിലെ രണ്ടാം വിപ്ലവകാലത്ത് ഞാൻ അഭയം തേടിയ ഇടം. കമ്യൂണിസ്റ്റുകൾ നയിച്ച പട്ടാള അക്രമം തുടങ്ങിയപ്പോൾ, പടിഞ്ഞാറു നിന്നുള്ള എല്ലാവരും നിർബന്ധിതമായി നാൻകിംഗ് നഗരം ഒഴിഞ്ഞു പോകേണ്ടിവന്നു. അന്നു ഞങ്ങൾ അവിടെയായിരുന്നു താമസിച്ചിരുന്നത്. എന്റെ കുടുംബവും മറ്റു കുറച്ചു അമേരിക്കക്കാരും കൂടിയാണ് ജപ്പാനിലേക്ക് വന്നത്. നാഗസാക്കിക്ക് മുകളിലുള്ള കുന്നുകളിലേക്ക്. ഇപ്പോൾ ഞാൻ അങ്ങോട്ടേയ്ക്ക്, എന്റെ ഒരു ജപ്പാനീസ് സുഹൃത്തിനെ വഴികാട്ടിയും പരിഭാഷകനുമായി കൂട്ടിപോകുകയാണ്.

ഒരു കാർ വാടകയ്ക്കെടുത്ത്, ഡ്രൈവറെ വച്ച്, എന്നത്തെയുംപോലെ അമൂർത്തമായ വളവും തിരിവുമുള്ള റോഡിലൂടെ ലക്കും ലഗാനുമില്ലാതെ ചുറ്റിക്കയറി ഉൻസെനിലേക്ക് പോകുകയാണ്. എന്റെ ഓർമ്മയിലുള്ള പർവതഗ്രാമം ഇന്നൊരു നവീന ആരോഗ്യസ്നാനസ്ഥലമായിരിക്കുന്നു. ചൂടുറവകളെല്ലാം പഴയവ തന്നെ. പാറകൾക്കിടയിലൂടെയുള്ള വിടവുകളിൽ നിന്നും ശക്തിയായി പ്രവഹിക്കുന്ന നൂറുകണക്കിന് ചൂടുറവകൾ. ആളുകൾ പുറത്തു തീകൂട്ടി മുട്ട പുഴുങ്ങുകയും ചായക്കുള്ള വെള്ളം ചൂടാക്കുകയും ചെയ്യുന്നു. എനിക്കു, പുതിയ തെരുവുകളിൽ കൂടി പോയതിനാൽ, പഴയ നാട്ടിൻപുറത്തേക്കുള്ള എന്റെ ഓർമയിലുള്ള പാത കണ്ടെത്താനായില്ല. ഞങ്ങൾ ഒരു യുവതിയെ തടഞ്ഞുനിർത്തി

ചോദിച്ചു. വർഷങ്ങൾക്കു മുമ്പ്, ഒരിക്കൽ ചൈനയിൽ നിന്നുള്ള അമേരിക്കൻ അഭയാർത്ഥികൾ താമസിച്ചിരുന്ന വീടുകളെക്കുറിച്ച് കേട്ടിട്ടുണ്ടോ എന്ന്. അവളുടെ മുഖം പ്രസന്നമായി. അതെ, അവളുടെ മുത്തച്ഛന് അറിയാം. അദ്ദേഹം ഇടക്കിടെ ആ അമേരിക്കക്കാരെപ്പറ്റി സംസാരിക്കാറുണ്ടത്രേ. അവൾ മുത്തച്ഛനെ കൂട്ടി വന്നു. മെലിഞ്ഞ, ഉല്ലാസഭരിതനായ ഒരു വൃദ്ധൻ. അദ്ദേഹം ഉത്സാഹത്തോടെ നിരത്തിലേക്ക് നയിച്ചു. അവിടെ നിന്നും താഴ്ചയില്ലാത്ത ഒരു മലയടിവാരത്തേക്കും. ഒരു കൊച്ചരുവിക്കക്കരെ, മലയിൽ നിന്നും മുകളിലോട്ട് കയറി, അവസാനം ഞങ്ങൾ ഒരു കൂട്ടം ജപ്പാനീസ് വീടുകൾക്കടുത്തെത്തി. അവ ഇപ്പോൾ ശൂന്യമായി പൂട്ടിയിട്ടിരിക്കുന്നു. പക്ഷെ, ഞാൻ! ആ ചെറിയ സുരക്ഷിത സ്ഥലം, ഞങ്ങൾ കുഴപ്പമൊന്നുമില്ലാതെ കുറച്ചുകാലം താമസിച്ചത്, കൂട്ടുകാരോടൊപ്പമെങ്കിലും, വളരെ ദരിദ്രമായിരുന്നു. വിപ്ലവത്തിന്റെ ഫലമായി സ്വന്തമായി ഉണ്ടായിരുന്നതെല്ലാം അപഹരിക്കപ്പെട്ടതിനാൽ എന്റെ ജീവിതം അതിനിടയിലുള്ള കാലത്തിനിടയിൽ മുഴുവനായും മാറിപ്പോയി. ആ മേൽക്കൂരക്കു കീഴെ കഴിഞ്ഞിരുന്ന കേവലം നിരാശയായ ഒരു യുവതി അല്ല ഞാനിപ്പോൾ. ഞാൻ ആ വൃദ്ധന്റെ കയ്യിൽ കുറച്ച് പണം പിടിപ്പിച്ച്, ഇനിയൊരിക്കലും തിരിച്ചുവരില്ലെന്നറിഞ്ഞുകൊണ്ട്, മടങ്ങിപ്പോന്നു. ഞങ്ങൾ ഉൻസെനിൽ നിന്നും തിരിക്കുമ്പോൾ, ആരോ ഞങ്ങളെവിളിച്ചു, കാർ നിർത്തി. അത് ആ ചെറുപ്പക്കാരിയായിരുന്നു. അവർ എന്റെ നേർക്ക് ഒരു പൊതി നീട്ടി.

'എന്റെ മുത്തച്ഛൻ പറഞ്ഞു, നിങ്ങൾ ഈ അരികേയ്ക്കുകൾ, നിങ്ങളുടെ കുട്ടികൾക്കായി വാങ്ങിക്കാറുണ്ടെന്ന് അദ്ദേഹം ഓർക്കുന്നുവെന്ന്.

അതു സത്യമായിരുന്നു. ഞാൻ മറന്നു. അയാൾ മറന്നില്ല.

*** *** ***

മെയ്മാസത്തിലെ ഞങ്ങളുടെ ചുറ്റിക്കറങ്ങിയുള്ള യാത്രയ്ക്കിടയിൽ, ഒബാമ നരകതുല്യമായി തോന്നിയിരുന്നു. ഇപ്പോൾ ഒക്ടോബറിൽ അഗ്നിപർവ്വതം സജീവവും ഇടയ്ക്കുള്ള മാസങ്ങളിൽ അനുസരണയില്ലാത്തതുമായി മാറിയിരിക്കുന്നു. ടോക്യോയിൽ പോലും ആപത്സൂചകമായ കാലാവസ്ഥ ആയിരുന്നു. ഞങ്ങൾ, വിമാനത്തിൽ പോകുവാൻ തീരുമാനിച്ച്, ഒരെണ്ണം വാടകയ്ക്ക് ഏർപ്പാട്ചെയ്യുകയും ചെയ്തിരുന്നു. മാറി മാറി ജലാശയത്തിന് മുകളിലൂടെ പറത്തി എത്തിക്കാനായിരുന്നു പദ്ധതി. പക്ഷെ, കാലത്ത് ആകാശം കാറുമൂടി ഇരുണ്ടിരുന്നു. പൈലറ്റ്, പറത്തുവാൻ പറ്റില്ലെന്ന് പറഞ്ഞു. ഇപ്പോൾ ഞങ്ങൾ സമയം നോക്കിയല്ല ജോലി ചെയ്യുന്നത്. പലർക്കും വീട്ടിൽ തിരിച്ചെത്താനുള്ള ആകാം

ക്ഷ, ചിലർക്ക് അധികമുള്ള ജോലികൾ ചെയ്തുതീർക്കണം, അങ്ങനെ. സമയം പാഴാക്കുന്നതൊഴിവാക്കാൻ ഞങ്ങൾ രാത്രിയിലുള്ള ബോട്ടിന് പോകാൻ തീരുമാനിച്ചു. പുറങ്കടലിൽ ഒരുചുഴലിക്കാറ്റ് രൂപപ്പെട്ടതിനാൽ, കപ്പിലിനുപോലും അതിന്റെതായ പ്രയാസങ്ങളുണ്ടാകാം. എന്നിരുന്നാലും ഞങ്ങൾ ഒരുപാട് അപകടസാധ്യതകൾ നേരിട്ടതിനാൽ, കടൽയാത്ര തന്നെയെന്ന് തീരുമാനിച്ചു. ഇടക്കിടെ വിമാനത്തിലും കടലിലും യാത്ര ചെയ്യുന്നതിനാൽ ഈ ഒരു യാത്ര എന്തു അപകടം പിണഞ്ഞാലും ശരിയെന്നു തോന്നി.

കോരിച്ചൊരിയുന്ന മഴയിലും ചൂളമടിക്കുന്ന കാറ്റിലും ആ രാത്രിയിൽ ഞങ്ങൾ കപ്പൽ തുറയിലേക്ക് ഓടിച്ചുപോയി. ഒരു പഴയ ആവിക്കപ്പലിൽ കയറി. രാത്രിയായതു ഭാഗ്യമായി. കാരണം, ഇരുട്ടിൽ എത്രപേർ കപ്പലിൽ കയറി എന്ന് അറിയാൻ കഴിഞ്ഞില്ല. ക്യാമറ, അണിയറ പ്രവർത്തകർ, അഭിനേതാക്കൾ എല്ലാവരും കയറി. ഉടനെ അവരവരുടെ ചെറുമുറികളിലേക്ക് പോയി. അല്പസമയം കഴിഞ്ഞപ്പോൾ ഞങ്ങൾ കടലിലേക്ക് തിരിഞ്ഞു.

ആ ഭയാനക രാത്രിയെക്കുറിച്ചോർക്കുമ്പോൾ, എനിക്കിപ്പോഴും കിടുകിടാ വിറക്കും. കടൽ പ്രക്ഷുബ്ധവും, കാറ്റും മഴയും പരസ്പരം മല്ലിടുന്ന ശത്രുക്കളും. എല്ലാത്തിലും വച്ച് മോശം കാര്യം, കപ്പലിൽ അതിന്റെ യഥാർത്ഥത്തിൽ സാധ്യമായതിന്റെ നാലിരട്ടി ഭാരം യാത്രക്കാർ ഉണ്ടായിരുന്നു എന്നതാണ്. അവരിൽ കൂടുതലും, ഓഷിമയിലേക്ക് വിനോദയാത്ര പോകുന്ന വിദ്യാർത്ഥികളും. അവരിൽ നൂറിലധികം പേർക്ക് കടൽച്ചൊരുക്കുകാരണം പ്രയാസമായി;പാവം കുരുന്നുകൾ. ശൗചസ്ഥാനങ്ങളും ഇടനാഴികളും കടന്നുപോകാൻ കഴിയാതെയായി. പോരാത്തതിന് ഉപയോഗിക്കാൻ പറ്റാതെയും. ഏറ്റവും വലിയ അപകടം കപ്പലിൽ തന്നെ ആയിരുന്നു. മുകളിലെ ഘടന വളരെ ഉയർന്നതിനാൽ കപ്പൽ ഒരു വശത്തുനിന്നും മറ്റൊരു വശത്തേക്ക് ഉലഞ്ഞുകൊണ്ടിരുന്നു. ആ ഉലച്ചിലിന്റെ അളവ് ഞങ്ങളുടെ ജീവൻ തന്നെ അപകടത്തിലാക്കുന്നതായിരുന്നു. ഞാൻ അടിക്കടി കപ്പൽയാത്ര ചെയ്യുന്ന ഒരാളാണ്. എത്രയോ സമുദ്രങ്ങൾ വീണ്ടും വീണ്ടും കടന്നിട്ടുണ്ട്. ശാന്തസമുദ്രം കടന്നുള്ള എന്റെ ആദ്യയാത്ര കേവലം മൂന്ന് മാസം പ്രായമുള്ളപ്പോഴായിരുന്നു. പ്രായം ക്ലിപ്തതയില്ലാതെ വളർന്ന് അതേ ഞാൻ, കുറച്ചുമാസങ്ങൾക്കു മുമ്പും ശാന്തസമുദ്രം കടന്നു. പക്ഷെ, ഓഷിമയിലേക്കു പോകുന്ന വഴിയിൽ, അന്നു രാത്രി മുഴുക്കെ പേടിച്ചതുപോലെ, എന്റെ ജീവിതത്തിലൊരിക്കലും ഞാൻ പേടിച്ചിട്ടില്ല. പ്രഭാതത്തിനു മുമ്പ്, എപ്പോ

ഴോ, ഞങ്ങളോടൊപ്പം സഞ്ചരിക്കുന്ന ഒരു സുഹൃത്ത് വന്ന് നോക്കി. അദ്ദേഹത്തിന്റെ ഭാര്യ, എന്റെ മുറിയിലായിരുന്നു; അവർ എങ്ങനെയുണ്ടെന്ന് നോക്കാൻ വന്നതാണ്. അദ്ദേഹത്തിന്റെ നല്ല മുഖം ഭയംകൊണ്ട് ഇരുണ്ടിരുന്നു.

'നമ്മൾ കണക്കിലെ എല്ലാ നിയമങ്ങളും ലംഘിക്കയാണ്.' അദ്ദേഹം പുലമ്പി. 'കപ്പൽ, ഒരിക്കലും പാടില്ലാത്തത്രയും ചരിഞ്ഞ് ഉലയുകയാണ്. അതങ്ങിനെ പാടില്ല. നേരെ ചൊവ്വേ ആയിരിക്കേണ്ട നമ്മളാണിപ്പോൾ കുഴപ്പത്തിലായിരിക്കുന്നത്.'

ഞാൻ എന്റെതട്ടിൽ കിടന്ന്കൊണ്ട്, അസാധാരണമായ എന്റെ സ്വന്തം ജീവിതത്തെക്കുറിച്ച് ചിന്തിക്കാൻ തുടങ്ങി. സൗമ്യയും സമാധാനപ്രിയയും ആയ ഒരു സ്ത്രീ, യാതൊരുവിധ അഭിലാഷങ്ങളോ അതിമോഹമോ ഇല്ലാത്ത, സാഹസികതയോട് ഒട്ടും താല്പര്യമില്ലാത്ത ഒരാൾ, എങ്ങനെ നിയന്ത്രിച്ചുപോകുന്നു? ടെലിവിഷനിൽ ഒരു സാഹസികത നിറഞ്ഞ പരിപാടി തുടങ്ങുമ്പോൾ തന്നെ ഞാനത് നിർത്തുന്നതാണ്, ഞാനത്രമാത്രം ഉൽക്കടമായ രീതിയിൽ സാധാരണ കാര്യങ്ങളെമാത്രം സ്നേഹിക്കുന്നത് കൊണ്ടാണോ? അതുകൊണ്ട് ഒരു ഉപകാരവുമില്ല. ഞാൻ സ്ഥിരമായി എന്തെങ്കിലും പര്യവേഷണങ്ങളിൽ സാഹസികതയോടെ ഇടപെടുകയും അതു വെറുക്കുകയും ചെയ്യുന്നു. കടലിൽ മുങ്ങിച്ചാവുക എന്നത് ചിന്തിക്കുന്നതുതന്നെ എനിക്കു വെറുപ്പാണ്. മുങ്ങിച്ചാകാൻ ഏതു വിധത്തിലുള്ളതായാലും എനിക്കിഷ്ടമല്ല. പക്ഷെ എന്റെ അന്ത്യം അങ്ങനെയാണെങ്കിൽ, ഞാനൊരു ചെറിയ നീന്തൽകുളമോ അതിലും നന്നായി ഒരു കുളിത്തൊട്ടിയോ ആണ് കൂടുതലിഷ്ടപ്പെടുക എന്നിരിക്കലും ഞാൻ യാത്ര ചെയ്ത കടലുകളുടെ എണ്ണമോ എത്ര തവണ യാത്ര ചെയ്തെന്നോ എണ്ണാനാവില്ല. ശാന്തസമുദ്രം, വളരെ അപൂർവമായി അറ്റ്ലാന്റിക്, മധ്യധരണ്യാഴി, ചെങ്കടൽ, ഏഷ്യയുടെ സങ്കീർണ്ണതീരങ്ങളെ ചുറ്റിത്തിരിയുന്ന എല്ലാ കടലുകളും. ഇപ്പോൾ പ്രകടമായും എന്റെ ഭാഗധേയം ജപ്പാനും ഓഷിമയ്ക്കുമിടയിലാണ്. കൂറ്റൻ തിരമാല, തീർച്ചയായും.

പ്രഭാതമായി. ഉണർവില്ലാത്ത, ഈറനണിഞ്ഞ പ്രഭാതം. വിളറിയ സൂര്യൻ. മൂടൽ മഞ്ഞിനിടയിൽ മുളലും മുരളലുമായി കടൽ. വെളുത്ത തിരകളുയർത്തി, വിപരീത ദിശകളിലേക്കടിക്കുന്ന കാറ്റും. ഓഷിമയുടെ അവ്യക്തമായ രൂപരേഖ പോലും എവിടെയും കണ്ടില്ല. ഞങ്ങൾ ബദ്ധപ്പെട്ട് വസ്ത്രങ്ങൾ മാറി. പതിനഞ്ചു മിനുട്ടിനകം ഞങ്ങൾ കപ്പൽ തുറയിലെത്തും. ഒരുമണിക്കൂർ കഴിഞ്ഞു, പന്ത്രണ്ടു മണിക്കൂറായി, ഞങ്ങൾ

ഉലഞ്ഞു കൊണ്ടിരുന്നു. കടൽ അത്രക്കു കോപിച്ചിരിക്കയാൽ ഞങ്ങൾക്ക് അടുക്കുവാൻ പറ്റുന്നില്ല. കടൽ ശാന്തമായില്ലെങ്കിൽ, ദ്വീപിന്റെ മറുഭാഗത്ത് പോകേണ്ടിവരുമെന്ന് ഞങ്ങളെ അറിയിച്ചു. കടൽ ശാന്തമായില്ല. ഞങ്ങൾ മറുഭാഗത്തേക്ക് പോയി. ഇതിനേക്കാൾ സൗകര്യം കുറഞ്ഞ കപ്പൽത്തുറയിൽ ഇറങ്ങി. വിളറിയിരുന്നുവെങ്കിലും ദൃഢനിശ്ചയമുള്ള സ്കൂൾ കുട്ടികളുടെ നീണ്ട നിര. അവരിറങ്ങിക്കഴിഞ്ഞ്, ഞങ്ങളിറങ്ങി; മഴയത്ത് ഹോട്ടലിലേക്ക് പോയി. ഇത്തവണയും എനിക്ക് ലഭിച്ചത് ചക്രവർത്തിയുടെ മുറിയായിരുന്നു. ഞാൻ വേണ്ടെന്നു പറയാൻ പോയില്ല. കഴിഞ്ഞ തവണത്തെ സന്ദർശന സമയത്ത് ഞാൻ നിരാകരിച്ചിരുന്നു; ഒരു ജനാധിപത്യഭരണത്തിൻകീഴിലെ സാധാരണ പൗരന് അത് സംഭ്രമിപ്പിക്കുന്ന ഒന്നായിരിക്കുമെന്നതിനാൽ.

വളരെ പെട്ടെന്ന് പ്രാതൽ കഴിച്ച് കാറിൽ അഗ്നിപർവ്വതത്തിന്റെ അടിവാരത്തേക്ക് പോയി. സവാരി ചെയ്യാൻ താല്പര്യമുള്ളവർക്കായി മൂന്ന് കുതിരവണ്ടികളുണ്ടായിരുന്നു. ഞാൻ നടന്നു. കാരണം കുതിരപ്പുറത്ത് കുറെ വർഷങ്ങൾക്കു മുമ്പ് യാത്ര ചെയ്തതേയുള്ളൂ. എല്ലാത്തിലുമുപരി, ഏഷ്യൻ കുതിര, കോവർകഴുതയായാലും കുതിരയായാലും വിശ്വസിക്കരുതെന്ന് എന്റെ അനുഭവം പഠിപ്പിച്ചിട്ടുമുണ്ട്. അവയുടെ ജീവിതം ദുസ്സഹമാണ്. ഞങ്ങൾ അമേരിക്കക്കാരെപ്പോലെ മൃഗങ്ങളോട് വൈകാരികമായ അടുപ്പം കാണിക്കുന്നവരല്ല. ഏഷ്യക്കാർ, ഇത് ആത്മാക്കളുടെ ദേഹാന്തരപ്രാപ്തിയുടെ തത്വശാസ്ത്രവുമായി ബന്ധപ്പെട്ടു കിടക്കുന്നു. ഇതുപ്രകാരം, കുറ്റവാളിയായ ഒരു മനുഷ്യൻ, അടുത്ത ജന്മത്തിൽ മൃഗമായി മാറുന്നു. അവൻ കുറ്റവാളി ആയതിനാൽ, ആ മൃഗത്തെയും വിശ്വസിക്കുവാൻ കൊള്ളില്ല. അതിനോട് നല്ല പെരുമാറ്റവും ആവശ്യമില്ല. ഞാനിത് പൂർണ്ണമായും വിശ്വസിക്കുന്നു എന്ന് പറയാനാവില്ല. പക്ഷെ ഏഷ്യയിലെ കുതിരകളെക്കുറിച്ച് എനിക്കറിയാവുന്നതുകൊണ്ട്, അവയുടെ സ്വഭാവം വെച്ച് വിലയിരുത്തിയാൽ, ചുരുങ്ങിയത്, അവയുടെ സ്വഭാവത്തെ ഏതോ ദുഷ്ടശക്തികൾ നിയന്ത്രിക്കുന്നുണ്ടെന്ന് പറയേണ്ടിവരും. വേദപുസ്തകത്തിൽ, 'കുതിരകളെ നിങ്ങൾ വിശ്വസിക്കരുത്' എന്ന് നമ്മോട് പറയുന്നുണ്ട്. അതുകൊണ്ട്, കറുത്ത അഗ്നിപർവ്വതത്തിലേക്ക് ഞാൻ നടന്നു കയറി. ഒരു ഇരുണ്ട, തരിശായ, ഭൂഭാഗത്തേക്ക് ഞാൻ പോയി.

പരുഷമായ ചാരനിറത്തിലുള്ള ആകാശത്തിനുകീഴെ ആ കാഴ്ച പ്രസന്നതയില്ലാത്തതും വിചിത്രമായും തോന്നി. അഗ്നിപർവതത്തിന്റെ ഓരോ പിളർപ്പിൽനിന്നും വിള്ളലിൽനിന്നും വെള്ള നീരാവി ചീറ്റിപ്പ

ടർന്നുകൊണ്ടിരുന്നു. അതിനു സമീപമുള്ള പർവതങ്ങളിൽ നിന്നും കഴിഞ്ഞ സന്ദർശനത്തിൽ ഞാനിതു കണ്ടിരുന്നില്ല. അതു കൊടുങ്കാറ്റു മൂലമാണെന്ന് അന്വേഷിച്ചപ്പോളറിഞ്ഞു. അഗ്നിപർതത്തിന്റെ മുഖം വളരെ വലുതാണ്. കഴിഞ്ഞ കുറച്ചു ദിവസങ്ങൾകൊണ്ട് അത് കൂടുതൽ വികസിച്ചിട്ടുണ്ട്. ശക്തമായ മഴയിൽ അതിന്റെ ഭിത്തികൾ പലയിടത്തും തകർന്നു പൊടിഞ്ഞിട്ടുണ്ട്. പ്രതലങ്ങളിലെ വിടവുകളെല്ലാം അടഞ്ഞ്, ഇടുങ്ങുക കാരണം, നീരാവി പുറകോട്ടുപോയി പർവതങ്ങളിലെ ചാലുകളിലൂടെ ശക്തിയായി പ്രവഹിക്കുന്നു. ഒരേ ദിശയിൽ നാരുകൾ പോലെയും, കൊടികൾ പോലെയും നീരാവി, കാറ്റിൽ ഉലയുന്നതു കാണാം. അത്ഭുതാവഹമായ ആ കാഴ്ച കാണാൻ ഞാൻ വീണ്ടും വീണ്ടും നിന്നു. അത് ശരിക്കും ഒരു കൗതുകദൃശ്യം തന്നെയായിരുന്നു. ലോകത്തിലെ ഏറ്റവും മനോഹരമായ പല കാഴ്ചകളും ഞാൻ കണ്ടിട്ടുണ്ട്. പക്ഷെ ഒരേസമയം ഗംഭീരവും, ഉൾക്കിടിലമുണ്ടാകുന്നതുമായത്, അതിന് ഓഷിമ ദ്വീപിലെ അഗ്നിപർവതത്തെ ഒന്നാമതായി, ആ ദിവസം ഞാൻ കണക്കാക്കി.

ഞങ്ങൾ രണ്ടുദിവസം അവിടെ ചെലഴിച്ചു. സാഹസികതയും, അത്ഭുതവും നിറഞ്ഞ മറക്കാനാവാത്ത ദിവസങ്ങൾ. ഞങ്ങൾ അവിടെയെത്തുന്നതിന് അല്പം മുമ്പ് അഗ്നിപർവതം പൊട്ടിത്തെറിച്ചിരുന്നു. വലിയകല്ലുകൾ വായുവിലേക്ക് ഏറിഞ്ഞുകൊണ്ട്, പർവതങ്ങളെ കാർന്നുതിന്നുകൊണ്ട്. വഴിതടഞ്ഞുകൊണ്ട്, കാവൽക്കാർ നിന്നിരുന്നു. അഗ്നിപർവതമുഖത്തിനടുത്തേക്ക്, പക്ഷെ, അവരെ മറികടന്ന് ഞങ്ങൾ കുതിച്ചു. ക്യാമറ ഉറപ്പിക്കുന്നതിനായി ഉയർന്ന സ്ഥലമുണ്ടോ എന്ന് നോക്കിക്കൊണ്ടിരുന്നു. ജ്വാലാമുഖത്തു നിന്നും ഉള്ള ഗർത്തം രണ്ട് നിലകളിലായിരുന്നു. വൃത്താകൃതിയിലുള്ള ഒരു മേൽത്തളം. മറ്റേത് അടിവാരം കാണാത്ത, വൃത്തികെട്ട മണമുള്ള വാതകവും നീരാവിയും ചേർന്ന് മേഘങ്ങൾ കൊണ്ടു മൂടിയും. സംവിധായകനും സഹായികളും ക്യാമറയും മേൽത്തളത്തിലേക്കിറങ്ങി. ഞാൻ മുകളറ്റത്ത് അരികുചേർന്നു നിന്നു. ഞാൻ സ്വയം കരുതൽ ഉള്ളവളായതുകൊണ്ടല്ല. കാവൽക്കാർ ഞങ്ങൾക്ക് മുന്നറിയിപ്പ് തന്നിരുന്നു; ജ്വാലാമുഖത്ത് നിന്നും വളരെ ചെറിയ മുഴക്കമോ ഇരമ്പലോ അടിയിൽ നിന്നും കേൾക്കുന്നുണ്ടെങ്കിൽ ജീവരക്ഷക്കായി ഓടണമെന്ന്. മേൽതളത്തിലിറങ്ങിയ, ചെറുപ്പക്കാരെ വെട്ടിലാക്കാൻ ഞാൻ ആഗ്രഹിച്ചില്ല. കാരണം, വല്ലതും സംഭവിച്ചാൽ അവർ എന്നോടുള്ള ബഹുമാനം കാരണം, എന്നെപ്പോലെ, മെല്ലെ ഓടണമല്ലോ എന്നോർത്ത്.

കാറ്റ്, വളരെ ശക്തമായി വീശിക്കൊണ്ടിരുന്നു. നല്ല തണുപ്പും. സാധാരണ പോലെയുള്ള ചിരിതമാശകളോ ഉൻമേഷമോ ഇല്ലാതെ ജോലികൾ തുടർന്നു. വേഗത്തിലും, ശ്രദ്ധയോടും ഓരോരുത്തരും അവരവരുടെ ജോലിചെയ്തു. ഞാൻ തുറന്നു പറയട്ടെ, എന്റെ ഹൃദയമിടിപ്പ് ചിലപ്പോൾ നിലച്ചിരുന്നു എന്നുതോന്നി. കാരണം, അഗ്നിപർവതത്തിന്റെ മേൽത്തളത്തിലിറങ്ങി സിനിമാപ്രവർത്തകർ വലിയ വിടവുകളിലേക്ക് ചാടുന്നതും, മൃദുവമായ ചാരത്തിൽ കാലുകൾ പൂഴ്ന്നുപോകുന്നതും, അഗാധഗർത്തത്തിന്റെ വക്കത്ത് നിൽക്കുന്നതും എല്ലാം കണ്ടപ്പോൾ. ന്യൂയോർക്കിൽവച്ച് ചിത്രഭാഗങ്ങൾ കണ്ടുകൊണ്ടിരുന്നപ്പോൾ ഞാനതെല്ലാം വീണ്ടുമോർത്തു. യുക്കിയോ എന്ന കുട്ടിയെ ഞാൻ തിരശ്ശീലയിൽ കണ്ടു. അവന്റെ കണ്ണുകൾ ഭയംകൊണ്ട് വിടർന്നിരുന്നു. വെളുത്ത നീരാവി ചുരുണ്ടുരുണ്ട് അഗ്നിപർവതത്തിനു മുകളിലേക്ക് വന്ന് അവനെ മൂടുന്നു. അത്ഭുതമില്ല, അവൻ അച്ഛനോട് അലമുറയിട്ട് പറയുന്നു,

'നമ്മൾ നിർഭാഗ്യവാന്മാരാണ്, നമ്മൾ ജപ്പാൻകാർ'

'എന്താണ് നീ ഇങ്ങനെ പറയുന്നത്?: അച്ഛൻ ചോദിക്കുന്നു.

'കടലും പർവതവും, കുട്ടി പറയുന്നു, 'അവ നമ്മെ നശിപ്പിക്കാനാണ് പ്രവർത്തിക്കുന്നത്.'

രണ്ടുദിവസങ്ങൾ അവസാനിച്ചപ്പോൾ, ഞങ്ങൾ സന്തോഷിച്ചു. ജോലിയെല്ലാം തീർന്നു. എന്നാലും ഞങ്ങൾക്ക് ആ അനുഭവം നഷ്ടമായില്ല. ആ ഭൂഭാഗം ഞാൻ ഒരിക്കലും മറക്കില്ല. ചന്ദ്രന്റെ മറുഭാഗം പോലെ ഇരുണ്ടത്. മൂന്നാമത്തെ ദിവസം ഞങ്ങൾ, ജലനിരപ്പിനു മീതെ, ഒരു തെളിഞ്ഞ ആകാശത്തിലൂടെ, ടോക്യോവിലേക്ക്, മുക്കാൽ മണിക്കൂർ കൊണ്ട് സുരക്ഷിതരായി പറന്നു.

അഞ്ചുദിവസം കഴിഞ്ഞപ്പോൾ അഗ്നിപർവതം വീണ്ടും പൊട്ടിത്തെറിച്ചു. ഞങ്ങൾ നിന്നിരുന്ന കറുത്ത ലാവാമണ്ണ്, അഗാധഗർത്തത്തിലേക്ക് പതിച്ചു.

അങ്ങനെ, ചിത്രം പൂർത്തീകരിച്ചു. വേലിയേറ്റത്തിന്റെ രംഗം ഒഴികെയുള്ളതെല്ലാം ശരിയായി. വേലിയേറ്റം, പ്രത്യേക പ്രതീതി മിശ്രണങ്ങൾ നടത്തുന്ന ടോക്യോയിലെ സ്റ്റുഡിയോയിൽ നിർമിച്ചുകൊണ്ടിരിക്കുന്നു. അവസാനദിവസം ഞാൻ അവിടെപോയി. പ്രശസ്തനായ പ്രത്യേക പ്രതീതി നിർമാണവിദഗ്ധൻ എന്നെ അവിടെ കാത്തിരുന്നു. ഇളംനിറമുള്ള ഒരുവസ്ത്രം ധരിച്ച്, പ്രസന്നവദനനായി, തലയിൽ ഒരു തൊപ്പിയും ഒരു ചൂരൽവടിയും കയ്യിൽ പിടിച്ച്. അദ്ദേഹത്തിന്റെ മുഖം ഒരു വിജയകരമായ പ്രവൃത്തി പൂർത്തിയായതിന്റെ വിശ്വാസ്യത നിഴലിക്കുന്നതാ

യിരുന്നു. ദൃശ്യം എല്ലാം പരിശോധിച്ചു കഴിഞ്ഞപ്പോൾ ഞാനദ്ദേഹത്തോട് യോജിച്ചു. എനിക്ക് ആ നിമിഷത്തിൽ ഓർത്തെടുക്കാൻ സാധിച്ച വലിയ സ്ഥലം ന്യൂയോർക്കിലെ മാഡിസൻ സ്ക്വയർ ഗാർഡൻ പോലെ, വിശാലമായ ഒരു പ്രദേശത്ത് അദ്ദേഹം കിത്സുവും പർവതങ്ങളും കടലുമെല്ലാം പുനർനിർമിച്ചിരിക്കുന്നു. വീടുകളെല്ലാം മൂന്നടി ഉയരമുള്ളവ. എല്ലാ ശരിയായ ചെറുപതിപ്പുകൾ. മറ്റുള്ളവ എല്ലാം ആനുപാതികമായ വലുപ്പമുള്ളവ. സ്റ്റുഡിയോയുടെ പുറത്തായി ഒരു നദി ഒഴുകിയിരുന്നു. തള്ളിയൊഴുകി വരുന്ന വെള്ളത്തെ, ഒരുഭാഗത്തെ വലിയ പാത്തികളിലൂടെ കടത്തിവിട്ട് സ്റ്റുഡിയോയുടെ അകത്ത് വേലിയേറ്റം സൃഷ്ടിച്ചെടുക്കാനാവും. ഞാൻ വീടുകൾക്കുള്ളിലേക്ക് നോക്കി. ചെറിയ പർവതം കയറി, കടൽതീരത്തിന്റെ സൂക്ഷ്മതയോടുകൂടിയ യാഥാർത്ഥ്യം കണ്ട് ഞാൻ അത്ഭുതപ്പെട്ടു. തീരത്തിന്റെ അറ്റത്തുള്ള, ഞാൻ നിരന്തരം വിശ്രമിക്കാറുള്ള കല്ലുകൾപോലും അതുപോലെ. വേലിയേറ്റത്തിനായി സെറ്റ് പൂർണ്ണമായും തയ്യാറായിട്ടില്ല. അത് എനിക്ക് പിന്നീട് തിരശ്ശീലയിലെ കാണാനാവൂ. അതിന്റെ ശക്തിയും ഭയാനകതയും. ഞാൻ മറ്റെല്ലാം കണ്ടു കഴിഞ്ഞു. യാത്രപറഞ്ഞ്, നന്ദി പറഞ്ഞ് അവിടെ നിന്നും തിരിച്ചു.

എന്റെ ഹോട്ടൽ മുറി ഒരുവീടുപോലെ തന്നെ ആയിരിക്കുന്നു. അതുപേക്ഷിച്ചു പോകുവാൻ ഞാൻ ഇഷ്ടപ്പെട്ടില്ല. എന്നാലും, എന്റെ അവിടെയുള്ള ജീവിതം അവസാനിച്ചുവെന്ന് എനിക്കറിയാം. അതൊരു പ്രശാന്തമായ, സുഖപ്രദമായ സ്ഥലമായിരുന്നു. അവിടെ, ഞാൻ വളരെസമാധാനത്തോടെ ജീവിച്ചു. ഇനി, പഴയ പേടിപ്പെടുത്തുന്ന ഒരുജീവിതം, അതും അദ്ദേഹമില്ലാതെ, എല്ലായ്പോഴും ഞങ്ങളൊരുമിച്ച് പോയ്ക്കൊണ്ടിരുന്ന സ്ഥലങ്ങളിലെല്ലാം തനിയെ പോകേണ്ടതെല്ലാം വീണ്ടും എന്റെയടുത്തേക്ക് വന്നിരിക്കുന്നു. എങ്ങനെയായാലും അതെല്ലാം ചെയ്യണം. എനിക്കു രക്ഷപ്പെടാനാവില്ല. ഒന്നും മാറ്റിവെക്കേണ്ടതായില്ല.

'വേഗം വരൂ, വീണ്ടും വരൂ, ജപ്പാനിലേക്ക്, എന്റെ പ്രിയപ്പെട്ട സുഹൃത്തുക്കൾ പറഞ്ഞു. ഞാൻ വരാമെന്നു വാക്കുകൊടുത്തു. കരഞ്ഞുകൊണ്ട് ഞാൻ പിരിഞ്ഞു. ഞാൻ തനിയെ, ന്യൂയോർക്കിലേക്ക് എന്നെ തിരികെകൊണ്ടുപോകുന്ന വിമാനത്തിലേക്ക് പോയി.

*** *** ***

ഞാൻ ന്യൂയോർക്ക് എന്നു പറയുന്നത്, ശരിക്കും ഞാൻ പെൻസിൽവാനിയയിലെ എന്റെ കളപ്പുരവീട്ടിലേക്ക് പോകുന്ന വഴിക്കുള്ളതാണ്. പക്ഷെ, എനിക്കവിടെ ഒരു താമസസ്ഥലമുണ്ട്. ന്യൂയോർക്ക്,

അത്ഭുതങ്ങളുടേയും വിഷാദത്തിന്റെയും ഒരു നഗരമാണെനിക്ക്. ഞങ്ങൾ-അദ്ദേഹവും ഞാനും-എപ്പോഴും അവിടെ ഒരു സ്ഥലം കണ്ടെത്തിയിരുന്നു. അദ്ദേഹത്തിന് ജോലി ചെയ്യാനും, ഉന്മേഷത്തിനും. ഞാൻ എന്റെ സാധാരണ ജോലികൾക്കും. കുറെ വർഷങ്ങൾ ഞങ്ങൾ ചെലവഴിച്ച സ്ഥലമല്ല അത്. ഞങ്ങളുടെ പഴയ താമസസ്ഥലത്തിന്റെ പരിമിതികളിൽ നിന്നും എനിക്ക് ഓർമകളുടെ മനോവ്യഥകളിൽനിന്നും രക്ഷപ്പെടാനാവില്ല. ഞാനവിടെ താമസിച്ചിട്ടുണ്ടോ എന്നെനിക്കറിയില്ല. സ്റ്റീലിലും ഗ്ലാസ്സിലും പണിത അംബരചുംബികൾ ഞങ്ങളുടെ പാർപ്പിടസമുച്ചയത്തിലേക്കുള്ള വിഥികളിൽ നിറഞ്ഞിരുന്നു. ഞങ്ങൾ നഗരത്തിൽ താമസിക്കാനെടുത്ത കെട്ടിടം ജീർണ്ണിച്ചു വീഴാറായതാണ്. ഞാൻ, പട്ടണത്തിലെ, ധാരാളം വീടുകളുള്ള ഒരിടത്തെ ഒരു കെട്ടിടം കണ്ടുവച്ചിരുന്നു. അവിടെ പ്രത്യേകിച്ച് ഓർമകൾ ഒന്നുമില്ല; ഞാൻ എവിടെ ആയിരുന്നാലും എന്നോടൊപ്പം ഒളിച്ചുവെക്കുന്നവയല്ലാതെ.

ചലച്ചിത്രവുമായി ബന്ധമില്ലാത്ത ഒരുകഥ ഞാനിവിടെ പറയട്ടെ. പക്ഷെ അതു അവസാനഭാഗമാണ്, എനിക്കു മാത്രം ആയുള്ളതും. പുതിയ പാർപ്പിടം ഞാൻ നോക്കി നടക്കുമ്പോൾ എന്റെ ഒരു മകൾ ഏതാണ് നല്ലത് എന്ന് തിരഞ്ഞെടുക്കാൻ എന്നെ സഹായിച്ചിരുന്നു. അവൾ സാധ്യതയുള്ള രണ്ടു മൂന്നെണ്ണം കാണിച്ചുതരികയും ചെയ്തു. ആ സന്ദർഭത്തിൽ, എവിടെയെന്നതൊന്നും ഞാൻ നോക്കിയില്ല. ഞാൻ തിടുക്കത്തിലായിരുന്നു. രാത്രിയായി. ഞങ്ങൾ ചായംപൂശാത്ത, ശൂന്യമായ മുറികളിൽ പ്രവേശിച്ചു. വിശാലമായ ഒരു ജനാലയിലൂടെ പുറത്തേക്കു നോക്കിയപ്പോൾ, ഒരു കെട്ടിടത്തിന്റെ മേൽക്കൂര അതിനഭിമുഖമായി, നേരിയ വെളിച്ചത്തിൽ കണ്ടു. അതൊരു സ്കൂളിന്റെതാണെന്നു മകൾ പറഞ്ഞു. ഓ, എന്തായാലും കാഴ്ചകൾ മറക്കുന്ന മറ്റു കെട്ടിടങ്ങളൊന്നും അവിടെ ഇനി വരില്ലെന്ന്. ഭാഗ്യമായി; ഞാൻ കൂടുതലായൊന്നും ചിന്തിച്ചതേയില്ല. ന്യൂയോർക്കിലെ കാഴ്ചകൾ കാണാൻ എനിക്കെവിടെ സമയം? കൂടാതെ, പെൻസിൽവാനിയയിൽ എനിക്കു നല്ല കാഴ്ചകൾ കിട്ടുകയും ചെയ്യും. ആ നിമിഷത്തെ പ്രചോദനത്തിൽ ഞാൻ തീരുമാനിച്ചു.

'ഇതു ഞാൻ എടുക്കും'

ആ തിരഞ്ഞെടുക്കൽ ആകസ്മികമായിരുന്നു. ചിലപ്പോൾ മാത്രം സംഭവിക്കുന്നത് എന്ന് ഞാൻ പറയേണ്ടിവരും. പക്ഷെ കൃത്യമായ അവസരം എന്നുപറയുവാൻ ഈ ലോകത്ത് ഒന്നുമില്ല എന്ന് ഞാൻ വിശ്വസിക്കുന്നു. ഈ തീരാൻപോകുന്ന കഥയുടെ പ്രഥമഭാഗം ഇതാ.

ഞാൻ കുട്ടിയായിരുന്ന കാലത്ത് ജോലികൾ ചെയ്യാൻ മടിച്ചിരുന്നപ്പോൾ എന്റെ അച്ഛൻ ഉറച്ച സ്വരത്തിൽ മെല്ലെ പറയുമായിരുന്നു.

'നിനക്കതു ശരിയാണെന്നു തോന്നി നീ ചെയ്യാതിരിക്കുകയാണെങ്കിൽ, ദൈവത്തിന്റെ വലിയ മഹത്വത്തിനായി അതു ചെയ്യൂ.'

അപ്പോൾ ദൈവത്തിന്റെ വലിയ മഹത്വത്തിനായും എന്റെ അച്ഛന്റെ ആഗ്രഹമനുസരിച്ച്, ചെയ്യാനുള്ളതെല്ലാം, തികച്ചും മടിയോടെ, ആകാവുന്ന സമയങ്ങളിലൊക്കെ ചെയ്തു.

ഇനി പാർപ്പിടകാര്യത്തിലേക്കു വരാം. അതു സജ്ജീകരിക്കുന്ന സമയത്ത് ഒരിക്കൽ പോലും ഞാനത് കണ്ടിരുന്നില്ല. എല്ലാം പൂർത്തിയായപ്പോൾ, ഞാൻ വാതിൽ തുറന്ന് നേരെ ആ വലിയ ജനാലയുടെ അടുത്തേക്ക് പോയി. അത് നല്ല തെളിഞ്ഞ ദിവസമായിരുന്നു. ഞാനോർക്കുന്നു, ന്യൂയോർക്കിലെ ഒരു നല്ല ദിവസം. കടലിലെ ശുദ്ധമായ കാറ്റും നീലാകാശവും. പിന്നെ എനിക്കഭിമുഖമായി, കെട്ടിടങ്ങൾക്കു മീതെ, മേൽക്കൂരയുടെ ഇറമ്പിനടിയിൽ, മേൽക്കുമേൽ ഞാൻ കണ്ടു; വലിയ അക്ഷരങ്ങളിൽ കല്ലിൽ കൊത്തിവച്ചിരിക്കുന്നു.

AD MAIOREM DEI GLORIAM

ദൈവത്തിന്റെ വലിയ മഹത്വത്തിനായി.

ഞാനിതെഴുതുമ്പോഴും, ആ അക്ഷരങ്ങൾ എന്നെ നോക്കുന്നു. 'ദൈവത്തിന്റെ വലിയ മഹത്വത്തിനായി !' എന്താണിതിനർത്ഥം? കുഴിമാടത്തിൽ നിന്നും ഉള്ള ശബ്ദമാണോ? എന്റെ അച്ഛന്റെ കുഴിമാടത്തിൽനിന്നും ? എനിക്കു നഷ്ടമായ ചൈനയിലെ, ഹൃദയഭാഗത്തുള്ള, ഒരു മലമുകളിലുള്ള, കുഴിമാടത്തിലാണ് അദ്ദേഹത്തെ അടക്കിയിരിക്കുന്നത്. ഞാനിവിടെ, ജീവനോടെ, ആയിരക്കണക്കിന് നാഴിക അകലെ. ഞങ്ങൾ തമ്മിൽ ആശയവിനിമയത്തിലാണോ ? ഞാനും അദ്ദേഹവും എന്റെ അച്ഛനിലൂടെ ? അതു സാധ്യമേയല്ല.

അല്ലെന്നു പറയാൻ എനിക്കെങ്ങനെ ധൈര്യം വന്നു ?

ഒരിക്കൽ നമ്മളറിയും. ഏതു ദിവസം ? ദിവ്യൻമാരും ശാസ്ത്രജ്ഞരും സത്യത്തെക്കുറിച്ച്, പൂർണ്ണമായി അന്വേഷിക്കുന്നതിനായി ഒരുമിച്ചു ചേരുന്ന ദിവസം. ശാസ്ത്രജ്ഞരെ ഉണർത്തേണ്ട കടമ ദിവ്യന്മാർക്കും വിശ്വാസികൾക്കുമാണ്. ആത്മാവ് അതിന്റെ ജീവിതോർജ്ജവുമായി, ജീവിതം തുടരുന്നുണ്ടോ എന്ന് കണ്ടുപിടിക്കാൻ അവരെ സഹായിക്കാൻ ശരീരമാകുന്ന പിണ്ഡം ജീവൻ സൂക്ഷിക്കുന്ന പാത്രം മാത്രമായി അവസാനിക്കുമ്പോൾ. വിശ്വാസം, പരികൽപനകളെ സംഭാവനചെയ്യുന്നു. അതു തെളിയിക്കേണ്ടത് ശാസ്ത്രവും. അതിനുള്ള നിയ

ന്ത്രണയന്ത്രവും ശാസ്ത്രം തന്നെ തരണം. വിശ്വാസമില്ലാത്തവൻ ഒരിക്കലും അന്വേഷണത്തിന് മുതിരില്ല. അവൻ ഇപ്പോൾ തന്നെ നിന്ന നില്പിലാണ്, ഒരു ഉപ്പുതൂണ്, എന്നേയ്ക്കും പിറകിലേക്കു മാത്രം നോക്കി.

ദിവ്യാത്ഭുതം എന്നൊന്നില്ലെന്ന് എനിക്കുറപ്പുണ്ട്. ഒരാൾ വെള്ളത്തിനു മുകളിലൂടെ നടക്കുകയും രോഗികളെ മുക്തരാക്കുകയും മരിച്ചവന് വീണ്ടും ജീവൻ നൽകുകയും ചെയ്യുന്നുവെങ്കിൽ അത് മാന്ത്രികതയല്ല; അത് അങ്ങനെ ചെയ്യാൻ എങ്ങനെ അറിയുന്നു എന്നതാണ്. പ്രകൃത്യാതീതമായ ഒന്നും തന്നെയില്ല. ആകെയുള്ളത് പരമമായ സ്വാഭാവികത എന്നതാണ്. ശാസ്ത്രവും മതവും, മതവും ശാസ്ത്രവും ഞാനങ്ങനെ പറയട്ടെ; ഒരു സ്ഫടികത്തിന്റെ രണ്ടു വശങ്ങൾ ആണ്. അവ രണ്ടും ഒരിടത്ത് കേന്ദ്രീകരിച്ച്, സത്യത്തെ കണ്ടെത്തുന്നതു വരെ, നമ്മൾ ഇരുണ്ടതായി കാണുന്നു.

ഒരു ദിവസം, ആ വലിയ ഭൂരിപക്ഷത്തിന്റെ വാസസ്ഥലത്തുനിന്നും ചക്രവാളത്തിനപ്പുറത്തുനിന്നും ആ സന്ദേശം, മരിച്ചവരിൽനിന്ന് തെളിവായി നമ്മളിലെത്തുമ്പോൾ, ആകാശത്ത് ഒരുകൂട്ടം മാലാഖമാർ നിരന്നു നിന്നല്ല, ഒരു പരീക്ഷണശാലയിൽ ഒരു തരംഗദൈർഘ്യമായി രേഖപ്പെടുത്തപ്പെടുമ്പോൾ ഒരാളുടെ വിരലടയാളംപോലെ, നിസ്തർക്കമായതും തികച്ചും വ്യക്തിപരവുമായ ഒരുതരംഗദൈർഘ്യം ശരീരം വെറും പൊടിയായിത്തീർന്ന ഒരുവന്റേത്. അപ്പോൾ ആ തരംഗദൈർഘ്യം തിരിച്ചറിയുന്ന ശാസ്ത്രജ്ഞൻ ആർത്തുവിളിച്ചു പറയും, 'അത് എനിക്കറിയുന്ന ഒരാളിന്റേതാണ്; ഞാൻ അയാൾ മരിക്കുന്നതിന് മുമ്പ് അയാളുടെ തരംഗദൈർഘ്യം എടുത്തിരുന്നു' എന്ന്. അയാൾ ഇപ്പോൾ വന്നതും അയാൾ രേഖപ്പെടുത്തി വച്ചതും താരതമ്യം ചെയ്യും. അപ്പോൾ ശാസ്ത്രജ്ഞന് മനസ്സിലാകും അവസാനമായി ഇതാ ഒരു ഉപകരണത്തിന്, യന്ത്രത്തിന്, നൂറ്റാണ്ടുകളായി സ്വപ്നം കണ്ടിരുന്ന ഒരു സന്ദേശം, തുടർന്ന് കൊണ്ടേയിരിക്കുന്ന വ്യക്തിയുടെ നിലനില്പ്, നമ്മൾ ആത്മാവിന്റെ അമരത്വം എന്നു വിശേഷിപ്പിക്കുന്നത്, സ്വീകരിക്കുവാൻ കഴിഞ്ഞിരിക്കുന്നു.

അല്ലെങ്കിൽ ഒരു പക്ഷെ, ആ സന്ദേശം സ്വീകരിക്കുന്നത് ഒരു ശാസ്ത്രജ്ഞനാവില്ല, ഒരു സ്ത്രീയാകാം, ആകാശത്തിനുനേരെ തുറന്നുവെച്ചിരിക്കുന്ന ജനാലയ്ക്കരികെ, കാത്തിരിക്കുന്നവൾ.

*** *** ***

www.ingramcontent.com/pod-product-compliance
Lightning Source LLC
LaVergne TN
LVHW060234051026
849517LV00005B/1617
9789393397294